VIỆT NAM
NƯỚC CHIA HAI ĐÀNG

CHIẾN TRANH VÀ SỰ ĐỊNH HÌNH GIỚI TRẺ HAI MIỀN

LÊ TÙNG CHÂU
Dịch

NGUYÊN TÁC:

MAKING TWO VIETNAMS
WAR AND YOUTH IDENTITIES, 1965-1975
By **OLGA DROR**

Nhân Ảnh
2023

VIỆT NAM NƯỚC CHIA HAI ĐÀNG
Lê Tùng Châu dịch

Nhân Ảnh xuất bản **2023**
ISBN: 978-1-0881-4095-6
Copyright © Le Tung Chau 2023

Olga Dror

Từng học ở Nga, Do Thái và Hoa Kỳ, Olga Dror hiện là Giáo sư [Associate Professor] khoa Sử Á châu ở Đại học Texas A & M. Bà là tác giả, dịch giả, và đồng biên tập năm cuốn sách và nhiều bài báo. Trọng tâm nghiên cứu của bà gồm nhiều lĩnh vực, từ tôn giáo - thần giáo Việt Nam, Trung quốc và các nhà truyền giáo châu Âu ở châu Á thuở đầu thời cận đại, từ nghiên cứu những gì mắt thấy tai nghe của thường dân trong cuộc Tổng tấn công của cộng sản Bắc Việt ở Huế vào Tết Mậu Thân -1968, từ chủ đề Giới Trẻ hai miền Nam Bắc Việt Nam trong Chiến tranh Đông Dương lần thứ hai cho đến các chủ đề tôn giáo-chính trị khác.

Chuyên khảo gần đây nhất của bà Việt Nam Nước Chia Hai Đàng-Chiến Tranh và Sự Định Hình Giới Trẻ Hai Miền 1965–1975 [Making Two Vietnams: War and Youth Identities, 1965-1975] do Cambridge University Press ấn hành năm 2018. Nhiều bài viết của bà đã đăng trên các tạp chí hàng đầu về nhiều lĩnh vực khác nhau như: Tạp chí Nghiên cứu Á Châu, Tạp chí Nghiên cứu Đông Nam Á, Tạp chí Sử ký Xã hội, Tạp chí Nghiên cứu Chiến tranh Lạnh [Journal of Asian Studies, Journal of Southeast Asian Studies, Journal of Social History, Journal of Cold War Studies]. Hiện bà đang thực hiện chuyên khảo có tựa đề Sự sùng bái Hồ Chí Minh ở Việt Nam [Ho Chi Minh's Cult in Vietnamese Statehood].

Tác phẩm đã xuất bản tiêu biểu:

- Making Two Vietnams: War and Youth Identities, 1965–1975. Studies of the Weatherhead East Asian Institute. Cambridge, UK: Cambridge University Press, 2018.
- "Foundational Myths in the Republic of Vietnam (1955–1975): 'Harnessing' the Hùng Kings against Ngô Đình Diệm Communists, Cowboys, and Hippies for Unity, Peace, and Vietnameseness." Journal of Social History 51, no. 1 (2017): 124–59.
- "Establishing Hồ Chí Minh's Cult: Vietnamese Traditions and Their Transformations." The Journal of Asian Studies 75, no. 2 (2016): 433–66.
- Nhã Ca. Mourning Headband for Hue: An Account of the Battle for Hue, Vietnam 1968. Translated by Olga Dror. Bloomington: Indiana University Press, 2014.
- Cult, Culture, and Authority: Princess Lieu Hanh in Vietnamese History. Honolulu: University of Hawai'i Press, 2007.

Nguồn: https://nationalhumanitiescenter.org/fellow/olga-dror-2019-2020/

Những chữ viết tắt trong sách này:

- RVN: Republic of Vietnam = Việt Nam Cộng Hòa (VNCH) hay Nam Việt Nam
- QLVNCH (ARVN-The Army of the Republic of Vietnam) = Quân lực VNCH
- VNDCCH: Việt Nam Dân chủ Cộng hòa hay Bắc Việt
- USSR: Union of Soviet Socialist Republics: Soviet Union = Liên bang Cộng hòa Xã hội Sô viết = Liên Sô
- GDR: German Democratic Republic = Đông Đức
- CHXHCNVN: Cộng hòa Xã hội Chủ nghĩa Việt Nam [Việt Nam cộng sản sau 1975 đến nay]
- MTGP: Mặt trận Giải phóng, còn gọi là Việt Cộng (một danh xưng của cộng sản do VNDCCH lập ra)
- COSVN: Central Office for South Vietnam = Trung ương cục miền Nam (một danh xưng của cộng sản do VNDCCH lập ra)
- PTTg: Phủ Thủ Tướng VNCH
- QVKDTVH = Quốc Vụ Khanh Đặc Trách Văn Hóa VNCH
- HDVNGD = Hội đồng Văn hóa Giáo dục VNCH
- TBVHXH = Bộ Thương binh Văn hóa Xã hội VNCH
- DICH = Đệ nhất Cộng hòa (VNCH)
- DIICH = Đệ nhị Cộng hòa
- Sđd: Sách đã dẫn, Tài liệu đã dẫn
- TTU: Texas Tech University
- VNA: Vietnam National Archives = Trung Tâm Lưu Trữ Quốc Gia
- NXB = nhà xuất bản

Những chú thích trong dấu ngoặc [ ] là của người dịch.

MỤC LỤC

Lời Giới Thiệu   13

Lời Cảm Tạ   19

Lời Phi Lộ   23

Chương 1:   Hệ thống Giáo dục ở Bắc Việt và Việt Nam Cộng Hòa (VNCH)   41

   Giáo dục dưới chế độ thực dân Pháp   42

   Giáo dục tại VNDCCH   45

      Lập ra một hệ thống giáo dục mới   45

      Hệ thống giáo dục trong thời chiến   48

      Trồng cây cộng sản – Quốc sách giáo dục   50

      Phong trào thi đua trong giáo dục   52

      Lý thuyết, thực hành và quân sự hóa   54

      Trục trặc và giải pháp   56

      Giáo dục cải tạo   59

      Hệ thống giáo dục VNDCCH tại Trung Quốc   61

      Hệ giáo dục VNDCCH tại Việt Nam Cộng Hòa   68

   Hệ thống giáo dục của VNCH   75

      Tính Đa dạng của học đường   75

      Thiết lập Giáo trình và mở rộng tuyển sinh   78

      Cải Tổ   81

      Đường lối Phi chính trị đấu với Quân sự hóa và Cuồng tín hóa Học đường   84

      Giáo dục cộng đồng   89

      Cải Huấn   91

   Kết luận   98

Chương 2:   Các tổ chức, đoàn thể xã hội ở VNDCCH và VNCH   101

   Việc tổ chức đoàn thể cho thanh niên dưới chế độ thực dân Pháp   101

   Tổ chức Thanh niên trong Mặt trận Việt Minh   102

   Việt Nam Dân chủ Cộng hòa   104

Việc tổ chức Đội thiếu niên tiền phong và Augustists	104
Phong trào thanh niên thi đua	107
5 điều của cháu ngoan Bác Hồ	109
Những đoàn / đội Thanh niên xung phong	115
Các tổ chức đoàn hội thanh niên cộng sản ở miền Nam	120
Việt Nam Cộng Hòa	124
Chính sách của chính phủ đối với các tổ chức thanh niên	125
Tổ chức đoàn thể cho trẻ em, thiếu niên và thanh niên	127
Tổ chức Bán quân sự	130
Kết luận	134
Chương 3: Chủ trương, Chính sách xuất bản và Cửa ngõ xuất bản	137
Thuở đầu của Sách báo thiếu nhi và thanh thiếu niên	137
Việt Nam Dân chủ Cộng hòa	138
Báo tờ	138
Sách giáo khoa	140
Sách báo: Thành lập NXB Kim Đồng	142
Hiện thực xã hội chủ nghĩa, Xuất bản phục vụ Tư tưởng và Đường lối nhà nước	145
Cưỡng bức Tư tưởng và Di lụy đến Xuất bản	156
Bi quan nản lòng và Mơ hồ Dao động: ¡No pasarán!	159
Hô hào những cây bút Thiếu nhi	163
Việt Nam Cộng Hòa	167
Chủ nghĩa hiện sinh	170
Thể loại Tiêu khiển Giải trí	172
Việt Tính	174
Kiểm duyệt	177
Khuếch trương loạt ấn phẩm cho thiếu nhi và tuổi hoa niên	180
Thành phần thứ ba: Chống chính quyền ngoài vỏ, Thân Cộng trong ruột	184

Dựng một chốn trú ngụ an toàn giữa hai lằn đạn	189
Bảo tồn các Tín niệm Công giáo	191
Sách giáo khoa	195
Kết luận	196

Chương 4: Chân dung Giáo dục và Xã hội qua tài liệu văn bản của Bắc Việt — 199

Văn, Chính trị và Lịch sử qua những lời công nhiên dạy dỗ giới trẻ	199
Vua Hùng và Thống nhất đất nước	204
Giai cấp và Đấu tranh giai cấp	207
Cách mạng	216
Hồ Chí Minh	222
Tình yêu và Gia đình	226
Căm thù Địch	228
Ngụy tạo những câu chuyện anh hùng	235
Chiếc đũa thần Anh hùng tính	242
Kết luận	249

Chương 5: Chân dung Giáo dục & Xã hội qua tài liệu văn bản ở VNCH — 251

Tinh thần Quốc gia	252
Các đời Hùng Vương	256
Quê hương Bản quán và Gia tộc	259
Luân lý Khổng Nho	262
Tình yêu và sự thờ ơ chính trị	266
Coi Ngô Đình Diệm là kẻ thù	267
Xử trí với chế độ cộng sản Bắc Việt VNDCCH	273
Chiến tranh và hủy diệt	276
Hình ảnh người lính chiến	279
Khi thiếu một Bác Hồ: Tìm khuây, lìa xa thực tại và học chăm	282
Hippies và nhạc Rock and Roll	287
Ma túy	299

Lời Kết	**305**

Tặng tất cả những ai đã lớn lên ở miền Bắc và miền Nam Việt Nam trong chiến tranh

- Olga Dror -

LỜI GIỚI THIỆU

Trung Tâm Nghiên Cứu Việt-Mỹ hân hạnh giới thiệu với độc giả Việt Nam một công trình nghiên cứu quan trọng gần đây của Giáo sư Olga Dror về chiến tranh Việt Nam, qua bản dịch công phu và đầy tâm huyết của dịch giả Lê Tùng Châu từ nguyên tác tiếng Anh, "Making Two Vietnams: War and Youth Identities, 1965-1975" (Cambridge, UK: Cambridge University Press, 2018). Chúng tôi chân thành cảm tạ Nhà Xuất Bản Đại Học Cambridge và Giáo sư Olga Dror đã cho phép chúng tôi được xuất bản bản tiếng Việt của sách.

Được đào tạo ở Liên Xô, Do Thái và Hoa Kỳ, Olga Dror hiện là Giáo sư Sử học tại Đại học Texas A&M ở College Station, TX. Bà là tác giả, dịch giả và đồng biên tập năm cuốn sách và nhiều bài báo. Nghiên cứu của bà có nhiều mảng: từ các tôn giáo hữu thần ở Việt Nam và Trung Quốc và các nhà truyền giáo châu Âu ở châu Á trong thời kỳ đầu hiện đại, đến trải nghiệm dân sự trong cuộc tấn công của quân đội cộng sản vào Huế trong Tết Mậu Thân, đến giới trẻ miền Bắc và miền Nam Việt Nam trong nội chiến, đến hiện tượng sùng bái Hồ Chí Minh như thần thánh ở Việt Nam. Bà đã viết nhiều bài báo trên các tạp chí hàng đầu của nhiều lĩnh vực Tạp chí Nghiên cứu Châu Á, Tạp chí Nghiên cứu Đông Nam Á, Tạp chí Lịch sử Xã hội, Tạp chí Nghiên cứu Chiến tranh Lạnh. Trong số các giải thưởng của bà có Học bổng Quốc gia về Nhân văn và Học bổng Quốc tế Dan David.

Trong công trình "Việt Nam Nước Chia Hai Đàng" này, Giáo sư Olga Dror nghiên cứu việc giáo huấn và trưởng thành (nguyên văn "socialization") của thanh niên dưới hai chính phủ Việt Nam đối nghịch nhau, đó là Việt Nam Cộng hòa (VNCH hoặc Nam Việt Nam) và Việt Nam Dân chủ Cộng hòa (VNDCCH hoặc Bắc Việt Nam), trong những năm khốc liệt nhất của cuộc nội chiến. Là một người đã trải qua một nửa thời thơ ấu ở Sài Gòn và nửa còn lại ở Thành phố Hồ Chí Minh sau khi Sài Gòn bị đổi tên dưới chính quyền cộng sản, tôi vô cùng cảm kích tác giả đã làm sáng tỏ sự tương phản rõ nét giữa hai hệ thống mà tôi đã lớn lên và trải nghiệm trực tiếp.

Hai nước Việt Nam trong sách quá khác biệt, khiến người ta tự hỏi liệu cả hai có phải cùng là đất nước của người Việt Nam hay không. Ở miền Bắc, chính phủ không chỉ kiểm soát trực tiếp các cơ sở văn hóa và giáo dục mà còn huy động thanh niên vào các tổ chức quần chúng để phục vụ cho đảng cộng sản và chính quyền. Các chính sách ở miền Bắc nhằm mục đích giáo huấn trẻ em với mục tiêu duy nhất là tạo ra một thế hệ chiến binh trung thành với ý thức hệ, những con người với lòng căm thù kẻ thù sâu sắc và sẵn sàng chết theo tiếng gọi của Hồ Chí Minh và đảng của ông ta.

Để hiểu được mục tiêu này, hãy đọc đoạn trích sau từ tuyên bố của Bộ trưởng Bộ Giáo dục Nguyễn Văn Huyên năm 1962 về việc chọn các tác giả như Hồ Chí Minh, Lê Duẩn, Marx, Lenin, Mao Trạch Đông, Nikolai Ostrovsky, cho chương trình giảng dạy ở trường học. Theo ông Huyên, các tác phẩm này "bồi đắp cho các em tinh thần đấu tranh kiên cường, ý chí chiến đấu, tình yêu chân thành đối với giai cấp vô sản, niềm tin hoàn toàn lạc quan vào chủ nghĩa xã hội và chủ nghĩa cộng sản, truyền cho các em sức sống mãnh liệt của thế hệ thanh niên Hồ Chí Minh để vượt qua mọi khó khăn trở ngại, tiến lên hoàn thành nhiệm vụ".[1]

Ngược lại, văn hóa và giáo dục ở miền Nam tự chủ hơn nhiều đối với chính quyền. Chính quyền miền Nam nói chung không thành lập các tổ chức chính trị cho thanh niên, cũng không kiểm soát các cơ sở văn hóa giáo dục như ở miền Bắc. Hầu hết trẻ em được phát triển tự nhiên và hưởng một nền giáo dục bình thường. Chính phủ không tìm cách tuyên truyền cho chúng về nguyên nhân chiến tranh hoặc sự cần thiết phải bảo vệ miền Nam Việt Nam khỏi cuộc xâm lược của miền Bắc.

Do chính sách đó, trẻ em ở miền Nam không hiểu gì về bản chất của chiến tranh và kẻ thù cộng sản. Một số lớn lên và trở thành người ủng hộ chính phủ. Nhiều người tham gia cộng sản hoặc các nhóm chống chính phủ khác. Hầu hết có lẽ thờ ơ với chính trị. Nếu tất cả trẻ em miền Bắc được lập trình để trở thành chiến sĩ cộng sản, thì trẻ em miền Nam phần lớn được tự do lựa chọn niềm tin chính trị của mình khi trưởng thành.

Tập trung vào quá trình giáo huấn thanh niên, Olga Dror cung cấp bằng chứng phong phú về hai viễn kiến chính trị đối lập trong lịch sử Việt Nam hiện đại. Đây là hai viễn kiến cộng hòa và cộng sản mà trong hai thập kỷ đã tồn tại song song trên hai lãnh thổ riêng biệt dưới hai chính thể đối chọi nhau. Chính thể cộng hoà tôn trọng một xã hội đa dạng và cho phép tự do dân sự; chính thể cộng sản sẵn sàng sử dụng các biện pháp cưỡng chế để đạt được sự thống nhất và đồng nhất. Chính thể cộng hoà bác bỏ chiến tranh và chứa đựng những mầm mống của một nền dân chủ tự do; chính thể cộng sản tôn vinh chiến tranh và được xây dựng trên nền tảng của chế độ độc tài kiểu Stalin-Mao.

Xung đột giữa hai viễn kiến và chính thể liên quan đến các giá trị nền tảng, có thể được gọi là "xung đột giữa hai nền văn minh" (từ của Samuel Huntington). Dù quân đội cộng sản giành được chiến thắng vào năm 1975, viễn kiến cộng sản ngày nay đã mất ảnh hưởng trong xã hội, như Dror chỉ

---

[1] Olga Dror, *Making Two Vietnams: War and Youth Identities*, 1965-1975 (Cambridge, UK: Cambridge University Press, 2018), tr. 210.

ra: "trong những thập kỷ gần đây, cách nuôi dạy thế hệ trẻ thời [Việt Nam Cộng Hòa] … một thời bị cộng sản khinh miệt, đã dần dần xuất hiện lại" ở Việt Nam. Chiến thắng của cộng sản năm 1975 hóa ra không thuyết phục và không phải là tất yếu như người ta tưởng. Ngày nay ta đã thấy rõ đó chỉ là một chiến thắng quân sự thuần tuý, còn về mặt văn minh, nền văn minh của chính thể cộng hoà nhân văn hơn và rõ ràng có sức sống mạnh mẽ hơn.

Công trình nghiên cứu của Giáo sư Olga Dror góp phần soi sáng nhiều câu hỏi về cuộc nội chiến Việt Nam. Chính sách giáo dục của miền Bắc cho thấy giới lãnh đạo của họ muốn tạo ra một xã hội cách mạng thông qua đấu tranh giai cấp dưới sự lãnh đạo của đảng cộng sản. Đây là mục đích cuối cùng của cuộc chiến mà họ kiên trì theo đuổi với cái giá kinh hoàng. Ngược lại, chính sách giáo dục của miền Nam Việt Nam phản ánh mục tiêu tự vệ chống lại cuộc chiến do miền Bắc phát động. Chính quyền miền Nam nói chung không buộc người dân của mình phải chiến đấu hay hy sinh vượt quá những gì thực sự cần thiết. Trẻ em miền Nam và sự ngây thơ của chúng được bảo vệ dù quanh chúng đang diễn ra một cuộc chiến tàn khốc do Hà Nội chỉ đạo.

Trong khi các học giả từ lâu đã biết cách nhà nước Stalinist-Maoist ở miền Bắc Việt Nam kiểm soát sản xuất và nguồn sinh kế của hầu hết người dân, thì "Việt Nam Nước Chia Hai Đàng" là tác phẩm tiếng Anh đầu tiên trình bày một tình huống tương tự đối với các cơ sở giáo dục và đời sống văn hóa. Công trình này hoàn tất bức tranh về miền Bắc dưới chế độ toàn trị không chỉ về chính trị kinh tế mà còn cả văn hoá giáo dục. Hệ thống này mang lại cho miền Bắc một lợi thế lớn so với miền Nam trong việc huy động nhân lực thông qua các biện pháp tuyên truyền nhồi sọ và cưỡng ép, và trong việc sản sinh ra những người bộ đội "anh hùng" mà khoảng một triệu người trong số họ đã bỏ mạng trong chiến tranh. Tuy nhiên, điều này không có nghĩa là miền Bắc "nhất định thắng lợi", Gs. Olga Dror lập luận, vì chiến thắng còn phụ thuộc vào viện trợ của nước ngoài. Trên thực tế, chiến dịch cuối cùng của miền Bắc trong cuộc chiến có mặt xe tăng, pháo binh, và hệ thống phòng không có lẽ là tiên tiến nhất thế giới vào thời điểm đó do Liên Xô chế tạo và cung cấp.

Điều này gợi cho ta nghĩ đến mối quan hệ của Hà Nội và Sài Gòn với đồng minh của họ. Cả hai đều phụ thuộc rất nhiều vào đồng minh về viện trợ quân sự và kinh tế, nhưng có một sự khác biệt quan trọng trong mối quan hệ ý thức hệ. Ở miền Bắc, trẻ em được dạy dỗ, và cả xã hội phải tôn kính Marx, Engels, Lenin, và ở một mức độ thấp hơn, Stalin và Mao. Ngược lại, không ai dạy trẻ em miền Nam tôn thờ bất kỳ nhà lãnh đạo ngoại quốc nào, lại càng không phải là các tổng thống Mỹ. Nhiều trí thức miền Nam đã công khai chỉ trích tác động băng hoại của văn hóa Mỹ đối với xã hội của họ sau năm 1965. Các họa sĩ biếm họa Sài Gòn tự do chế giễu Tổng thống Nixon và cố vấn của ông, Tiến sĩ Henry Kissinger, trong khi người miền Bắc nào dám chỉ trích bất cứ điều gì về Trung Quốc, Liên Xô, hay "các nước anh em" ở nơi công cộng sẽ bị bắt ngay và chết mòn mỏi trong tù.

Lòng trung thành về ý thức hệ của Hà Nội, được thể hiện không chỉ trong diễn ngôn công khai mà còn trong việc quan tâm giữ gìn tình đoàn kết trong phe cộng sản, có lẽ đã góp phần vào sự ủng hộ kiên định đến cùng của phe cộng sản quốc tế, trong khi cái chết của Ngô Đình Diệm cho thấy Mỹ và Nam Việt Nam bị xung đột quan điểm, mâu thuẫn lợi ích, và ngờ vực lẫn nhau. Tình hình này góp phần khiến Hoa Kỳ cuối cùng rút khỏi miền Nam Việt Nam và để nước này tự mình đối đầu với toàn bộ khối cộng sản.

Khi ta hiểu rõ hệ thống miền Bắc khác với miền Nam như thế nào, nhà nước miền Bắc kiểm soát xã hội chặt chẽ như thế nào, và hận thù, nhiệt tình cách mạng, và văn hoá tôn vinh chiến tranh đã ngấm vào toàn bộ xã hội miền Bắc trong thời chiến như thế nào, thì những bi kịch thời hậu chiến không làm ta ngạc nhiên. Với chiến thắng của miền Bắc, lòng căm thù đó đã dồn hết vào kẻ thù đã đầu hàng là những người có liên hệ với chính quyền miền Nam, và gia đình của họ. Theo lệnh của Hà Nội ban ra, cách mạng vô sản diễn ra quyết liệt khắp miền Nam: chính quyền tịch thu tài sản của chủ doanh nghiệp, bắt nông dân tham gia hợp tác xã, cấm buôn bán, trục xuất người gốc Hoa ra khỏi đất nước, đốt sách, đóng cửa các tờ báo tư nhân độc lập và các công ty xuất bản, đàn áp trí thức và giới lãnh đạo tôn giáo, và thiết lập sự kiểm soát trực tiếp của Đảng Cộng sản trong các trường phổ thông và đại học.

Chiến tranh, lần này là giữa cộng sản Việt Nam với đồng minh cũ Campuchia và Trung Cộng, nhanh chóng tái diễn chỉ sau bốn năm hòa bình. "Việt Nam Nước Chia Hai Đàng" không đề cập đến việc xây dựng lại một Việt Nam duy nhất sau chiến tranh, nhưng gợi ra lý do tại sao chiến tranh không dừng lại sau khi Việt Nam thống nhất: cuộc nội chiến trên thực tế vẫn tiếp diễn giữa đảng cộng sản và các tầng lớp dân chúng miền Nam khác nhau từ nông dân đến giai cấp tư sản; và một cuộc chiến mới gây ra khi tham vọng bá chủ Đông Nam Á của cộng sản Việt Nam đối đầu với tham vọng của cộng sản Campuchia và Trung Quốc.

"Việt Nam Nước Chia Hai Đàng" nói về một giai đoạn quan trọng trong lịch sử Việt Nam hiện đại và vượt ra ngoài cuộc chiến để xem xét con người Việt Nam và xã hội của họ. Qua tác phẩm này, Giáo sư Olga Dror có đóng góp lớn cho ngành Việt Nam học, đưa ra những câu trả lời thuyết phục cho nhiều câu hỏi trong cuộc tranh luận về cuộc nội chiến Nam Bắc, và xứng đáng là một mô hình mẫu cho các công trình nghiên cứu khoa học trong tương lai. Trung Tâm Nghiên Cứu Việt-Mỹ hoan nghênh Giáo sư Olga Dror, cảm tạ ông Lê Tùng Châu, và chúc bạn đọc Việt Nam học hỏi được nhiều từ tác phẩm này.

Vũ Tường

Trung Tâm Nghiên Cứu Việt-Mỹ, Đại học Oregon

Ghi chú: Bài được dịch và sửa lại từ phần giới thiệu sách trên Diễn đàn H-Diplo của sử gia Mỹ:

https://networks.h-net.org/node/28443/discussions/5732194/h-diplo-roundtable-xxi-25-making-two-vietnams-war-and-youth

LỜI CẢM TẠ

Trong khi người ta đã viết quá nhiều về chiến tranh Việt Nam với một lượng số đáng nể để cập đến bình diện quân sự và chính trị, thì mặt khác, phần lớn đời sống của thường dân chẳng có mấy ai viết cả. Vốn xuất thân trong một gia đình từng nếm mùi chịu đựng thời Đức quốc bao vây Leningrad trong Đệ nhị Thế chiến nên tôi vẫn hằng bận tâm đến những trải nghiệm của những người không phải xung trận. Thoạt đầu đây là lý do khiến tôi đọc kỹ và rồi dịch sang Anh ngữ một trước tác thuật lại trận đánh ở Huế trong cuộc Tổng tấn công của cộng sản vào Tết Mậu Thân năm 1968 dưới cái nhìn của một thường dân do một nữ văn sĩ Nam Việt Nam, Nhã Ca, viết ra vào năm 1969. Theo tôi tập sách đó rất đáng đọc để nhớ lại cái sống cũng như cái chết của biết bao nhiêu người miền Nam mà bằng cách này hay cách khác đã không ai đếm xỉa đến họ trong những sách vở sử liệu tường trình về chiến tranh.

Khi nhìn con trai tôi lớn lên, tôi mới thấy rằng nó đã may mắn biết bao khi không phải sống ở Leningrad thời bị bao vây cũng như không phải sống ở Việt Nam thời chiến. Nghĩ tới đó khiến tôi như bị một thúc đẩy lạ thường để cố hiểu cho được lớp người trẻ ở miền Bắc và miền Nam Việt Nam đã lớn lên như thế nào trong suốt cuộc chiến. Tôi muốn viết ra một tác phẩm, một công trình khả dĩ so sánh, đối chiếu hầu đem lại một quan sát và đánh giá công bằng về giới trẻ ở cả hai miền Việt Nam thời ấy.

Trong ý nghĩa đó, gia đình tôi ở Leningrad và con trai tôi ở Hoa Kỳ là nguồn cảm hứng cho công trình này. Thế nhưng những trang viết này sẽ không thể hoàn thành được nếu không có sự giúp đỡ của nhiều người, nhất là người Việt. Khi viết tập sách này, tôi đã trao đổi chuyện trò về các khía cạnh khác nhau với hàng trăm người Việt Nam, ở quốc nội cũng như tại hải ngoại, với những người từng tham chiến bên phe cộng sản cũng như phe chống cộng, hoặc những người khác không nhất định phải thuộc về phe nào.

Dù không thể kê hết mọi người ra đây nhưng tôi muốn được cảm ơn một số người đặc biệt đã giúp đỡ cho công trình của tôi. Tôi xin cảm ơn giáo sư Phan Huy Le, người đã giúp tôi lập được nhiều mối quan hệ cần thiết. Tôi mang ơn rất nhiều những giúp đỡ ngoài sự mong đợi của nhà xuất bản Kim Dong ở Hà Nội, nhất là với Nguyen Huy Thang và Le Phuong Lien, cả hai không chỉ cai quản nhà xuất bản mà còn là nhà văn và biên tập viên; với nhà thơ Dinh Hai, người cũng làm việc tại Kim Dong và đã làm việc nhiều để phát triển sách báo cho giới trẻ cũng như tài bồi khiếu viết văn cho lớp trẻ để họ có thể viết sách và xuất bản; với nhà văn quá cố To Hoai, một trong những người sáng lập Kim Dong; với Phong Nha, nhạc sĩ và chủ bút đầu tiên của báo Thieu nien tien phong ở miền Bắc; với hai đời Phó tổng biên tập báo Thieu nien tien phong là Nguyen Tran Chau và Pham Thanh Long; với nhà báo Truong Son; với nhạc sĩ Pham Tuyen; với nhà thơ và nhà văn Hoang Cat; với hai thi sĩ nhi đồng của VNDCCH thời chiến: Tran Dang Khoa, hiện là một trong những nhân vật hàng đầu trên Đài Tiếng nói Việt Nam; và Nguyen Hong Kien, một nhà khảo cổ hiện đang làm việc trong Bảo tàng Cố đô; cả những cựu học sinh thuộc các trường ốc của VNDCCH ở Hoa Lục, đặc biệt với riêng Tran Khang Chien, đã chia sẻ với tôi không chỉ những ký ức mà còn cả nhiều tài liệu anh có nữa. Thai Thanh Duc Pho, một nhà văn, người từ 1969 đến 1975 là chủ nhiệm nhà xuất bản Giai Phong, một nhà xuất bản nằm tại Hà Nội, nhưng lấy danh nghĩa những người cộng sản ở Nam Việt Nam để xuất bản sách báo cho họ, đã cho tôi biết nhiều chi tiết về phương cách làm việc của nhà xuất bản kỳ cựu này. Nếu không có Chu Tuyet Lan giúp tôi tìm nhân vật liên quan cũng như sao lục lại các tài liệu cần thiết từ nhiều cấp hữu quan khác nhau ở Việt Nam, thì công trình này sẽ chỉ còn đáng giá có phân nửa. Trong nhiều năm, cô ấy đã là thần hộ mệnh của tôi ở Việt Nam.

Về phía Nam Việt Nam, có nhà văn Nhật Tiến và nhà giáo Bùi Văn Chúc còn được biết với tên Quyên Di, là một trong những chủ báo năng động tích cực nhất cho thiếu nhi miền Nam, và cựu Tổng trưởng Quốc gia Giáo dục Trần Ngọc Ninh người có vai trò vô cùng quan thiết giúp tôi hiểu thấu đáo nội tình thời ấy. Thi sĩ Trần Dạ Từ là một đầu mối hữu ích vô song hậu thuẫn tôi tiếp nhận các chứng liệu cũng như tạo được mối quan hệ hữu hảo với các nhà văn, nhà xuất bản và chủ báo của VNCH. Tương tự như ông còn có Phan Công Tâm đã tự nguyện giúp tôi kết giao với hàng các cựu chính khách miền Nam. Bùi Văn Phú thì vô cùng tận tụy khi tôi không ngừng tìm đến anh để đặt ra biết bao nhiêu câu hỏi.

Tôi cũng vô cùng cảm tạ các nhân viên trong Trung tâm Lưu trữ Quốc gia số 2 ở Saigon và số 3 ở Hà Nội, cũng như các thủ thư không ngại khó đã giúp tôi sưu lục hàng trăm này đến hàng trăm khác những sách, báo tại Thư viện Quốc gia Hà Nội và Thư viện Khoa học Tổng hợp tại Saigon.

Một bản ngắn hơn chương đầu tập sách này, không có phần cải cách giáo dục, đã đăng trên Tạp chí Nghiên cứu Chiến tranh Lạnh; một số đoạn trong bài viết của tôi đăng trên Tạp chí Nghiên cứu Đông Nam Á hiện có nơi Chương 3 và Chương 5; và một bản khác đã được hiệu chỉnh của một bài tôi đã viết và đăng trong Tạp chí Lịch sử Thiếu niên và Thanh niên thì nằm trong Chương 4. Tôi vô cùng cảm kích những bạn đọc ẩn danh đã góp ý trong từng tạp chí kể trên, những bình luận của các vị có ý nghĩa đáng kể giúp hoàn thiện tác phẩm. Tôi cũng nhờ nhiều vào các nghiên cứu khác của mình đã được đăng rải rác trên Tạp chí Nghiên cứu Á châu và Tạp chí Lịch sử Xã hội. Xin có lời cảm tạ các tạp chí này đã phổ biến các bài viết của tôi đồng thời cho phép tôi dùng lại các bài báo này, và tôi cũng xin cảm ơn nhà xuất bản Kim Dong và báo Thieu nien tien phong đã thuận cho tôi dùng các hình ảnh trong các ấn phẩm của các bạn.

Tôi rất biết ơn Ross Yelsey, Điều phối viên Xuất bản tại Viện Weatherhead East Asia của Đại học Columbia, biết ơn Lien Hang Nguyen, một nhà sử học tại Đại học Columbia, các bạn đã có lòng chiếu cố đến công trình của tôi và đã đưa nó vào loạt đề tài nghiên cứu của Viện.

Lucy Rhymer, Chủ nhiệm nhà xuất bản Đại học Cambridge và Lisa Carter, Phó Chủ nhiệm, đã rất tận tụy và rộng lòng với tôi, cùng toàn thể anh chị em tòng sự tại nhà xuất bản Đại học Cambridge. Tôi không biết nói sao cho đủ niềm cảm kích của mình với các nhà phê bình đã nhận được bản thảo của tôi do nhà xuất bản gởi đến. Những nhận xét, góp ý và khích lệ của quý vị là nguồn hỗ trợ to lớn giúp tôi hoàn thành tập sách này.

Công trình này cũng được đài thọ rộng rãi bởi một số Quỹ trợ cấp và Học bổng từ Đại học Texas A & M: Quỹ SEED, Cao đẳng Mỹ thuật Khai phóng [College of Liberal Arts]; Quỹ Chương trình khích lệ Nghiên cứu học thuật và Sáng tạo [Program to Enhance Scholarly and Creative Activities Grant]; Học bổng từ Trung tâm Nghiên cứu và Nhân văn học Melbern G. Glasscock; Học bổng của khóa đầu tiên thuộc Khoa Nghệ thuật & Nhân văn học Đại học Texas A & M; và cùng với sự chuẩn thuận phát triển của Khoa cộng thêm với một học bổng quý báu kéo dài cả năm từ Quỹ quốc gia yểm trợ cho lĩnh vực Nhân văn học, nhờ đó đã tạo điều kiện cho tôi viết nên tập sách này.

Sau cùng, tôi muốn cảm ơn chồng tôi, Keith Taylor, anh không ngại khó để tạo điều kiện tốt nhất cho tôi làm việc, luôn sát cánh cùng tôi, đọc đi đọc lại từng trang của công trình này và góp ý phê bình. Con trai tôi, Michael Dror, mặc dù không phải là một học bổng nhưng chính là nguồn cảm hứng theo tôi bất cứ việc gì tôi làm trong học viện. Tự đáy lòng, tôi biết ơn cả hai bố con.

Tôi xin bày tỏ lòng cảm kích sâu xa nhất của mình dành cho các bạn đã chia sẻ với tôi những vốn sống bạn đã trải qua và giúp tôi đưa hết vốn quý ấy vào tập sách này. Dẫu không thể nhắc đến hết tên mọi người ra đây nhưng tôi xin trân trọng quý tặng cuốn sách này cho tất cả các bạn.

Nếu có điều gì sơ suất xin các bạn lượng thứ.

LỜI PHI LỘ

Hình 0.1: Tết năm Gà, Hanoi: Kim Dong xb trang 48

Khi nhìn vào hình 0.1, nó khiến bạn nghĩ gì? Riêng tôi lần đầu khi xem nó, tôi nghĩ ngay nó diễn bày một tuổi thơ êm ấm vui vầy. Cùng sự có mặt người bạn nhỏ là chú mèo bên cạnh, cậu bé trong hình cười toe hệt chú mèo Cheshire, một cậu bé dễ thương tự do chiều cao của chính mình vào ngày đầu năm mới. Trong một thoáng, hình ảnh của sự yên ả thanh bình khiến tôi quên khuấy đi mất rằng mình đã nhìn thấy tấm ảnh đó trên một tờ báo xuất bản ở Hà Nội ngay trong những ngày tháng chiến tranh khốc liệt nhất. Khi đọc dòng chú thích ảnh, tôi mới hiểu mối tương liên giữa tấm ảnh với thực tại chiến tranh và dụng ý nhắn nhủ của nó.

Dòng để trên ảnh:

Mình đã thêm một tuổi
Cao thêm mấy phân rồi
Sắp được đi bộ đội
Đánh Mỹ chạy cong đuôi

Bức ảnh kèm với dòng chú thích được xuất bản vào dịp Tết Nguyên Đán, do nhà xuất bản Kim Dong ở Hà Nội năm 1969, nó trái ngược hoàn toàn với một bài thơ trên một tạp chí thiếu nhi của miền Nam, Tuần báo Thang Bom ở Sài Gòn, ấn hành năm 1972, bài thơ có tựa đề là Ước Mơ Tuổi Nhỏ:

Xuân đến lá thắm xanh
Hoa mai nở đầy cành...
Nhưng tim buồn se sắt,
Thêm một tuổi cũng đành [1]

Cả bức ảnh ở trên cũng như bài thơ này đều nói lên việc ứng xử ra sao khi trẻ lớn lên thêm một tuổi nhưng chúng bắt nguồn từ hai mạch nguồn trái ngược và gây tác động cũng ngược hẳn nhau: cái nung nấu của cậu bé là lớn nhanh để được đi bộ đội giữ nước, còn bé gái thì băn khoăn, bày tỏ nỗi lạ lẫm khi thấy tuổi ấu thơ của mình đang trôi qua, tuyệt không có chút ẩn ý nào về chuyện chiến chinh vì nước. Người ta có thể nại cớ là do sự khác biệt giới tính của hai nhân vật chính nơi hai bài thơ đó, thế nhưng sự trái ngược vẫn còn nguyên nếu chúng ta thử đối chiếu nguyện vọng của đứa trẻ Bắc Việt như trong hình 0.1 nói trên với một mẩu truyện cười đăng trên một tạp chí cùng thời ở Sài Gòn như sau: một cậu học sinh được thầy giáo ra để bài trong đó hỏi cậu thích chọn binh chủng nào khi nhập ngũ, cậu bèn gấp tờ giấy trắng lại khi nộp bài và nói: Thưa thầy em nghe nói chỉ

---

[1] Thơ của Suong Nhat Sa, "Ước Mơ Tuổi Nhỏ". Tên tác giả cũng là bút danh. Tác giả là thành viên của một câu lạc bộ thơ (nhiều bạn trong số họ vẫn còn đang ở độ tuổi học sinh trung học). Đây cũng là một tính cách độc đáo làm nên tạp chí *Thằng Bờm*. Trong *Thằng Bờm* số 88, Saigon 1972, tr. 44

vài năm nữa là có hòa bình, vậy nên em nghĩ đến năm mười tám tuổi thì em đâu còn phải đi lính nữa đâu. [2]

Những cặp thái độ tương phản đối nghịch nhau khi lớn lên hoặc nhập ngũ cho thấy tâm trạng trái ngược của giới trẻ Việt Nam Dân chủ Cộng hòa (VNDCCH) hoặc Bắc Việt với giới trẻ Việt Nam Cộng Hòa (RVN - VNCH) hoặc Nam Việt Nam.

Còn hơn thế, nó cho thấy sự đối nghịch giữa hai xã hội nơi hai lớp người trẻ được huân dưỡng và đích nhắm hướng tới mà hai nơi ấy đã dụng ý đặt ra cho giới trẻ cùng những phương tiện trang bị cho trẻ ra sức đạt được đích đó.

Trên nhiều kệ sách, có tới hơn ba chục ngàn tác phẩm đã viết về cuộc chiến tranh Đông Dương [1] từ năm 1955 đến năm 1975. Người ta phân tích các khía cạnh khác nhau của thực trạng trên bình diện quân sự và chính trị-xã hội của cuộc chiến này. Hầu hết trong số đó xoáy vào vai trò của người Mỹ trong chiến cuộc. Cũng như hầu hết các tác phẩm tập trung vào hai miền Việt Nam lâm chiến, tập trung vào VNDCCH.

Còn VNCH, cho đến gần đây, đã bị gạt qua một bên khỏi sự tham bác và nghiên cứu nghiêm túc trong cuộc chiến mà người Mỹ được xem như nhận lãnh vai trò trọng yếu như ta thấy nơi hầu hết các tường trình, tài liệu.[3] Cách tiếp cận vấn đề như thế biến chiến cuộc trở thành một mối tương xung đơn giản giữa hai bên người Việt, bên theo cộng sản và bên không chấp nhận cộng sản, hoặc giữa cộng sản Bắc Việt với người Mỹ.

Kỳ thực, người Việt bị cuốn vào một trận chiến thế giới, tức Chiến tranh Lạnh giữa hai phe, một bên là các nước theo phe cộng sản do Liên Sô và Trung cộng đứng đầu và một bên là thế giới tự do chống cộng do Hoa Kỳ lãnh đạo. Việt Nam chỉ là phần lửa ngọn của mối tương xung đó mà thôi. Tuy nhiên, đó còn là một cuộc nội chiến Việt Nam giữa phe cộng sản do VNDCCH chủ xướng và phe chống cộng do VNCH đương đầu. Không như Chiến tranh Lạnh giữa hai phe siêu cường thế giới, cuộc chiến giữa

---

2 Của Ly Hoan Phong, truyện vui cười "Hòa Bình" trong *Thằng Bờm* số 88 (không đề ngày, 1972) tr. 21

3 Các tác phẩm đưa VNCH vào nghiên cứu nghiêm túc thường có xu hướng tập trung vào Ngô Đình Diệm và thời kỳ ông nắm quyền, có thể kể: Catton, *Diem's Final Failure*; Jacobs, *Cold War Mandarin*; Miller, *Misalliance*; Chapman, *Cauldron of Resistance*; Stewart, *Vietnam's Lost Revolution*; on the Army of the Republic of Vietnam: Brigham, *AVNCH*; Wiest, *Vietnam's Forgotten Army*; Nathalie Nguyen, *South Vietnamese Soldiers*.

[1] Người Mỹ và nhiều nước phương Tây có thói quen gọi chiến tranh Việt Nam (Vietnam War) là Chiến tranh Đông Dương lần thứ hai (The Second Indochina War), từ 1955 – 1975. Chiến tranh Đông Dương lần thứ nhất (The First Indochina War) là từ 1946 – 1954, mà người Pháp thì gọi là Chiến tranh Đông Dương (Indochina War) còn người Việt gọi là Cuộc kháng chiến chống Pháp (The Anti-French Resistance War).

VNDCCH và VNCH là một mối xung đột quân sự giữa hai chính thể mà bên nào cũng khẳng định mình mới là đại diện cho cùng một tổ quốc: Việt Nam. Cái căn tính căn để anh em một nhà đó đã bị cả hai thể chế này đặt qua một bên để tranh đấu cho các ý thức hệ vốn đã chia rẽ họ. Đó là trận chiến giữa hai lập trường khác biệt đã hiện diện nơi người Việt để xây dựng hai hình thái xã hội mà họ chọn sống và truyền thừa cho các thế hệ kế tiếp.

Mỉa mai thay, ngay đúng đoàn người này, là các thế hệ kế tiếp, tức gồm thiếu niên và thanh niên mới trưởng thành, hầu hết đều bị bỏ qua trong các phân tích học thuật về chiến tranh. [4]

Trong mục tiêu của công trình này, tôi gọi hai lớp trẻ ở hai miền bằng chữ "thanh thiếu niên" ["Youth"] trong đó có cả những trẻ nhỏ từ sáu tuổi cho đến lớn hơn, đến mười bảy tuổi, tiếng Việt quen gọi chung họ là thieu nien nhi dong hoặc viết tắt là thieu nhi, đây là một thuật ngữ được dùng để gộp chung cả thieu nien với nhi dong (trẻ em). Gọi như thế mâu thuẫn với thuật ngữ thanh nien thường được dịch sang Anh ngữ là "Youth" trong đó xếp lớp người trẻ lớn tuổi hơn, trong độ tuổi từ 17 đến 35 [5] là thanh niên, như thế ắt sẽ gây ra nhiều hiểu nhầm lệch lạc về độ tuổi thanh niên mà ở phương Tây vẫn quen dùng xưa nay.

Nghiên cứu về thanh thiếu niên trong thời chiến là một lĩnh vực bị bỏ ngỏ khá đáng trách, do đó việc lấp đầy lỗ hổng ấy khả dĩ bổ túc được nhiều chiều kích hơn cho việc mổ xẻ cuộc chiến, giúp ta hiểu rõ hơn việc định hình khác nhau của hai xã hội hai miền nước Việt mà bên nào cũng khẳng định lớp trẻ ấy là tương lai của đất nước. Xã hội nào mà vai trò của giới

---

4   Về việc định dạng hình tướng của thanh thiếu niên trong chiến tranh, xin xem Dror, "Raising Vietnamese" "Love, Hatred, and Heroism" "Education and Politics in Wartime". Một số tác phẩm khác về giới trẻ tuổi ở độ tuổi lớn hơn một chút, tầm tuổi học sinh trung học, có Marr, "Political Attitudes" và Nguyen-Marshall, "Student Activism".. Một nghiên cứu về hai hệ thống giáo dục ở hai miền Việt Nam có luận án tiến sĩ chưa công bố của Vasavakul "Schools and Politics in South and North Vietnam. Masur, Hearts and Minds: Cultural Nation-Building", phần có bàn tới chủ đề học đường từ tr. 43 - 71. Trong hệ giáo dục của người Pháp có G. Kelly, "Franco-Vietnamese Schools", có Altbach và G. Kelly, "Education and the Colonial Experience", có D. Kelley, "French Colonial Education: Essays on Vietnam and West Africa", Trinh Van Thao, L'école française, Bezançon, "Un enseignement colonial", Nguyen Thuy Phuong, L'école française au Vietnam... Trong hệ giáo dục người Hoa ở Chợ Lớn, nơi được xem như một Trung Hoa thu nhỏ ở Sài Gòn, xin xem Mok, "Negotiating Community and Nation in Cho Lon"; ở Hà Nội, xem Han Xiaorong, "A Community between Two Nations".

5   Ngay cả trong các sách báo [của người Việt] ấn loát bằng Anh ngữ, lớp người ở độ tuổi ba mươi vẫn được xếp vào mục "thanh niên". Xin đơn cử tạp chí "Thanh niên Việt" [chú thích của người dịch: "Thanh niên Việt", là tên một tạp chí khởi từ 1962 ở Bắc Việt tự xưng là của "đoàn thanh niên cộng sản". Kỳ thực "tạp chí" cũng như "đoàn" đó do đảng cộng sản lập ra và nuôi dưỡng để tiếp tay tuyên truyền cho tập đoàn cai trị.]

trẻ lại không quan yếu thế nhưng vị thế quan trọng đó ngay cả khi không được thừa nhận đi nữa cũng vẫn càng gia trọng khi xã hội đó bị gò ép, trói buộc. Việc tạo ra một xã hội đồng tâm nhất trí vô cùng quan trọng trong thời chiến, nhất là khi cuộc chiến đó diễn ra giữa những người cùng chung một nước chống lại một kẻ thù chẳng khác chi mình cùng tiếng nói cùng màu da, lại thêm có sự can thiệp của các thế lực ngoại bang. Ở VNDCCH và VNCH, các thế hệ trẻ nhỏ không chỉ phải đảm đương duy trì một trật tự xã hội nhất định mà còn phải chiến đấu bảo vệ nó suốt những năm tháng tương xung đằng đẵng. Vì mục tiêu đó, cả hai xã hội hai miền đã phải tái tục xuất ra những lớp người luôn một lòng một dạ cho mục tiêu của mỗi bên.

Không kể những gì được truyền thừa từ bố mẹ, ông bà để lại, người thanh niên còn can dự vào những gì xẩy ra xung quanh và chính họ mới tạo nên tương lai cho mình. Cách thế một người lớn hiểu nguyên một dòng đời diễn tiến từ thời thơ ấu đến thời thanh niên cho đến tuổi trưởng thành như thế nào, sẽ bộc lộ rõ cái cách họ quan niệm những gì, mong ước tương lai cho con cái họ ra sao cũng như hoài bão họ đặt lên chúng thế nào. Vậy nên, đưa lớp người trẻ vào mổ xẻ phân tích lịch sử là một phương cách để hiểu điều gì quan trọng nhất với người lớn trong hiện tại cũng như viễn cảnh trọng yếu nào họ phác họa cho tương lai.

Nhìn qua phương Tây, bên ấy có xu hướng đặc tả lớp trẻ nhỏ và thanh thiếu niên là nạn nhân, những khổ đau mà các em phải nhận lãnh trong chính trị và xung đột quân sự là oan uổng vì trẻ thơ tượng trưng cho những gì thuần khiết và trong trắng [6]. Thế nhưng những diễn ngôn bên phe xã hội chủ nghĩa thời Chiến tranh Lạnh thường biến hình ảnh thanh thiếu niên và thiếu nhi, cũng như nhi đồng "trở thành những chiến binh cách mạng gắn liền với lập trường chính trị của cuộc đấu tranh giai cấp" chẳng hạn, như Orna Naftali đã dẫn chứng bằng hình ảnh trẻ thơ trong cuộc Cách mạng Văn hóa ở Trung Quốc trong khoảng thời gian từ 1966 đến 1976 [7]

Ở những xã hội khác nhau người ta nhìn vị trí và vai trò của tầng lớp thanh thiếu niên khác nhau cho nên theo đó xử sự với tầng lớp này cũng khác nhau. Trong khi ở các nơi khác tầng lớp trẻ được xem như "vào những thời điểm quyết định của quá trình hình thành xã hội, trẻ em chiếm một vị thế trọng yếu của phạm vi đấu tranh ý thức hệ" [8], thì ở các nơi khác

---

6   Xem Jenkins, "Introduction"; Stephens, "Nationalism, Nuclear Policy, and Children"; Gilligan, "Highly Vulnerable?", Kirschenbaum, "Innocent Victims" và *Small Comrades*; Marten, *Children and War*.

7   Xem Naftali, "Chinese Childhood" và "Marketing War". cũng nên xem thêm với Xu, "Chairman", Peacock, "Broadcasting Benevolence".

8   Xem Reynolds, Kimberly, *Radical Children's Literature: Future Visions and Aesthetic Transformations in Juvenile Fiction* (Hampshire and New York: Palgrave Macmillan, 2007)

họ không được coi trọng như là một quần chúng trưởng thành trong hạn tuổi khả dĩ hình thành ý thức hệ. Nhưng ở bất kỳ xã hội nào cũng vậy, các ý tưởng hướng đến trẻ em và thanh thiếu niên cũng như vai trò của họ đều liên quan đến một loạt các mối bận tâm: xã hội, cộng đồng, văn hóa, đạo đức, luật pháp và chính trị. Vì thế, trong khi vẫn tập trung vào giới trẻ, tôi còn liên đới tới các lập ngôn trải rộng ra nơi nhiều lĩnh vực của hai xã hội người lớn hai miền Việt Nam.

Cuốn sách này còn muốn đặt vấn đề bản chất của hai hình thái xã hội ở VNDCCH và VNCH, tập trung khảo sát việc xây dựng tư tưởng bằng văn hóa và chính trị cho cả tuổi ấu thơ lẫn tuổi thanh thiếu niên trên hai miền. Sự tách biệt giữa "con người bằng xương bằng thịt ở một độ tuổi nhất định nào đó" với các hình thái văn hóa cốt hun đúc tư tưởng xung quanh lứa tuổi ấu thơ là một khảo sát hữu ích thích đáng như đã được minh chứng bởi một nhà sử học của Liên Sô, Lisa Kirschenbaum, trong cuốn sách của bà viết về trẻ em trong độ tuổi từ ba đến bảy tuổi ở Liên Sô trong khoảng thời gian từ 1917 đến 1932. Bà nói rằng, khảo sát như thế rất hữu ích "trong việc phân loại ra mối tương tác phức tạp của lý thuyết ý thức hệ với thực tiễn đặng phụ họa với những nỗ lực dự phóng và làm mới lại đời sống hàng ngày" [9].

Người ta thường nghĩ rằng một chính quyền phải thống nhất quần chúng quanh họ với duy nhất một lập trường cho tương lai vừa để khẳng định quyền lực vừa để thủ thắng trong thời chiến [10]. Theo Benedict Anderson, lập trường nhất quán như vậy phải được đồng nhất với tổ quốc và được xây dựng dựa trên mối xúc cảm sâu đậm của tình huynh đệ chi binh và nhờ đó mà mọi người sẵn sàng liều chết cho đại cuộc [11]. Trong thời chiến, yêu cầu thống nhất đất nước theo sau một lập trường duy nhất để đi tới là điều tối quan trọng đối với bất kỳ tập đoàn cai trị hay chính quyền nào muốn thủ đắc một lý do chính đáng để nắm quyền lực [12]. Lập trường thống nhất ấy, dù phịa hay thực, là không thể thiếu nhằm hô hào quần chúng liều mình chiến đấu và chết cho "tổ quốc của họ". Sự thống nhất này, được lồng vào hệ tư tưởng-lập trường nhân danh Tổ Quốc, ăn sâu vào nhau tạo thành tình huynh đệ chi binh, tình đồng chí ruột thịt, từ đó nó mới khiến người người sẵn sàng liều chết cho nó [13]. Lịch sử cho thấy, một chính quyền độc tài xài phương thức đàn áp để hô hào quần chúng thì hiệu quả hơn so với những chính quyền khác cố sức huy động

---

9   Xem một vài đơn cử như, Steedman, *Str. e Dislocations*; Cunningham, "Histories of Childhood"; Kirschenbaum, *Small Comrades*
10 Xem Proud, *Children and Propaganda*, tr. 10
11 Anderson, *Imagined Communities* tr. 7
12 Proud, *Children and Propaganda*, tr. 10
13 Anderson, *Imagined Communities* tr. 7

toàn dân mà không đàn áp. Thật vậy, nước Đức độc tài khi phát động chiến tranh thời cuối thập niên 1930 và đầu thập niên 1940 đã hiệu quả hơn hẳn bất kỳ quốc gia dân chủ nạn nhân nào của nó - như Tiệp Khắc, Pháp, Bỉ, Hòa Lan và nhiều nước khác nữa – và nó tận dụng khuôn mẫu vận động quần chúng của chính quyền độc tài toàn trị Sô Viết để từ đó dựng lên một thành trì tương tự đối chọi lại để rồi cuối cùng tiêu hủy luôn chính cái nhà nước phát xít độc tài đó.

Triết gia Marxist người Pháp Louis Althusser đề xuất rằng, để giữ được quyền hành, một nhà nước phải tái xuất sức lao động, trong đó yêu cầu không chỉ tái xuất tay nghề của công nhân mà còn liên tục bắt họ tuân phục ý thức hệ của kẻ cai trị. Ông tin rằng chính hệ thống giáo dục tạo điều kiện cho một bộ máy nhà nước độc đoán ý thức hệ khả dĩ tái tạo nguồn lực lao động và định hình mọi công dân vào khuôn mẫu mà chế độ mong muốn [14]. Sách báo, ấn loát phẩm, hệ thống giáo dục và đoàn ngũ hóa xã hội là ba cửa ngõ đắc địa để thu được mục tiêu này. Khảo sát, suy xét các lĩnh vực này với sự đo đạc cẩn thận về kết quả thành bại của chúng trong việc thu đạt mục tiêu, mà hai phía Bắc Việt và VNCH đã tận dụng ra sao, là trọng tâm những phân tích của tôi.

Cuốn sách này cất công gắng sức đưa giới trẻ, thanh thiếu niên nhập vào bức tranh tổng thể của những năm tháng binh đao tao loạn, lượng định xem xét những ảnh hình dội lại lên lớp trẻ từ phông nền của xã hội người lớn. Nhờ vào chiều sâu cũng như chiều rộng của các tài liệu chứng từ thu thập được, tôi tập trung vào ba mảng chính của việc nuôi dạy huân dưỡng người trẻ là: hệ giáo dục, các hội đoàn xã hội và sách báo ấn loát phẩm. Theo thời gian tuần tự, tôi ưu tiên tập chú vào những năm từ năm 1965 đến năm 1975, khi người Mỹ bắt đầu can dự trực tiếp cho đến khi chiến tranh kết thúc. Dù có khi trưng dẫn một số chứng liệu thích hợp cần thiết từ những năm trước đó nữa, tôi vẫn tập trung vào một thập niên đó vì đây là những năm tháng khốc liệt và phức tạp rối rắm nhất của cuộc tương xung Nam Bắc. Nền tảng hình thành nên cuốn sách là các nguồn tài liệu lưu trữ gồm sách, báo, sách giáo khoa (tức là các chứng từ tài liệu nguyên bản do người lớn cũng như thanh thiếu niên viết ra và xuất bản), cùng với các cuộc phỏng vấn.

---

14 Althusser, "Ideology", 132–3, tr. 154 [tất cả các sách tham khảo Anh ngữ ở phần Phi Lộ này xin xem chi tiết ở mục "Tài liệu Tham khảo" ở cuối sách]

Những hình thái Xã hội Việt Nam xem như khuôn mẫu để khảo sát giới trẻ

Những bức màn cách ngăn chính quyền Hà Nội với chính quyền Sài Gòn trong cuộc nội chiến từ năm 1955 đến 1975 không phải bắt nguồn từ mối bất đồng vốn đã nổi rõ trong thái độ ứng xử của người đàng ngoài Bắc Hà với người đàng trong Nam Hà dành cho nhau kể từ thế kỷ XVI [15]. Có điều khó hiểu là trong mối xung khắc giữa hai nước Việt Nam thời chiến, bên nào cũng tuyên truyền việc đặt nặng yêu cầu thống nhất xứ sở trên bình diện dân tộc tính cho đến lịch sử cũng như văn hóa. Yêu cầu thống nhất ấy đã vượt thoát khoảng hai thế kỷ rưỡi (từ giữa thế kỷ XVI đến đầu thế kỷ XIX), là thời đoạn mà dân Bắc Hà và dân Nam Hà như sống ở hai xứ riêng biệt, đất nước Đại Việt bị xâu xé bởi những chế độ quân chủ thị tộc, nạn bè phái cát cứ tranh dành quyền hành gây chiến với nhau triền miên, cùng nhiều dị biệt về văn vật, kinh tế, hình thái chính quyền, hệ thống pháp luật, tập tục giáo dục, việc tổ chức binh bị, các giai tầng xã hội, hình thái làng xã, khác cả tiếng nói và mối giao tiếp với thế giới bên ngoài tức bất cứ ai không phải là người Việt. Trong hai thế kỷ XIX và XX, mối dị biệt giữa người Nam kẻ Bắc đủ rõ để cho phép ta nói rằng, tình tự thống nhất dân tộc là thuần về ý thức hệ chứ không phải là một phản ảnh trung thực của đời sống. So với miền Bắc, văn hóa và xã hội miền Nam đa dạng hơn và ít chịu hệ lụy tới chính quyền hơn bởi vì đó là cá tính miền Nam đã hình thành từ chuỗi diễn trình phát triển riêng của vùng này trong trang sử Đại Việt kể từ thế kỷ XVI. Trong khi ngoài Bắc Hà vẫn còn kết giao mật thiết với Trung Hoa thì người Nam Hà đã mở rộng giao thoa với nhiều sắc dân dị xứ và nhiều nền văn hóa đa dạng khác đến dọc theo vùng lãnh hải phương Nam. Lần đầu tiên Bắc Nam thống nhất là vào thế kỷ XIX dưới thời triều Nguyễn, một thống nhất cũn cỡn chưa thành. Người Pháp đã chinh phục miền Nam ba mươi năm trước khi chinh phục miền Bắc và áp dụng một lề lối cai trị cũng không đồng nhau trong suốt thời kỳ thuộc địa.

Ngày 2-9-1945, tại quảng trường Ba Đình[2], Hà Nội, Hồ Chí Minh tuyên bố Việt Nam Dân chủ Cộng hòa là một quốc gia có chủ quyền độc lập khỏi chế độ Pháp thuộc.

---

15   Xem Taylor, "Surface Orientations".

[2] Cái gọi là quảng trường Ba Đình (Ba Dinh Square) mà chế độ Hanoi vẫn thường gọi kỳ thực là "bãi cột cờ Hà Nội", đó là danh xưng nguyên thủy của nơi này từ trước khi Việt Minh cướp chính quyền ở miền Bắc. Đó là bãi đất rộng nơi tọa lạc một kỳ đài hình tháp, xây cất cùng với thành Hà Nội vào đầu triều Nguyễn (Gia Long, những năm đầu thế kỷ 19). Trong cuốn "Hai Mươi Năm Qua 1945 - 1964 Việc Từng Ngày" của Đoàn Thêm, do Nam Chi Tùng Thư xuất bản, Saigon 1966 (là một trong nhiều sách công trình Niên ký và Ký Sự của Đoàn quân), trang 13, chép lại như sau về ngày 2 tháng 9 / 1945: - Hồ Chí Minh ra mắt dân chúng tại Bãi Cột Cờ Hà Nội, tuyên bố Việt Nam độc lập, hô các lời thề chống Pháp...

Tuy nhiên người Pháp từ chối công nhận độc lập đó, còn lúc bấy giờ nhà nước VNDCCH chưa kiểm soát được bao nhiêu phần lãnh thổ, trong tình hình đó, vào năm 1946, đã dẫn đến sự khởi đầu của cuộc Chiến tranh Đông Dương lần thứ nhất, trong cuộc chiến đó quân Việt Minh do cộng sản cầm đầu, vốn là một đoàn quân ô hợp do Hồ Chí Minh lập ra hồi 1941 ở vùng núi Việt Bắc, đã chiến đấu kháng Pháp.

Năm 1954, sau trận Điện Biên Phủ và Hiệp định Genève, Chiến tranh Đông Dương lần thứ nhất kết thúc. Đoàn người thực dân châu Âu bại trận năm 1954 đã khơi mào việc chia đôi nước Việt, một bên là Bắc Việt hoặc Việt Nam Dân chủ Cộng hòa (DVR), thủ đô đặt tại Hà Nội, dưới sự lãnh đạo của Hồ Chí Minh và một bên là Nam Việt Nam hoặc Việt Nam Cộng Hòa (RVN hay VNCH) thủ đô là Sài Gòn, dưới sự lãnh đạo của Ngô Đình Diệm. VNDCCH và VNCH theo đuổi hai lối đi đưa đất nước tiếp bước vào tương lai bằng hai đàng đối nghịch nhau. Gần một triệu người miền Bắc, hầu hết là giáo dân Công giáo, đã phải di cư vào Nam.

Ở miền Bắc, chính quyền VNDCCH tuyên bố mục tiêu trước nhất của họ là thành hình một nhà nước xã hội chủ nghĩa và mục tiêu sau cùng là nhuộm đỏ VNCH bằng chế độ cộng sản phủ trùm lên miền Nam. Họ dựng ra một mạng lưới tuyên truyền toàn diện và một hệ thống chính quyền toàn trị, sự đa dạng tư tưởng và đa nguyên chính trị trong quần chúng bị gạt bỏ để đạt được những mục tiêu vừa kể đồng thời thâu tóm cả nước dưới quyền cai trị của đảng Cộng sản, mà vào thời điểm đó còn tên gọi là đảng Lao động.

Ở miền Nam, những người chống cộng hướng mục tiêu của VNCH đến việc kiến thiết một nhà nước đối nghịch hoàn toàn với cộng sản miền Bắc. Ở miền Nam, sự đa dạng tư tưởng đã thấm vào xã hội và văn hóa. Xã hội miền Nam vốn đã bị phân mảnh và phân tầng thời Pháp thuộc và thời bị Nhật Bản chiếm đóng. Không có bộ máy tuyên truyền hùng hậu cũng không bị kìm hãm bởi một cấu trúc xã hội cứng nhắc nên mặt chính trị tư tưởng vẫn còn mù mờ xa vời đối với đại đa số dân miền Nam. Đơn cử như Le Ly Hayslip, người đã sống ở miền Nam suốt thời chiến, đã nêu ra trong tác phẩm của bà Khi Đất Trời Đổi Ngôi [tạm dịch tựa sách When Heaven and Earth Changed Places] rằng, "chúng tôi [người miền Nam] biết rất ít về dân chủ và thậm chí quá ít về cộng sản" [16].

Trong những người bận tâm đến chính trị, quan điểm của họ cũng muôn màu muôn vẻ, từ lớp người ủng hộ chính phủ VNCH, rồi lần lượt đến cơ man nào là các hội nhóm tôn giáo và đảng phái chính trị, đến những người cộng sản liên quan mật thiết với miền Bắc lẫn những tín đồ sùng tín theo các biệt giáo khác nữa.

---

16 Hayslip, Le Ly, *When Heaven and Earth* , with Jay Wurts, *When Heaven and Earth Changed Places* (New York: Penguin, A Plume Book, 1990) xv.

Không như miền Bắc, VNCH chọn đường lối kế thừa và bảo tồn truyền thống dân tộc mà Christopher Goscha, nhà sử học chuyên về Việt Nam thời Pháp thuộc, gọi là nền Cộng hòa Việt Nam, đó là một sự mô phỏng và tái tạo linh động nền cộng hòa ưu thắng của Pháp đã theo cùng gót chân thực dân du nhập vào Việt Nam và được các giới trí thức và chính trị gia hàm dưỡng mà thành [17]. Hệ quả là những nỗ lực để cai trị một xã hội đa dạng như vậy đòi hỏi nó phải được sự đồng thuận. Miền Nam không thủ đắc được yêu cầu đó, và có lẽ khó thể có nổi một chính sách nhằm mở rộng trên phạm vi toàn diện như thế cũng như không sao thực thi nổi một lề lối cưỡng thúc nghiêm ngặt như trường hợp miền Bắc, không kể những lý do khác, là do bởi tính chính nghĩa của nhà cầm quyền miền Nam là nhằm thiết lập một đối trọng với nhà nước miền Bắc.

Từ cuối những năm 1950 đến 1975, chiến tranh giữa hai miền Việt Nam bắt đầu lan rộng để trở thành một trong những cuộc đối đầu kéo dài bi thảm nhất trong thời Chiến tranh Lạnh. Mặc dù ban đầu, VNDCCH chỉ nhắm đến việc xây dựng chủ nghĩa xã hội trên lãnh thổ của họ mà thôi, nhưng bắt đầu từ năm 1959, họ đã chuyển đích nhắm sang phần lãnh thổ VNCH. Vào cuối những năm 1950, đảng Cộng sản dưới quyền tân lãnh đạo của Lê Duẩn, vốn xuất thân từ miền Nam, giữ chức Tổng Bí thư đảng, với sự phụ trợ của Lê Đức Thọ, một ủy viên Bộ Chính trị giữ chức Trưởng Ban Tổ chức đảng. Dưới sự dẫn dắt của Lê Duẩn, VNDCCH đã nhanh chóng chuyển hướng mục tiêu sang thống nhất hai miền Nam Bắc để gộp làm một nước theo xã hội chủ nghĩa; dẫn nguyên văn theo tuyên truyền của Hà Nội là "không có con đường nào khác" [18]. Cộng sản đã ném tất cả mọi vốn liếng của họ vào một canh bạc cốt để đạt cho được mục tiêu này. Năm 1960, ở miền Nam, Mặt trận Giải phóng lập ra để tìm cách móc nối những phần tử thân cộng trong Nam với các phần tử thiên cộng khác để lập một trận tuyến giao tranh chống chính quyền VNCH. Đội quân của Mặt trận này có tên gọi là quân Giải phóng mà thường được kẻ thù của họ gọi bằng cái tên là Việt Cộng, từ chữ viết tắt của Cộng sản Việt Nam.

Mặt trận này tồn tại dưới sự bảo trợ, cấp dưỡng của chính quyền VNDCCH, nhận chỉ thị và tiếp tế từ Hà Nội. Hơn nữa, nó liên tục được mở rộng và tăng viện từ miền Bắc, từ lượng người từ Nam tập kết ra Bắc sau năm 1954, đã được huấn luyện ngoài Bắc rồi gửi ngược về miền Nam, lẫn quân chính quy Bắc Việt. Họ xâm nhập vào miền Nam qua một ngả đường được gọi là đường mòn Hồ Chí Minh.

Vụ sát hại mờ ám vị Tổng Thống đầu tiên của Miền Nam, Ngô Đình

---

17 Goscha, *Vietnam Christopher, Vietnam. A New History* (Basic Books, 2016) 105, 108, 112, các tr. rải rác

18 Từ tựa đề một cuốn sách tuyên truyền thời chiến của Hà Nội *Không còn con đường nào khác*, của Nguyễn Thị Bình, một trong những đầu lãnh của cộng sản miền Nam.

Diệm, là vào năm 1963, sau đó là một loạt các chính phủ kế nhiệm cùng với nhiều cuộc biểu tình chống đối khắp các đô thị, các cuộc biến loạn, đảo chính quân sự cùng những biện pháp bầu bán với nhiều thành phần chính đảng tranh cử. Đây không phải là một nền dân chủ lý tưởng, thậm chí có thể xem như không phải là dân chủ; có những vụ khủng bố chính trị và lắm cản ngại cho những ai bất đồng với chính quyền cũng như những ai cố chỉnh lý các mục tiêu và đường lối của giới đương quyền, nhưng nó khác xa với nhà nước độc tài ở miền Bắc, vì nó là một thể chế cởi mở hơn nhiều, chịu chấp nhận nhiều thách thức hơn nhắm vào quyền hành quốc gia so với những gì có thể có ở miền Bắc. Trong khi vẫn có một lượng đáng kể những vụ đàn áp khủng bố những ai được coi là đối thủ với nhà cầm quyền, thế nhưng chính phủ Nam Việt Nam vẫn không đóng tất cả các cửa ngõ bày tỏ bất đồng chính kiến, vốn thường là đối cực, kể cả ngành in ấn xuất bản. Việc này dẫn đến sự đa dạng đáng kinh ngạc của các ấn loát phẩm, trong đó có cả các sách báo dành cho thiếu nhi thay vì ủng hộ các chính sách của chính phủ, đã bày tỏ nhiều ý kiến đối kháng thậm chí công khai đòi cả việc ngừng chiến.

Những nhân tố chống cộng ở miền Nam đã đấu tranh để ngăn chặn cuộc xâm lăng từ miền Bắc cộng sản câu kết với những nỗ lực của Việt cộng hòng phá hoại quốc gia; nhưng sau thời chính quyền Ngô Đình Diệm, trừ vài trường hợp không đáng kể, họ đều không hề tuyên bố mục tiêu hay nỗ lực của họ là nhắm mở ra một cuộc tiến chiếm ngược ra miền Bắc gì cả. Cuộc tương xung gia tăng cường độ cùng với sự tăng viện của các đoàn bộ binh Mỹ vào năm 1965 và tiếp tục thêm mười năm nữa. Năm 1973, người Mỹ rút quân về nước để lại người Việt đảm đương chiến cuộc cho đến ngày 30-4-1975, Sài Gòn thất thủ và chính quyền Nam Việt Nam đầu hàng Bắc Việt. Hàng triệu người Việt Nam đã chết và trên cả hai miền VNDCCH cũng như VNCH đã phải gánh chịu một hậu quả tàn phá khủng khiếp.

Mặc cho cả một dòng lịch sử chia rẽ và tương xung không ngớt tính ngược về đầu thế kỷ XVII, thế nhưng không chỉ miền Bắc mà cả miền Nam vẫn chủ trương truy nguyên cội nguồn lịch sử tổ tiên chung nhân danh toàn dân Việt, với cả chính quyền Hà Nội lẫn Sài Gòn. Sách giáo khoa ở cả miền Bắc lẫn miền Nam đều đồng thanh xác quyết sự thống nhất lãnh thổ và ngôn ngữ của "nước Việt Nam là một" [19]. Thanh thiếu niên ở cả VNDCCH và VNCH đều được dạy rằng đất nước có hơn sáu mươi sắc tộc khác nhau từ tỉnh Hà Giang ở miền cực Bắc giáp giới với Trung Hoa cho đến vùng cực Nam là mũi Cà Mau giáp với Vịnh Thái Lan [20]. Miền Bắc thì dạy trẻ Tổ

---

19 Bùi Văn Bảo và Bùi Văn Thân, *Việt Sử Lớp Nhì*, tr. 9, 11 (Saigon: Sống Mới xuất bản, 1963?)
20 Phạm văn Trọng và Phạm thị Ngọc Dung *Quốc Sử Lớp Nhất*, tr. 11 - Sách Sử Ký bậc Tiểu học, Bộ Văn hóa Giáo dục xuất bản, Saigon 1965

Quốc Việt Nam là một giải thống nhất do tổ tiên gầy dựng truyền từ đời này sang đời khác [21]. Miền Nam thì dạy rằng tổ tiên đã có công thu giang sơn về một mối để cháu con nắm chặt tay nhau trong một cộng đồng trường cửu [22]. Tương tự như vậy, sự thống nhất về ngôn ngữ cũng được xác quyết. Sách giáo khoa miền Nam dành cho học sinh lớp Bốn viết: "mặc dù phương ngữ của nhiều vùng miền thường có âm giọng riêng nhưng thực chất vẫn là cùng một tiếng nói chung. Đây là yếu tố quan trọng để duy trì sự đoàn kết thống nhất toàn dân mỗi khi cần chống giặc ngoại xâm [23].

Với lập trường chỉ "một tổ quốc duy nhất", người cộng sản có lợi thế khi rêu rao chính nghĩa của họ kết hợp với kêu gọi độc lập và thoát ách ngoại xâm. Ai cũng có thể dễ dàng nhìn thấy lượng lớn binh đội Mỹ, nhà thầu Mỹ, cố vấn Mỹ hiện diện ở miền Nam rồi bàn tán về chuyện đó nhiều hơn so với việc các cán bộ, cố vấn Trung cộng và Khối Liên Sô hiện diện ở miền Bắc. Trong các tin tức, báo chí thời sự của cộng sản, họ luôn nói hai miền Bắc Nam đoàn kết một lòng chống lại các thế lực ngoại bang vì độc lập dân tộc. Mỗi khi nói đến hàng ngũ chống cộng, phe cộng sản gán cho họ những xú ngữ như "tay sai" hay "bù nhìn" của Mỹ, bôi nhọ và đánh đồng họ với kẻ ngoại bang nào khác, là bọn người cần phải bị đánh đuổi hoặc tiêu diệt để thống nhất đất nước. Đây còn là cách họ định nghĩa thế nào là Việt Nam-tính, dù tính Việt Nam đó của họ luôn được nêu rõ là chủ nghĩa: "xã hội chủ nghĩa" tức là chỉ mỗi một con đường độc đạo để phát triển đất nước sau khi thống nhất - dưới sự cai trị của VNDCCH theo mô hình xã hội chủ nghĩa.

Với người chống cộng ở miền Nam, việc đạt cho được tính duy nhất phổ quát về Việt Nam-tính y như kiểu miền Bắc là điều lắm rối rắm nhiêu khê. Sự phụ thuộc của miền Bắc vào đồng minh ngoại bang ít lộ liễu hơn so với sự nhờ cậy vào Hoa Kỳ của miền Nam, nhưng người chống cộng ở miền Nam vẫn tuyên bố họ mới là người bảo vệ nền dân chủ chống lại cộng sản độc tài đảng trị đu bám vào thứ học thuyết ngoại lai, tất cả những thứ đó mới chính là kẻ thù của toàn dân Việt. Người miền Nam còn mở rộng nhiều thể thức định nghĩa về thế nào mới là người Việt Nam "đúng nghĩa" cũng như về lập trường thống nhất xứ sở. Những quan niệm như thế trong Nam cũng như lập trường lèo lái chính sách ngoài Bắc sẽ dẫn đến những trải nghiệm khác nhau của giới trẻ hai miền Nam Bắc trong chiến tranh.

---

21 Lịch Sử Lop nam pho thong, 6–8.
22 Bùi Văn Bảo và Bùi Văn Thân, *Việt Sử Lớp Nhì*, tr. 9
23 Sđd tr. 11

Dàn Bài

Sách này gồm năm chương.

Chương Một tìm hiểu hai hệ thống giáo dục ở miền Bắc và miền Nam. Giáo dục chiếm một vai trò quan trọng trong việc sản sinh và tái tục một lực lượng xã hội, nhất là với hệ giáo dục một chiều nhắm tạo ra một cái nền chung. Hue-Tam Ho Tai lập luận rằng tự thân tầng lớp thanh thiếu niên có học vào đầu thế kỷ XX đã bị lạc hướng bởi quan sát thấy những xung đột của thế hệ sinh thành, một bên thì chấp nhận dễ dãi một bên thì chống cự quyết liệt chế độ thực dân Pháp, từ đó điều này ngầm thúc đẩy người trẻ dễ mang khuynh hướng chính trị hóa cực đoan [24]. Gail Kelly thì có khuynh hướng đặc tả nền giáo dục theo kiểu Pháp đã thả lỏng và không phù hợp trong hoàn cảnh thực tế của xứ thuộc địa, chính điều này đã gợi hứng cho sinh viên học sinh hình thành nên lộ trình mở mang dân trí cho chính họ ngoài sự tiên liệu của người Pháp [25]. Những kinh nghiệm về lối giáo dục đại chúng cho thấy nó có thể khiến nhập vào làm một khát vọng chung cho cả một thế hệ, nhưng trường hợp Việt Nam thuộc địa thì không. Sinh viên học sinh Việt Nam xuất thân từ học đường thuộc địa đã vạch ra nhiều đường hướng đa dạng tiến vào chân trời thế giới hậu thuộc địa theo nhiều ý thức hệ, óc kỳ thị địa phương lẫn nhân cách cá nhân khác biệt. Những lối rẽ chia biệt đó cuối cùng đã dẫn đến một cuộc phân tranh giữa hai quốc gia cùng mang tên Việt Nam.

Thời hậu thuộc địa, sau khi đất nước chia đôi vào năm 1954, hai hệ thống giáo dục ở VNDCCH và VNCH đi theo hai đường lối khác xa nhau, biểu hiện rõ nét sự khác biệt giữa hai chế độ chính trị. VNDCCH đã ra sức bền bỉ đặt định hệ giáo dục một chiều trên một nền tảng chung rồi xuất nó đi vào miền Nam, càng nhiều càng tốt. Bác bỏ đường lối đó của VNDCCH, VNCH nhất định không và cũng không mong tạo ra một thứ giáo dục một chiều như vậy cho nên lớp trẻ ít phải chịu sự uốn nắn theo một khuôn mẫu chung như kiểu ở VNDCCH.

Dựa vào tài liệu chứng từ lưu trữ cùng với các sách báo đã xuất bản, chương này phân tích hai hệ thống giáo dục cấp tiểu học và trung học ở VNDCCH và VNCH sau khi chia đôi đất nước, tập trung chính vào 10 năm từ 1965 và 1975. Khảo sát cách mỗi miền Nam Bắc "chia tay" với hệ thống giáo dục thuộc địa như thế nào và đào sâu xem các mục tiêu mỗi bên đề ra, các vấn nạn cũng như các phương tiện thường dùng để khắc phục những vấn nạn đó. Hơn nữa, Chương Một còn xét xem hai hình thái giáo dục mà VNDCCH đã tạo dựng và nuôi dưỡng ở bên ngoài lãnh thổ - là ở

---

24 Ho Tai, *Radicalism*, tr. 56
25 Kelly, "Educational Reform and Re-reform", tr. 45, 50

Trung cộng và Nam Việt Nam - cùng các phương thức cải tổ giáo dục ra sao trên cả hai miền.

Chương Hai tập trung vào vai trò của các hội đoàn xã hội đối với ấu nhi và thanh thiếu niên ở hai miền. Cơ cấu tổ chức ở VNDCCH được phân cấp chặt chẽ, với sự hướng dẫn và giám sát rèn chặt từ trên xuống; Đảng điều khiển Đoàn Thanh niên còn được gọi là Đoàn Thanh niên Lao động hoặc Đoàn Thanh niên Cộng sản (để vắn tắt, nó sẽ được gọi là Đoàn Thanh niên), từ đó Đoàn Thanh niên kiểm soát đội Tiền phong Tháng Tám, hay Thiếu nhi Cách mạng Tháng Tám, tương đương với đội Tháng Mười [Octobrists] hay Thiếu nhi Cách mạng Tháng Mười của Liên Sô. Ở miền Nam, không có một cơ quan chính phủ nào được chỉ định cụ thể để thống hợp thiếu nhi, thanh thiếu niên cũng như lớp trẻ trưởng thành như trường hợp của những hội đoàn Thiếu niên Tiền phong hay đoàn Thanh niên cộng sản ở miền Bắc. Thay vào đó, miền Nam có đông đảo những tổ chức đoàn thể kết hợp với các chương trình phụng sự xã hội thuộc tôn giáo, chính trị hoặc thuần dân sự. Chương này cũng đi sâu vào các tổ chức hội đoàn thanh niên do Mặt trận Giải phóng thành lập tại các vùng lãnh thổ mà họ kiểm soát được ở miền Nam.

Chương Ba tìm hiểu về quá trình hình thành các ấn loát phẩm ở VNDCCH và VNCH. Xét xem việc thành lập các nhà xuất bản cùng chính sách xuất bản cũng như một số dòng ấn bản chiếm ưu thế lưu hành. Chương này so sánh và đối chiếu sự phát triển những địa điểm đặt nhà xuất bản ở VNDCCH và VNCH, cũng như mục đích và những hạn định của đà phát triển ấy. Chương Ba cũng xem xét việc ấn định quy chế viết lách của thiếu nhi và trẻ vị thành niên. Những điều vừa kể rất quan trọng vì các thông số báo biểu về thể thức vận hành ngành in ấn xuất bản ở VNDCCH và VNCH rất khác nhau về chủ trương can thiệp của chính quyền trên mặt ý thức hệ cũng như khác nhiều về mức độ thành công hay thất bại trong việc lôi kéo giới trẻ hưởng ứng công cuộc bảo vệ gìn giữ chế độ đã nuôi họ lớn lên [26]. Chương này cũng cung cấp một cái nhìn tổng quát về các ý hệ tư tưởng chiếm ưu thế vượt trội cũng như việc thị hiện các ý hệ ấy trong sách báo ấn loát phẩm, cái nhìn này sẽ được dùng làm phông nền cho các dẫn chứng cụ thể sẽ được xét tới trong hai chương tiếp sau.

Chương Bốn và *Năm* phân tích xem giáo dục và xã hội hóa được lồng ghép ra sao trong các dẫn chứng cụ thể bằng tài liệu văn bản chứng từ đã được xuất bản cho lớp trẻ và bởi lớp trẻ ở hai miền Nam – Bắc Việt Nam. Hai chương này cũng xét xem chủ đề hệ trọng nhất là gì trong thời gian mười năm ấy ở hai miền Nam – Bắc qua những gì được người lớn viết ra

---

26   Dựa theo khái niệm về sự gán ghép của Louis Althusser [Louis Althusser's notion of interpellation]. Althusser, "Ideology", 154-6.

cho giới trẻ và qua những gì chính người trẻ viết ra đã xuất bản lưu hành dưới dạng sách báo, tạp chí, sách giáo khoa và các ấn loát phẩm khác.

Với người cộng sản Việt Nam, chỉ có giai cấp mới quyết định ai đúng ai sai ai chánh ai tà trong lịch sử. Họ tuyệt đối trung thành đi theo tư tưởng quốc tế vô sản, nó đề ra rằng vô sản tất cả các nước phải đoàn kết lại để chống bọn phản cách mạng, cho dù đó chính là đồng bào mình hay là người ngoại quốc. Họ tin rằng giai cấp vượt hết mọi biên giới quốc gia [27]. Tư tưởng về giai cấp đã giúp huy động nhi đồng và thanh thiếu niên, đúc khuôn trong đầu óc họ những tư duy khác xưa về tình yêu, hận thù, lòng trung thành cũng như chỗ đứng của họ trong xã hội. Mẫu hình lý tưởng để thành người lớn ở miền Bắc bắt rễ bền chắc từ ý muốn trở thành cháu ngoan bác Hồ, dù là bé trai hay gái, nghe theo lời ông dạy và trung thành với Đảng và nhà nước mà ông ta là hình ảnh đại diện.

Hình ảnh miền Nam thì lại khác biệt chan chát với miền Bắc. Ảnh hưởng của phương Tây và nhất là sự hiện diện của người Mỹ đã làm trầm trọng thêm những xung khắc thế hệ mà bất kỳ xã hội nào cũng có. Theo Theodore Roszak, một học giả chuyên về phản văn hóa, chỉ ra hiện tượng văn hóa nổi loạn vào thời nó thịnh hành ở Mỹ như sau: "một thứ văn hoá không những đòi đoạn tuyệt khỏi vị thế đảm đương chính thống trong xã hội chúng ta một cách cực đoan đến nỗi nó không chịu xem nhiều chuyện khác như là văn hoá chút nào, đã vậy còn khoác một hình thức bề ngoài xốn mắt khó coi đáng ngại" [28]. Đi cùng với sự nở rộ của thứ văn hóa nổi loạn ở miền Nam là việc sản sinh ra một thành phần trẻ là những thanh niên hippie, cao bồi phóng đãng, ăn mặc thứ quần áo kiểu cách xa lạ, nghe các loại nhạc tân kỳ, chơi ma túy và rượu, gây nên một hiện tượng đi hoang thành đàn. Với họ sự nghe lời, phục tùng đã trở nên một cái gì ảo ảnh xa vời.

Một câu chuyện cười, chuyện tếu đăng trong một tờ bích báo học đường miền Nam năm 1973, tên tác giả là "Mây Cô Đơn" học trò lớp 9, kể như một chuyện vui cười nhưng cũng là một đơn cử buồn cho tình trạng đó. Câu chuyện kể rằng, có hai ông, ông A và ông B, chuyện vãn với nhau. Ông A than phiền với ông B về cậu con trai ông cũng như nhiều cậu trẻ khác cứ đua nhau bắt chước để tóc dài như con gái và vận một thứ quần áo giày mũ như dân hippie; Khi ông A cố nói câu chuyện gì có chút ý nghĩa cho con nghe thì cậu trẻ toàn không ưa hoặc cãi lại. Nghe xong, ông B tỏ vẻ thông cảm ông A và bảo cậu con ông thì trái lại, rất ngoan, biết nghe lời người lớn, tóc vẫn cắt ngắn và mặc bất cứ quần áo nào do bố mẹ mua cho.

---

27 Tài liệu hướng dẫn giảng dạy văn học. Lớp sáu. Tập I, tr. 130–3
28 Roszak, *The Making of a Counter Culture* tr. 42.

Nghe vậy ông A tỏ vẻ ganh tị và dò hỏi thế đứa nhỏ rồi có phải sớm đi lính hay không. Ông B đáp rằng chưa đâu. Con ông mới vừa lên ba.[29]

Trong khi chịu chấp nhận để cho con trẻ hưởng một tự do tương đối nào đó, người lớn thường cũng chịu mất đi sự vâng lời của con cái đồng thời đành từ bỏ luôn thiên chức dìu dắt những đứa mới lớn nhập vào những điều hay đẹp mà bậc làm Cha Mẹ vẫn hằng mong gìn giữ, bảo tồn. Áp lực giáo dục nhằm ngăn chận hiện tượng đi hoang và Tây hóa của xã hội giờ đây đè nặng lên gia đình và quốc gia. Nhiều bậc thức giả đã nhìn thấy rằng hiểm họa trước mắt không nặng nề do bởi cộng sản mà nằm ở mối nguy đánh mất Việt tính trước cơn tấn công ồ ạt của văn hóa phương Tây tràn ngập đất nước cùng với sự đổ bộ của quân đội Mỹ.

Về mặt chính trị, hầu hết thiếu nhi và thanh thiếu niên miền Nam được thả nổi, tùy chọn nên họ thấy mình khá bơ vơ không chỗ dựa. Họ lớn lên giữa lòng chiến tranh cùng với đất nước đang ra sức chiến đấu chống lại cộng sản miền Bắc lẫn bọn du kích quân địa phương. Thêm vào đó còn có binh đội ngoại quốc trú đóng và chiến đấu trên lãnh thổ VNCH. Cho nên bằng cách này cách khác, người lớn cố tránh được bao nhiêu hay bấy nhiêu những chuyện trò hay bàn bạc với lớp nhỏ về nguyên ủy của cuộc tương xung, nó diễn tiến từ đâu, hay cách giải quyết nó như thế nào.

Ở VNDCCH và VNCH, chiến tranh đã tước mất của trẻ nhỏ cả một tuổi thơ yên bình êm ấm. Có nhiều em còn không có chút thời thơ ấu nào luôn. Ở VNDCCH, tuổi ấu thơ của các em đã bị người ta khai thác để gầy ra những đàn lính bộ đội hết lòng trung thành cho mục đích của họ, hoặc để sung quân đưa ra chiến trường hoặc để phục vụ cho họ. Trong khi miền Nam thì không cần thế với cả dụng ý, VNCH đã tránh điều đó bằng cách không áp đặt trọng trách chiến tranh lên lớp trẻ. Thực tế ở miền Nam việc phần lớn trẻ em và thanh thiếu niên được đứng ngoài không khí tranh luận, bày tỏ ý kiến về chiến tranh thậm chí còn có thể khiến họ quay sang những tình tự phản chiến. Do đó, miền Nam, vừa cố ý vừa không cần can thiệp, đã vô tình thuận cho lớp trẻ, với từng độ tuổi đang lớn khác nhau, coi nhẹ cuộc chiến đang diễn ra và để mặc họ tự tìm hiểu, tự vẽ ra mọi thứ vượt quá tầm họ, trong khi miền Bắc vừa khai thác lớp trẻ cho công cuộc của nhà nước vừa dự sinh một thế hệ mới những người lính kiên định cho sự nghiệp đó. Bằng cách đó cộng với bàn tay đàn áp cưỡng thúc, miền Bắc cộng sản đã tạo ra đoàn kết, trong khi miền Nam hóa ra lại bị mất đoàn kết. So với miền Nam, miền Bắc đã gắng sức nhiều hơn nhiều để thúc dục các thế hệ mới lớn tiếp bước vào cuộc binh đao với rất ít sự dao động, do dự về tư tưởng. Về phương diện nào đó, đây là một lợi thế đáng kể trong thời

---

29 Mây cô đơn, "Con Ngoan". trong Giai phẩm Vượt Dốc (tỉnh Long An: Trường Trung học Cần Giuộc, 1973), tr. 79. Trong nhiều trường hợp, để tránh rườm rà, tôi dịch cái Tựa sang Anh ngữ và ghi nguyên văn Việt ngữ dưới phần chú thích

chiến. Trong khi đó, ở miền Nam, sự pha trộn đủ thứ quan điểm khác biệt nhau đã làm cho tình đồng lòng nhất trí về tính công chính và chính nghĩa của miền Nam bị rời rạc lỏng lẻo. Việc miền Nam vừa thiếu đổ khuôn như miền Bắc vừa thiếu biến hóa trong chính sách có thể được xem như đánh dấu cho bước phát triển mở rộng dân chủ hơn hình thái xã hội phi dân chủ trước đây, nhưng cũng vì thế mà nó đã để mặc lớp trẻ bị lừng khừng do dự không ý thức được mình là ai, ngả về bên nào, và rốt cuộc là nó khó lòng huy động lớp người trẻ cho chiến tranh. Một biểu hiện rõ nét của việc này là thái độ khác nhau đối với cuộc chiến như đã trình bày trong vài đơn cử ở phần đầu lời phi lộ này – đó là một cậu bé nóng lòng vì không sao chờ được đến lúc lớn để đi lính còn một cậu thì mong rằng chiến tranh sẽ kết thúc khi cậu vừa đến tuổi bị động viên. Bắc Việt đã xuất hệ tư tưởng của mình sang phía VNCH, đem vun trồng nó cho lớp thanh thiếu niên trong Nam thông qua sách báo in ấn cũng như hệ giáo dục và hội đoàn do họ dựng lên và cấp dưỡng.

Bắc Việt là kẻ thắng cuộc, còn VNCH thành kẻ thất trận. Năm 1975, Bắc Việt đem cái cách mạng của họ vào Nam. Nhưng trong những thập niên gần đây, nhiều diện mạo, tinh hoa nuôi dạy thế hệ thanh thiếu nhi – là điều vốn rành rành, không ai chối cãi được từng hiện diện ở một VNCH bị đánh bại và cũng là điều bị cộng sản coi rẻ - đã dần xuất hiện trở lại trong xã hội của kẻ chiến thắng, cái chiến thắng làm nên tên nước Cộng hòa xã hội chủ nghĩa Việt Nam.

CHƯƠNG 1:
HỆ THỐNG GIÁO DỤC Ở BẮC VIỆT VÀ VIỆT NAM CỘNG HÒA (VNCH)

Trong suốt cuộc chiến đằng đẵng, sự sống còn, thắng bại của VNDCCH và VNCH luôn thiết thân với nhiều yếu tố như, thành bại của mỗi bên trong việc gầy dựng một lực lượng quần chúng mới, việc huy động toàn dân bằng cách cưỡng chế hay thuyết phục, và việc đồng minh ngoại quốc có trung thành và hiệu quả không: Trung Quốc và Khối Sô Viết với miền Bắc và Hoa Kỳ và các đồng minh của Hoa Kỳ với miền Nam. Nhưng có một yếu tố tuyệt nhiên không ai nói tới. Đó là thành bại của VNDCCH và VNCH trong việc sản sinh ra các thế hệ mới lớn chịu hưởng ứng các chương trình hoạch định tương ứng của mỗi bên. Điều này đã được thực thi qua nhiều lối ngõ trong đó giáo dục là một trong những cửa ngõ hệ trọng bậc nhất. Trong khi người ta áp đặt một hệ tư tưởng một chiều ở miền Bắc, thì một vùng thảo nguyên đa sắc đa chiều màu mỡ thỏa sức mọc lên các ý kiến bất đồng, hoặc đòi hỏi nhất thiết phải điều đình để tìm tiếng nói chung giữa các phe phái xung khắc nhau ... lại nở rộ ở miền Nam. Do đó, tự trong căn cốt, mục tiêu và công dụng của giáo dục nhắm tạo ra những thế hệ công dân tương lai của hai miền chẳng giống nhau chút nào về cả cứu cánh cũng như phương tiện.

Ở VNDCCH, trường học là nơi dùng để thúc dục và huy động các lứa công dân mới lớn đồng lòng xây dựng chủ nghĩa xã hội và liều chết chiến đấu cho các mục tiêu của Đảng quyền. Vươn ra ngoài lãnh thổ Bắc Việt, VNDCCH còn cưu mang hai hệ giáo dục khác nữa có cùng mục tiêu. Một cái là một khu phức hợp các trường học cho học sinh Việt Nam trên lãnh thổ Trung Quốc. Một cái là mạng lưới giáo dục trong lãnh thổ VNCH. Khảo sát các hệ giáo dục vượt ra ngoài biên giới của VNDCCH sẽ cho thấy các khía cạnh khác trong mối quan hệ mật thiết của VNDCCH với Trung Quốc và vai trò của VNDCCH ngay trong trong những gì miền Bắc hằng cao rao là thuộc về tổ chức cơ sở do những người cộng sản miền Nam và thành phần thân cộng bên trong VNCH. Cán bộ giáo dục miền Bắc được giao nhiệm vụ thi hành đường lối một chiều trong tư duy và hành vi cho học sinh để các em hưởng ứng công cuộc cách mạng và các chủ trương thời chiến của nhà cầm quyền, kể cả quán triệt chủ trương vô sản quốc tế đoàn kết lại.

Không giống như hệ giáo dục miền Bắc, miền Nam có vài hệ giáo dục chớ không chỉ một và khuyến khích sự đa nguyên nhờ đó đã đem lại nét phong phú muôn màu cho cộng đồng dân tộc và ta chỉ việc đem so với miền Bắc thì sẽ thấy rõ đó là một tự do đáng kể nơi một vùng đất kỳ hoa dị thảo. Hơn nữa, chính sách giáo dục ở VNCH không nhằm mục đích chính trị hóa sinh viên học sinh, và cùng vài lý do khác, cũng cố tránh luôn các tranh luận chính trị tại chốn học đường. Nhà mô phạm miền Nam chỉ cốt nhắm tới đích tạo dựng cho sinh viên học sinh ý thức quốc gia và căn bản văn hóa Việt tộc, đó là thành lũy vững chắc chống lại ý thức hệ và văn hóa nô dịch cộng sản cũng như bất cứ văn hóa và ý thức hệ ngoại lai nào khác.

GIÁO DỤC DƯỚI CHẾ ĐỘ THỰC DÂN PHÁP

Chỗ khởi lập của hai chương trình giáo dục ở hai miền Nam Bắc Việt Nam là di sản của hệ giáo dục thuộc địa do người Pháp để lại. Tháng 12 năm 1942, một Hội Chợ Triển lãm khai trương tại Sài Gòn có một gian hàng bày riêng về giáo dục ở Đông Dương. Đón chào khách du ở lối vào là một bức phù điêu tượng trưng cho "Khai hóa và Man di". Bên trên bức tượng bán thân của Marshall Petain, người đứng đầu chính phủ Vichy ở Pháp, người ta còn đặt làm cảnh một họa phẩm lớn khác với đề tựa Nhà Giáo dục Pháp. Buổi triển lãm cũng có tượng bán thân của Cha Alexander de Rhodes, nhà truyền giáo Thiên Chúa giáo Dòng Tên người Pháp thế kỷ 17, là người đã sản sinh ra bộ từ điển Việt-Bồ-La đầu tiên bằng ngôn ngữ châu Âu (tiếng La Tinh và tiếng Bồ Đào Nha) bằng cách xử dụng bảng chữ cái mẫu tự La Tinh mà những nhà truyền giáo đi trước ông đã phát minh ra để giúp giản dị dễ dàng hơn khi thâm nhập vào Việt ngữ. Cuộc Triển lãm tán dương sự giản tiện của bảng mẫu tự La Tinh, được gọi là "chữ quốc ngữ", để so với lối ký tự tượng hình của chữ Tàu chữ Hán mà xưa nay người Việt vốn đã quen dùng, Triển lãm còn ca tụng vai trò của chính quyền thuộc địa đã có công làm ra chữ viết cho nền giáo dục. Triển lãm còn lấn tới chứng minh cấu trúc và thành công của hệ giáo dục mà người Pháp đã xây dựng ở Đông Dương nói chung và ở Việt Nam nói riêng.[30]

Nhưng ở đằng sau cái mặt trước hào nhoáng ấy vẫn còn bề bộn nhiều nan giải không nhỏ. Xã hội Việt Nam có truyền thống giáo dục phương Đông từ ngàn xưa. Biết bao thế hệ người Việt từ trước cho đến thời kỳ cận đại đã được học Văn chương Trung Hoa, còn chữ viết trong guồng máy quyền hành cũng như trong văn chương thì vừa kịp khi những trí thức châu Âu thời cận đại có mặt mới được dạy bằng chữ quốc ngữ. Mặc dù khổ nhọc vất vả và tốn biết bao năm tháng mới thông thạo được bộ chữ Hán-Tạng, nhưng dòng người đỗ đạt khả dĩ đảm nhận được các cương vị công quyền, là tương đối lớn. Vào cuối thế kỷ XV đầu thế kỷ XVI, sử liệu cho thấy có khoảng từ bốn đến sáu ngàn sĩ tử thường xuyên tham gia ứng thí các kỳ thi phân cấp tổ chức ba năm một lần, và vào cuối thế kỷ XIX,

---

[30] "Le pavilion de l'instruction publique a la Foire-exposition de Saigon", Bulletin general de l'instruction publique (Hanoi: *Imprimerie Trung Bac Tan Van*), 8 (April 1943), tr. 207

con số này vẫn tiếp diễn ở mức sáu ngàn và chỉ giảm nhanh sau khi người Pháp chinh phục được Bắc kỳ. Nếu để lượng định trình độ học vấn chung thì con số này phải được tăng lên gấp bội với hàng ngàn người thi trượt hoặc nhiều người khác vẫn chịu khó học hành nhưng không ra ứng thí [31]. Cải cách của người Pháp nhằm chuyển đổi nền giáo dục từ Hán học sang Việt học chữ quốc ngữ là một sự kiện trọng đại trong trang Sử văn hóa và giáo dục Việt Nam.

Khi người Pháp đặt ách đô hộ thuộc địa lên Việt Nam vào hậu bán thế kỷ XIX, về mặt hành chánh họ đã chia nước Việt làm ba kỳ, gọi là Nam Kỳ ở trong Nam, là thuộc địa, cai trị theo luật nước Pháp; Bắc Kỳ, ở ngoài Bắc, là xứ bảo hộ; và Trung Kỳ gọi là An Nam ở miền Trung, trên danh nghĩa do các nhà Vua Việt Nam cai trị từ kinh thành Huế nhưng trên thực tế quyền hành nằm trong tay các quan lại người Việt dưới sự giám sát của hệ thống cai trị rặt Pháp. Tại Nam Kỳ, nơi đầu tiên nằm dưới ách thống trị của thực dân Pháp vào những năm 1860, chính quyền Pháp đã phát triển song song một hệ thống giáo dục Pháp bản quốc, dạy bằng hai thứ Pháp ngữ và Việt quốc ngữ. Các trường học đầu tiên xử dụng Việt quốc ngữ bắt đầu ở Sài Gòn và vùng phụ cận vào năm 1864 [32]. Ba bốn chục năm sau, ở Bắc Kỳ và Trung Kỳ, người Pháp đã lập một hệ giáo dục trong đó người Việt ban đầu được phép giữ nguyên các trường học truyền thống dạy bằng chữ Hán miễn là các trường này không đả động gì đến chính trị. Những nỗ lực ban đầu nhằm giới thiệu chữ quốc ngữ phổ cập rộng rãi đã bất thành vì một số giáo chức không sẵn lòng từ bỏ lối dạy học chữ Hán để quay qua chữ quốc ngữ.

Việc chỉ được học với chữ quốc ngữ không thôi, đã cắt lìa người học trò ra khỏi di sản Cha Ông, vì tất cả mọi nguồn kinh văn sử sách đều nằm hết trong hệ thống ký tự chữ viết. Vì vậy, kẻ sinh đồ chỉ có thể tiếp cận với di sản văn học Việt Nam xưa khi các nguồn ấy được dịch lại từ văn học Hán tự qua quốc ngữ hoặc phiên âm sang chữ quốc ngữ từ một hệ chữ viết bình dân được gọi là "chữ Nôm". Kết quả là, hai hệ thống bản địa ra đời: một hệ dựa vào cách viết chữ ký tự tượng hình, hệ kia là chữ quốc ngữ. Chỉ những ai theo học hệ nói sau mới hy vọng kiếm được việc làm trong guồng máy chính quyền thuộc địa. Người Pháp muốn lôi người học trò ra khỏi không gian học thuật học hành còn dựa vào chữ viết xưa đã truyền đời, mà họ coi đó là cái nền của khuynh hướng dân tộc. Chữ quốc ngữ khiến dễ thâm nhập vào nền giáo dục hơn, có khả năng giảng giật người học sinh ra

---

31 Taylor, Keith W., *A History of the Vietnamese* (Cambridge: Cambridge University Press, 2013), 206–10, 227, 485

32 Bezançon, Bezançon, Pascale, "Un enseignement colonial: L'expérience française en Indochine (1860–1945)", Ph.D. dissertation., Presses universitaires du Septentrion, 1997, 1: 60

khỏi vòng tay bồng ẵm của di sản tổ tiên để tiêm vào họ những tư tưởng Pháp quốc mà người Pháp muốn truyền cho người Việt [33].

Việc tạo ra một hệ giáo dục thuộc địa là phiền phức rối rắm bởi các hiện trạng khác nhau của Bắc Kỳ, Trung Kỳ và Nam Kỳ, rồi nào là sai biệt giữa chốn kinh kỳ từng nơi cũng như những bất tương đồng trong các nếp văn hóa và xã hội địa phương. Năm 1917, Toàn quyền Albert Sarraut cố tập trung vào tất cả các ty sở ngành giáo dục trên toàn cõi Đông Dương. Mục tiêu của ông ta là tạo ra một hệ giáo dục thống nhất dựa trên những trường học Pháp-bản-quốc lập ở Nam Kỳ mà về sau được gọi là trường Việt-Pháp. Cải đổi đó gặp ngay sự phản đối mạnh từ nhiều hội nhóm và các tầng lớp xã hội khác nhau. Đến năm 1923, thì rõ ràng việc cưỡng bách nghiêm ngặt cải cách là "hoàn toàn tai hại". Năm 1926, hệ thống học đường được phân cấp [34]. Việc này đưa đến sự đa dạng về phẩm chất cũng như về cách gây thân thiện để giảng dạy. Có điều không thay đổi là sự đặt nặng vào lề lối khoa cử vốn đã tồn tại ở Đại Việt thời cận đại trở về trước vẫn không giảm nhẹ trong hệ thuộc địa.

Hệ giáo dục thuộc địa đã không tạo ra một xã hội gắn kết mà còn làm trầm trọng thêm những căng thẳng rạn nứt vốn đã hiện diện trong xã hội Việt Nam thời cận đại với sự phân tầng và chia rẽ nhiều hơn cốt phục vụ cho chiến lược "chia để trị" của người Pháp. Vào năm 1940, năm có sĩ số học sinh nhập học cao nhất ở Việt Nam thời Pháp thuộc, là 576.650 học sinh đã ghi danh nhập học trong hệ thống học đường [35]. Tuy nhiên, còn nhiều người hơn thế nữa đã được tiếp xúc với một nền giáo dục tân tiến căn bản, và việc phổ biến chữ quốc ngữ đã rút ngắn thời gian cần cho biết đọc biết viết. Ngoài ra, năm 1936, hệ thống thuộc địa của Pháp có thêm một đồng minh trong việc truyền bá chữ quốc ngữ khi đảng Cộng sản Đông Dương lập ra một hội truyền bá quốc ngữ cho người lớn. Cả chính quyền thực dân lẫn những kẻ chống lại đều thấy chữ quốc ngữ là một lợi khí để truyền bá các hoạch định của mỗi bên [36].

Có ba điểm có thể thu được từ cái nhìn tóm gọn vừa kể về giáo dục ở Đông Dương thuộc Pháp. Thứ nhất, kết quả dù tương đối xoàng xĩnh của các chính sách giáo dục của Pháp ở Đông Dương nhưng cũng cho ta thấy điểm khởi đầu mà cả VNDCCH lẫn VNCH chuyển sang xây dựng hệ

---

33 Kelly, "Colonialism, Indigenous Society, and School Practices", 13
34 Kelly, "Educational Reform and Re-reform", 45, 50
35 Được tính dựa trên cơ sở dữ liệu được cung cấp trong các bảng khác nhau trong *Annuaire statistique de l'Indochine 1939–1940* (từ nay sẽ viết tắt là ASDLI), Bảng II, III, V, VII, XI, XII, XIII, XIV, 28–31, 35–7; ASDLI, 1947–1948, Bảng 41–44bis, 46ter–50, 61–4, 68–71. Vo Thuan Nho đưa con số học sinh niên khóa 1945–1956 là 286,692 (284,314 bậc tiểu học và 2,378 bậc trung học) (35 năm, 213).
36 Hoang Tu Dong, "L'enseignement", 24

thống giáo dục của hai miền. Thứ hai, giáo dục thuộc địa đã phá hỏng mối tương liên của người Việt với văn hóa Cha Ông lâu đời qua cách khuyến khích mạnh việc học và viết chữ quốc ngữ và điều đó cũng đồng nghĩa là từ nay toàn hệ giáo dục hậu thuộc địa sẽ đi tiếp trên nền tảng đó. Và thứ ba, nền giáo dục thuộc địa, ngay cả khi không cố ý, đã tạo ra những con người sẵn sàng thách thức quyền hành của kẻ cai trị - hệ quả này vẫn được tiếp tục ở VNCH nhưng bị gạt bỏ hoàn toàn ở VNDCCH.

GIÁO DỤC TẠI VNDCCH

Bộ Giáo dục được thành lập tại Hà Nội ngay sau ngày tuyên bố độc lập 2-9-1945. Có hai người đầu tiên với hạn kỳ rất ngắn ở cương vị Bộ trưởng. Vu Dinh Hoe, một luật sư và cũng là một trong những người sáng lập Đảng Dân chủ vào năm 1944 - đảng này là một vệ tinh, một cánh tay nối dài của Đảng Cộng sản - tại vị từ tháng 9-1945 đến tháng 3-1946, người lên thay là Dang Thai Mai, một nhà văn và nhà phê bình. Nhiệm kỳ của Dang Thai Mai được tám tháng, sau đó ông được bổ nhiệm vào một loạt các chức vụ thấp hơn. Năm 1959, ông trở thành Viện trưởng Viện Văn học, trở thành một trong những người đi đầu định hình quang cảnh văn học của VNDCCH. Ông vẫn giữ vị trí đó cho đến năm 1976.

Tháng 11-1946, một nhà sử học, nhân chủng học và nhà giáo tên là Nguyen Van Huyen được bổ nhiệm làm Bộ trưởng Giáo dục và ở lại vị trí này đến khi qua đời vào tháng 10-1975. Năm 1965, một bộ riêng khác được lập ra để quản lý hệ trung học và cao đẳng kỹ thuật. Bộ trưởng đầu tiên của bộ này là Ta Quang Buu, một nhà giáo, kỹ sư quân đội đã có thời nắm Bộ trưởng Quốc phòng, đã lèo lái Bộ mới này từ khi thành lập cho đến năm 1976. Các nhiệm kỳ kéo dài của các quan chức này đã giúp bảo đảm một chính sách nhất quán cho hệ giáo dục VNDCCH.

Lập ra một hệ thống giáo dục mới

Vào tháng 2-1950, trong khi VNDCCH vẫn còn đánh nhau với Pháp, chính quyền cộng sản đã phát động đợt cải cách giáo dục đầu tiên, quy định lý thuyết đi đôi với thực hành và giáo dục là công cụ của giai cấp vô sản; không thể có giáo dục trung lập đứng ngoài chính trị [37]. Hệ giáo dục tiểu học và trung học mười hai năm bị thay thế bằng hệ phổ thông chín năm được chia thành ba cấp: bốn năm ở cấp một, còn gọi là tiểu học, ba năm tại cấp hai, hay trung học cơ sở, và hai năm ở cấp ba, trung học. Lề lối này của chế độ mới đã được dùng thay thế cho chương trình giảng dạy và lề lối sư phạm của Pháp. Phạm vi của cải cách này bị giới hạn vì nó chỉ tạo ảnh hưởng được ở những vùng do Việt Minh kiểm soát. Vùng do Pháp

---

37   Vo Thuan Nho, 35 nam, 43

chiếm đóng vẫn tiếp tục hệ giáo dục thuộc địa như trước [38]. Hơn nữa, từ năm 1951 đến 1953, cơ sở giáo dục VNDCCH đã chuyển đến Trung cộng, việc này tôi đã có đề cập ở một chỗ khác [39].

Ở miền Bắc, hệ thống kép trường tư thục và công lập của Pháp đã không còn nữa khi các trường tư thục bị bãi bỏ vào năm 1954 [40]. Ngoại lệ duy nhất là sự hiện diện của một số trường học Trung Quốc dành cho Hoa kiều và người Hoa sinh ra tại Việt Nam, theo tài liệu báo cáo thì có cả thảy 175.000 người vào năm 1960 [41]. Các trường học người Hoa này có truyền thống rất mạnh ở Việt Nam, được cộng đồng Hoa kiều liên trợ và sau năm 1950, được chính quyền của Trung Quốc tiếp tay [42].

Tháng 3-1956, một hội nghị giáo dục đã nhóm họp và phát động cải cách giáo dục ở VNDCCH lần thứ nhì (và cũng là lần cuối trước khi chiến tranh kết thúc). Cải cách đã đưa ra một học trình mới với hệ phổ thông mười năm, như trường hợp ở Liên Sô, mở rộng trung học cấp ba từ hai năm lên ba năm. Trẻ em bắt đầu đi học trong độ tuổi từ sáu đến bảy tuổi [43]. Tuy nhiên, thực ra là nhiều trẻ bắt đầu đi học muộn hơn nhiều. Thực tế vào năm 1956, một khung tuổi cho từng lớp học được lập ra như sau:

Lớp 1 từ 7 đến 11 tuổi
Lớp 2 từ 8 đến 12
Lớp 3 từ 9 đến 13
Lớp 4 từ 10 đến 14
Lớp 5 từ 11 đến 15
Lớp 6 từ 12 đến 16
Lớp 7 từ 13 đến 17
Lớp 8 từ 14 đến 18
Lớp 9 từ 15 đến 19
Lớp 10 từ 16 đến 20 [44]

---

38 Pham Minh Hac, "Educational Reforms", tr. 30
39 Dror, "Education".
40 Nguyen Van Huyen, "L'enseignement", tr. 9
41 Con số này lấy từ bài báo *Revolution, Socialism, and Nationalism*, 2: 80 xem ghi chú số 22.
42 Nghị định so 94-ND (1956): 95, được trích dẫn trong Vasavakul, "Schools and Politics", 2: 560
43 Nguyen Van Huyen, L'venseignignement, tr. 9; Nguyen Van Huyen, *Sixteen Years*, tr. 16. Theo Casella thì tuổi bắt đầu học tiểu học ở miền Bắc là bảy tuổi. Casella, "*The Structure of General Education*", tr. 6. Nguyen Van Huyen thì ấn định là có chương trình giáo dục mầm non chuẩn bị cho trẻ từ 6 đến 7 tuổi trước khi vào học tiểu học, nhưng trẻ cũng có thể vào thẳng trường tiểu học từ mẫu giáo lúc 6 tuổi. Nguyen, *Sixteen Years*, 32, 37.
44 Nghi dinh so 596-ND ngay 30-8-1956 ban hanh quy che truong pho thong 10 nam, trích dẫn trong Vasavakul, "Schools and Politics", 2: 406.

Trong thực tế, sự sai biệt tuổi tác có thể còn lớn hơn. Tôi đã phỏng vấn nhiều người Việt Nam có bạn học lớn hơn họ khoảng sáu tuổi.

Học xong bốn năm tiểu học, học sinh phải qua kỳ thi cuối cấp. Ai thi đậu thì sẽ tự động được vào cấp hai, học tiếp ba năm và sau khi đậu kỳ thi cuối cấp, sẽ được chứng nhận tốt nghiệp cấp hai, tức trung học cơ sở. Để vào cấp ba tức trung học, học trò phải qua một kỳ thi vào cấp ba nữa. Vào cuối năm học thứ ba và cũng là năm chót của trung học cấp ba, học sinh phải thi kỳ thi cuối cùng của chương trình giáo dục phổ thông. Nếu thi đỗ, họ có thể nộp đơn thi vào học đại học [45].

Ngoài cộng đồng thiểu số người Hoa ở VNDCCH, vốn cư trú chủ yếu ở vùng phố chợ sầm uất, còn có nhiều tộc người thiểu số sống ở miền ngược xa xôi, theo tính toán của một học giả thì có khoảng 2.385.000 người [46]. Trong kháng chiến chống Pháp, Việt Minh nhờ cậy rất nhiều vào các tộc người thiểu số, lôi kéo họ về cùng phe vừa bằng tuyên truyền vừa cưỡng bức [47]. Ở VNDCCH, khi quân Pháp chiếm vùng đồng bằng sông Hồng, chính quyền Hồ Chí Minh càng chịu phụ thuộc nhiều vào sự hỗ trợ hoặc bị ép buộc hoặc tự nguyện của các tộc người thiểu số, vì chiến khu Việt Minh đặt trong vùng đất của người thiểu số mà vốn nhiều tộc người có truyền thống thù địch với người Việt người Kinh. Bắt đầu từ năm 1946, nhà cầm quyền Việt Minh cố thực thi chính sách chặn bớt quyền tự trị của người thiểu số, và càng tăng thêm ngăn chặn sau năm 1954 [48].

Năm 1960, có 294.700 học sinh ở các trường học miền ngược, gọi là "Trường học miền núi", nơi hầu hết các sắc tộc thiểu số sinh sống ở đấy; con số báo cáo năm 1964 là 300.000. Năm 1960, Bộ Giáo dục báo là đạt được thành tựu lớn, trong đó có việc đổi mới chữ viết của tộc người Thái và tạo ra chữ viết cho tộc người Mèo, còn được gọi là H'mong [49]. Nhưng, trên thực tế, tình hình vẫn rất phức tạp. Tộc người Thái và Mèo vẫn không chắc chịu về với chính quyền. Trong khi người Tày, Nùng, Mường và các tộc thiểu số khác đã góp phần trong Chiến tranh Đông Dương lần thứ nhất khi đứng về phía Việt Minh và thường trung thành với Đảng, thì các lãnh tụ Thái Mèo cũng như cộng đồng Thái Mèo đứng về phía Pháp và được người Pháp trang bị vũ khí cho. Người Mèo ở mạn tây tỉnh Thanh Hóa đã phản ứng đặc biệt quyết liệt việc chính quyền thi triển đợt Cải cách Ruộng đất, một chiến dịch tập trung triệt hạ quyền hành của các thủ lĩnh địa phương và những thân hào nhân sĩ có vai trò trụ cột trong cộng đồng

---

45   Casella, "The Structure of General Education", 6
46   Post, *Revolution*, 2: 80 chú thích số 22
47   Fall, *The Viet Minh*, 97–8
48   Jackson, "The Vietnamese Revolution", 313–30, Đặc biệt nơi tr. 317–19; Fall, *The Two Vietnams*, 112
49   Nguyen Van Huyen, *Sixteen Years*, 34; Nguyen Khanh Toan, *20 years*, 44

buôn làng, thôn bản. Bế tắc trở nên càng trầm trọng hơn khi đoàn cán bộ đảng người Kinh tịch thu đất canh tác của người Mèo, cùng với việc đưa người Kinh người Việt vào sống lẫn trong bản làng người Mèo. Các tộc người Mèo tiếp tục cầm cự bất hợp tác ít nhất cho đến cuối những năm 1960 [50]. Ngày 28-1-1966, chính quyền ban hành một nghị định lập ra một Vụ đặc biệt phụ trách giáo dục cho các sắc tộc miền núi. Vụ này ra đời ngày 14-6-1966, nhưng thiếu nhân sự, chỉ có mười ba người làm việc trong đó. Họ có nhiệm vụ nghiên cứu tình hình miền núi, với trọng tâm chính là sản xuất ra tài liệu dạy học cho người Mèo. Họ cũng qua Liên Sô để học và làm theo kinh nghiệm của Nga với nhiều sắc tộc ở Liên bang Sô Viết [51]. Chính quyền VNDCCH cũng theo đuổi cùng một mục tiêu y như ở Liên Sô: thu nạp người thiểu số sung vào xã hội Việt Nam rộng lớn hơn.

Những gì ta thấy ở miền Bắc là họ xây dựng một hệ thống giáo dục một chiều toàn diện nhằm mục tiêu rốt ráo là thu gom tất cả học sinh vào cùng một thực nghiệm trường lớp chung nhất. Khi chiến tranh xảy đến vào giữa những năm 1960, sự khống chế hành chính từ trên xuống thu được qua hệ thống này đã tạo thuận lợi khi cần ứng phó nhanh trước tình hình mới.

Hệ thống giáo dục trong thời chiến

Hoa Kỳ bắt đầu oanh tạc Bắc Việt vào tháng 8-1964. Năm 1965, cùng sự hiện diện của quân đội Mỹ ở miền Nam, chiến tranh gia tăng cường độ khi Mỹ mở rộng ném bom miền Bắc khiến việc điều hành hệ thống trường học trở nên phức tạp hơn. Để đối phó với việc bị oanh tạc, VNDCCH đã phải tản quyền ra các địa phương và việc này cũng ảnh hưởng đến hệ thống giáo dục. Nhiều học sinh đã tản cư từ thành phố về nông thôn [52]. Việc an toàn cho học sinh trở nên cấp thiết [53]. Theo một nghiên cứu năm 1975, các trường làng, mà Bắc Việt tự cho rằng các cuộc oanh tạc thường nhắm tới nhằm làm mất tinh thần dân chúng, giờ đây được chia nhỏ thành các đơn vị lớp, mỗi đơn vị ở một địa điểm khác nhau và rải khắp ra trên một vùng rộng lớn. Thế là, một trường có 600 học sinh sẽ được chia thành 12 đơn vị lớp, tất cả rải ra ở nhiều chỗ khác nhau. Các thầy cô giáo sẽ phải đạp xe đạp từ nhóm này sang nhóm khác, có ngày phải đạp xe tới 15 dặm "lắm khi qua những chặng đường khó đi". Đối phó với các cuộc không kích là những hoạt động luyện tập, xây hầm trú ẩn, tổ chức các đội phòng không đã chiếm phần lớn thì giờ trong ngày tại các trường vẫn đang dạy học [54]. Sau khi ký

---

50 Post, *Revolution*, 3: 88
51 "Bao cao ve vu giao duc mien nui", 1 (VNAIII)
52 Sđd., 4
53 "Bao cao ve phuong huong cong tac giao duc", 8 (VNAIII)
54 Smith, *Area handbook*, 138

kết Hiệp định Ba Lê năm 1973, trẻ em được đưa trở lại thành phố và hệ thống trường học lại tiếp tục như trước [55].

Mặc những khó khăn thời chiến, có vẻ như VNDCCH đã thu được tiến bộ trong việc phát triển hệ thống giáo dục của họ nếu đánh giá theo dữ liệu thống kê sẵn có, tuy nhiên, vẫn còn không chắc lắm. Vì không có cuộc điều tra dữ liệu nào được tiến hành ở VNDCCH hoặc VNCH trong khoảng thời gian từ năm 1945 đến năm 1975 cho nên, những gì chúng ta ước tính là không đồng từ nguồn này sang nguồn khác, đôi khi sai biệt nhau cỡ 15% (xem bảng 1.1).

Bảng 1.1. Hệ thống giáo dục ở VNDCCH, 1956-1975

	Tổng dân số / Dân số trong độ tuổi đi học	Số học sinh tiểu học và trung học đã ghi tên học [1]
1956	15,879,000 / 4,843,095	814,500
1962	17,880,000 / 5,453,400	2,323,860
1965	19,602,000 / 5,798,610	2,666,728
1968	21,215,000 / 6,470,575	3,703,200
1973	23,441,000 / 7,149,505	4,675,727
1975	24,323,000 / 7,418,515	5,248,055

(1) Về số liệu của năm 1955-1956, theo Ho Chi Minh, "Noi chuyen tai Dai hoi", 530; Nguyen Khanh Toan vào năm 1965 lại đưa ra con số tổng sĩ số học sinh miền Bắc thấp hơn – 716,085 (theo Nguyen Khanh Toan, 20 years, 23, 35). Về số liệu của năm 1961-1962, theo T. L. [tức là Ho Chi Minh], "Mot thanh tich ve vang". Số liệu của năm 1964-1965, Vo Thuan Nho, 35 nam. Số liệu của năm 1972-1975, sđd.,167, 191.

Các số liệu thường không ghi / xác định cụ thể cấp học cũng như lớp học. Tôi đã lục ra được sự so sánh đối chiếu như vậy là tương đối mạch lạc. Về dữ liệu dân số thì tôi theo tài liệu Dân số Thế giới [World Population]: 1975, 116–17. Nếu so con số này với dữ liệu của Ha Van Tan thì có vài sai biệt. Năm 1960, Ha Van Tan: 30,172,000 so với World Population: 31,005,000. 1970: 34,929,000 so với 35,688,000. 1975: 47,638,000 so với 45,067,000 (Ha Van Tan, "Vietnam: Sketches of History", 21). Tờ Post thì cung cấp dân số DVR năm 1960 là 15,900,000 (Revolution, 2: 56, 80 cước chú số 22).

Theo những dữ liệu thống kê tương đối vừa kể, trong hai mươi năm từ 1955 đến 1975, số học sinh ghi tên đi học ở VNDCCH đã tăng 6,5 lần. Tuy nhiên, có điều không ổn như ta có thể thấy trong bảng 1.2 cho thấy lượng học sinh nhập học cũng như lượng tốt nghiệp nơi mỗi cấp trong niên khóa 1970-1971 [56].

---

55 Casella, "The Structure of General Education", 4
56 Tổng dân số ước tính của VNDCCH trong 1970-1971 là 22.343.000 (lấy trung bình giữa 1970 (22.114.000) và 1971 (22.573.000) [theo World Population: 1975, 116]). Lấy con số tỷ lệ 30,5 phần trăm để tính lượng người trong độ tuổi đi học trong tổng dân số sẽ cho kết quả là 6.814.615 người trẻ trong độ tuổi đi học. Tổng số học sinh trong niên

Như một điều gì hiển nhiên, trong khi VNDCCH đem lại một mặt bằng rộng cho các tầng lớp dân cư thì ngược lại hầu hết học sinh không vượt quá được cấp một (tiểu học). Nếu ta lấy niên khóa 1970-1970 làm điển hình, thì có con số 53,8% học sinh lớp một là vừa lên bảy tuổi, 8.4% xong lớp tám và 3,9% khởi sự hoàn thành mười năm học. Thiếu trường ốc và giáo viên đã buộc hệ thống giáo dục gặp nhiều hạn chế đáng kể. Hầu hết trường lớp phải học theo ca; giới giáo viên bị sung quân cưỡng bách và nhiều người còn trụ lại thì không hội đủ tư cách năng lực cần thiết. Nhà nước không có đủ phương tiện tài chính và nguồn nhân lực để mở rộng hệ giáo dục hơn nữa nhưng vẫn cố xoay sở để tạo ra một hệ thống một chiều để tiêm vào người học sinh khi họ còn đi học các giá trị nhận thức mà chế độ yêu cầu. Mặc dù gặp những hạn chế nhưng việc mở rộng hệ giáo dục đã đem lại một tình hình giáo dục phổ cập hơn so với trước, đồng thời qua đó nó cho phép nhà nước gây ra được nhiều lớp người tiếp thu ý thức hệ mà chế độ mong muốn. Có lẽ thậm chí quan trọng hơn, với những ai cố vượt qua được hệ giáo dục ấy, lần lượt, lại trở thành những nhà giáo, tiếp tục truyền chủ đề ý thức hệ mà họ đã được dạy trong những năm tháng còn đi học.

Bảng 1.2. Lượng học sinh tốt nghiệp và nhập học trong học đường ở VNDCCH, niên khóa 1970-1971

Cấp/Lớp	Nhập học	Tốt nghiệp	% tốt nghiệp so với nhập học	% tốt nghiệp học tiếp lên cấp
1 (1–4)	741,593	496,750	67	80
2 (5–7)	339,317	284,130	71	28
3 (8–10)	62,309	9,125	46.7	N/A

Trồng cây cộng sản – Quốc sách giáo dục

Hồ Chí Minh nhận ra tầm quan trọng của việc giáo dục giới trẻ với tinh thần cách mạng từ rất sớm. Thời ông ở Quảng Châu, một tỉnh miền nam Trung Hoa, từ năm 1924 đến 1925, có một nhóm trẻ em người Việt xa xứ ở Xiêm la được đưa đến đó để Hồ Chí Minh "nhận làm con nuôi". Số trẻ này mang họ Ly của ông ta, vốn là một trong những bí danh của ông thời điểm đó. Hồ Chí Minh đã hình dung ra từ những đứa trẻ này một viễn cảnh kết nối chặt chẽ chúng vào với cuộc cách mạng xã hội chủ nghĩa và cộng sản chủ nghĩa. Vào tháng 7-1926, Hồ Chí Minh viết thư gửi Ban Chấp hành Trung ương của Đội Thiếu niên Tiền phong Liên Sô thỉnh cầu họ tiếp nhận số trẻ Việt Nam này qua sống và học tập tại Liên Sô. Ông ta viết: "Bất

---

khóa 1970-1971 ở cấp tiểu học và trung học cấp hai của VNDCCH, theo báo cáo của Bộ Giáo dục, là 4.568.829 (Bao Bao ve ve hoach 3 nam 1971-1973 (VNAIII)) là 67,04 phần trăm người trẻ trong độ tuổi đi học. Bảng này cho thấy mối tương quan giữa các cấp học khác nhau với tổng dân số của cả nước và với lượng số trong độ tuổi đi học (dựa theo tài liệu đã dẫn nói trên và dữ liệu thống kê từ World Population).

cứ khi nào chúng tôi nói chuyện với chúng về Cách mạng Nga, về Lenin, về đội viên tiên phong - những chiến sĩ trẻ theo chủ nghĩa Leninist - chúng đều rất vui và đòi được đến thăm [những người trẻ như chúng bên Liên Sô], để sống cùng học cùng họ, và trở thành, giống như họ, những chiến sĩ trẻ theo chủ nghĩa Leninist chính hiệu". Đồng thời, Hồ Chí Minh cũng viết thêm thư khác cho đại diện của Đoàn Thanh niên Cộng sản Pháp - nằm trong Thanh niên Quốc tế Cộng sản - xin hỗ trợ cho mong muốn của ông được đến Liên Sô để thực hiện được sứ mệnh của ông trong việc nhận được "nền giáo dục cộng sản tươi đẹp" ở Liên Sô [57].

Ý tưởng nuôi trồng những đứa trẻ con trung thành với sự nghiệp cộng sản đã được chính quy hóa thành thể chế cùng với việc thành lập nhà nước VNDCCH. Đại hội giáo dục năm 1956 không chỉ nhắm cải đổi cấu trúc giáo dục mà còn định nghĩa nội dung của nó. Chương trình học xoáy thẳng vào ngay chủ nghĩa Mác - Lênin, nghĩa là "công tác giáo dục toàn diện phải tuân thủ đường lối của Việt Nam Dân chủ Cộng hòa và Đảng Lao động Việt Nam". Họ cũng quy định rằng các trường học phải là công cụ để xây dựng chủ nghĩa xã hội [58]. Kỳ vọng của những người hoạch định giáo dục đã được công bố rõ ràng. Tháng 10-1961, báo *Nhân Dân* giải thích rằng mũi nhọn chính của giáo dục là đi theo Đảng và thực hiện những mục tiêu và yêu cầu cấp bách của đảng [59]. Tháng 6-1962, Lê Duẩn đưa ra nhiều hướng dẫn cho các nhà giáo thậm rõ và chừa chỗ thậm ít cho tính sáng tạo. Phát biểu với sinh viên và giáo sư của Học viện Sư phạm Hà Nội, Lê Duẩn khẳng định: "Tôi không hiểu nhiều về chuyên môn của các bạn nhưng theo tôi thì để làm người giáo viên cũng giống như làm người thợ chính trị. Để làm được công tác chính trị thì ưu tiên hàng đầu là tuyên truyền giáo dục nhân dân để tiến hành cách mạng" [60]. Tháng 9-1965, Bộ Giáo dục xác định các mục tiêu của hệ giáo dục là: phục vụ sản xuất, quốc phòng, sẵn sàng bảo vệ đất nước [61]. Lập ra một hệ giáo dục nhằm cho ra lò một thế hệ thanh thiếu niên mới lớn trở thành những người lính cách mạng sẽ tiếp tục sự nghiệp cách mạng của Đảng và nhà nước. "Chỉ lúc đó", vẫn theo Lê Duẩn, "cùng với giáo dục tốt thì chủ nghĩa xã hội mới được bền vững" [62].

Kết quả là học trình dạy cho trường lớp đậm chất chính trị. Bắt đầu từ cấp một, các trường đã tiến hành các lớp học chính trị, dạy học trò về sự ưu vượt của chủ nghĩa xã hội và chủ nghĩa cộng sản so với tư bản và phong

---

57 Nguyen Ai Quoc [Ho Chi Minh], "Gui Uy ban trung uong thieu nhi" (22-7-1926)", và "Gui dai dien Doan thanh nien cong san Phap tai Quoc te thanh nien cong san" (22-7-1926)
58 Vo Thuan Nho, *35 nam*, tr. 86
59 "Mở rộng va đẩy mạnh cuộc thi đua".
60 Le Duan, "Cang yeu nguoi", tr. 7
61 "Bao cao ve phuong huong cong tac giao duc", tr. 2 (VNAIII)
62 Ibid., 13.

kiến. Ngoài chương trình dạy chính trị, những truyền đạt về ngôn ngữ, văn học và lịch sử cũng nhấn mạnh nhiều đến tầm quan trọng của phân tích giai cấp, yêu chủ nghĩa cộng sản, yêu Hồ Chí Minh, yêu Đảng, và căm thù những ai chống lại mục tiêu đó [63]. Việc chính trị hóa học đường một cách triệt để và kéo dài đã khiến cho chỗ nào cũng đặt nặng lòng trung thành với đường lối của đảng lên trên hết và lan sang cả lĩnh vực tri thức học thuật. Ngoài ra, nó còn làm nổi rõ sự kém cỏi, khuyết tật cả về ngắn hạn lẫn dài hạn. Về ngắn hạn, thật khó mà tìm ra những người có đủ ý thức chính trị bởi vì khái niệm chủ nghĩa xã hội và chủ nghĩa cộng sản không quen thuộc với nhiều người. Về lâu dài, nó dẫn đến việc sản sinh ra những lớp người có năng lực học thuật thấp kém. Để tăng cường chính trị hóa xã hội và tăng sản lượng cho đầu ra, đảng và nhà nước bắt đầu phát động các hoạt động thi đua xã hội chủ nghĩa vốn đã có từ lâu đời ở Liên Sô.

Phong trào thi đua trong giáo dục

Vào tháng 12-1918, một năm sau Cách mạng xã hội chủ nghĩa tháng Mười vĩ đại, Lenin đã viết trước hết về tầm quan trọng của các cuộc thi đua xã hội chủ nghĩa (tiếng Nga là *sorevnovanie*) là để đạt được thành quả cao nhất hầu làm lợi cho nhà nước và phong danh hiệu thi đua cho những đủ tiêu chuẩn dành được [64]. Phong trào đó ở Liên Sô đã lan rộng và vẫn còn tồn tại ở đó cho đến thập niên 1980. VNDCCH đã mượn ý tưởng này từ Liên Sô.

Tháng 6 năm 1948, tờ báo *Cứu quốc* của Việt Minh đã đăng lời Hồ Chí Minh kêu gọi dân chúng tham gia thi đua: "Thi đua là yêu nước, yêu nước thì phải thi đua, những ai thi đua mới là người yêu nước nhất" [65]. Kêu gọi *thi đua yêu nước* lần đầu tiên được vẽ ra là để vận động cho cuộc kháng Pháp. Vào tháng 5-1952, một đại hội đầu tiên mở ra cho những ai đạt danh hiệu thi đua đó và họ được xem như điển hình chiến sĩ thi đua. Những điển hình mẫu được chọn tham gia đại hội này như là một phần thưởng tuyên dương họ và để nhân rộng cho các chiến dịch thi đua khác. Người ta rêu rao là phong trào đó đã giúp VNDCCH đạt được chiến thắng quân sự trong cuộc kháng Pháp và củng cố uy tín của Việt Minh trên toàn thế giới [66]. Đầu thập niên 1960, các phong trào thi đua đã trở thành một chủ

---

63 34 Dror, "Love, Hatred, and Heroism" ["Tình yêu, Thù hận và Anh hùng tính"]
64 Lenin, "How to Organise Competition?" Sdobnikov và Hanna dùng chữ "competition" chứ không phải "emulation". Xem thêm bàn cãi về thuật ngữ socialist emulation với competition trong Dror, "Education for New Life".
65 Lời Ho Chi Minh kêu gọi lần đầu là vào ngày 1-5-1948 như là một bản nháp dự bị. Vào thời điểm đó bản dự bị này chưa được công bố rộng nhưng đến lần nhì thì nó trở thành một trong những tài liệu học tập chính (Ho Chi Minh, "Loi keu goi thi dua yeu nuoc").
66 Chien Huu, "Thi dua ai quoc", trích dẫn lại trong Treglodé, *Heroes*, tr. 44

để chính trên thực tế ở VNDCCH và một hệ thống danh hiệu thi đua đã được lập ra [67].

Đại hội Đảng lần thứ ba vào đầu tháng 9-1960 và cũng là Đại hội Đảng cuối cùng trước khi chiến tranh kết thúc năm 1975, đã đưa ra các quyết định quan trọng về sự phát triển đất nước, trong đó quan trọng nhất là khởi động Kế hoạch phát triển kinh tế 5 năm lần thứ nhất do đảng cầm lái. Kế hoạch này cũng đã mượn ý tưởng từ Kế hoạch Ngũ niên của Liên Sô. Để thực hiện các nghị quyết của Đại hội Đảng lần thứ ba, các phong trào thi đua mới lại nở rộ. Chẳng hạn, phong trào thi đua có tên là *Duyen Hai* phát động thi đua trong công nhân làm việc tại một nhà máy có cùng tên ở tỉnh Hải Phòng; một phong trào thi đua văn hóa nông nghiệp tên là Đại Phong cái tên nguyên là từ làng Đại Phong, tỉnh Quảng Bình; và một phong trào thi đua trong bộ đội gọi là Ba Nhất gồm ba điểm chính để phát triển binh đội: huấn luyện, gương mẫu và xuất sắc. Còn nhiều thi đua khác trên nhiều lĩnh vực hoạt động khác nữa.

Giáo dục cũng không lọt khỏi lưới thi đua. Ngày 7-9-1961, Hồ Chí Minh ca ngợi những thành tựu của hệ giáo dục VNDCCH và kêu gọi cải tiến hơn nữa. Hồ Chí Minh cũng đưa hệ giáo dục vào vòng phong trào thi đua với chiến dịch Hai Tốt: Dạy tốt, Học tốt. Hai chữ này ngụ ý kết hợp chặt giữa lý thuyết với thực hành, giáo dục với lao động và văn hóa với đạo đức cách mạng. Mục tiêu là biến trẻ em thành những học sinh xuất sắc, nghe lời chính quyền, để mai mốt họ sẽ trở thành công dân dũng cảm, cán bộ gương mẫu và thầy giáo đúng đắn về chủ nghĩa xã hội [68].

Cuộc binh đao leo thang ác liệt đã khiến phong trào thi đua Hai Tốt dời trọng tâm. Ngày 2-8-1965, Thủ tướng Chính phủ ban hành một chỉ thị: Hiện cả nước ta đang trong tình trạng chiến tranh, nhiệm vụ 'chống Mỹ cứu nước' là rất thiêng liêng [69]. Lần cuối cùng Hồ Chí Minh nhấn mạnh tầm quan trọng của thi đua Hai Tốt là vào tháng 10-1968, chưa đầy một năm trước khi ông qua đời khi sức khỏe giảm sút nghiêm trọng. Ông đánh giá cao thành tựu của thi đua, kêu gọi tiếp tục thi đua Hai Tốt bất chấp bao khó khăn mà VNDCCH phải đối mặt, kêu gọi đoàn kết trong hàng ngũ giáo viên, hàng ngũ học sinh, hàng ngũ cán bộ các cấp, và giữa nhà trường với nhân dân để đẩy mạnh trồng người tiếp nối sự nghiệp cách mạng vĩ đại của Đảng và nhân dân [70].

Còn trọng tâm và căn cốt của phong trào thi đua nơi thiếu niên nhi đồng thì nằm trong 5 Điều của Bác Hồ, một bộ định đề nghiêm mật, 5

---

67 để biết lịch sử của phong trào thi đua ở VNDCCH cho đến năm 1964, xin xem Treglodé, *Heroes*.
68 xem T.L. [tức Ho Chi Minh], "Mot thanh tich ve vang", tr. 4
69 "Chi thi ve viec chuyen huong cong tac giao duc, tr. 1 (VNAIII)
70 Ho Chi Minh, "Thu gui cac can bo".

nguyên tắc dẫn đường mà các thế hệ trẻ Việt Nam được nuôi dưỡng và phải ghi nhớ nằm lòng có thể đọc vanh vách bất cứ lúc nào; 5 Điều đó được người Việt ghi nhớ suốt đời. Thể theo tính nghiêm mật của 5 Điểm này, tôi dịch sang Anh ngữ là 5 Precepts. Nó cũng như các mặt khác của các chiến dịch thi đua, sẽ được bàn tới trong Chương Hai. Phong trào thi đua được phát động đã kết nối hệ giáo dục với nhiều khía cạnh khác của hệ thống chính trị xã hội VNDCCH làm cho người học sinh quán triệt các mục tiêu do Đảng đề ra.

Lý thuyết, thực hành và quân sự hóa

Đại hội giáo dục năm 1958 nhằm tăng cường giáo dục xã hội chủ nghĩa bằng cách nhấn mạnh hơn vào việc kết hợp lý thuyết với thực hành, học tập với lao động. Nó nhắm mục đích sản sinh thêm một thế hệ mới có "kiến thức khoa học với những hiểu biết cơ bản về kỹ thuật nông nghiệp và công nghiệp, tạo bước sẵn sàng cho học sinh đi vào quá trình xây dựng chủ nghĩa xã hội". Hồ Chí Minh minh họa điều đó bằng một giai thoại về sự thất bại của Khổng Tử và những lời giáo huấn của ông mà người Việt vốn đã đi theo hằng bao thế kỷ qua. Giai thoại này kể rằng, hơn 2.500 năm trước, có một người môn đồ đến hỏi Khổng Tử về việc đồng áng và gieo trồng. Theo Hồ Chí Minh, Khổng Tử đáp: "Ta không biết". Sai lầm của Khổng giáo không biết gì về "hành" về sau đã sinh sôi nảy nở ở Trung Hoa và Việt Nam, vì họ dạy rằng trau giồi trí óc thì được coi trọng hơn lao động chân tay. Bây giờ là lúc để thay đổi điều đó [71].

Nhiều trường học thời đó đã áp dụng hệ vừa học vừa lao động (học nửa ngày lao động nửa ngày. Một đơn cử nổi bật là một trường ở tỉnh Hòa Bình (phía tây Hà Nội) dành cho lớp thanh thiếu niên nòng cốt thuộc các sắc tộc thiểu số. Hồ Chí Minh đến thăm trường và chia sẻ kinh nghiệm thời trẻ của ông kết hợp giữa học với lao động để đối chiếu việc đó với quan điểm của ông về Nho giáo [72]. Một kích thích khác cho lối này là một trường học ở thôn Bắc Lý thuộc tỉnh Hà Nam, sau Đại hội Đảng lần thứ ba năm 1960 đã áp dụng chương trình kết hợp vừa học vừa lao động cho học sinh [73]. Tuy nhiên, không phải tất cả các trường đều áp dụng mô hình này và những trường nào đã áp dụng mô hình đó đều gặp khó khăn về hậu cần [74].

Khi địa vị của Hồ Chí Minh bị suy vi thì những kêu gọi lập hệ vừa học vừa lao động mà ông ưa thích cũng suy yếu theo. Đầu thập niên 1960, dường như có một chuyển đổi quay lại chương trình giáo dục thuần túy

---

71 theo T.L. [tức Ho Chi Minh], "Học hay, cày giỏi".
72 Ho Chi Minh, "Hoc tap tot, lao dong tot".
73 Vo Thuan Ngo, *Ban them*
74 Nguyen Van Huyen, "L'enseignement", 18

⁷⁵. Dẫu vậy, khi chiến tranh gia tăng ác liệt thì hệ vừa học vừa làm này đã khẳng định tính hữu ích của nó. Các trường học đều mong được tăng gia sản xuất. Chẳng hạn, tại tỉnh Phú Thọ trong niên khóa 1965-1966, các trường đã góp được 32.717 ngày đào mương thủy lợi, bắt được 2.178 kg côn trùng sâu bọ, 44.078 con chuột, thu được 417.135 kg phân gia súc và 90.651 kg phân xanh, gieo cấy được 144.333 mét vuông lúa, trồng 992.191 mét vuông khoai lang với bắp, trồng 97.393 mét vuông rau xanh, nuôi 13.681 con gà, đánh bắt được 30.852 cá các loại, và trồng được 232.034 cây lâu năm ⁷⁶. Việc ghi lại các số liệu thống kê như vậy, trừ phi đây là những con số ngụy tạo nhằm mục đích báo cáo thành tích, cho thấy mức độ đích đáng mà các hoạt động kia đem lại.

Hơn nữa, năm 1965 khi mở chiến dịch 'chống Mỹ cứu nước', Bộ Giáo dục đã ra lệnh quân sự hóa các trường học. Được vài năm sau, một số trường đã cung cấp được nhân lực ra trận thâm nhập vào miền Nam. Rồi năm 1965 khi chiến tranh gia tăng cường độ, các trường học quân sự hóa đã trở thành mục tiêu ưu tiên theo lệnh của Bộ Giáo dục. Tuổi quân dịch là 18. Nhưng các trường học dạy trước cho thanh thiếu niên có tinh thần chiến binh dũng cảm và "sẵn sàng mọi hoàn cảnh cần thiết để huấn luyện cho học sinh sẵn sàng tham gia nghĩa vụ quân sự hoặc trực tiếp chiến đấu khi cần thiết" ⁷⁷. Giáo viên và học sinh được dự bị sẵn để tham gia vào nỗ lực chiến tranh để đi dân công nơi tuyến đầu hoặc làm giao liên. Nói chung, "trực tiếp chiến đấu không phải là nhiệm vụ của học sinh", theo các chứng liệu có nêu ra. Tuy nhiên, các ngoại lệ sẽ được áp dụng cho các trường trung học có học sinh lớn tuổi hơn, hoặc khi có nhu cầu đặc biệt hoặc trong tình hình khẩn cấp cần thiết. Các trường học, đặc biệt là trung học có học sinh lớn tuổi, được giao nhiệm vụ luyện tập quân sự dự bị và dạy kiến thức chiến tranh nhân dân để khi cần thiết học sinh có thể tham gia chiến trận ⁷⁸. Không có tài liệu nào quy định độ tuổi là bao nhiêu cho các học sinh lớn tuổi hơn cấp học sẽ được gửi vào chiến trường.

Cũng theo tài liệu của Bộ Giáo dục, học sinh tiểu học lớp 3 và 4 và thanh thiếu niên trung học cơ sở có thể giúp quân đội làm ra các vật ngụy trang và phục vụ nước uống ở hậu phương. Tài liệu không nêu rõ những thanh niên này sẽ đến vùng chiến địa bằng cách nào để phục vụ binh lính. Học sinh trung học có tuổi lớn hơn có thể được sung vào các toán dân công ở tuyến đầu, hoặc làm giao liên, hoặc theo dõi kẻ địch, và làm công tác tuyên truyền cho thắng lợi, giúp các em nhỏ hơn tản cư và chăm lo các

---

75 Vasavakul, "Schools and Politics" [Học đường và Chính trị], 2: 454–520
76 "Bao cao tinh hinh cong tac giao duc", 8 (VNAIII)
77 Sdd., tr. 7
78 Sdd., tr. 2

hầm trú ẩn dưới lòng đất [79]. Từ năm 1965, các lớp học cũng được huy động để hỗ trợ cho bộ đội.

Hệ giáo dục VNDCCH không ngừng tìm cách kết hợp dạy học với các đóng góp thực tiễn cho các nỗ lực không ngừng của miền Bắc. Học sinh vừa tăng gia sản xuất vừa tham gia chiến trường khiến giới trẻ trở nên một phần không thể thiếu trong xã hội VNDCCH ngay từ những năm tháng đầu đời; tuy nhiên, chương trình dạy học phải trả một cái giá cho điều này. Ngoài ra còn nhiều khó khăn khác nữa trong việc biến trường học thành một công cụ chính trị định hình.

Trục trặc và giải pháp

Trong khi xếp đặt cho học đường tham gia các phong trào thi đua và rêu rao là thành tựu thì chính quyền lại kịp nhận ra rằng hệ thống giáo dục VNDCCH có đầy khuyết tật và thấp kém. Tháng 9-1965, Bộ Giáo dục bày tỏ mối lo sâu đậm rằng hệ thống giáo dục chưa trở thành một lực lượng cách mạng khả dĩ làm động lực chính trị tích cực cho việc xây dựng chủ nghĩa xã hội và chiến đấu thống nhất đất nước: "Trường học chưa thực sự là thành trì xã hội chủ nghĩa, nhiều giáo viên có trình độ văn hóa quá thấp kém" [80]. Một giải pháp mà Bộ tin rằng sẽ giải quyết vấn đề này là xây dựng đảng bên trong hệ thống giáo dục. Nếu một trường có ba đảng viên, họ sẽ tự tổ chức thành một chi bộ, thay vì có mặt như một cá thể riêng rẽ. Các trường học cũng phải thêm chương trình dạy chính trị nhiều hơn cho giáo viên và học sinh [81]. Một vấn đề cấp bách khác, theo Bộ nêu rõ là đưa học sinh tham gia vào lực lượng lao động, nghĩa là các trường phải hợp tác với các hợp tác xã nông nghiệp và các cơ sở sản xuất bằng cách cung ứng nguồn học sinh làm công nhân hoặc xã viên [82]. Điều này cho thấy rằng cả những nỗ lực chính trị hóa trước đây cũng như các thí nghiệm kết hợp lý thuyết với thực hành đã không mang lại kết quả mong muốn. Đồng thời nó chứng tỏ việc giải quyết vấn nạn không kiên định với chủ nghĩa xã hội và thúc đẩy quân sự hóa học đường là một nhiệm vụ nhiêu khê phức tạp. Trong đó có cả việc đào tạo chụp giựt giáo viên không đủ tư cách làm thầy lẫn việc đấy nhiều giáo viên đã qua đào tạo đi bộ đội gây ra. Quân sự hóa học đường, ngay cả trước khi chiến tranh gia tăng cường độ đã tàn phá tan nát hệ giáo dục. Bộ Giáo dục còn nêu rõ rằng: việc học, việc tăng gia sản xuất và chiến đấu đã không cân đối. Nhiều nơi còn xem nhẹ việc học và đặt nặng việc sản xuất và chiến đấu. Trong suy nghĩ của dân chúng, phụ huynh và thậm chí cả học sinh cũng không hào hứng với việc học ... Ở nhiều nơi,

---

79 Sđd., tr. 13
80 "Bao cao tinh hinh cong tac giao duc", 2 (VNAIII)
81 Sđd, 2-3; "Vu Tau Giao", 3 (VNAIII)
82 "Bao cao ve phuong huong cong tac giao duc", 3 (VNAIII)

hiệu trưởng đã giao cho thầy và trò chỉ tiêu phục vụ sản xuất và chiến đấu quá mức, [theo Bộ cho rằng điều đó là] chưa cần thiết, và nó làm ảnh hưởng đến việc học [83].

Có vẻ việc tuyên truyền và chính sách giáo dục của VNDCCH vừa quá thành công vừa đáng trách vì đã làm xao lãng giáo viên và học sinh: quá nhiều học trò và nhà giáo nhận thấy rằng chính sách đó là nhằm đóng góp cho nỗ lực chiến tranh hơn là dạy và học.

Mặt khác, Bộ cũng không hài lòng với trình độ chính trị và văn hóa của các nhà giáo, phải chăng việc đó bộc lộ rằng chỉ thị của đảng và nhà nước đã không được thi hành. Nhân sự của hệ thống giáo dục bị buộc phải bám lấy một giải pháp trung dung và cố gắng làm hết sức mình để hoàn thành những gì được giao.

Thấy vậy, nhà nước tăng cường nỗ lực chính trị hóa hệ thống giáo dục. Vào cuối năm 1967 và đầu năm 1968, vào đêm trước cuộc Tổng tấn công Tết Mậu Thân năm 1968, người ta đã chiếu cố đến chính sách giáo dục nhiều hơn. Với cuộc tổng công kích Tết Mậu Thân, lực lượng cộng sản lần đầu tiên đã ra sức tấn công quân đội Nam Việt Nam và quân đội Mỹ bằng một cuộc chiến tranh quy ước với hy vọng dân miền Nam sẽ nổi dậy chống chính quyền đồng thời chứng minh rằng VNCH không phải là một chính thể có khả năng đứng vững được. Năm 1967, Thủ tướng Phạm Văn Đồng nhấn mạnh tầm quan trọng của giáo dục trong việc trồng người có tư tưởng cách mạng và trung thành với chủ nghĩa xã hội. Ông khuyên bảo các giáo viên rằng, nếu họ làm tốt việc dạy thì lớp người trẻ học trung học sẽ được chuẩn bị tốt và sự nghiệp cách mạng trong tương lai sẽ vững chắc [84]. Phong trào thi đua Hai Tốt sẽ được tăng cường, như đã thông báo trong một báo cáo đặc biệt tại Hội nghị của các ủy ban hành chính từ các tỉnh thành được tổ chức vào năm 1967: "Trên tất cả, giáo viên phải là cán bộ cách mạng nòng cốt, trung thành với sự nghiệp cách mạng của Đảng, của giai cấp công nhân và của đất nước. [Họ phải làm việc] vì chủ nghĩa xã hội, vì thống nhất đất nước, vì học sinh thân yêu" [85].

Từ ngày 4-12-1967 đến ngày 20-1-1968, một đợt học chính trị lớn nhất từ trước đến nay đã được tổ chức theo chỉ thị của Ban Chấp hành Trung ương đảng. Đợt này là sự tái hiện của các cuộc tranh cãi nội bộ đã nổi lên hồi năm 1963-1964 với mức vừa phải nhưng đã phát triển thành tranh cãi mạnh hơn nhiều vào năm 1967-1968 về việc nên xem điều gì quan trọng hơn cần có nơi giáo viên: lập trường giai cấp đúng đắn hay năng lực chuyên môn? Đợt học trùng hợp với một phong trào dấy lên

---

83 Sđd, cũng nên xem thêm bộ tài liệu của VNDCCH về việc quân sự hóa *Cong tac quan su*.
84 Pham Van Dong, "Chung ta phai kien tri", 77. Tương tự, những ý kiến đó cũng có trong Le Duan, "Nhiem vu cua cac thay giao".
85 "Quan triet duong loi", 2–3 (VNAIII)

mạnh mẽ trong Đảng nhằm khẳng định tính giai cấp công nhân làm nền móng cho Đảng.

Những điểm chính được dạy cho học viên đợt học này để cập tầm quan trọng của việc xác định thực chất của cuộc chiến là chống Mỹ cứu nước và khẳng định bản chất "tàn bạo, đồi trụy và xấu xa" của đế quốc Mỹ. Cuộc chiến cũng được dạy là cuộc chiến của dân chứ không phải của chính quyền. Học viên cũng thảo luận về lý tưởng cộng sản & vô sản và sự cần thiết phải tăng cường công tác đảng trong học đường.

Việc lên lịch cho đợt học chính trị này không phải là một trùng hợp ngẫu nhiên với cuộc Tổng tấn công Tết Mậu Thân mà chính là một mặt chuẩn bị cho nó. Vì Tết Mậu Thân đã được trù bị trước và được giữ bí mật nghiêm ngặt, cho nên đợt học chính trị cũng vậy. Học viên học chính trị phải tuyệt đối tuân theo những chỉ thị nghiêm ngặt. Họ không được phép tiết lộ cho gia đình, bạn bè hoặc cán bộ đồng nghiệp biết lớp học chính trị đặt ở đâu, họ không được có bất kỳ mối liên lạc hay giao tiếp với người khác trong suốt thời gian đợt học diễn ra. Trường hợp đặc biệt khẩn cấp thì đương sự buộc phải xin phép trước từ người chỉ huy khóa học, người này lại sẽ xin ý kiến cấp trên để xác định xem có hội đủ điều kiện cho phép vắng mặt hay không. Tương tự, học viên phải được cấp phép bằng giấy tờ hẳn hoi mới được bỏ dở đợt học và anh ta không được truyền lại nội dung học chính trị cho bất kỳ ai. Giáo viên cũng được cảnh báo rằng họ phải thi hành đường lối chỉ đạo của Đảng về giáo dục bởi nếu không, họ sẽ "gây thiệt hại lớn cho sự nghiệp giai cấp vô sản gắn liền với vai trò chủ chốt tuyệt đối và toàn diện của đảng" [86].

Năm 1968, sau Tết Mậu Thân, Hồ Chí Minh gửi thư cho nhà giáo, học sinh và sinh viên nhắc nhở họ đẩy mạnh tình yêu nước yêu chủ nghĩa xã hội, củng cố tinh thần cách mạng với giai cấp công nhân và nông dân, một lòng trung thành với cách mạng, hoàn toàn tin tưởng vào sự lãnh đạo của đảng, sẵn sàng nhận mọi trách nhiệm mà đảng và nhân dân giao phó, và cố gắng luôn xứng đáng với đồng bào miền Nam ruột thịt anh hùng [87]. Ngay lập tức bộ Giáo dục ca ngợi bức thư như là "chỉ thị tối cao của đảng và nhà nước ta, làm nền tảng cho hành động trong lĩnh vực giáo dục" [88]. Những đợt sóng tràn hô hào kêu gọi không ngừng nghỉ chứng tỏ nhà nước đánh giá chủ trương chính trị hóa chưa đạt. Và rồi bằng cách tiếp tục đổ thời giờ và công sức để cho ra lò tiếp một đội ngũ giáo viên mới, dường như cái trục trặc ấy đã được chữa khỏi phần nào trong những năm tiếp đó, có lẽ chứng tỏ cái đích nuôi trồng lứa giáo viên cho bước đường sắp tới của đảng đã thu được một vài thành tựu gì.

---

86 "Noi quy cua lop hoc 45 ngay" (VNAIII); "Vu Tau Giao" (VNAIII)
87 Ho Chi Minh, "Thu gui cac can bo", 102
88 "Phuong huong buoc dau", 1 (VNAIII)

Giáo dục cải tạo

Như bất kỳ nhà nước nào khác, VNDCCH phải vật lộn với nạn để trẻ vị thành niên phạm pháp và một nghị luận về hệ giáo dục sẽ không hoàn bị nếu không khảo sát nạn đề đó, cho dẫu việc không có được dồi dào các tài liệu liên quan cần thiết đã ít nhiều làm chúng tôi không hiểu biết hết về nó. Tội phạm vị thành niên được chính quyền coi là một hiện tượng xa lạ với bản chất của chế độ xã hội chủ nghĩa, như được xác định vào năm 1986 bởi cựu viện trưởng của Viện Luật pháp tại Hà Nội, Dào Tri Uc. Theo ông, khi tội phạm hiện diện, nó có mối liên quan tới các hiện tượng tiêu cực của đời sống xã hội trong những hình thái kinh tế xã hội thời kỳ trước [89]. Ở Việt Nam, những hình thái đó là chế độ phong kiến và thực dân. Mặc dù năm 1954, chính quyền cộng sản đã giành được quyền kiểm soát hoàn toàn lãnh thổ Bắc Việt, thế nhưng rất nhiều tệ nạn vẫn tồn tại dai dẳng. Những lề lối của xã hội cũ đã không bị dẹp bỏ mà càng trở nên trầm trọng hơn bởi chiến tranh. Tháng 2 năm 1960 ban Bí thư Trung ương đảng đã nêu ra rằng nguồn gốc của trẻ vị thành niên phạm pháp là do công tác dạy dỗ không đạt từ gia đình, nhà trường, chính quyền và các đoàn thể. Vậy thì cần phải nỗ lực vận dụng hơn nữa [90].

Theo số liệu thống kê ghi nhận được năm 1964, có 2.434 trẻ vị thành niên trong độ tuổi từ 13 đến 17 phạm tội, 5.150 vụ phạm pháp. Năm 1965, có tổng cộng 2.863 trẻ vị thành niên phạm tội, 8.855 vụ trộm cắp, chiếm 51% tổng số vụ phạm pháp của trẻ vị thành niên [91]. Theo dữ liệu của chính quyền, chỉ trong ba tháng đầu năm 1966, các vụ phạm tội của trẻ vị thành niên chiếm 70% số vụ tương tự trong cả năm 1965. Tháng 2-1967, bộ công an đã báo cáo với chính phủ theo dữ liệu của họ rằng, vào năm 1966, số vụ trẻ vị thành niên trộm cắp là 2.252 tức xấp xỉ 25% tổng số các vụ trộm cắp cả năm, là 9,008.

Bộ công an báo cáo rằng ngón nghề của những thanh thiếu niên này không thua gì tội phạm chuyên nghiệp - họ tập hợp thành nhóm năm, sáu người, trèo tường, leo lên mái để đột nhập vào nhà. Số tiền họ đánh cắp nhiều ít đủ cả: từ 3 đến 5 đồng hoặc có khi lên tới 1.000 đồng. Họ ra tay cả ngày lẫn đêm. Họ cũng hãm hiếp phụ nữ và giết người, nhất là ở Hà Nội. Một số đánh cắp trâu bò và gia súc đưa sang Trung Quốc bán rồi mua hàng lậu đem về bán ở tỉnh Quảng Ninh (tỉnh duyên hải giáp giới với Trung Quốc). Thậm chí nghiêm trọng hơn, cũng theo quan điểm của bộ công an, là một số vụ thanh thiếu niên đột nhập vào các tòa đại sứ Liên Sô, Trung Quốc, Bulgaria, Lào và những nước khác, ăn cắp tiền, quần áo, đồ đạc và

---

89 Dao Tri Uc, Bor'ba, 35
90 Sđd., 96
91 "Chính phủ giao cho ... trẻ em hư từ 13–17 tuổi", tr. 1 (VNAIII)

giấy tờ. Ban đêm, có một số vụ đột nhập vào các ủy ban tỉnh hoặc ủy ban thành phố để lấy cắp quần áo và tài sản của Bí thư và phó Bí thư đảng ủy, như có vụ đã xảy ra ở Hải Phòng. Một số trẻ khác còn lợi dụng lúc xảy ra các cuộc không kích ném bom để đột nhập vào nhà, cửa hàng và cơ quan công sở. Thậm chí có trẻ trà trộn trong đoàn người chạy nạn tránh bom trong các hầm trú ẩn công cộng để thừa cơ móc túi (tại Hà Nội, Hải Phòng, Nam Hà và Hà Bắc). Khi kiếm được tiền, chúng ăn xài phung phí có khi chi trả từ năm đến mười đồng mỗi bữa ăn; mặc quần áo kiểu cao bồi, kiểu Tây Đức, gầy sòng đánh bạc, sát phạt ăn thua tới hàng trăm đồng (ở các quận Hoàn Kiếm và Ba Đình).

Ngoài ra, theo Bộ, có những băng đảng như băng Phượng hoàng đen ở Hải Phòng và Bàn tay Năm ngón ở Hà Nội. Các tay anh chị các băng đảng này đã dạy nhau cách ăn cắp, đánh cướp và phân chia chiến lợi phẩm. Chúng gây xáo trộn, đe dọa cán bộ, đánh giáo viên, thậm chí đánh cả cán bộ an ninh mật vụ (ở Hà Nội, Hải Phòng và Hải Dương). Ở vài nơi, thanh thiếu niên còn có hành vi đồi trụy: họ hãm hiếp phụ nữ ở những nơi tối khuất, trong số những tội phạm trẻ có nhiều trai gái ăn nằm lang chạ với nhau, có một số đã mắc bệnh giang mai.

Nguồn gốc cái ác và các biện pháp giải quyết dĩ nhiên liên quan đến nhiều yếu tố khác trong đó giáo dục chiếm phần quan trọng nhất. Giáo dục nơi gia đình còn đầy những thiếu sót, bỏ ngỏ như Bộ Công an đã thừa nhận. Chúng tôi khuyến nghị việc dạy con trong nhà phải tránh hai xu hướng vô ích: một là hết mực nuông chiu trẻ và thanh thiếu niên, hai là đòn vọt quá mức. Cả hai đều làm hỏng khả năng tư duy, tình cảm và tâm lý của trẻ để có thể thích nghi với trường học cũng như hòa nhập vào các tổ chức đoàn thể khác có nhiệm vụ giáo dục chúng [92]. Việc này cũng tính đến những trẻ vốn sống cùng với gia đình, nhưng vào thời chiến, nhiều nhà phải đưa con em đi tản cư lánh nạn đến các thành phố mà không có cha mẹ bên cạnh và không có ai trông nom chúng cả [93]. Đôi khi cũng có một thực tế là ngay trong nhà của trẻ và thanh thiếu niên còn xúi chúng đi ăn cắp và cuối cùng là chúng trở thành chuyên nghiệp [94].

Bộ công an cũng tin rằng một nguồn khác làm hỏng trẻ là những tờ báo, tạp chí khiêu dâm đồi trụy, tiểu thuyết, truyện trinh thám, truyện kiếp hiệp vẫn lén lút lưu hành ở một số nơi: thanh thiếu niên chuyền tay nhau đọc và đầu óc họ bị hư nặng vì loại sách báo này. Bộ Công an nhấn mạnh rằng những sách báo đầu độc tâm hồn thanh thiếu niên như vậy phải bị Bộ Văn hóa thu hồi hoàn toàn [95].

---

92 Sđd., 2
93 Dao Tri Uc, Bor'ba, 27
94 "Tình hình trẻ em hư, lưu", tr. 3
95 Sđd.

Chính quyền thừa nhận rằng công tác giáo dục với biện pháp hành chính với trẻ hư hỏng bụi đời (nguyên văn miền Bắc dùng chữ: *các em hư*) là không hiệu quả. Trước năm 1964, chỉ có hai cách để đối phó với tội phạm vị thành niên: hoặc bỏ tù hoặc đem trẻ vị thành niên đi khỏi nơi cô cậu bắt đầu phạm tội. Theo cách đó, một lượng lớn trẻ vị thành niên đã được đưa vào nhà tù để cách ly họ khỏi môi trường làm hư hỏng họ. Năm 1964, VNDCCH bắt đầu tạo ra một hệ thống trường học đặc biệt dành cho trẻ vị thành niên khó dạy trong độ tuổi từ 9 đến 18, những trẻ bất cần đời hoặc phạm tội đánh nhau nhẹ, tức là nguy cơ cho xã hội vì hành vi của họ đang trên bờ vực phạm tội. Những trường này thuộc thẩm quyền của lực lượng Dân quân cùng phối hợp với Bộ Giáo dục trông coi. Ngoài giáo dục phổ thông, học sinh cũng được khuyến khích học một số nghề. Thường thì trẻ vị thành niên lưu lại nơi này không quá hai năm trừ khi vẫn còn ngang bướng, trong trường hợp đó thì họ sẽ phải ở lại vô thời hạn cho đến khi cải tạo xong mới thôi [96]. Nhưng cho đến năm 1967, chỉ có 26 trẻ được thu gom vào một trường học duy nhất như vậy, chứng tỏ chương trình này không đáp ứng được nhu cầu của tình hình..

Bộ giáo dục cũng ấn định sự tham gia rộng rãi nhiều hơn nữa của các đoàn thể khu phố xã ấp chung tay trong chương trình giáo dục này. Để đạt được điều này, trước tiên các thành viên người lớn của các tổ chức này phải được dạy trước về mức độ nghiêm trọng của vấn đề và các bước cụ thể để cải thiện tình hình. Trong khi đó, các đoàn thể khu phố thôn xã đã có đủ thứ trục trặc, thiếu phương tiện cụ thể để làm việc với trẻ em và thanh thiếu niên. Bộ còn đòi lập thêm trường học cho trẻ hư ở Hà Nội, Hải Phòng, Thanh Hóa và Phú Thọ, những nơi này sẽ nhận trẻ vị thành niên không chỉ tại chính tỉnh mình mà còn từ các địa phương khác đến vì những nơi đó không có khả năng mở trường như vậy. Trong khi chờ đợi nhân lực của bộ Giáo dục, một số trường sẽ do bộ công an cai quản [97].

Không có nhiều chứng liệu hơn nữa để có thể tiếp cận được về tội phạm vị thành niên vào thời đó. Dẫu không hiệu quả, nhưng những cố gắng giải quyết vấn đề cho thấy nhà cầm quyền đã cố lý tới những thanh thiếu niên đã thoát ra ngoài vòng cải tạo của họ dù chẳng đạt được thành công nào.

Hệ thống giáo dục VNDCCH tại Trung Quốc

Ngoài việc điều khiển hệ giáo dục trên lãnh thổ Bắc Việt, VNDCCH còn điều khiển thêm một hệ giáo dục cho thanh thiếu niên -người Việt- đặt tại Trung Quốc. Trung Quốc từng có vai trò lâu dài trong nền giáo dục Việt Nam. Thời cận đại, Đại Việt đã áp dụng hệ giáo dục và khoa cử Trung Hoa

---

96 Dao Tri Uc, Bor'ba, 101, 119
97 "Chinh phu giao cho ... em hu tu 13–17 tuoi", 1–3 (VNAIII)

kéo dài cho đến đầu thế kỷ XX. Vào thập niên 1920, Hồ Chí Minh đã đưa một nhóm trẻ em Việt Nam sang học ở Trung Quốc dưới quyền giám hộ của ông ta. Khi phe cộng sản nổi lên dành chiến thắng trước phe Quốc dân Đảng vào năm 1949, Cộng hòa Nhân dân Trung Hoa được thành lập và Hồ Chí Minh đã xin Hoa Lục giúp đỡ bằng cách gởi nhờ các trường học của VNDCCH vốn bị mất chỗ do bởi cuộc chiến đang diễn ra với Pháp, sau đó một số trường học Việt Nam đã được thành lập tại Trung Quốc (Hoa Lục) [98]. Một học khu trung tâm được thành lập tại Nam Ninh, thủ phủ của tỉnh Quảng Tây ngay bên kia biên giới, dành cho một số cơ sở giáo dục Việt Nam, trong đó có cả Học viện Sư phạm, Đại học Khoa học và các trường trung học. Quyết định cuối cùng thu xếp cho việc này đạt được vào ngày 20 – 21-5-1951, sau nhiều lần Hồ Chí Minh xin tới xin lui mới được. Liu Shaoqi (Lưu Thiếu Kỳ), là Phó Chủ tịch Chính quyền Trung ương Trung Quốc, và Chen Yun (Trần Vân), chủ nhiệm ủy ban Kinh tế Tài chính Trung ương nhà nước Trung Quốc, đã ký một thỏa thuận rằng phía Việt Nam sẽ gửi thanh thiếu niên đến học tại Quảng Tây, tại đây Trung Quốc sẽ giúp thành lập trường học và chịu gánh nặng chi phí. Học sinh sẽ được dạy bằng tiếng Việt [99].

Rồi vào ngày 23-5-1951, Ủy ban tỉnh Quảng Tây xác nhận việc xin giúp đỡ của Hồ Chí Minh, theo đó một lượng khoảng 2.000 người gồm học sinh và nhân viên sẽ đến tỉnh Quảng Tây để lập thành một trường trung học sát nhập vào một Học viện Sư phạm cũng đã được dời đến đó. Trong số này có 1.700 học sinh cấp hai và 200 sinh viên Học viên Sư phạm. Như thế số trẻ này được tạm lánh khỏi cuộc chiến. Người ta cũng đã chọn chỗ đặt trường học ở tỉnh Quảng Tây vì nằm gần với Việt Nam. Học sinh sẽ tự trồng rau kiếm củi để giảm tốn phí cấp dưỡng. Trung Quốc hứa cung cấp thiết bị cần thiết và viện trợ tài chính cho trường [100]. Có một số học sinh tốt nghiệp cuối cấp hai lại tiếp tục nhập học vào Học viện Sư phạm [101].

Lượng người thu nạp vào mạng lưới giáo dục Việt Nam tại Trung Quốc đã tăng lên 4.000. Ngoài ra, từ tháng 10-1954 đến tháng 12-1955, cũng đã hiện diện một trường quân sự lớn với hơn 3.000 học viên lớn tuổi từ 20 đến 23. Sự hiện diện của học viện này hoàn toàn bí mật [102].

Cũng theo lệnh Tổng chỉ huy Quân sự và bộ Quốc phòng, vào ngày 1 tháng 10 năm 1949, tại Thái Nguyên một tỉnh phía bắc Hà Nội, một trường thiếu sinh quân đầu tiên được lập ra gồm bốn trung đội học sinh vào năm

---

98 Xin xem Dror, "Education for New Life".
99 Trong tài liệu này, Ho chi Minh được gọi bằng tên 丁 (Ding trong tiếng Hoa, Ling trong tiếng Việt): "刘少奇".
100 中共广西省委关于越南, 23-5-1951
101 Theo thư riêng của các cựu học sinh trường này
102 Cũng theo nguồn thư riêng giữa các cựu học sinh

đầu [103]. Theo kết quả từ thỏa thuận đã ký kết với Trung Quốc năm 1951, bộ Quốc phòng Bắc Việt đã tuyển chọn thanh thiếu niên trong độ tuổi từ 14 đến 18 và lập thành tám đại đội (khoảng 700 thiếu sinh) vượt biên sang tỉnh Quảng Tây, cùng với cán bộ, giáo viên, và các sinh viên khác tiến đến Học khu Trung tâm ở đó. Khi đến nơi, họ được chuyển sang Quế Lâm, cách khoảng 230 dặm về phía bắc của Nam Ninh.

Suốt thời gian trường này tồn tại, một số học viên lớn tuổi đã quay về Việt Nam để tham gia chiến trận. Những người như Vũ Mão, về sau làm Bí thư Thứ nhất đoàn Thanh niên Cộng sản rồi Chủ nhiệm Văn phòng Quốc hội và Hội đồng Nhà nước, như Vũ Khoan, về sau làm phó Thủ tướng của Cộng hòa Xã hội Chủ nghĩa Việt Nam, là những người đã học ở đó. Tháng 8 năm 1953, khi Trường thiếu sinh quân này được sát nhập vào Học khu Trung tâm ở Nam Ninh thì một số học viên được chuyển đến trường cấp hai, một số đến Học viện Sư phạm, và trong số họ có ba mươi người được gửi đến học tại Liên Sô [104].

Cũng trong thời gian đó, vào ngày 9-7-1953, bộ Giáo dục VNDCCH đã thành lập Trường dành cho thiếu niên nhi đồng Lushan gọi là *Trường thiếu nhi Lư Sơn* dùng hệ giáo dục phổ thông chín năm [105]. Học sinh của trường là con cái của các cán bộ đảng cao cấp, hoặc giới chức chính quyền và quân đội. Một số học sinh trường này đã có trước một ít thành tích chiến đấu. Trường được thành lập để chuẩn bị cán bộ cho môi trường hòa bình để xây dựng đất nước sau chiến tranh. Ban đầu, người ta đồng ý đưa trường lên một khu nghỉ mát cao trên núi Lushan thuộc tỉnh Quảng Tây, rất gần biên giới với Việt Nam. Khoảng 1.000 học sinh và 200 giáo viên với cán bộ đã được gửi lên đó. Tuy nhiên, trẻ em Việt Nam không chịu được khí hậu lạnh mùa đông. Để giảm các trục trặc về sức khỏe trong học sinh, cán bộ và giáo viên, chính quyền Hoa Lục đã dời trường đến Quế Lâm, nơi trước đây đã sẵn có trường thiếu sinh quân rồi. Trường này lưu lại đó cho đến tháng 12-1957, thì được sát nhập vào Học khu Trung tâm ở Nam Ninh. Tháng 6-1958, người ta đưa nó trở về Việt Nam [106]. Nhạc sĩ nhiều người biết tiếng Phạm Tuyên đã có dạy tại các trường học Việt Nam trên đất Nam Ninh. Ông là con trai của Phạm Quỳnh, một trí thức ưu tú và cũng là cựu bộ trưởng trong chính phủ Bảo Đại từ 1932 đến 1945, bị Việt Minh ám sát vào tháng 8 năm 1945. Lúc Cha chết, Phạm Tuyên mới 15 tuổi. Trong cơn giông tố can qua của thời cuộc, ông đứng về phe cộng sản.

Tháng 11-1957, chính quyền Việt Nam và Trung Quốc ký thỏa thuận thành lập một trường học ở thành phố Nam Ninh, tỉnh Quảng Tây, với

---

103 "Lich su ĐHSP Ha Noi: Tu nam 1951 den nam 1956".
104 Theo thư riêng của các cựu học sinh trường
105 "Nghi dinh thanh lap mot truong pho thong".
106 Theo thư riêng của các cựu học sinh trường

tổng số 3.000 người gồm học sinh, giáo viên và nhân viên hành chính, và một trường khác nữa ở thành phố Quế Lâm, cũng thuộc tỉnh Quảng Tây, với sĩ số 1.000 người gồm học sinh, giáo viên và nhân viên hành chính. Thỏa thuận trong ba năm. Tất cả nhân viên là người Việt Nam; Trung Quốc cung cấp thiết bị và phương tiện. Việt Nam chi trả tốn phí hàng ngày từ các quỹ mà Trung Quốc cung cấp cho VNDCCH dưới dạng viện trợ tài chính [107]. Dường như thỏa thuận này không có gia hạn.

Hợp tác giáo dục Trung-Việt được nối lại trong Chiến tranh Đông Dương lần thứ hai. Theo đà gia tăng của chiến cuộc, năm 1965, Trung ương đảng cộng sản và chính quyền VNDCCH lại lần la sang chính quyền Trung Quốc để xin viện trợ một lần nữa nhằm lập một hệ thống giáo dục Việt Nam trong lãnh thổ Hoa Lục. Ngày 18-2-1966, một thỏa thuận đã đạt được, theo đó Trung Quốc tự nhận bảo lãnh cho các trường học Việt Nam trên lãnh thổ Hoa Lục.

Đến năm 1965, ngay tại chính lãnh thổ VNDCCH, các trường học Trung Quốc đã được tích hợp vào hệ thống giáo dục VNDCCH và chịu nhận vào một số học sinh người Việt nào không có nguồn gốc Trung Quốc. Năm 1966, do những căng thẳng giữa giới cầm quyền Hà Nội với các thành phần trong cộng đồng người Hoa, gây ra bởi những bất đồng quan điểm về Cách mạng Văn hóa ở Hoa Lục, thì tình thế đã xoay chuyển trầm trọng; các trường học người Hoa đã mau lẹ bị đặt lại về hướng Việt hóa, tước mất đi bản sắc Trung Hoa, cả về giáo trình cũng như thành phần học sinh [108].

Điều đáng nói là việc thành lập hệ giáo dục Việt Nam tại Hoa Lục không chỉ xảy ra vào thời điểm các trường người Hoa ở VNDCCH bị hệ giáo dục Việt Nam nuốt chửng, mà còn được bảo đảm dưới thời Cách mạng Văn hóa Trung Quốc, bắt đầu vào tháng 5-1966. Cách mạng Văn hóa đã phá hủy hệ thống giáo dục Trung Quốc và khiến nền kinh tế Trung Quốc rơi vào tình trạng bê bết. Mặc dù vậy, chính quyền Trung Quốc vẫn tách biệt chính sách đối nội với đối ngoại. Họ đồng ý xây trường học cho người Việt trên lãnh thổ của họ. Gặp khi điều kiện không cho phép dựng chỗ ở đầy đủ ngay lập tức thì họ sẽ dựng các trường tạm. Họ cũng chu cấp thiết bị dạy học và nguồn quỹ cho chi phí hàng ngày [109]. Những nỗ lực viện trợ này còn có tên gọi là Dự án "92", gợi đến ngày 2-9, ngày tuyên bố độc lập của Việt Nam vào năm 1945 (mặc dù có vẻ như cách ghi ngày tháng bị ngược với cách của người Việt) [110]. Một trong những trường được dành riêng cho học sinh từ miền Nam tập kết ra Bắc mang cùng tên với dự án, Trường 2-9. Nó tồn tại từ năm 1966 đến 1975. Một trường khác dành cho

---

107 中华人民共和国, ngày 4-11-1957
108 Han, "A Community between Two Nations", 34–7 và thư riêng của các cựu học sinh
109 "关于越南".
110 "广西".

thiếu sinh quân mang tên Nguyen Van Troi, một thanh niên Sài Gòn bị xử án tử vì tội cố ám sát Bộ trưởng Quốc phòng Hoa Kỳ Robert McNamara khi ông qua thăm Nam Việt Nam vào tháng 5-1963.

Việc xây cất các trường học ở Trung Quốc bị giám sát không chỉ bởi giới dân sự mà còn, và chủ yếu, bởi giới quân sự có thẩm quyền, có lẽ vì quân đội ít bị ảnh hưởng bởi sự hỗn loạn do cuộc Cách mạng Văn hóa hơn là hệ giáo dục dân sự ở Hoa Lục [111]. Vào tháng 12-1967, cả ba trường nói trên được hợp nhất vào một Khu trường học dành cho người miền Nam tập kết và một hệ trường học mới lại được thực sự mở ra [112]. Đến tháng 8 năm 1968, phần lớn việc xây cất đã hoàn thành và đã diễn ra một cuộc bàn bạc khác về việc tiếp tục hợp tác Hoa - Việt. Cuộc họp này đã tạo ra mối tương quan chặt chẽ giữa VNDCCH và Trung Quốc kèm theo đề xuất cần tăng cường dạy chính trị cho học sinh, kết hợp lý thuyết với thực hành, đồng thời cùng nhau trao đổi kinh nghiệm thu được trong Cách mạng Văn hóa ở Trung Quốc và cuộc chiến chống Mỹ ở VNDCCH. Hai bên cũng đồng ý rằng khi nào người Việt muốn về nước thì được phép mang theo tất cả các thiết bị dạy học cũng như vũ khí (trong các tài liệu trước, không thấy có đề cập đến vũ khí nào cả). Còn về sau học sinh nào muốn quay lại Trung Quốc thì họ sẽ vẫn được chào đón [113].

Mục đích lập hệ trường học này là tạo ra một khu an toàn, một dạng "trường xã hội chủ nghĩa cao cấp", đúng như chủ trương yêu cầu của VNDCCH vào năm 1967-1968. Nó nhắm cái đích tạo cơ sở cho "sự chuẩn bị một tầng lớp nhân dân mới, một thế hệ mới vì chủ nghĩa xã hội và chủ nghĩa cộng sản" [114]. Nhiệm vụ chính của các trường này là dạy cho học sinh đạo đức cách mạng và tinh thần xã hội chủ nghĩa [115]. Ngoài ra, học sinh phải trở thành những chiến binh sẵn sàng và hăm hở khi đến tuổi được gọi sung quân. Giáo viên phải dạy 5 điều của Bác Hồ, và phải xác định rõ ràng, chính xác và sâu sắc đường đi nước bước mà Bắc Việt sẽ thực thi để học trò hiểu rõ rằng vì kẻ thù Mỹ mà đất nước bị chia đôi, gia đình ly tán, và đất nước bị tàn phá. Nói tóm lại, nhiệm vụ là làm sao để giới trẻ hăng hái "lên đường đánh Mỹ" khi chính quyền kêu gọi [116].

Như vậy hệ thống trường ốc này gồm cả thảy bảy ngôi trường với hơn 2.000 học sinh, cán bộ và giáo viên. Các trường học tập trung vào một khoảnh đất không lấy gì làm rộng (chưa đầy một cây số vuông) thiếu không gian cho phòng, lớp học, cũng như chỗ ở nội trú chật chội, thiếu các

---

111 "关于成立".
112 "越南".
113 "关于在中国".
114 "Bao cao tong ket nam hoc 1967–1968", 26 (VNAIII)
115 Sdd tr. 2
116 Sdd tr. 17

hoạt động ngoài trời, lẫn mặt bằng cho sản xuất hoặc cho các sinh hoạt xã hội [117]. Những thiếu thốn này bắt nguồn từ nhiều tình hình ở cả Việt Nam lẫn Trung Quốc.

Theo tài liệu, nhiều học sinh là con cái của cán bộ và đảng viên thiệt mạng trong kháng chiến chống Pháp và chống Mỹ. Học sinh được đưa tới từ nhiều vùng miền khác nhau, từ miền Nam ra cũng có và từ miền Bắc cũng có. Họ tiêu biểu cho khoảng 30 sắc tộc, dù không định rõ những sắc tộc nào. Họ nhập trường vào nhiều thời điểm khác nhau, có trình độ học vấn khác nhau, tuổi tác khác nhau và một số có trình độ văn hóa rất thấp. Điều lo ngại chính yếu là ở chỗ, dù có cùng một xuất xứ màu cờ sắc áo chính trị nhưng các lứa học sinh lại cơm không lành canh không ngọt với nhau.

Một nhóm này phe này thì theo đường lối của Hà Nội "dưới sự chăm sóc của Bác và Đảng, và đó là lý do vì sao họ căm thù Mỹ và tay sai" – một nói cách trỏ những người chống Cộng ở Nam Việt Nam - "đó là những kẻ bán nước". Học sinh trong nhóm này "gắn liền với chủ nghĩa xã hội, tin tưởng tuyệt đối ở Bác Hồ, và Đảng Lao động Việt Nam"

Một phe khác nhóm khác thì gồm những học sinh, như trong một báo cáo đã viết, đã từng nếm mùi, từng bị "nhiễm độc đồi trụy của Mỹ", kỷ cương không nghiêm, thiếu bản sắc dân tộc và lòng yêu nước [118].

Ngoài những khó khăn vừa kể, còn tình trạng thiếu giáo viên nữa, và theo các chứng liệu thu thập được thì ngay cả những giáo viên dạy ở đó vẫn có trình độ học vấn rất thấp, nhiều người còn cho rằng sang Quế Lâm là một sai lầm lớn cho nên họ muốn về nước. Nhiều người trong số họ không có đạo đức cách mạng và đã phạm những lỗi lầm nghiêm trọng, chẳng hạn như họ dan díu trai gái bất chính, vi phạm các nguyên tắc giáo dục xã hội chủ nghĩa, đánh đập hoặc kỷ luật học sinh thái quá bằng cách dùng hình phạt chép phạt hoặc quỳ gối. Tinh thần yêu thương tương trợ, chăm lo cho nhau rất yếu [119]. Vấn đề không chỉ xảy ra với giáo viên mà còn ở các cấp điều hành cũng sinh lắm chuyện – khả năng điều hành của họ cũng quá kém. Đa số bọn họ "theo các lề lối cổ hủ và lạc hậu", bất chấp quan điểm cách mạng về tình bạn, tình yêu với công tác. Thái độ tiêu cực của họ đã lấn át hết những gì đã tuyên thệ khi vào đảng hay đoàn trước kia [đội Tiền phong Tháng Tám], [đoàn Thanh niên Lao động] [120].

Những khó khăn vật chất càng làm cho tiêu cực trầm trọng thêm khi gặp phải những nan giải về tư tưởng. Các khu nhà nội trú quá tải và không

---

117 Sđd tr. 1
118 Sđd tr. 16
119 Sđd tr. 5, 14
120 Sđd tr. 18

đáp ứng được các yêu cầu vệ sinh chung. Trường lớp thì không được trang bị đầy đủ những gì cần thiết. Lắm lúc các trẻ ở nhiều độ tuổi khác nhau đã phải học chung một lớp với nhau. Tài liệu, phương tiện giảng dạy từ Việt Nam gởi qua luôn đến chậm [121]. Nhiều giáo viên và cán bộ các trường Việt Nam ở Quế Lâm không thông cảm với các khó khăn nội tại mà Hoa Lục đang gặp phải. Có nhiều giáo viên, cán bộ cố tìm cách về nước [122]. Mặc dù gặp nhiều khó khăn, hệ thống trường này vẫn tồn tại đến giữa năm 1975, khi nó kết thúc, toàn bộ học sinh, giáo viên và cán bộ quản lý đều quay về Việt Nam [123].

Khi đang tiến hành việc lập một hệ giáo dục của VNDCCH trên đất Hoa Lục thì một số trẻ em Việt Nam, cũng như bao trẻ em các nước xã hội chủ nghĩa khác hoặc ngả về phe xã hội chủ nghĩa ở châu Á và các nơi khác nữa, đã có đến các nước thuộc Khối Sô Viết ở Đông Âu rồi [124]. Cũng như học sinh Việt Nam ở Trung Quốc, số này được lánh xa lò lửa chiến chinh đồng thời nhận được một nền giáo dục xã hội chủ nghĩa chính hiệu được lấy làm nền tảng cho một cộng đồng xã hội chủ nghĩa quốc tế như mong đợi dưới sự dẫn dắt của Liên Sô. Tuy nhiên, con số học sinh được gửi đến các nước Đông Âu xem ra không có mấy ý nghĩa, nhất là trong thập niên 1960-1970, một số trường hợp có giáo viên Việt Nam đi theo kèm, nhưng trong hầu hết trường hợp, học sinh vẫn chịu dưới tầm cai quản của nước chủ nhà chứ không phải là một bộ phận của hệ giáo dục có gốc từ Hà Nội.

Tại Hoa Lục, VNDCCH đã thành lập một hệ thống của riêng mình: các trường do người Việt quản lý, giáo viên người Việt dạy chương trình Việt bằng tiếng Việt. Người ta có thể cho rằng chuyện đó xảy ra bởi vì Trung Quốc đang trong thời kỳ Cách mạng Văn hóa, không thể kết hợp tiếng Việt vào với hệ thống học đường đang bị bể nát của họ. Tuy nhiên, trên thực tế là đã có cùng một hệ giáo dục Việt Nam như thế được cách ly khỏi với nước chủ nhà từ những năm 1950 trước Cách mạng Văn hóa, nó cho thấy chính quyền Việt Nam thèm muốn chủ định tạo ra một hệ giáo dục của riêng họ trên đất Trung Quốc để trồng trẻ theo khuôn mẫu đòi hỏi riêng của họ.

Sự tồn tại của hệ thống trường học Việt Nam tại Trung Quốc là một dẫn chứng cho thấy có lẽ việc Trung Quốc nhắm tác động đến Bắc Việt trong bối cảnh cuộc đối đầu Nga-Hoa. Mặc dù Trung Quốc đã tự phá hủy hệ giáo dục của họ, nhưng họ vẫn nhận lãnh trách nhiệm cưu mang

---

121 Sđd tr. 1
122 Sđd tr. 18
123 Tran Khang Chien, "Que Lam".
124 Xin xem, đơn cử như, Weiss, Vietnam; Freytag, Die "Moritzburger"; Martínková Šimečková, "Chrastavské děti". Cảm ơn Alena Alamgir đã cùng tôi thảo luận chủ đề này

con nhà hàng xóm Bắc Việt với thuần một hệ giáo dục do chính Bắc Việt lập nên, như thế đó là một phần trách nhiệm vô sản quốc tế trong chặng đường thập tự chinh chống Mỹ thời Chiến tranh Lạnh, và rồi, vai trò này thoái trào vào năm 1975. Trong khi được an thân nơi một chốn an toàn, hệ giáo dục của VNDCCH ở Trung Quốc lại sinh bệnh, và nếu bệnh có nặng hơn, thì cũng không khác chi các bệnh tật vốn đã hằng tồn tại trong chính VNDCCH. Dường như tật bệnh của hệ giáo dục DVR vừa nói, càng rõ thêm hơn khi ta xét xem hệ thống trường học VNDCCH được nằm ở một vị trí biệt lập ngay trên đất Trung Quốc. Khi Chiến tranh Hoa-Việt bùng nổ vào năm 1979, trong khi có lẽ vẫn có một số cựu học sinh vốn trước kia đi học ở Hoa Lục, đã cầm súng chiến đấu chống lại Trung Quốc, một số, như tôi đã nói, bèn đem lòng oán hận Trung Quốc, và có một số khác vẫn còn tỏ rõ lưu luyến nồng nàn với thời đã từng được người Tàu giúp cho.

Khi VNDCCH lập các trường này trong những năm chiến tranh từ 1965 đến 1975, họ vừa loại bỏ tính đa dạng giáo dục đã có từ trước vừa tạo ra một đế chế giáo dục của riêng mình với một chương trình hoạch định nguyên chất Bắc Việt. Có lẽ họ làm như vậy cốt để đua theo mô hình rặt đường lối từ Liên Sô mà vốn nó đã lan truyền khắp các nước chư hầu. Ngay từ đầu những năm 1960, ước chừng có khoảng một nghìn học sinh từ các khu "giải phóng" của Lào do đảng Cộng sản Lào –còn có tên Pathet Lào- kiểm soát, đang theo học cấp hai trung học ở Bắc Việt. Từ 1964 đến 1974, con số học sinh Lào tăng lên 6.235 nhập học vào các trường học tại Bắc Việt ở mọi cấp (từ tiểu học đến cao hơn), học về khoa học nhân văn, xã hội và công kỹ nghệ [125]. Không chỉ gửi học sinh của mình sang Trung Quốc học, đưa trẻ em Lào về đất mình để nặn chúng theo đúng mô hình cộng sản Việt Nam, VNDCCH còn cố bắt rễ giáo dục của nó vào môi trường giáo dục ở miền Nam nữa.

Hệ giáo dục VNDCCH tại Việt Nam Cộng Hòa

Ngoài việc điều hành hệ giáo dục ở Bắc Việt và chi nhánh tại Trung Quốc, VNDCCH còn chỉ huy một hệ giáo dục nữa tại những khu vực do cộng sản kiểm soát trên lãnh thổ của VNCH, còn được gọi là "vùng giải phóng". Đầu thập niên 1950 là thời gian mà VNDCCH vẫn đang kháng Pháp, chính quyền VNDCCH ở vùng núi Việt Bắc, phía bắc Hà Nội, và Bộ Giáo dục VNDCCH đã lập một Vụ giáo dục riêng cho miền Nam đặt dưới quyền kiểm soát trực tiếp của Trung ương Đảng [126]. Giữa năm 1954 và 1960, chính phủ VNCH thời Ngô Đình Diệm đã đàn áp thẳng tay các trường học

---

125 Pholsena, Vatthana, "War Generation: Youth Mobilization and Socialization in Revolutionary Laos", in Vanina Bouté, ed., *Changing Lives in Laos: Society, Politics, and Culture in a Post-Socialist State* (Singapore: NUS Press, 2017), tr. 115
126 "Tong hop .. tu 1954 den dau nam 1966", 5 (VNAIII)

do cán bộ cộng sản tổ chức và chúng phải chuyển đến Đồng Tháp Mười ở mạn tây của miền Nam Việt Nam giáp giới với Cam Bốt, mà quân đội chính phủ khó thể tiếp cận được. Tại đấy, các cán bộ cộng sản lập làng và trường [127].

Năm 1960, MTGP được lập ra và tái sinh sôi các trường học. Tháng 2-1963, Trung ương cục miền Nam (COSVN), thường được gọi là Ban Chấp hành Trung ương của Đảng Nhân dân Cách mạng, là đầu não của Đảng ở miền Nam, đã ra chỉ thị lập một chương trình giáo dục để nuôi trồng một thế hệ lính mới hoàn bị gắn chặt vào với chủ nghĩa Mác – Lênin [128].

Theo Bộ Giáo dục VNDCCH, đến năm 1975, các khu này có hệ giáo dục riêng với 148.000 học sinh tiểu học và 1.500 trung học [129]. VNDCCH thủ vai chính trong việc đặt ra chính sách giáo dục cho các trường này. Chỉ riêng năm 1965, có 483 cán bộ giáo dục đã được chuyển vào miền Nam, còn gọi là "đi B" theo các tài liệu [130]. Vừa có giáo viên ngay từ miền Nam, thêm lượng cán bộ giáo dục, giáo viên từ miền Bắc đưa vào để hỗ trợ bộ máy giáo dục (ở miền Nam) càng thêm tốt [131]. Cũng theo tài liệu, tổng số giáo viên được gửi vào miền Nam từ năm 1961 đến 1975 là 4.000 [132].

Năm 1965, hệ giáo dục ở vùng Việt Cộng kiểm soát trên lãnh thổ VNCH có hai cấp, tiểu học và trung học. Năm 1965, lớp cao nhất ở cấp trung học là lớp sáu; hiếm lắm mới có lớp bảy. Việc đặt số gọi cho lớp tương ứng theo hệ giáo dục ở VNDCCH. Học xong cấp hai, học sinh dù vẫn còn rất nhỏ, được dự kiến đưa đi vào chiến khu [133].

Hoạt động của hệ giáo dục ở khu giải phóng đầy căng thẳng và không đáp ứng các tiêu chuẩn mong muốn của chính quyền Bắc Việt. Cũng như đã từng có lúc ở ngay miền Bắc cũng như trong hệ thống trường học VNDCCH ở Trung Quốc, phẩm chất giáo viên không cao. Như một tài liệu VNDCCH đã nêu: "Giáo viên hết lòng với nhiệt tình cách mạng cao độ, luôn liều mình công đồn địch, dám tiến gần đồn địch để lôi kéo học sinh về học. Nhưng về các môn học và văn hóa, trình độ của họ rất thấp"

---

127 Vasavakul, "Schools and Politics", 2: 569
128 Sđd tr. 570 *Giao duc thoi ky chong My*; *Ky niem 40 nam*; Vo Thuan Nho, *35 nam*, 213
129 "Bao Cao – Ket qua, 1975", 1–5 (VNAIII). Spragens thì đưa ra con số học sinh trong các trường tiểu học và trung học ở những khu do Việt Cộng kiểm soát vào năm 1964, theo thống kê của NFL, là 400.000. Nhưng con số này không được xác thực (Spragens, Young, tr. 45). Vo Thuan Nho, tham khảo số liệu thống kê của Chính phủ lâm thời miền Nam Việt Nam, đưa các con số ở mức 40.178 vào tháng 7 năm 1972 và 94.520 vào năm 1975 (*35 nam*, tr. 225).
130 "Tong hop ... tu 1954 den dau nam 1966", 40 (VNAIII)
131 Sđd tr. 28
132 Vo Thuan Nho, *35 nam*, tr. 200 chú thích số 2
133 Sđd tr. 36

¹³⁴. Tuy nhiên, sự cống hiến của giáo viên mới là điều đáng kể vì cũng theo tài liệu, kêu gọi làm sao tăng số lượng đảng viên và đoàn thanh niên lao động trong hàng ngũ giáo viên bởi vì "trình độ chính trị vẫn còn nhiều chỗ yếu". Ví dụ, tại Bình Định, tỉnh nằm ven biển nam miền Trung, một số giáo viên đã bỏ dạy quay về quê ở đồng bằng sông Cửu Long; và một số khác thiếu tinh thần trách nhiệm, chỉ chăm lo thủ lợi vật chất lo mua bán đổi chác, từ đó họ bỏ bê lớp và học sinh ¹³⁵.

Người cộng sản đã gặp vấn đề nan giải rất nghiêm trọng trong việc phát triển hệ giáo dục của họ ở miền Nam. Cũng theo cùng tài liệu tham khảo, họ tỏ mối lo rằng cả cấp tiểu học và trung học cơ sở đều cần phải phát triển nhiều hơn nữa vì đây là nguồn giáo viên cho tương lai ¹³⁶. Nhưng chỉ vài trang kế đó, tài liệu này lại đặt ra những nhược điểm cho việc này. Tài liệu cảnh báo rằng trong khi cần phải mở thêm nhiều các trường mẫu giáo và tiểu học cũng như hệ thống trường trung học cơ sở, thì phải "hết sức chú trọng phát triển cấp trung học cơ sở sao cho không ảnh hưởng xấu đến công tác kháng địch, tỉ như cưỡng bức lao động và cưỡng bức sung quân v.v" ¹³⁷.

Chính quyền VNDCCH nhận thức được chỗ nan giải này cũng đặt hệ thống giáo dục ở các khu vực do cộng sản kiểm soát vào một hình thức cạnh tranh nhất định nào đó với kẻ thù của họ tức hệ thống giáo dục của VNCH. Ở các vùng lãnh thổ do họ kiểm soát, việc không thể dạy học tiếp cao hơn lớp sáu hay lớp bảy và tuyển quân quá sớm khiến học sinh và phụ huynh bất mãn. Nhiều nơi, các gia đình đã đưa con cái họ thoát đi khỏi để được học tiếp trong vùng lãnh thổ do chính phủ VNCH kiểm soát ¹³⁸.

Một vấn đề khác nữa làm tệ thêm phẩm chất vốn đã thấp của giáo viên, cũng tương tự như tình trạng hệ thống VNDCCH ở Trung Quốc, đó là thiếu tài liệu dạy học theo chương trình mà Đảng định. Giáo viên thường phải chép bài tập bằng tay. Các cơ sở in ấn phục vụ cho người cộng sản ở miền Nam quá nghèo nàn ¹³⁹.

Tình hình rất khó khăn đến nỗi giáo viên không biết phải làm gì. Thỉnh thoảng, họ phải mượn sách vở phương tiện từ những gì mà, cũng theo tài liệu này gọi, là sách giáo khoa của địch. Bộ Giáo dục VNDCCH bèn lấy quyết định rằng cách tốt nhất là dùng các bài báo viết về công cuộc kháng địch. Nhưng Bộ không xác định rõ những tờ báo bài báo này từ đâu đưa đến, chỉ có mỗi điều nói rằng, dầu nội dung không có giá trị phẩm chất

---

134 Sđd tr. 29
135 Sđd tr. 38
136 Sđd tr. 36
137 Sđd tr. 42
138 Sđd tr. 36
139 Sđd tr. 29

cao đi nữa thì điều quan trọng nhất là ít ra nó cũng mang nội dung đúng chứ không bị lệch. Thế là, tài liệu nhấn mạnh, giáo trình dạy học cần theo đúng đường lối hơn là chiều rộng hoặc chiều sâu. Nếu giáo viên nào có cơ hội nhận được sách giáo khoa từ miền Bắc thì họ coi đó là cả một của quý. Bộ Giáo dục VNDCCH công nhận rằng "nội dung cách mạng" ở miền Bắc và miền Nam là khác nhau, "nhưng học tài liệu [từ] văn chữ [sách giáo khoa] vẫn đem lại sự tuyên truyền về chủ nghĩa xã hội đến từ miền Bắc".

Có lẽ không còn gì rõ hơn cho thấy qua phát biểu này, mục tiêu của việc dạy học văn chữ qua cái nhìn dụng ý của Đảng: đó là không phải là dạy văn chữ cho học trò mà là, dạy ý thức hệ. Môn sử học cũng đóng một vai trò tương tự, nếu không nói là y hệt. Bộ Giáo dục VNDCCH báo rằng sách giáo khoa môn văn học và sử học đã được chuyển vào miền Nam, nhưng sách giáo khoa môn địa lý hay khoa học thì không có cuốn nào được mang từ miền Bắc vào [140].

Không lâu sau cuộc tổng tấn công Tết Mậu Thân 1968, bộ Giáo dục VNDCCH lập ra *Trường bồi dưỡng trung ương* dành cho cán bộ giáo dục sẽ được gửi vào Nam [141]. Nhưng tình hình bắt đầu thay đổi khi chiến tranh đi vào hồi kết và miền Bắc lại bắt đầu mau lẹ coi miền Nam là phần thuộc về họ chứ không còn là một mục tiêu thôn tính như trước kia nữa. Ngày 19-7-1972, bộ Giáo dục quyết định lập ra một giáo trình và sách giáo khoa áp dụng cho miền Nam [142]. Để làm được thế, vào tháng 7-1972, bộ Giáo dục VNDCCH lập ra một *ban* đặc biệt lo soạn giáo trình và sách giáo khoa cho các trường học ở miền Nam. Ban này gồm có 8 người. Đến tháng 10 cùng năm, ban đã được nâng cấp lên thành *trại*, thu dụng thêm 23 giáo viên từ miền Nam và mở rộng toàn trại lên 90 người. Chính quyền chi trả các tốn phí từ "quỹ B", B là cái tên trỏ cho miền Nam [143]. Năm 1973, trại được mở rộng thêm lên nữa [144].

To Huu, một nhà thơ, một nhà tư tưởng đảng, thành viên của bộ Chính trị và là người mạnh mẽ để xướng cuộc đấu tranh giai cấp và văn hóa vô sản, đã phân định các nhiệm vụ và hệ thống tổ chức của trại qua các phát biểu trong khoảng từ tháng 11-1972 và tháng 8-1973. Theo ông ta, giáo trình dạy học là một "lợi khí để xây dựng việc giáo dục tuyên truyền ở các khu giải phóng và đánh bại nền giáo dục nô dịch của địch". Nếu [chúng tôi] muốn các đồng chí đi B [Nam] và làm việc ở đó, [nếu chúng tôi] muốn tất cả phải hành động ở đó như là một đội quân lớn, thì [chúng tôi] phải cung cấp

---

140 Sđd tr. 40
141 Vo Thuan Nho, *35 nam*, tr. 199
142 "Trai chuong trinh va sach giao khoa B (Tu ngay thanh lap 7-1972 den nay (1974)", BGD [Bắc Việt], 6-7 vs 18 (VNAIII)
143 Sđd 6-7 vs 18, 19
144 Sđd 7, 6-7 vs 18

vũ khí: đó là giáo trình và sách giáo khoa. Khi cách mạng thành công, miền Bắc cũng sẽ thống nhất hai hệ thống vào làm một, ghép hệ thống tại các vùng giải phóng ở miền Nam vào theo khuôn mẫu của miền Bắc luôn [145].

Vì thực chất của công tác mới và phức tạp này nên người ta gấp rút chiếu cố nó để nó có thể phục vụ kịp thời các nhiệm vụ chính trị mà vẫn bảo đảm được cả hai đường lối chính trị và khoa học *[sic]*; vì tình hình miền Nam có những chuyển biến chính trị phức tạp nhất là vào năm 1973 khi địch gia tăng các thủ đoạn hòa bình và xâm lấn, và sự chỉ đạo của Bộ không nhất quán, do đó trại đã gặp phải không ít khó khăn quan trọng, đó là xác định nhiệm vụ lâu dài của chúng ta theo hướng phấn đấu xây dựng và ổn định các đoàn hội, xác định nội dung công tác và bồi dưỡng cán bộ [146].

Trại phải lo chuẩn bị lứa giáo viên đưa vào Nam công tác, đã đưa được một nhóm cán bộ vào đến Quảng Trị, một tỉnh cực bắc của VNCH, để sẵn sàng công tác như một cán bộ địa phương [147]. Nhưng cũng như trong các ban bệ khác của hệ giáo dục này, đã nảy sinh vấn đề về cán bộ. Người được phân công vào trại đòi hỏi phải viết được sách giáo khoa và đào tạo cán bộ đưa vào Nam, nhưng lại không đủ trình độ mà công tác yêu cầu. Họ là những lính mới tò te bước vào soạn sách giáo khoa; họ không biết gì về dân miền Nam, thanh thiếu niên, trẻ em, cũng như hệ thống giáo dục của miền Nam [148]. Ngay cả những người xuất thân từ miền Nam nhập trại vào cuối năm 1972 cũng không giúp sửa chữa được thực trạng này; họ đã xa miền Nam quá lâu nên chẳng biết gì nhiều về tình hình trong Nam [149]. Do đó, có một số gợi ý tạo cơ hội cho cán bộ trại đi vào Nam để tìm hiểu những gì đang xảy ra trên thực địa và nhờ đó nhiệm vụ của họ sẽ được hiệu quả hơn. Trại xin phép Bộ và xin Bộ giúp đỡ để lấy tài liệu sách vở đang được giảng dạy trong Sài Gòn đem về "nghiên cứu về chủ nghĩa thực dân mới trên phương diện văn hóa và giáo dục" [150].

Không phải ai cũng đồng tình với trại này. Nhiều người lập luận rằng ở vùng giải phóng không cần bất kỳ giáo trình hay sách giáo khoa đặc biệt nào mà chỉ việc dùng sách, tài liệu của miền Bắc là đủ. Việc in ấn hàng chục ngàn bản sách giáo khoa phải tốn một chi phí quá đắt ngay tại lúc cũng cần nguồn lực để cung cấp vũ khí và lương thực cho miền Nam. Cũng có ý kiến cho rằng tốt hơn nên tạm hoãn lại hoạt động của trại và giải tán

---

145 Sđd 2
146 Sđd 1
147 Sđd 15
148 Sđd 10-11
149 Sđd 22
150 Sđd 26

nó luôn nếu ký kết được một thỏa thuận in ấn tại Trung Quốc [151]. Nhưng mặc cho những bất đồng quan điểm, trại vẫn tiếp tục hoạt động [152].

Một loạt sách trên danh nghĩa là xuất bản ở miền Nam nhưng kỳ thực là do nhà xuất bản Giải phóng. Đây là một nỗ lực nhằm cho dư luận thấy là VNDCCH và người cộng sản miền Nam là khác nhau, nhằm tô vẽ thêm cho hình ảnh mà VNDCCH cố gắng chứng tỏ là họ không có nhúng tay vào hoạt động của lực lượng cộng sản trong Nam. Thực tế là nhà xuất bản Giải phóng vận hành ở miền Bắc do các cố vấn Trung cộng hỗ trợ. Cán bộ của bộ Giáo dục VNDCCH và cán bộ trại đóng vai trò quan trọng "bắt đầu từ việc biên tập bản thảo cho hoàn chỉnh, rồi đưa đến Bắc Kinh (Hoa Lục) để sửa lỗi và in ấn, rồi theo sát (từng bước) vận chuyển những sách ấy vào miền Nam" [153]. 77 đầu sách đã in xong vào năm 1973. 62 bản thảo đã viết xong vào năm 1974 và kế hoạch dự trù đưa sang Trung Quốc xuất bản là vào độ giữa năm 1975. Cuối năm 1974, Bộ báo cáo rằng họ đã biên soạn gần như xong hết bộ sách giáo khoa cho ba cấp học phổ thông. Năm 1975, thêm 45 đầu sách khác cũng đã hoàn thành [154].

Sau khi Sài Gòn thất thủ vào ngày 30-4-1975, VNDCCH lại phải đối phó với hệ thống giáo dục mà họ tiếp quản ở miền Nam. Bây giờ mới thấy việc chuẩn bị sách giáo khoa lúc trước không phải là vô ích vì chính quyền cộng sản không dùng được bao nhiêu tài liệu sách vở ở miền Nam. Cộng sản còn phải đối phó với giáo giới miền Nam nữa. Theo đánh giá của VNDCCH vào tháng 8-1975, có nhiều giáo chức từng tham gia vào guồng máy chính phủ VNCH. Trong số này có một số gần như không sẵn sàng làm việc tiếp còn đa số chỉ giản dị là muốn được sống yên, cần việc làm để mưu sinh. Một số ít trong đó là thành phần giáo viên "tiến bộ", chịu đi cùng với cách mạng sau giải phóng. Nếu họ chịu cải tạo xong thì có thể sẽ được tiếp nhận vào chế độ mới. Cải tạo giáo viên phải "bắt đầu bằng việc dạy chính trị, chủ nghĩa Mác - Lênin, để quét sạch mọi quan điểm triết học duy tâm và phản động" [155].

Mặc dù chính quyền VNDCCH không ưa gì giáo chức miền Nam và tin rằng chỉ có thể cải tạo một số ít cho hạp y khuôn mà VNDCCH muốn đúc ra, nhưng điều đó không phải là do hệ thống giáo dục của Nam kém hay dở mà chỉ vì người cộng sản không chấp nhận nó. Trên thực tế thì, ngay cả chỉ trong các tài liệu nội bộ của họ, Bộ Giáo dục cộng sản mới công nhận thành tựu của hệ giáo dục VNCH. Họ thừa nhận rằng mọi phương

---

151 Sđd 4
152 Sđd 7
153 dựa theo cuộc phỏng vấn của tôi với cựu chủ bút của Nhà xuất bản Giải phóng và Nha xuat ban Giao duc, 18
154 "Trai chuong trinh", 7 (VNAIII)
155 "Vai nhan xet buoc dau", 1–3 (VNAIII)

tiện thiết bị học đường ở miền Nam là một hình mẫu rất tốt [156]. Tuy nhiên, họ vừa thừa nhận điều đó lại vừa khẳng định rằng những ai đã sống trong vùng lãnh thổ do chính phủ Sài Gòn kiểm soát, mà họ gọi là "vùng tạm chiếm", đều ghê tởm giáo dục Mỹ và bù nhìn, và rằng học sinh sinh viên đều chán ghét và xa lánh cái giáo dục độc hại này.

Nhưng miền Bắc vẫn thừa nhận rất khó để Việt cộng miền Nam lôi kéo được học sinh từ các trường của VNCH về phía họ, ngay cả tại các vùng do Việt cộng kiểm soát. Thừa nhận đó đã ghi nhận những thành công của hệ thống giáo dục VNCH như sau:

> Chỉ cốt làm lính đánh thuê và tay sai, với mục đích lừa dối và phô trương, nên giáo dục phản động của Mỹ và bù nhìn khá hùng hậu, nhất là ở các thành phố, đô thị và vùng mà chúng kiểm soát trong một thời gian dài, tạo ra phồn vinh giả tạo cho chế độ phản động. Kẻ thù ta đã có rất nhiều hình thái và phương thức hoàn thiện tổ chức giáo dục nhằm thực hiện các mưu đồ chính trị kinh tế của chúng, dùng nhiều cách thức như thành lập hệ trường học ở các địa phương nhỏ, mở những trường học cộng đồng, trường trung học các cấp, hệ trung học kỹ thuật, và nông lâm súc. Những khoản đầu tư và viện trợ Mỹ cho chư hầu thực thi hệ giáo dục của chúng khá mạnh [157].

VNDCCH rao truyền rộng hệ giáo dục của họ là cốt để phục vụ đảng cầm quyền, buộc đưa các thế hệ trẻ dồn hết vào hệ tư tưởng cách mạng xã hội và chủ trương chiến tranh chống lại cái mà họ gán cho cái nhãn là chủ nghĩa đế quốc Mỹ, đồng thời lấy đó làm phương tiện để thâu tóm miền Nam đặt dưới quyền cai trị của họ. Chúng ta đã thấy rằng lối tổ chức và cai quản giáo dục ở VNDCCH có đặc tính là đặt nặng vào việc đi đúng đường của chủ nghĩa và chịu sự kiểm soát gắt gao của đảng lãnh đạo. Nội dung của giáo trình đã được xác định rõ và bắt buộc phải tuân theo. Dùng lối thúc đẩy thi đua để đưa ra những hình mẫu dụ học sinh ham theo làm theo. Còn những trở ngại trục trặc khác cũng đã được xác định và ra sức khắc phục. Đó là những trẻ trong độ tuổi đi học nhưng lại đứng ngoài hệ giáo dục của họ mà đi vào nẻo phạm tội; những cố gắng đối phó với lớp trẻ này cũng có đấy nhưng rõ một điều là so với mọi ưu tiên khác của giới cầm quyền, vấn nạn này không cho thấy nó được chiếu cố đúng mức cần thiết khả dĩ đem lại vài kết quả ngó thấy. Một khía cạnh cần chú ý phân biệt nữa của hệ giáo dục VNDCCH là cố mở rộng qua Hoa Lục và tung vào VNCH. Trường hợp ở Trung Quốc, thì VNDCCH đi tìm chỗ ẩn nấp an toàn để giữ một số học sinh con cưng và / hoặc vừa để ngăn chặn sự chuyển hướng có thể có của những người trẻ tuổi này vốn có gốc cộng sản hoặc thân cộng ở miền Nam vừa để họ khỏi ngả về phía địch. Mục đích là để cung cấp một thứ giáo dục xã hội chủ nghĩa chính hiệu dù trên thực tế cũng đã chẳng đạt được cái đích đó. Trường hợp ở VNCH thì VNDCCH cố tạo ra một hệ

---

156 Sđd
157 Sđd

giáo dục của họ có mặt tại ngay trận địa hòng cạnh tranh với hệ giáo dục chính thống của những người đồng bào thù địch. Vậy chúng ta thấy cách VNDCCH thò tay vào giáo dục là với cả một diện rộng nhằm khai triển ý thức hệ đảng trị giáo điều lan xa bao nhiêu hay bấy nhiêu, kể cả vào lãnh thổ phe đồng minh lẫn bên phía đối thủ. Bất chấp đủ thứ thiếu thốn vây quanh nhưng nó vẫn cho ta thấy một cố gắng không ngừng nghỉ để đạt cho bằng được mức độ chỉ huy và khống chế thanh thiếu niên, thứ chỉ có thể có nơi một chế độ toàn trị. Điều này càng trở nên rõ ràng hơn khi ta so sánh đối chiếu với hiện trạng ở VNCH, nơi có nền giáo dục phản ảnh một xã hội đa chiều đa sắc hơn là một nhà nước chuyên quyền và lèo lái ý thức hệ.

HỆ THỐNG GIÁO DỤC CỦA VNCH

Hệ thống giáo dục của VNCH khác một trời một vực so với VNDCCH về biện pháp mệnh lệnh, kiểm soát cũng như về mục đích. Không như ở miền Bắc chỉ mỗi một Bộ trưởng Giáo dục tại vị từ tháng 11-1946 đến tháng 10-1975, thì ở miền Nam trong cùng thời đoạn đó có hơn hai mươi lăm Tổng trưởng đã tiếp nối nhau đảm trách Bộ Giáo dục; trọng tâm của Bộ cũng thay đổi như tên gọi, từ Bộ Quốc gia Giáo dục sang Bộ Văn hóa Giáo dục và rồi là Bộ Văn hóa Giáo dục và Thanh niên. Trong khoảng thời gian được xem xét trong khảo cứu này, mười năm từ 1965-1975, có bảy Tổng trưởng dẫn dắt các hiện thân khác nhau của Bộ Giáo dục ở miền Nam. Các nhiệm kỳ phần lớn là ngắn hạn của mỗi Tổng trưởng Giáo dục một phần là do bởi những xáo trộn chính trị trong thời kỳ từ cuối năm 1963 khi Đệ nhất Cộng hòa sụp đổ cho đến 1967 khi thành lập Đệ nhị Cộng hòa. Cũng thời gian đó, các nhiệm chức về hành chánh dân sự ít bị biến động hơn. Hai Tổng trưởng Giáo dục, Nguyễn Lưu Viên, là bác sĩ và cựu Tổng trưởng Nội vụ, và Ngô Khắc Tỉnh, là luật sư và cựu Tổng trưởng Thông tin, lần lượt đứng đầu Bộ Giáo dục trong năm năm và ba tháng, từ tháng 1-1969 đến 23 tháng 4-1975. Hệ thống giáo dục của VNCH rất đa dạng, gồm nhiều trường học công lập cũng như tư thục, cùng các trường khác có mối dây liên lệ với các nhóm sắc tộc và tôn giáo.

Tính Đa dạng của học đường

Xã hội miền Nam đa dạng hơn nhiều so với xã hội miền Bắc về thành phần giai cấp, chính trị và tôn giáo, cũng như về mức sống. Một tầng lớp không nhiều, ưu tú và có thế lực gồm các chủ điền sản lớn, thương gia thành đạt và lớp giới chức ưu tú tầng thượng của chính phủ. Một lớp trung lưu nhỏ phần lớn ở thành thị. Chiếm đa số dân chúng là thành phần nông dân, lao động chân tay và tiểu thương. Ngoài ra, còn một loạt các nhóm tôn giáo: Thiên Chúa giáo, Phật tử, Cao Đài, Hòa Hảo, giữa họ có mối hiềm khích không ưa nhau và / hoặc cả với chính phủ. Ngoài ra còn số lớn các chính đảng đại diện cho nhiều vùng miền khác nhau và / hoặc cho khuynh hướng tư tưởng ý thức hệ khác nhau. Hơn nữa, dân số miền Nam còn gồm một lượng lớn các nhóm sắc tộc, mà người Hoa, chủ yếu ngụ cư tại các trung tâm đô thị, là nhóm sắc dân thiểu số đông đảo nhất. Ở Cao Nguyên Trung phần có nhiều nhóm sắc tộc có lối sống riêng và thái độ ngờ vực nhau kể cả ngờ vực người Việt người Kinh ở đồng bằng. Các nhóm đa sắc tộc người Chàm - có người theo Phật giáo-Ấn giáo, có người theo Hồi giáo và một số thích nghi hơn với người Việt – thì sống ở Sài Gòn và các vùng phụ cận mạn đông bắc và tây nam Sài Gòn. Sau hết, vùng đồng bằng sông Cửu Long là nơi cư ngụ của quần thể người Miên (Khmer) tương đối đông đảo, theo Phật giáo Nguyên thủy hơn là Phật giáo Đại thừa của người Việt.

Phản ảnh cho sự đa dạng này là một lượng lớn đủ loại trường học các cấp ở miền Nam, gồm trường công lập, bán công và tư thục. Hệ thống công lập dành cho mọi công dân, do chính phủ đài thọ chi phí, là rộng lớn bao trùm không chỉ với trung học Công lập, trung học Kỹ thuật, trung học Nông Lâm Súc [hoặc Nông Lâm Mục] mà còn cả trường Quốc gia Nghĩa tử dành cho con cái của quân nhân tử trận hoặc của thương phế binh. Các trường bán công được quốc gia đài thọ một phần kinh phí, phần còn lại do các hội đoàn tư nhân và khoản thu học phí. Hầu hết các trường đều dạy một chương trình giáo khoa chung. Các trường tư thục thì được đóng góp tài chính hoàn toàn bởi tư nhân, các tổ chức hội đoàn và khoản thu học phí. Một số trường dạy một nền giáo khoa chung, cũng có số khác tập trung giáo trình vào các nhóm cá biệt trong cộng đồng dân cư. Giữa các trường cũng phân riêng nào là trường cho nam sinh, cho nữ sinh, các trường Pháp vốn bắt nguồn từ hệ giáo dục của người Pháp và các trường do các hội đoàn tôn giáo như Phật giáo, Công giáo và Tin lành lập ra. Việc giáo dục dành cho các sắc dân thiểu số đòi hỏi phải được đặc biệt chiếu cố. Nặng lòng bảo tồn bản sắc riêng, người Hoa đã thiết lập và duy trì các trường tư cho học sinh của riêng họ. Có 162 trường cấp sơ học và tiểu học người Hoa ở Nam Việt Nam, với 46% trong số đó, tức khoảng 74 trường là nằm ở vùng Sài Gòn-Chợ Lớn, bởi thực tế là phần lớn người Hoa sống ở đó. Mặc dù chịu sự giám sát của chính phủ, các trường này vẫn được hưởng quyền tự trị đáng kể. Từ năm 1956, ngôn ngữ giảng dạy bắt buộc phải là tiếng Việt, nhưng rất thường khi hệ thống trường học người Hoa đã bỏ qua huấn lệnh này, đặc biệt là ở các lớp thấp hơn nơi không chỉ dạy bằng tiếng Hoa mà còn trong cả toàn thể giáo trình [158].

Tình hình người sắc tộc thiểu số sống ở vùng cao nguyên Nam Việt Nam thì rất khác. Năm 1955, Ngô Đình Diệm xướng xuất một chương trình "vừa để định cư người Kinh lên vùng cao, vừa để khuyến khích người

---

158 Nguyễn Văn Hải, *Education in Vietnam. A Study in the light of Objectives of Permanent Education* (Hue: Viện Đại học Huế, 1970), tr. 172

Thượng giao lưu trao đổi hầu làm cho khu định cư được lâu bền" [159]. Năm 1964 một thỏa thuận đã đạt được giữa người Thượng và chính phủ VNCH, nhưng mối quan hệ hai bên vẫn còn nguội lạnh với việc chính phủ cố Việt hóa các sắc dân thiểu số, vốn bị họ chống lại [160]. Năm 1964, VNCH đáp ứng yêu cầu của các lãnh tụ miền Thượng, đã thuận cho viết và đọc các thổ ngữ vùng cao trong các trường tiểu học người Thượng. Nhưng chiến sự triền miên đã ngăn trở các nghiên cứu ngữ học cần thiết để xuất ra các sách giáo khoa bằng thổ ngữ bản địa [161]. Do bị ép Việt hóa cùng với việc thiếu thốn tài liệu, phương tiện dạy học, các sắc dân thiểu số không lập ra được hệ giáo dục cho riêng họ và cũng không có cái nào lập ra cho họ cả, mà họ được sát nhập vào hệ giáo dục của người Kinh. Thế là khi đi học ở trường của người Kinh, họ phải học một thứ tiếng ngoại ngữ, đó là chưa kể quan niệm văn hóa giữa người Kinh và người Thượng có nhiều bất đồng. Thật khó để một học sinh Thượng có thể bắt kịp trình độ các bạn đồng trang lứa Kinh ở bậc trung học đệ nhất cấp. Hơn nữa, nhiều bộ tộc Thượng không có bảng chữ cái riêng và họ coi sự cần thiết phải tập đọc tập viết là một cái gì ngờ vực xa lạ. Người Miên và người Chàm cũng nói tiếng nói của họ, điều này đã làm ngăn trở việc họ hòa nhập vào hệ thống [162].

Mối liên kết với các nhóm cá biệt khác cho thấy trọng tâm giáo huấn của mỗi trường là gì. Ít ra là cho đến 1969, Bộ Giáo dục chẳng có chút gì áp cái lối toàn trị lên hệ tư thục. Đồng thời, lượng trường tư thục tại VNCH tăng lên đáng kể - từ con số 55 trường vào năm 1955, lên đến số 500 vào năm 1970 [163]. Việc thành lập Nha Tư Thục để điều phối các giáo trình khác nhau đã giúp hệ tư thục dễ bám sát hơn chương trình hiện hành của hệ công lập [164] [*], nhưng nền giáo dục phổ thông ở VNCH đã hiển bày một quyền hưởng dụng đa chiều thật là văn minh khi so sánh với giáo dục ở VNDCCH.

---

159 Taylor, Keith W., *A History of the Vietnamese*, 564.
160 Jackson, "The Vietnamese Revolution", 326; Hickey, *The Highland People*, v.
161 Sđd., 50 để có cái nhìn tổng thể xin xem 49–55. và xem thêm, Wickert, "The Tribesmen", 132–3.
162 Nguyễn Văn Hải, *Education in Vietnam*, 171-4
163 "Secondary Education in Viet-Nam", Viet Nam Bulletin (Info series), 36 (October 1970): tr. 5.
164 Nguyễn Đình Hoà, Education in Vietnam. Primary and Secondary (Saigon: The Vietnam Council on Foreign Relations [Hội đồng Quốc gia Đối ngoại (?)], khoảng 1971), 28.
[*] Theo Nghị Định số 1061/NĐ/GD do Thủ Tướng Chánh Phủ Trần Thiện Khiêm ký ngày 2-10-1969, về việc thiết lập Ủy ban Trung ương tại Bộ Giáo Dục, Điều 2 ấn định Thành phần Ủy ban Trung ương: Ông Phạm Đăng Cảnh, Giám Đốc Nha Tư Thục (Hội viên của Ủy ban). – Trong nguyên bản Anh ngữ, tác giả Olga Dror dùng chữ "Directorate of Private Education" cho *Nha Tư Thục*.

Thiết lập Giáo trình và mở rộng tuyển sinh

Theo cùng với nhiều nét đặc trưng của hệ giáo dục thời Pháp thuộc, như sẽ được bàn dưới đây, miền Nam giữ lại cách đặt tên lớp học theo lối đánh số ngược của người Pháp đối với các bậc học; lớp nhỏ nhất gọi là lớp Năm, rồi là lớp Tư v.v ... Theo đó, bậc tiểu học kéo dài trong năm năm, gồm các lớp từ lớp Năm lên đến lớp Nhất, và trẻ được khuyên là nên nhập học khi lên 6 tuổi. Sau khi hoàn thành bậc tiểu học, học sinh được cấp chứng chỉ Tiểu học. Hệ trung học phổ thông gồm bảy lớp từ lớp đệ Thất đến đệ Nhất và được chia thành hai cấp:

- *Đệ nhất cấp,* hay còn gọi là bậc trung học, gồm bốn lớp từ đệ Thất đến đệ Tứ. Học xong bậc trung học, học sinh được cấp bằng Trung học [còn gọi là bằng Thành Chung hay Diploma].

- Và *đệ nhị cấp* hoặc *trung học đệ nhị cấp,* gồm ba lớp từ lớp đệ Tam đến đệ Nhất. Học xong lớp đệ Nhị học sinh sẽ được cấp bằng Tú Tài I, và học xong đệ Nhất thì nhận được bằng Tú Tài II [*]. Để tránh nhầm lẫn về lối đánh số đặt tên các lớp học giữa bậc tiểu học với trung học, các lớp tiểu học được đánh số bằng cách dùng số tiếng Việt còn cấp trung học được xác định bằng số Hán-Việt [165]. Để tiến từ bậc học này lên bậc học tiếp, học sinh phải qua một kỳ thi tuyển. Sau khi học xong lớp đệ Tứ (lớp 9), nếu muốn học tiếp, học sinh phải chọn một trong bốn

---

165 Ở bậc tiểu học, lớp 1 gọi là lớp Năm, lớp 2 là lớp Tư, lớp 3 là lớp Ba, lớp 4 là lớp Nhì, và lớp 5 là lớp Nhất; ở trung học đệ nhất cấp, lớp 6 là lớp đệ Thất, lớp 7 là lớp đệ Lục, lớp 8 là lớp đệ Ngũ, lớp 9 là lớp đệ Tứ, lớp 10 lớp là lớp đệ Tam, lớp 11 là lớp đệ Nhị, và lớp 12 là lớp đệ Nhất.

[*] Hai kỳ thi Tú Tài là hai kỳ thi khó khăn, nghiêm cẩn, có ý nghĩa trọng đại với người học sinh trung học và không dễ thi đỗ nếu học lực từ trung bình yếu trở xuống. Ai vượt qua được kỳ thi Tú Tài xem như đã lột xác thành người trưởng thành với đầy đủ năng lực trí dục, đức dục nền móng quyết định cho chặng đường tương lai.
Từ 1972 trở về trước, Văn bằng Tú Tài gồm 2 phần: Tú Tài I và Tú Tài II (thường gọi là Tú Tài bán phần và Tú Tài toàn phần): học sinh học xong lớp đệ Nhị phải thi kỳ thi Tú Tài I, đỗ Tú Tài I mới được học tiếp lớp đệ Nhất (thí sinh nào trượt Tú Tài I phải thi lại vào năm sau nếu không muốn thôi học). Thí sinh đỗ Tú Tài I mới được học tiếp lớp đệ Nhất (cũng là lớp cuối của hệ trung học phổ thông). Học xong lớp đệ Nhất, người học sinh sẽ phải thi kỳ thi quan trọng cuối cùng của 12 năm học, là kỳ thi Tú Tài toàn.
Từ 1973, Bộ Giáo dục bãi bỏ kỳ thi Tú Tài I, chỉ còn mỗi kỳ thi Tú Tài II (sau khi học xong lớp đệ Nhất). Niên khóa 1973-1974 học sinh học xong lớp đệ Nhị cứ việc lên lớp đệ Nhất, từ đây chứng chỉ Tú Tài là duy nhất (không còn bán hay toàn phần nữa). Bằng Tú Tài (toàn) là điều kiện bắt buộc phải có để người học sinh trung học bước vào ngưỡng cửa Đại học (dù công hay tư thục), và phải qua các kỳ thi tuyển, như Đại học Sư Phạm, Y khoa, Dược khoa, Nha khoa, Kiến trúc, Hải học viện Nha Trang, Trung tâm Quốc gia Kỹ Thuật Phú Thọ-Saigon, Viện Đại học Vạn Hạnh-Saigon, Học Viện Quốc gia Hành chánh, Trường Võ Bị Quốc gia Dalat, Trường Đại Học Chiến Tranh Chính Trị Dalat hoặc chỉ làm thủ tục ghi danh chứ không phải thi tuyển để nhập học các Đại học Khoa Học, Văn Khoa, Luật khoa.]

ban: hai ban tập trung vào Khoa học (gồm Khoa học Thực nghiệm để chuyên sâu về canh nông và kiến trúc, và Khoa học Toán để đi vào Y khoa, Nha khoa và chuyên khoa Kỹ sư) và hai ban Khoa học Nhân văn (Quốc văn-Kim văn và Cổ ngữ chú trọng vào Triết học, Văn chương; và Ngoại ngữ đi vào ngành Luật học hoặc Văn học, Văn chương, nghiệp cầm bút v.v...) [166].

Năm 1969, Bộ Giáo dục được chính phủ chấp thuận đổi lối xếp tên số lớp với dãy số liên tục từ nhỏ đến lớn theo thông lệ quốc tế ở hầu hết các quốc gia khác. Năm đầu tiên áp dụng là niên khóa 1970-1971. Cũng sau năm đầu có sự thay đổi này, các sách giáo khoa xuất bản với các tựa sách như "Việt Sử Lớp Tám (đệ Ngũ cũ)" [167]. Đây chính là "lời giã biệt" cuối cùng với hệ giáo dục Pháp thuộc.

Cũng giống như miền Bắc, Miền Nam đã đạt một bước tiến đáng kể trong việc tạo cơ hội rộng mở cho trẻ em nhập trường. Hệ thống giáo dục còn muốn đưa nhiều trẻ em hơn vào học đường. Năm 1965, mục tiêu công bố là trong 5 năm phải tăng cho được số học sinh tiểu học lên 85% trẻ ở độ tuổi đi học ước tính theo đà gia tăng dân số [168]. 75% trẻ em ở độ tuổi tiểu học, tức khoảng 2.019.468 đi học tính đến cuối năm 1967 [169]. Đến năm 1969 tăng lên 76%. Năm 1972, tăng lên được 80,8% trẻ đang theo học tiểu học [170]. Ngoài ra, năm 1972 bắt đầu áp dụng giáo dục cưỡng bách cho bậc tiểu học của hệ giáo dục phổ thông. Trong vòng mười năm, mục đích nhắm tới là cưỡng bách giáo dục gồm cả tiểu học và trung học đệ nhất cấp [171]. Bảng 1.3 cho thấy ước tính tổng Dân số và Sĩ số học sinh từ 1954-1974.

Bảng 1.3. Dân số và sĩ số học sinh ở học đường VNCH từ 1954 - 1974

Niên khóa	Tổng dân số [1]	Số học sinh tiểu học	Số học sinh trung học	Tổng số học sinh [2]
1954-5	12,664,000	432,538	61,625	494,163
1963-4	15,673,000	1,574,679	295,693	1,870,372
1965-6	16,511,000	1,661,044	370,668	2,031,712
1969-70	18,325,000	2,375,982	636,921	3,012,903
1973-4	20,341,000	3,101,560	1,091,779	4,193,339

---

166 Phân ban: ban A - Khoa học Thực nghiệm, B - Khoa học Toán, C – Ngoại ngữ và Văn chương, D – Cổ ngữ và Văn học cổ, E – Nữ công Gia chánh (đối với nữ), F – Kinh doanh, G – Kỹ thuật-Công nghệ (đối với nam), H – Canh Nông. Sau năm 1971, Kinh tế và Nữ công Gia chánh là các môn ưu tiên bắt buộc từ lớp 6 đến lớp 9, rồi sau mới là những môn học dành cho "chuyên ban" ở trung học đệ nhị cấp.
167 Tăng Xuân An, *Việt Sử Lớp Tám (Đệ Ngũ Cũ)*. Saigon, Tao Đàn xuất bản khoảng 1971
168 *Diễn tiến Giáo dục niên khóa 1965–1966"* (Bộ Quốc gia Giáo dục VNCH, 1966), 11
169 "Nhung thang loi", 41
170 "Ke hoach phat trien", 12
171 *Hội-đồng Văn-hoá Giáo dục - Dự Án Chánh Sách Văn-hoá Giáo dục (16-6-1972)*, QVKDTVH/864, 29 (VNAII)

(1) Tổng dân số rút ra từ World Population: 1975, 117. Các số cho tổng dân số hơi khác nhau trong Niên giám Thống kê, năm 1972, 357. Tôi quyết định lấy bảng này để dùng niên kỳ theo World Population vì nó cũng là nguồn dữ liệu tôi dùng cho dân số miền Bắc. Dữ liệu cho 1954-1955 là lấy từ Việt Nam Niên Giám Thống Kê, các trang 115, 117, 121, 123, 125.

(2) Tổng số học sinh trong các năm 1963 đến 1970 cũng được đưa ra dựa trên cơ sở dữ liệu trong Niên Giám Thống Kê. Bảng này được soạn dựa trên các bảng được đưa ra trong Niên Giám Thống Kê, 1970-1971. Dữ liệu của năm 1973-1974 là từ tài liệu Tiến trình Giáo dục, trang 13 - 15. Các nguồn khác cho con số hơi khác nhau. Theo Hunter và giáo sư Nguyễn Thanh Liêm trong tài liệu Hệ thống Giáo dục (trang 5, 91) đưa ra số liệu thống kê dân số trong độ tuổi từ 6 đến 10, tức tuổi tương ứng với bậc tiểu học, là 2.920.000. Còn sĩ số học sinh ghi danh nhập trường tiểu học vào thời điểm đó là 2.718.036, tức có nghĩa là 93,08% nhóm tuổi đã được ghi danh (vậy ông đã nhầm là chỉ có 90%). Tuy nhiên, ông không cung cấp số liệu về dân số và, dựa vào các tài liệu từ Nam Việt Nam, họ vẫn chưa đạt được lượng tuyển sinh cao như vậy.

Cũng như VNDCCH, VNCH đã đạt được bước tiến lớn trong việc mở rộng hệ thống giáo dục. Nếu ở VNDCCH lượng học sinh tăng 6,5 lần, thì ở VNCH tăng gần 10 lần. VNDCCH và VNCH cũng gặp cùng vấn đề là chỉ có một tỷ lệ nhỏ học sinh có thể theo học đến hết học trình, như số liệu thống kê ước tính tạm cho 1967-1968 được minh họa sinh động trong bảng 1.4 [172]. Tổng dân số của VNCH tại thời điểm đó ước tính là 17.057.639. Sĩ số trong độ tuổi đi học, nếu dùng con số tỷ lệ là 30,5%, sẽ là 5,202,580. Tổng sĩ số học sinh tiểu học và trung học trong niên khóa 1967-1968 ước tính là 2.900.000, tương đương 55,7% sĩ số trong độ tuổi đi học. Từ những ước tính này, ta có thể tính toán rằng số học sinh tốt nghiệp trung học năm đó là 34% số học sinh vào tiểu học.

Trong khi ở VNDCCH, một số lượng lớn trẻ em đều vào học tiểu học. Hơn nữa, cũng ở VNDCCH, chỉ một phần rất nhỏ mới có thể hoàn tất trọn học trình phổ thông. Nếu đem so các số liệu mà chúng tôi thu được cho VNDCCH và VNCH thì cũng mang một giá trị chừng mực vì lẽ chúng tính theo các niên khóa khác nhau: 1967-1968 cho VNCH và 1970-1971 cho VNDCCH.

Nếu nói hệ giáo dục của VNCH phát triển nhanh chóng thì cũng có lý khi bảo rằng số liệu của niên khóa 1970-1971 ở VNCH sao cũng tựa tựa như các số liệu ở VNDCCH cho cùng niên khóa đó, nhưng không có cách nào khác bởi đây là những số liệu thống kê mà tôi có được. Hơn nữa, cũng đừng quên rằng hệ giáo dục của VNCH là gồm 12 năm so với chỉ có 10 năm ở VNDCCH, và điều này có tác động đến những con số thống kê. Lửa chiến chinh đang cháy trên ngay đất nhà mình đã ngấm ngầm phá hỏng

---

172 Dữ liệu trong "USAID, 1969". Dữ liệu này khác với Niên giám Thống kê (1969) độ 5% 7%. Tuy nhiên, tôi quyết định lấy dùng dữ liệu từ tài liệu USAID vì đây là dữ liệu duy nhất tôi tìm được cung cấp số liệu cho mỗi loại lớp.

bao nỗ lực của VNCH lo triển nở hệ thống giáo dục rộng thêm ra. Đã vậy, còn nhiều yếu tố tác động khác gây ra từ VNDCCH nữa. Ở VNCH, tất cả hoặc gần như tất cả các trường học đều là hệ công lập. Giáo dục được Quốc gia đài thọ và dân chúng không phải đóng học phí, họ chỉ phải mua sách giáo khoa vốn có giá rất rẻ. Hệ thống học đường của VNCH gồm một loạt các trường công lập, bán công và tư thục. Ngân sách giáo dục chiếm 6% ngân sách quốc gia, trong khi ngân sách quốc phòng là khoảng 60%. Tuy nhiên, nếu không kể quốc phòng, thì giáo dục chiếm phần lớn nhất của ngân sách quốc gia, khoảng 20% [173]. Điều này chứng tỏ nỗ lực đáng kể của chính phủ dành ưu ái cho giáo dục. Nhưng làm sao mà xây dựng và duy trì cho đủ hết các trường công lập để dung nạp thêm được nhiều học sinh hơn nữa. Cũng giống như ở VNDCCH, học sinh phải học luân phiên theo ca. Nhiều bạn học sinh không có đủ điều kiện học tư thục hoặc thậm chí bán công nữa. Chính phủ đã nỗ lực biết bao để phát triển hệ công lập và phần nào đã thành công việc này. Đâu chỉ là mỗi chuyện nan giải về học phí mà còn nhiều người trẻ từ khi còn khá nhỏ đã phải tự mưu sinh và lo phụ giúp cho gia đình. Với nhiều nhà nghèo thì việc này là không sao tránh khỏi. Nhiều gia đình chỉ kẹt một nỗi là bó tay trong việc canh giữ buộc trẻ phải đi học. Ngay cả với con cái nhà giàu đi nữa, nơi một nền kinh tế thị trường tự do cùng với dòng người Mỹ hiện diện, thật là khó mà cứ bó mình trong bốn bức tường học đường thay vì xông pha ra thế giới bên ngoài mà các em tin rằng các em có thể xoay sở được khỏi cần đến học hành trường lớp là cái mà vốn nhiều em coi đó là chốn chẳng liên quan gì tới mình.

Cải Tổ

Khi chia tay với quá khứ thuộc địa, chính quyền VNDCCH đã lên tiếng hoàn toàn từ bỏ hệ giáo dục Pháp thuộc và lập ra một hệ giáo dục mới dành ưu tiên cho công cuộc cách mạng xã hội chủ nghĩa mà nó đang nhắm tới thực hiện. Tình hình ở VNCH phức tạp hơn. Dù không áp đặt lối toàn trị bao trùm lên toàn xã hội miền Bắc như DVR đã làm, nhưng VNCH vẫn không sao tránh khỏi những khó xử với bao hệ quả cả từ thời cận đại lẫn thời thuộc địa di lại cho đến hôm nay, và rõ ràng là trí thức giới cũng như giới hữu trách chính phủ đều chủ trương rằng hệ giáo dục phải được thay đổi để thích ứng với các mục tiêu của một quốc gia non trẻ.

Tháng 8-1949, và lặp lại, tháng 10-1953, Bộ Quốc gia Giáo dục đã ban hành các nghị định ấn định chương trình của bậc tiểu học và trung học. Tuy nhiên, theo nhiều người thì, trên căn bản, nó chỉ mô phỏng chương trình thời thuộc địa. Nhiều sách giáo khoa, như Việt Nam Sử Lược của Trần Trọng Kim và Việt Nam Văn Học Sử Yếu của Dương Quảng Hàm

---

[173] Báo cáo về sự phát triển giáo dục năm 1967 - 1968, được trích dẫn tại Nguyễn Đình Hoà, *Education in Vietnam*, 136-137.

được biên soạn trong thời thuộc địa, vẫn giữ phần chủ lực trong hệ thống giáo dục [174]. Năm 1956, Bộ Giáo dục cam kết đem lại những đổi thay cho học trình áp dụng trên toàn quốc, lấy ý tưởng từ triết gia người Pháp Emmanuel Mounier cho rằng tự thân mỗi cá nhân đã là một cứu cánh chứ không phải là phương tiện cho một cứu cánh nào khác, nó khác hẳn với thứ đám đông chủ nghĩa, khuynh hướng tập thể của người Marxist. Như về sau ý tưởng này quen được gọi là Cá nhân Chủ nghĩa hay Khuynh hướng Cá nhân, là một hình thái tư tưởng nổi trội dưới thời Ngô Đình Diệm [175]. Hiến pháp Việt Nam Cộng Hòa thông qua năm 1955 cũng phản ảnh tầm quan trọng của khuynh hướng, vai trò cá nhân. Giáo trình Cải tổ năm 1956 chú trọng việc đưa các giá trị nhân bản vào hệ thống giáo dục, tôn trọng nhân cách thiêng liêng của con người, và giáo huấn các quyền hạn và bổn phận của người công dân trong một thể chế dân chủ [176].

Bộ cũng đã mở rộng cải tổ giáo dục theo chuẩn thuận của Đại hội Giáo dục tổ chức vào tháng 7 và tháng 8-1958 và sửa đổi vào tháng 3 và tháng 4-1959 [177]. Cùng lúc, chính phủ cũng thành lập Ban Tu Thư, Dịch thuật và Ấn loát [178] [*].

Đại hội Giáo dục Toàn Quốc lần I (năm 1958) xác định ba nguyên tắc cốt yếu của giáo dục, cập nhật hóa chương trình mới ban hành áp dụng cho bậc trung học theo Nghị định 1286 ngày 12-8-1958 và bậc tiểu học theo Nghị định 1005 ngày 16-7-1959. Ba nguyên tắc đó là Nhân Bản, Dân Tộc và Khai Phóng, đã được diễn giải chi tiết và ban hành rộng rãi trong một văn kiện năm 1959 do Bộ Giáo dục phát hành với tên chính thức là ba "Nguyên tắc Căn bản".

Nguyên tắc Nhân Bản lấy cá nhân con người làm cứu cánh tối thượng và là cái đích mà giáo dục nhắm tới; con người không thể bị đem dùng như một phương tiện để thu đạt cứu cánh; giá trị thiêng liêng của mỗi người

---

174 Lam Van Tran, "*Góp vài ý kiến về vấn đề cải tổ chương trình Trung va Tiểu học hiện hành*", tạp chí Giáo Dục số 41 (tháng 9-1970) tr. 11
175 Xem mục Cá nhân Chủ nghĩa dưới thời Diệm, Miller, *Misalliance*, 41-8.
176 "Bao cao hoat dong 3 nam ... tu 1955 den 1957", 2 (VNAII)
177 Chương trình bậc Tiểu học, 5-6. xem thêm Trần Văn Quế, *Sư phạm Thực hành*; Lam Van Tran, "*Góp vài ý kiến ...*" tr. 10.
178 Sđd tr. 11; *Eight Years*, 427-8
[*] Năm 1958, chính phủ Đệ nhất Cộng Hòa thành lập Ban Tu Thư thuộc Bộ Quốc gia Giáo dục để biên soạn và in sách giáo khoa cho hệ giáo dục toàn quốc. Năm 1965 Ban Tu Thư đổi tên thành Sở Học Liệu (Chánh sự vụ đầu tiên là ông Trịnh Huy Tiến, kế tiếp là ông Lý Chánh Đức). Năm 1966-1967 Sở Học Liệu đổi tên thành Trung tâm Học liệu, xem như một Nha nhưng không có nhiều sở, do một Giám Đốc điều hành với một Phó Giám đốc phụ tá. Ngoài các phòng ban hành chánh, Trung tâm Học liệu còn có: Văn phòng Ủy ban Quốc gia Soạn thảo Danh từ Chuyên môn, Ban Tu thư-Dịch thuật và Ấn loát, và Nhà xuất bản.

phải được tôn trọng, và sự phát triển toàn diện của mỗi cá nhân phải là đích đến của giáo dục [179].

Nguyên tắc Dân tộc đặt giáo dục dựa trên nền tảng văn hóa dân tộc nhằm tôn trọng, bảo tồn, biểu hiện và phát huy tinh thần dân tộc, các truyền thống tốt đẹp, các giá trị đặc thù của dân tộc, bảo đảm sự đoàn kết và trường tồn của dân tộc, sự phát triển điều hòa và toàn diện của quốc gia

Nguyên tắc Khai Phóng duy trì và truyền thừa một nền giáo dục không ngừng hướng tới sự tiến bộ, tôn trọng tinh thần khoa học, rộng rãi đón nhận tinh hoa văn hóa thế giới, góp phần phát triển sự cảm thông và hợp tác quốc tế tích cực đóng góp vào sự thăng tiến nhân loại [180].

Những nguyên tắc này được đặt làm tôn chỉ cho giáo dục, nền giáo dục phải tôn trọng nhân cách và giá trị cá nhân của trẻ đồng ấu, thiếu niên lẫn tráng niên; lấy Quốc sử để dạy học sinh yêu đồng bào và gắn bó với xứ sở; thâu thái rộng rãi tinh hoa nhân loại song song với phát triển tinh thần dân tộc nơi mỗi cá nhân; giúp phát huy óc phán đoán với tinh thần trách nhiệm và kỷ luật cao độ. Tuy vậy, những nguyên tắc và ý tưởng căn bản kể trên của chính sách giáo dục của VNCH vẫn còn ít nhiều điều trừu tượng và từ đây sinh ra những bàn cãi về việc cần phải có chính sách giáo dục hay không và có cần thiết phải chính trị hóa giáo dục hay không [181].

Năm 1964, một Đại hội Giáo dục Toàn quốc được tổ chức để đánh giá kết quả của chương trình và thực hiện những cải tổ cần thiết. Đại hội đề ra những cải tổ sau:

1. Tạo điều kiện cho mọi công dân phát triển phẩm cách và đồng đều trên ba khía cạnh: đức dục, trí dục và thể dục.

2. Gầy dựng những công dân có trình độ chuyên môn cao và ý thức trách nhiệm phụng sự quốc gia.

3. Phát huy văn hóa dân tộc và thâu thái những tinh hoa thế giới.

4. Phát triển mạnh mẽ khoa học kỹ thuật và canh nông để góp phần đem lại thịnh vượng cho toàn dân [182].

Dù bốn điểm này có vẻ rõ ràng và thực tiễn hơn ba nguyên tắc đã nêu nhưng chương trình cũng không thay đổi gì nhiều sau khi các nhà mô phạm hàng đầu của Đại hội thôi không lý gì thêm tới vấn đề này nữa.

---

179 "Hội-đồng Văn-hoá Giáo dục - Dự Án Chánh Sách Văn-hoá Giáo dục (16-6-1972), QVKDTVH/864" 1–2. xem thêm Nguyễn Thanh Liêm "Từ đầu thập niên 1970" 24

180 *Hội-đồng Văn-hoá Giáo dục ...*, tr. 30 (VNAII)

181 Nguyễn Văn Trung, "*Chính-trị hoá nền Giáo dục*" tạp chí Bách Khoa số 174, ra ngày 1-4-1964" tr. 52

182 Nghị định của Đại hội Giáo dục Toàn quốc 15-10-1964, Lam Van Tran, "*Góp vài ý kiến ...*" 11

Chương trình từ 1958 đến 1959 vẫn giữ nguyên trên khắp các trường tiểu học và trung học, mặc dù giới chức trách giáo dục nhìn nhận rằng nó còn chưa đủ thích đáng [183]. Việc thiếu cải tổ có thể vừa do có thay đổi liên tục nhiệm chức Bộ trưởng Giáo dục vừa do sự cần thiết ứng phó trước tình hình xã hội biến chuyển phức tạp. Đường lối chung cho giáo dục không có nhiều thay đổi trong các sáng kiến điều chỉnh giáo trình sau đó, chẳng hạn có một nghị trình hứa hẹn đưa ra vào 1967 và được thực hiện lần đầu vào niên khóa 1967-1968 cho bậc tiểu học, hoặc một nghị trình được thực hiện cho bậc trung học niên khóa 1970-1971.

Đường lối Phi chính trị đấu với Quân sự hóa và Cuồng tín hóa Học đường

Nếu ở miền Bắc, người ta đem cơ sở "học tập-lao động" vun đầy gốc giáo dục, thì hệ giáo dục miền Nam lại chỉ cốt nhắm đến việc học hành mà thôi. Nhà chức trách và các nhà mô phạm đã nhìn thấy khiếm khuyết chính nằm ở chỗ quá đặt nặng việc học hành sách vở từ chương mà bỏ bê các mặt hoạt động khác. Một thiếu khuyết khác cũng được nêu ra, là coi trọng quá mức vào các kỳ thi vốn đã chiếm phần tối quan trọng thời Sử Việt cận đại khi Đại Việt còn theo hệ khoa cử Khổng Nho bên Tàu, nó buộc kẻ sinh đồ phải nấu sử sôi kinh để khăn gói lên kinh đô ứng thí những khoa thi như hành xác, rồi khi người Pháp đến lại chỉ làm tăng nặng thêm [184]. Đến năm 1965 cũng chưa có cải tổ đáng kể nào trong hệ giáo dục, vẫn trụ bám vào các kỳ thi để định hình trong tâm của người học trò mong mỏi duy nhất là thi đỗ [185]. Có lẽ còn một khía cạnh khiếm khuyết hơn nữa, đó là hệ giáo dục không soạn ra một học trình sao cho thích nghi với thực tế đời sống ở Nam Việt Nam trong bối cảnh chiến tranh và làn sóng văn hóa phương Tây tràn ngập. Nền giáo dục hoặc không muốn thừa nhận hoặc ít ra là chưa thẳng thắn chuyên tâm vào một trong hai thực tế đó. Các môn học như quốc văn và sử ký, mà vốn là công cụ rao truyền ý thức hệ nơi trường lớp miền Bắc, thì ở miền Nam cho dẫu cả môn đức dục và công dân giáo dục cũng đã được đưa vào dạy ngay từ lớp Một rồi, thế nhưng lại không chú trọng tới các thực tế đó. Từ nhỏ cho đến khi học xong hết trung học, học trình toàn tập trung dạy người học trò sao cho trở thành con ngoan trong gia đình, công dân tốt cho quốc gia, xã hội, đồng thời nền giáo dục còn lãnh phần làm bệ phóng cho chàng thư sinh rộng bước tiến vào các cơ quan công quyền hay các định chế xã hội. Chỉ đến lớp 11 và 12, sách giáo khoa "Công dân Giáo dục" mới có chuyên đề về các thể chế chính trị khác nhau trên thế giới, dành nhiều trang để vạch rõ chủ

---

183 Sđd.
184 "*Diễn tiến Giáo dục niên khóa 1965–1966*" (Bộ Quốc gia Giáo dục VNCH, 1966), 27–9
185 Sđd.

nghĩa cộng sản. Tuy nhiên, ngay cả trong đó cũng công khai minh bạch về đề cương của lý thuyết mácxít cùng quá trình tiến triển của nó chứ không phải như lối nhồi sọ còn rành rành trên giấy trắng mực đen trong sách giáo khoa ở miền Bắc. Khi lấy Liên Sô và Trung cộng để làm ví dụ trích dẫn điển hình về các nhà nước cộng sản, các sách giáo khoa còn đưa ra trình bày chi tiết về cấu trúc bộ máy nhà nước của hai chế độ đó mà không hề đề cập đến tội ác hung tàn bạo ngược mà chúng đã phạm. Ngay chính chế độ cộng sản Bắc Việt cũng không được kê ra mà làm ví dụ luôn. Thay vì thỏa sức tung hê hàng loạt các sỉ và bôi nhọ kẻ địch như miền Bắc đã làm, sách giáo khoa của VNCH chỉ nêu ra có một vài điểm khảo sát, và ý kiến của các tác giả viết sách cũng chỉ trưng ra những cái sai lầm, khuyết tật của lý thuyết mácxít mà thôi. Chẳng hạn, một sách giáo khoa vạch ra rằng ở các quốc gia tự do, xí nghiệp tư vẫn phát triển và giai cấp tiểu tư sản ngày một gia tăng dần, trái với lý thuyết của chủ nghĩa Mác về sự tập trung tài sản trong tay một thiểu số các chủ tư bản; hoặc cũng thế, rằng theo Marx, guồng máy quốc gia sẽ bị bãi bỏ trong chế độ xã hội nhưng trái lại ngày càng đè nặng lên vai dân chúng nhất là với chính sách tập sản [186].

    Không phải ai cũng đồng ý với chủ trương học đường phi chính trị. Năm 1967, Bác sĩ Nguyễn Văn Thơ [*], Tổng trưởng Giáo dục (tương đương Bộ trưởng) có buổi nói chuyện tại Câu lạc bộ Lions ở Sài Gòn. Trong bài diễn văn, ông đặt ra câu hỏi: "Trước hiện tình đất nước, chúng ta có nên cách ly chính trị khỏi học đường chăng?". Bộ trưởng khẳng định bất kỳ hoạt động chính trị nào cũng đều bị cấm chỉ trong phạm vi học đường như chính sách quốc gia đã đề ra. Nhưng ông gợi ý rằng, ở ngoài học đường, học sinh vẫn được hưởng quyền tự do, "trong khuôn khổ luật pháp", để xúc tiến các hoạt động chính trị. Theo ý kiến của riêng ông thì học đường không thể cứ trung lập hoặc phi chính trị; mà "phải dìu dắt và giáo dục học

---

186 Xem *Chính trị Phổ thông*, tr. 143 (Giáo dục Công dân đệ Nhị và đệ Nhất A, B, C, D niên khóa 1965-1966 do nhóm Giáo sư các trường công, tư thủ đô … biên soạn, SÁNG xuất bản). Trong giai đoạn sau, chương trình giáo khoa lớp mười một đã chuyển từ khảo sát các thể chế chính trị sang các mô hình kinh tế trên thế giới. Xem Chương trình Trung học, tr. 35, 37.

[*] Bác sĩ Nguyễn Văn Thơ [1925-2002]
- Nguyên Tổng Trưởng Giáo Dục và Thanh Niên thời Tướng Nguyễn Cao Kỳ giữ chức vụ Chủ tịch Uỷ Ban Hành Pháp Trung Ương, giai đoạn chuyển tiếp 1965 – 1967 của nền Đệ Nhất và Đệ Nhị Cộng Hòa.
- Nguyên Khoa Trưởng Đại Học Nha Khoa Sài Gòn cho đến năm 1975.
- Nguyên Hội Trưởng Hội Hướng Đạo Việt Nam từ năm 1969, Hội Trưởng Hội Hướng Đạo Việt Nam hai kỳ trại Họp Bạn Quốc Gia Suối Tiên (1970) và Tam Bình (1974). Chủ Tịch Hội Đồng Trung Ương Hướng Đạo Việt Nam từ 1988 đến 1993 tại hải ngoại.
Sau ngày miền Nam lọt vào tay cộng sản, Bác sĩ Thơ lánh nạn tại Hoa Kỳ và định cư tại Houston Texas, ông tiếp tục giảng dạy tại Phân Khoa Nha thuộc University of Texas cho đến ngày về hưu.

sinh cho ứng hợp với đường lối chính trị" [187]. Ngay cả khi thực sự muốn thay đổi đường lối đi nữa thì ông cũng không có thì giờ để làm vì trước tình hình guồng máy chính phủ liên tiếp nhau thay đổi quá chóng vánh khiến ông phải từ nhiệm Bộ trưởng trong khi hiện trạng vẫn chưa thay đổi được gì nhiều. Nhưng còn những lý do khác khiến nhiều người cho rằng cách ứng phó của quốc gia khi tách rời chính trị với học đường là không đúng đắn. Trong số đó có người chỉ thẳng ra một thực tế là người cộng sản đâu có dùng đường lối và luật lệ như VNCH đã dùng.

Đúng y như người cộng sản từng lo ngại lớp trẻ trong vùng đất do họ kiểm soát sẽ bị rủ rê thu hút vào mái trường của VNCH, thì cũng vậy, VNCH cũng có mối lo tương tự là giới trẻ miền Nam sẽ đi theo Việt Cộng. Trong cuộc Tổng tấn công Tết Mậu Thân, rõ ràng Việt Cộng đã chiêu dụ được nhiều thanh thiếu niên chỉ mới 14 đến 16 tuổi đi theo họ. Nhiều trẻ này thích đi theo Việt Cộng chỉ vì các em sẽ được có súng và được bắn "tùy thích". Nhóm tuổi học sinh trung học đệ nhất cấp là dễ bị sa ngã nhất, các em chán trường lớp và chỉ chực bỏ học. Trong số này có nhiều em là con nhà khá giả, ham ăn chơi đua đòi và lười học. Các giới chức trách của VNCH lo ngại rằng chính sách giáo dục rời xa chính trị thì cũng đồng nghĩa với việc sinh viên học sinh chỉ nhận được một nền "giáo dục thuần túy", chẳng có chút cơ may nhỏ nhoi nào được giáo dưỡng về ý thức hệ. Đã vậy, trong mỗi trường học đều có một tiểu tổ Việt Cộng vờ như chăm học. Có những học sinh từ vùng Việt Cộng tản cư ra; họ đã kiếm được chốn dung thân mới và giúp nhau dựng lại đời sống ở nhiều nơi khác. Trong số này có người vẫn trung thành với tư tưởng Việt Cộng và vẫn rắp tâm trở thành cán binh cộng sản trung kiên [188].

Bất chấp tình trạng chiến tranh trong nước và dù sợ mất lớp trẻ về phía cộng sản, chính phủ và Bộ Giáo dục đã không có những cải tổ thỏa đáng về đường lối giáo trình, cứ để nó tiếp tục trong vòng bàn thảo suốt thời chiến [189]. Dẫu nhận ra có điều không thỏa đáng, Bộ vẫn bền lòng duy

---

187 "School and Politics", Viet Nam Bulletin 1(7–8) (July–August 1967): 136.
188 Nguyễn Quân, "Trong xã hội thời chiến", nhật báo Tia Sáng, ra ngày 2, 3, 8, 9, tháng 4-1968, tr. 2 từng số.
189 Mặc dù trong niên khóa 1967-1968, có một số cải tổ cụ thể liên quan đến môn đức dục và giáo dục công dân, đã được đưa vào giáo trình tiểu học, nhưng không đáng kể, như đã thấy trong một so sánh đối chiếu giữa hai tập sách giáo khoa tiểu học được xuất bản năm 1960 và 1969. Hơn nữa, cải tổ đã không được áp dụng phổ cập, như tôi đã, ví dụ vậy, không hề tìm thấy có bất kỳ thay đổi nào về đức dục và giáo dục công dân khi tham khảo các tài liệu hướng dẫn về sư phạm thực hành xuất bản năm 1963 và năm 1969. Tình hình giáo dục công dân có phần nào thay đổi vào niên khóa 1970-1971 đi cùng với chỉnh sửa cách đánh số gọi tên các lớp học. Các yếu tố mới đưa vào chương trình công dân giáo dục đã bắt đầu có liên đới nhiều hơn đến tình hình hiện tại. Một lần nữa, chính phủ lại bàn thảo chủ đề làm sao để hệ giáo dục hiệu quả hơn, nhưng cho dẫu thừa nhận có gì đó không ổn, Bộ vẫn bền lòng theo đuổi một chính sách giáo

trì chính sách giáo dục chuyên nhất vào cứu cánh tối thượng: phẩm cách cá nhân và phát huy ba nguyên lý căn bản: cá nhân, gia đình và xã hội [190]. Bộ cũng thăm dò việc tăng cường đức dục và giáo dục công dân, gợi ý thay thế những mẩu chuyện kể khô khan bằng cách nêu những tấm gương đẹp ngời từ hành trạng các nhà hiền triết, các bậc anh hùng liệt nữ, hoặc bằng những áng văn chương sống động hay những thiên anh hùng ca, những sáng tác thơ nhạc tụng ca những nỗ lực phi thường của nhiều cá nhân cũng như của cả dân tộc để những đức tính cao đẹp đó lôi cuốn thế hệ trẻ và gây ảnh hưởng sâu đậm đến thế giới quan và nhân sinh quan của họ. Đường lối này phải chăng nhằm chuẩn bị tốt nhất cho học sinh trở thành con ngoan trong gia đình và công dân tốt trong một quốc gia dân chủ tiến bộ, sẵn sàng hoặc sung vào lớp người cần lao hoặc học tiếp lên đại học hay trung học chuyên nghiệp [191]. VNCH chỉ tìm cách cải tiến phương pháp giáo dục chứ không nhắm việc chuyển đổi cứu cánh hay ý thức hệ, cũng không soạn sửa những chiến binh cho tương lai, là những người ắt phải được trông chờ đương thân ra bảo vệ cho các khái niệm mà họ đã được dạy ở trường lớp.

Trong khi chính phủ còn băn khoăn chưa dứt khoát việc có nên đưa chính trị vào học đường hay không thì các bậc thức giả lại vật lộn với một nan đề khác: làm sao để thực hiện cho được những công trình nghiên cứu phù hợp hơn với tình hình thực tế trong nước và cụ thể là cần phải làm gì khi cơn lốc văn hóa phương Tây thách thức xã hội và văn hóa cổ truyền của dân tộc. Trong khi ở các cấp cao như Đại học và Cao học, các môn học về tư tưởng và mang tầm vóc quốc gia cũng đã được đưa vào chương trình nhưng vẫn trình bày ở một mức độ khá trừu tượng, rất lỏng lẻo, nếu có chăng chỉ là nối kết các sự kiện đương đại lại với nhau. Một nhà mô phạm và là tác giả sách giáo khoa có tiếng là Giáo sư Bùi Hữu Sủng, vốn từ miền Bắc di cư vào Nam năm 1954, đã cảnh báo rằng *học sinh toàn* được dạy các khái niệm *Triết học từ thời Trung cổ nay chỉ còn* được dạy ở vài nước như

---

dục bất biến là tập trung vào cứu cánh tối thượng đã để ra: phẩm cách cá nhân và phát huy ba nguyên tắc căn bản: cá nhân, gia đình và xã hội. Đơn cử, trong tài liệu *Chương Trình Tiểu Học* (1960 và 1969), các chương về đức dục và giáo dục công dân (nơi các tr. lần lượt là 27- 31 và 9 - 15). Mặt khác, môn Việt Sử vẫn giữ nguyên không thay đổi, tuy có một ngoại lệ đáng chú ý - trong khi chương trình giáo khoa năm 1960 chỉ kéo tới năm 1956, gồm cả thời kỳ cho đến năm 1956 và đề cao vai trò của Ngô Đình Diệm trong việc kiến thiết Quốc gia, thì chương trình năm 1969 lại kết thúc vào năm 1945 (Chương Trình Tiểu Học trong hai năm 1960 và 1969, nơi các tr. lần lượt là 32 - 37 và 16 - 20). Còn trong Trần Văn Quế, *Sư phạm Thực hành* 1963 tái bản năm 1969 gần như không có thay đổi, ngoại trừ những điều đã nói ở trên liên quan đến Ngô Đình Diệm (nơi các tr. lần lượt là 89 và 93).

190 "*Hội-đồng Văn-hoá Giáo dục - Dự Án Chánh Sách Văn-hoá Giáo dục (16-6-1972)*, QVKDTVH/864", 1–2

191 Sdd 34, 39-39

Pháp, Bỉ hoặc trong các chủng viện, chẳng liên quan gì đến tình hình hiện tại. Theo ông, lề lối này *có thể có hiệu quả với các thế hệ trước, chứ thế hệ hiện tại thì đã khác rồi. Các em học sinh thích bạn bè đàn đúm, chạy theo chốn hí trường với những hình ảnh và âm thanh, phóng xe máy trên xa lộ, a dua kiểu tóc của The Beatles, và mặc quần áo sặc sỡ kiểu Pop-Art. Thần tượng của các em không còn là văn thi sĩ thời cổ điển, như thi hào Việt Nam Nguyễn Du thế kỷ XIX, hay thi hào Trung Hoa Lý Thái Bạch (còn gọi là Lý Bạch) thế kỷ VIII, hay nhà triết gia và toán học gia thế kỷ XVII Blaise Pascal. Thay vào đó, các em chuộng những James Dean, James Bond hoặc B.B. King. Không như các thế hệ đi trước muốn nghiền ngẫm ưu tư cho tương lai, thế hệ hiện tại chỉ cần thỏa mãn cái hiện tiền mà thôi. Các em tung ra tài năng của mình, nếu thành công (như có giọng hay, điệu bộ tự nhiên) là đi lập ban nhạc đến hát tại các phòng trà hay bất kỳ chốn nào khác mà kiếm được nguồn thu đủ sống độc lập với gia đình thì các em theo đó ngay. Văn hóa của các em chỉ cần những sôi nổi bề mặt, thiên về lượng hơn là về phẩm, về cảm giác kích động hơn là những ý nghĩa cao siêu. Do đó hễ cái gì tổ chức cùng với bạn bè, nhất là với bạn gái thì thực hăng say, kết quả rạng rỡ. Nhưng trả về phó mặc cho mỗi cá nhân thì cá nhân như mất hồn, mất hết nghị lực, rã rời như một hạt cát vụn vô danh. Làm thế nào để chuyển biến tầng lớp ấy thành một sức mạnh như người thợ hồ biết nhào nặn những hạt cát nhỏ mà xây nên những tòa cao ốc đồ sộ? Nếu không cố gắng làm thế, nước Việt Nam tương lai sẽ "thiếu hẳn cái đầu" (la nation décapitée), nghĩa là thiếu những bộ óc chỉ huy đích thực như Churchill, Nehru. Bùi Hữu Sủng kết luận rằng người lớn phải chịu một phần trách nhiệm những lỗi lầm đã đưa xứ sở đến chiến tranh và tình hình hiện tại, và người lớn phải có trách nhiệm thổi một luồng sinh khí mới cho giáo dục để đương đầu với những thử thách lịch sử mà vẫn bảo tồn được nền văn hóa cổ truyền của dân tộc* [192].

Có nhiều nhân tố lý giải chủ trương Giáo dục phi chính trị. Trước hết, đó là mục tiêu giáo dưỡng những cá nhân một cách tự nhiên trung thực bằng cách chuyên chú sao cho họ nên người chứ không phải dùng họ làm công cụ cho một thể chế nào, chuyên nhất một bầu khí Trị Học hun đúc cho người học sinh một trí năng thường tại vốn rất dễ bị chiến tranh tàn phá. Chủ trương Giáo dục đó đã mặc sức đi trọn nẻo đường phi chính trị đến nỗi hầu hết mọi người mà tôi gặp phỏng vấn, những người được đào tạo dưới hệ giáo dục của VNCH, đều nói rằng họ không biết Hồ Chí Minh là ai, không biết cộng sản là gì và vẫn không biết chắc vì đâu mà có chiến tranh. Quả tình, hệ giáo dục đã dựng nên một tấm lá chắn chở che cho giòng đời an nhiên bình lặng đối lập với thực trạng chiến tranh đang diễn ra. Mặt trái của chủ trương phi chính trị này là chính phủ đã khiến

---

[192] Bùi Hữu Sủng, "*Vài Nhận Xét Về Mười Năm Giáo Dục*", đăng trên tạp chí *Bách Khoa Thời Đại* số 241 + 242, (số kỷ niệm 10 năm) ra tháng Giêng 1967, tr. 27–32

lớp trẻ mơ hồ, lừng khừng không biết có nên quyết tâm chống cộng hay không khi đến tuổi nhập ngũ. Mặc dù thừa nhận khiếm khuyết này, chính phủ đã không thay đổi chính sách giáo dục trong suốt thời chiến. Điều này phản ánh sự cố ý của chính sách khước từ vết xe đổ nhồi sọ một chiều của hệ giáo dục Bắc Việt. Nó còn phản ánh nét đa chiều của xã hội miền Nam nơi dung chứa một cộng đồng dân cư với nhiều tín ngưỡng tôn giáo khác nhau, như Thiên Chúa giáo, Phật giáo, Cao Đài, Hòa Hảo, và nhiều giáo phái khác, kể cả nhiều tầng lớp dân chúng có quan điểm chính trị khác nhau, chống cộng nguyên mẫu nặng nhẹ khác nhau. Không như chính quyền VNDCCH, chính phủ VNCH cho phép sự đa nguyên này, và vì thế, buộc phải tìm cho ra một lề lối khế ước cộng sinh điều hòa để duy trì ổn định xã hội. Vì không hề có chuyện triệt tiêu nét cá biệt của con người bằng một thứ xã hội trại lính rập khuôn, nên quốc gia phải có một chính sách giáo dục cân bằng cho con em của nhiều thành phần quần chúng sống chung trong cộng đồng đa nguyên đó. Hơn nữa, hệ thống giáo dục của VNCH còn chịu áp lực do người cộng sản và những phe phái thân cộng gây ra, họ ra sức mở rộng phạm vi ảnh hưởng vươn qua bên vùng lãnh thổ mà họ kiểm soát được ở Nam Việt Nam bằng nhiều thủ đoạn đe dọa, khủng bố và ám sát, nhất là ở vùng nông thôn nơi quân đội chính phủ kiểm soát được ít hơn. Như một trong những giáo chức ở tỉnh Sa Đéc hẻo lánh đã ghi chú trong một bài học trong sách giáo khoa, rằng giáo chức ở vùng nông thôn phải chọn lựa giữa việc hoặc minh định lập trường chính trị sẽ đặt họ vào tình thế nguy hiểm, hoặc khước từ chính trị hóa thiên chức nhà giáo của mình [193]. Tất cả những yếu tố này, đã không nhiều thì ít đưa đến việc phi chính trị chốn học đường.

Giáo dục cộng đồng

Cho dù không đưa ra được những cải tổ giáo trình đáng kể nhưng chính phủ cũng đã cố liên đới khá hơn giáo dục với thực tế. Chính phủ cùng các nhà mô phạm vẫn cố tìm kiếm giải pháp mới và một biện pháp khắc phục được đề xuất là giáo dục cộng đồng. Ý tưởng về giáo dục cộng đồng đi đôi với việc khai triển hệ thống giáo dục về vùng nông thôn. Nhiều ngôi trường mới mọc lên ở các thôn ấp và mục tiêu hướng tới là tối thiểu mỗi thôn xã phải có được một mái trường.

Trong khi 80% dân số sống ở vùng nông thôn thì phần lớn các trường học lại quần tụ ở các thành phố, đô thị. Khái niệm hệ học đường cộng đồng là mới mẻ ở Việt Nam và khởi sự từ Chương trình Phổ cập Học đường về Thôn Ấp, nhắm vào cư dân nông thôn Nam Việt Nam với thử nghiệm đầu tiên là vào năm 1954, nhưng kết quả không chứng tỏ là có thành tựu. Cho

---

193 Thế Linh, "Vai trò chính trị cuả Giáo sư Trung học", trong *Giai phẩm Hồn Nước* (Giai phẩm của trường Trung học Công lập đệ nhị cấp Đức Thành, Sa Đéc, 1971) tr. 37-38

đến năm 1963, số lượng các trường này tăng chậm rồi nhanh dần, đạt 75 trường, rồi sau đó lượng trường này tăng nhanh chóng mặt. Nếu năm 1965 có 121 trường cộng đồng thì niên khóa 1966-1967 có 852 trường. Niên khóa 1967-1968 có 1.336 trường cộng đồng (so với 5.336 trường phi-cộng đồng) [194]. Chương trình này nhằm mục đích tạo điều kiện để học sinh vẫn gắn bó với cộng đồng địa phương và tạo phương tiện chính đáng cho họ tìm chỗ đứng nơi xã hội địa phương trong trường hợp họ không có điều kiện học tiếp lên các bậc cao hơn [195]. Học sinh được khuyến khích trở thành một phần tử mật thiết với cộng đồng địa phương nơi lớp người trẻ được mong đợi sẽ cống hiến sức mình để chung tay giải quyết các vấn nạn của đời sống thường nhật mà cộng đồng phải đối mặt.

Một khía cạnh khác của loại trường này là từ bỏ phép học thuộc lòng vốn đã được dùng khắp các trường học trước thời điểm ấy, với các thầy giáo chuyên dùng đòn vọt và la mắng. Trường cộng đồng được lập ra với ý tưởng hình thành không gian mở cho thanh thiếu niên được học phép bàn thảo mỗi khi gặp vấn đề gì trục trặc rồi cùng nhau phân tích và tranh biện cái nào nên dùng cái nào loại bỏ. Một trụ cột khác của hệ học đường cộng đồng là khai mở tầm nhìn cho trẻ về tự do dân chủ ngõ hầu các em có thể trở thành nhà lãnh đạo khi đến tuổi. Những mái trường cộng đồng như vậy cũng được xem là góp phần hữu hiệu cho nỗ lực chống lại thuật du kích chiến của địch, bằng cách lôi kéo cả học sinh lẫn người lớn vào công cuộc phát triển làng xã đồng thời cô lập thanh thiếu niên khỏi tầm tay Việt Cộng. Thành công này được ghi nhận vào năm 1969 và từ đó được nhân rộng ra các khu đô thị lân cận. Theo Nghị định của Bộ Giáo dục ngày 25-11-1969, tất cả trường ốc bậc tiểu học phải trở thành trường tiểu học cộng đồng [196].

Sự gia tăng ngoạn mục về lượng số các trường cộng đồng (bảng 1.1) [197] không chỉ biểu hiện sự thay đổi trong chính sách giáo dục mà còn song hành với tình hình chính trị ổn định của miền Nam, nhờ đó mới có thể thực thi trọn vẹn cải tổ này. Dẫu cho trường cộng đồng không hoàn toàn thay thế hết cả các trường tiểu học ở Việt Nam, nhưng nhờ nó hệ thống giáo dục đã gom vào thêm được nhiều học sinh hơn nữa.

---

194 *Giáo dục Cộng đồng*, i; "Primary Education" (Saigon: Trung tâm Học liệu, Bộ GD, 1966, 1971; Nguyễn Đình Hoà, *Education in Vietnam*, 122–7; Ho Huu Nhut, *Lich su Giao duc*, 92–4.
195 "Republic of Vietnam", 7
196 *Giáo dục Cộng đồng*, i. [Nghị định số 2463-GD/PC/NĐ ngày 25.11.1969 cộng đồng hóa tất cả các trường tiểu học]
197 Sđd tr. 19

Bảng 1.1. Sĩ số học sinh trong hệ trường học cộng đồng từ năm 1965 đến 1973

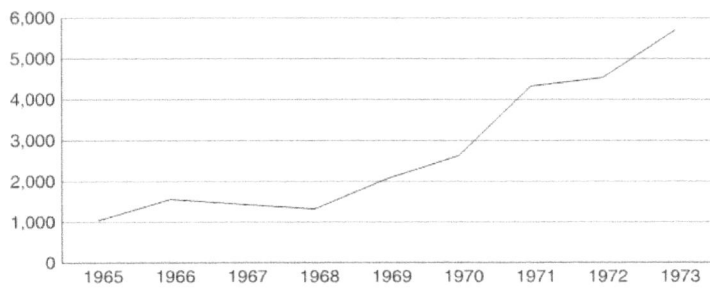

Cải Huấn

Tháng 3-1965, khi quân đội Mỹ gia tăng đáng kể trên đất Việt với sự hiện diện các binh đoàn bộ binh, thì Bộ Văn hóa Xã hội liền bày tỏ một mối lo gan ruột về tình trạng trẻ vị thành niên (dưới 18 tuổi) phạm pháp và phạm thuần phong mỹ tục. Theo Bộ, "hầu như không còn ai xa lạ không nghe không biết các bản tin cảnh sát bắt giữ gái mại dâm chỉ mới 15, 16 tuổi hoặc chuyện những vụ muối mặt trộm cắp đồ đạc của người Mỹ và nhiều người khác ngay giữa ban ngày ban mặt, phần lớn trong số trẻ phạm tội thuộc lứa tuổi vị thành niên (tuổi "thành niên" là từ 18 đến 35)" [198]. Có đủ mọi lý lẽ để đồng tình những lo ngại này, cũng theo như Bộ kể ra: những vụ phạm tội nhỏ trong hiện tại có thể trở nên tội ác nghiêm trọng hơn trong tương lai, làm lung lay sự an ổn của quốc gia và băng hoại triển vọng tương lai của xứ sở. Hiện tượng tệ nạn còn làm lở lói hình ảnh chính sự quốc gia ở trong cũng như ngoài nước, vì quốc gia đã không bảo toàn trách vụ diệt trừ những thói hư tật xấu, tội nặng hay nhẹ do người vị thành niên phạm phải. Chúng còn gây tệ thêm cho trận tuyến đối địch khi nơi hậu phương an toàn lại gây ảnh hưởng xấu đến những chiến công ngoài tiền tuyến vì những trang nam nhi sắp được tuyển mộ nhập ngũ làm sao mà an tâm khi biết rằng vợ con họ ở nhà có thể bị bắt nạt hay phá rối. Hơn nữa, trẻ vị thành niên còn tự gây hại chính mình khi làm những điều băng hoại đạo đức. Cuối cùng nhưng không kém phần quan trọng, loại người trẻ như thế nên được dồn vào cùng một cộng đồng với họ không chỉ vì có ích cho riêng họ mà còn có ích cho cả đất nước nữa, trong khi biết bao người chiến đấu đã hy sinh hoặc bị tàn phế, thì đất nước đâu thể lãng phí bất kỳ đôi tay nào góp phần công cuộc bảo vệ và dựng xây tương lai quốc gia [199].

---

[198] "Bài thuyết trình về thanh thiếu niên phạm pháp", TBVHXH 1553 *Giáo dục Cộng đồng* (Saigon: Trung tam hoc lieu, Bo GD, 1966, 1971), tr. 2 (VNAII)

[199] "Bai thuyet trinh ".. 4 (VNAII)

Vấn nạn mại dâm tuổi vị thành niên không phải mới có vào 1965 mà sớm hơn nhiều. Thời Ngô Đình Diệm (1955 - 1963), có luật cấm mại dâm nhưng không mang lại bao nhiêu kết quả, theo đánh giá của chính phủ năm 1965, và tệ trạng còn trầm trọng hơn sau khi lính Mỹ đổ bộ vào tháng 3-1965. Theo đánh giá này, "lượng người tìm đến mại dâm tăng lên từng ngày; Các nhà thổ mọc lên dưới nhiều hình thức khác nhau càng gây thêm tác hại cho luân lý đạo đức và thuần phong mỹ tục". Chính quyền nhận rõ tác hại của mại dâm không chỉ về mặt tinh thần, làm suy đồi văn hóa Cha Ông và đẩy những phụ nữ trẻ vào lối sống sa đọa mà còn lo đến những nguy cơ về thân bệnh khi nhà thổ là cửa ngõ lây lan các thứ bệnh hoa liễu. Theo một tài liệu lưu trữ, đã có đề xuất đưa tất cả gái mại dâm vào cùng một trung tâm, riêng người dưới 18 tuổi thì chuyển đến một trung tâm cải huấn để sau đó trả về cho gia đình họ [200].

Một vấn nạn khác là trẻ bụi đời như một hiện tượng bắt đầu xuất hiện vào khoảng 1963 và lây lan rất nhanh. Chữ *trẻ bụi đời* thường để trỏ đến những thiếu niên độ tuổi từ 11 đến 18 không có thân bằng quyến thuộc hoặc tự bỏ nhà đi hoang, kiếm sống bằng cách đánh giày, ăn xin, ăn cắp hoặc bán những món hàng xa xỉ phẩm cho binh lính đồng minh. Mặc dù trẻ sống lang thang chưa phải là một cái tội nhưng nhà chức trách e rằng từ lang thang đến phạm tội chỉ là một khoảng cách mong manh. Đến năm 1975 có 8 Trung tâm Trẻ Bụi đời chứa 823 trẻ. 2 ở Vũng Tàu, một tỉnh về mạn đông Sài Gòn, sát ngay bờ biển, 1 ở Huế và 5 trung tâm còn lại ở Sài Gòn. Các trung tâm này cũng có chi nhánh nằm tại Sài Gòn và các tỉnh. Phần lớn các trung tâm được lập ra do tư nhân được Bộ Xã hội và Văn phòng Khẩn Hoang Lập Ấp tài trợ. Có hơn một ngàn trẻ vị thành niên sống trong những trung tâm này [201].

Vấn nạn thứ ba được Bộ chỉ ra là nạn cao bồi du đãng [202]. Hai chữ *cao bồi du đãng* này thường được nói gắn liền nhau như hai chữ đồng nghĩa trong các cuộc hội thảo về giới trẻ. Như trên một bài viết trên một tạp chí học đường ở Sài Gòn đã chú thích vào năm 1965, cao bồi là một hiện tượng vô cùng nguy hiểm. Trong khi mọi người ai cũng thường nghĩ đến những chàng "cao bồi thuần khiết" sống ở miền đồi núi và thảo nguyên bên Âu Mỹ, nơi phát triển mạnh ngành chăn nuôi gia súc thì thực tế ở Việt Nam lại rất khác. Cao bồi và văn hóa nhóm người này ảnh hưởng nhiều đến lớp trẻ trong độ tuổi từ 16 đến 21, vốn đã gắn liền với bối cảnh Sài Gòn trong nhiều năm. Nó đến từ phim ảnh và tạp chí mang về hấp dẫn của miền Tây

---

200 "Phiếu trình gửi Ông Chủ-tịch Ủy-Ban Hành-Pháp Trung-ương v/v thanh toán vấn-đề mại-dâm", tháng 7-1965, TBVHXH 1553" tr. 2–3 (VNAII)
201 "An sinh nhi đồng" (Saigon: Việt-Nam Cộng-Hòa, Bộ Xã-hội va Khẩn-hoang Lập ấp; Ủy ban Bảo trợ nhi-đồng, 1974), 9, 31 (VNAII)
202 "Bai thuyet trinh ."... 2 (VNAII)

hoang dã. Nó trở nên phổ biến trong giới trẻ Sài Gòn và sau đó tràn ra vùng ngoại ô và các tỉnh một cách ngoài tiên liệu. Các thói tính của văn hóa cao bồi ở Việt Nam khởi đi từ các quán bia và vũ trường, quán rượu lộ thiên làm băng hoại mọi thứ xung quanh. Những thói tính này có cả thuốc lá (đặc biệt là thuốc Ruby Queen) và quần chật bó mà rồi về sau được gọi là "quần cao bồi". Bài viết lên án rằng tệ cao bồi là một thứ hoàn toàn vô nghĩa lý và làm giật lùi lớp trẻ có triển vọng thành người hữu dụng cho đất nước. Theo bài viết thì chàng cao bồi là món "nấu chín trong nhà tù rượu và dọn ra trong nhà tù giam"[203]. Năm 1965, Bộ Văn hóa Xã hội ước tính số thanh niên cao bồi du đãng khoảng từ 200.000 đến 300.000, một con số ước tính phản ánh hiện trạng không xa với thực tế[204].

Nhà chức trách cho phép cảnh sát, mỗi khi thấy thanh thiếu niên mặc những chiếc quần cao bồi bó sát lố lăng ấy, thì bắt họ thử dơ chân cao lên, nếu không dơ cao được quá đầu gối, thì có quyền cắt bỏ ống quần ngay tại chỗ. Người ta định rằng làm thế là để ngăn những người trẻ mặc thứ quần lố lăng vì sau khi bị cắt ngắn, chiếc quần đã hỏng, biến thành quần đùi chỉ trẻ con mới mặc. Ở nhiều nơi, mỗi khi gặp cậu cao bồi nào, họ liền bị cảnh sát "hốt" vào xe đưa về đồn cảnh sát ngủ trong đó vài đêm muỗi đốt cho chừa thói lố lăng. Ở nơi khác, cảnh sát có quyền cắt ngắn mái tóc bù xù phủ xuống gáy. Cũng có khi bắt kẻ vi phạm đeo biển hiệu với chữ "cao bồi" và đem đi diễn hành quanh phố thị hoặc bắt đứng dang nắng ngoài trời (không ai chịu nổi cái nắng nóng của Sài Gòn). Ở Sài Gòn, có khi người ta gom hết các chàng cao bồi và đưa đến Đồng Đế (ở Nha Trang, nơi có Trung tâm Huấn luyện đào tạo Hạ sĩ quan) hoặc Phú Quốc (một hòn đảo nơi có trại cải huấn). Bài viết cũng nếu ý kiến rằng nếu những biện pháp đó không ngăn được tệ nạn xã hội thì ít nhất cũng không để chúng phát triển quá nhanh[205].

Có một số trường hợp phải đưa ra tòa. Luật 11/58 từ ngày 3-7-1958, quy định rằng trẻ vị thành niên từ 13 tuổi trở xuống không bị kết án tù và việc truy tố chúng tại tòa chỉ nhằm mục đích giáo dục. Trẻ trong độ tuổi từ 13 đến 18 tuy có thể bị kết án tù nhưng được xử với mức án nhẹ hơn. Theo Bộ Tư pháp, năm 1963 tòa án vị thành niên đã xử 2.491 vụ, năm 1964 xử 3.125 vụ, và năm 1965 xử 3.065 vụ. Nếu không tính những người trẻ trong các vụ án đã được chuyển sang tòa tiểu hình và tòa đại hình, thì đây là con số chiếm khoảng 25 % nhiều hơn so với số án trẻ vị thành niên: đó là 3.114 cho năm 1963; 3,906 cho năm 1964; và 3,831 cho năm 1965[206]. Con số

---

203 Pham Thai Hoa, "Cao bồi", Giai phẩm Xuân Ất Tỵ (Saigon: Chu Van An, 1965) tr. 65–67
204 "Bai thuyet trinh", 3 (VNAII)
205 Trần Hữu Đức, "Giáo dục trẻ lạc đường", tạp chí *Giáo dục* 25 (tháng 12, 1968), tr. 45
206 "Bai thuyet trinh", 3 (VNAII)

tăng lên đáng kể 25% từ năm 1963 đến năm 1964 cho thấy mối tương liên không chối cãi được với cuộc đảo chính lật đổ Ngô Đình Diệm và VNCH chìm trong xáo trộn của các cuộc đảo chính, chỉnh lý liên tiếp sau đó.

Năm 1965, chỉ riêng ở Sài Gòn đã có tổng cộng 1.040 trẻ vị thành niên phạm tội được ghi nhận là đã bị đưa ra Tòa án trẻ vị thành niên; trong số đó có 32 người ở độ tuổi từ 13 và 1.008 ở độ tuổi từ 13 đến 18. Đến năm 1973, con số này đã tăng lên 5.700, với 220 người dưới 13 tuổi và 5.480 trong độ tuổi từ 13 đến 18. Như thế, số trẻ trong độ tuổi từ 13 đến 18 tăng gấp 5,5 lần, số dưới 13 tuổi tăng gấp 7 lần (xem Bảng 1.5 và Bảng 1.6).

Chúng ta thấy sự gia tăng lớn nhất, không phải trên con số toàn thể mà trên tỷ lệ phần trăm, ở những người phạm tội dưới 13 tuổi, tăng 525%, tức hơn 6 lần. Làm một so sánh, ta cũng thấy lượng học sinh nhập học gia tăng nơi học đường VNCH trong cùng thời gian chỉ tăng 106% tức từ 2.031.712 năm 1965 tăng lên thành 4.193.339 vào năm 1973 (trong khi cùng thời điểm ấy ở VNDCCH, số học sinh nhập trường tăng 75%, tức từ 2.666.728 tăng lên thành 4.675.727).

Bảng 1.5 Số trẻ bị đưa ra Tòa trẻ vị thành niên từ 1965 – 1973[1]

	Tổng số	Độ tuổi	
		Under 13	13 to 18
1965	1,040	32	1,008
1966	1,563	98	1,465
1967	1,435	161	1,274
1968	1,321	107	1,214
1969	2,064	167	1,897
1970	2,631	237	2,394
1971	4,322	268	4,054
1972	4,536	226	4,310
1973	5,700	220	5,480

(1) An sinh Nhi đồng, 34.

Bảng 1.6 Các vụ tội phạm lớn của trẻ bị đưa ra Tòa án vị thành niên Sài Gòn từ 1965–1971[1]

	1965	1966	1967	1968	1969	1970	1971
Tổng số	1,044	1,563	1435	1,321	2,064	2,631	4,332
Trộm cắp	613	1,057	870	752	1019	1251	1785
Tẩu tán đồ ăn cắp	26	51	42	53	63	71	122
Lừa đảo	2	9	10	16[2]	39	50	58
Vô tình gây thương tích	57	28	38	44	114	129	201
Cố ý gây thương tích	104	71	150	64	87	102	202
Gái mại dâm	29	27	34	43	45	46	35

Bán đồ khiêu dâm và tình dục	6	6	12	11	8	14	9
Dụ dỗ gái vị thành niên	4	5	5	4	11	15	35
Du đăng và cướp giật	26	5	15	16	22	39	129
Tái phạm không có giấy tờ tùy thân	*	3	3	4	27	92	315
Không trùng khớp nhân thân	2	110	53	35	72	127	404
Man khai và dùng giấy tờ cạo sửa	*	3	10	52	73	228	244
Dùng giấy tờ của người khác	4	12	15	24	47	99	109
Giả mạo công chứng thư và dùng giấy tờ giả	44	31	61	105	189	136	233

(1) Sưu tập theo bảng "Phân loại tội phạm" phần Phụ lục, không có số trang.

(2) Không có dữ liệu cho nửa sau của năm 1968 trong bảng "Phân loại tội phạm"

* Không có tội phạm trong mục này

Bảng 1.2. Biểu đồ bản án tù từ 1965 đến 1973

[Biểu đồ: Tổng số vụ án: 1965: 1040, 1966: 1563, 1967: 1435, 1968: 1321, 1969: 2064, 1970: 2631, 1971: 4322, 1972: 4536, 1973: 5700. Án tù từ 3 tháng đến 3 năm: 1965: 212, 1966: 131, 1967: 165, 1968: 276, 1969: 409, 1970: 391, 1971: 546, 1972: 1288, 1973: 1428.]

——— Tổng số vụ án

- - - - - - Án tù từ 3 tháng đến 3 năm

Ta cũng xem lượng số bản án tù tăng lên thế nào so với tổng số vụ án. Số lượng các vụ án đưa ra tòa đã tăng lên tới 450% từ năm 1965 đến năm 1973 và các vụ án có án tù tăng lên 574%, tức từ con số 212 năm 1965 lên thành 1.428 vào năm 1973 (xem Bảng 1.2 ở trên) [207].

Phần lớn các vụ án hoặc bị tòa bác hoặc trẻ vị thành niên được giao lại cho phụ huynh, hoặc đã thụ án hoặc nhận án treo. Một lượng rất nhỏ trẻ vị thành niên được chuyển đến các trung tâm cải huấn, với số lượng cao nhất vào năm 1966 (351) và thấp nhất vào năm 1968 (46).

Năm 1974, ở VNCH có 41 trung tâm cải huấn, trong đó có 36 trung

---

[207] An sinh nhi dong, 36

tâm chứa tổng cộng 3.755 phạm nhân vị thành niên; Trong số này có 134 là nam và 81 là nữ dưới 13 tuổi, và 3.089 là nam và 488 là nữ trong độ tuổi từ 13 đến 18 [208]. Nơi những trung tâm này, phạm nhân vị thành niên bị giam cùng với người lớn, trong số có một trung tâm nổi bật là Trung tâm Thủ Đức nằm ngay bên ngoài Sài Gòn. Khởi thủy, nó do người Pháp lập ra vào năm 1916 làm nơi giam giữ trẻ vị thành niên, năm 1947 nó trở thành một trung tâm giáo dục thuộc Bộ Giáo dục. Năm 1954, tên trung tâm đổi thành Trung tâm Huấn nghệ. Năm 1957, được chuyển sang Bộ Xã hội và đổi tên thành Trung tâm Cải huấn Trẻ Vị thành niên Thủ Đức, chuyên cầm giữ nam giới, có sức chứa 450, nhưng trung bình chỉ có khoảng 250. Trẻ vị thành niên do tòa án chuyển đến sau khi tuyên án hoặc trong khi chờ tuyên án theo yêu cầu đệ đạt của phụ huynh hoặc người giám hộ với tòa án, hoặc vì trẻ không nơi nương tựa. Ở trung tâm này, trẻ sẽ được học đức dục để chuẩn bị hoàn lương thành công dân lương thiện và kiếm được một nghề mưu sinh, những nghề Trung tâm cung cấp nguyên một loạt các khóa huấn nghệ, gồm canh nông, điện cơ, dệt may, cắt tóc, v.v…

Ngoài Trung tâm Thủ Đức, còn có một trung tâm của Dòng Nữ Tu Bác Ái Mục Tử Nhân Lành dành riêng cho phái nữ, gọi là Trung tâm Vĩnh Long, cũng hoạt động dưới sự bảo trợ của Bộ Xã hội và theo cùng các mục tiêu tương tự như Trung tâm Thủ Đức. Cơ ngơi của Trung tâm Vĩnh Long không thua kém gì Trung tâm Thủ Đức. Nó thường chứa khoảng 100 trẻ [209]. Tỷ lệ phạm tội tuổi vị thành niên thọ án xem như tương đương với các nước phương Tây. Ví dụ, vào năm 1962, dân số của Pháp quốc là 48.000.000 thì có 35.974 thanh thiếu niên bị truy tố, chiếm khoảng 0,07% dân số trong tuổi vị thành niên bị đưa ra tòa án vị thành niên. Năm 1963, ước tính dân số của VNCH là 15.269.000 và có 3.114 trường hợp vị thành niên bị đưa ra tòa, chiếm 0,02 phần trăm dân số vị thành niên. Ngay cả vào năm 1964, khi các vụ án ở tuổi vị thành niên tăng lên tương đối nhiều, thì con số tỷ lệ này chỉ tăng nhẹ lên 0,024% [210]. Điều này chứng tỏ tội phạm vị thành niên ở nước Pháp thời bình và yên ổn lại cao hơn 3,5 lần so với VNCH thời chiến đang phải vật lộn để kiến tạo một chính quyền vững mạnh. Một nguồn khác còn cho ta một so sánh thậm chí rõ ràng hơn: ở VNCH, từ năm 1959 đến 1963, có 3.638 trẻ vị thành niên phạm pháp, tức là khoảng 727 trẻ mỗi năm, trong khi ở Pháp năm 1960 con số đó là 26.894 [211].

Có nhiều quan điểm khác nhau khi truy nguyên gốc rễ của vấn đề.

---

208 Sđd trang 37–38
209 Sđd 39–42
210 Các số liệu về Pháp quốc, xem Chazal, L'enfance delinquante, trang 6 - 7. Về ước tính dân số VNCH, xem World Population: 1975, 117; về các vụ án xem "Bai thuyet trinh" trang 3 (VNAII).
211 Trần Thúc Linh, "Phạm nhân hay Nạn nhân", 67; Trần Hữu Đức, "Giáo dục trẻ lạc đường", 18, 45.

Một số người có xu hướng kết án giới trẻ: ví dụ, có ý kiến cho rằng nạn mại dâm gia tăng bắt nguồn từ các trẻ gái và phụ nữ trẻ ước được sống xa hoa, quần là áo lượt và xe hơi sang trọng: "Từ những mơ mộng hão huyền đó đã khiến nhiễm độc tâm hồn họ và nếu không dừng lại, nó sẽ đẩy con người vào bi kịch vong thân" [212]. Nhưng cũng có một thấu hiểu khác cho rằng có những lý do khác nằm đằng sau hiện tượng: do học đường và gia đình thiếu khuyết một nếp giáo dục đúng đắn, do nhà chức trách thiếu kế hoạch tạo công ăn việc làm cho giới trẻ, do thiếu thư viện, phòng đọc sách và phương tiện giải trí chính đính, và – cố nhiên – do cả chiến tranh. Thêm nữa, nhà chức trách còn khẳng định chính Việt Cộng đã len lỏi vào các băng nhóm bụi đời để lôi kéo và tuyển mộ tân binh từ giới trẻ [213].

Bộ Nội vụ đã gióng lên một hồi chuông cảnh báo và đưa ra nhiều đề nghị đến các bộ hữu trách liên quan, cùng các hội đoàn khác nhau, như Bộ Thanh niên tổ chức các trung tâm thể thao, Bộ Văn hóa Xã hội lập ra các trung tâm đặc biệt dành cho trẻ bán báo, đánh giày để kéo các em xa khỏi đường phố, Bộ Tâm lý Chiến phải lo kiểm duyệt sách báo và tạp chí cho trẻ em và thanh thiếu niên, Bộ Giáo dục nên bảo trợ cho các nhà xuất bản bằng cách mua và phân phối lại sách báo cho trẻ em, thanh thiếu niên cũng như cho trường học, và Hội đồng Đô thành Sài Gòn phải buộc các rạp chiếu phim ở thủ đô dành ra một ngày trong tuần chiếu phim thiếu nhi [214].

Nhưng để thực thi các biện pháp này là quá khó trong hoàn cảnh chiến tranh liên miên, và vẫn chưa dứt cho đến ngày chiến tranh kết thúc việc bàn thảo nhằm đạt nhiều nỗ lực hơn nữa để nuôi dạy sao cho lớp thế hệ mới lớn trở thành một lực lượng tích cực cho sự phát triển đất nước thay vì kéo theo một lứa tiêu cực đi vào tương lai của xứ sở, điều khiến cho nhiều tấm lòng nhân ái phải đành thua khi chuyên tâm chăm lo cho trẻ em và thanh thiếu niên [215].

Ngay từ căn đế, VNCH đã bền bỉ theo đuổi một quan điểm giáo dục khác biệt hoàn toàn với VNDCCH. Thay vì tìm cách định hình đúc khuôn giới trẻ cho lợi ích của chính sách quốc gia, VNCH lại đưa chính trị ra khỏi trường học, dành không gian cho thanh thiếu niên tha hồ khám phá và tùy nghi định hướng mục tiêu cũng như ưu tiên cá nhân mà họ chọn lấy. Những xáo trộn chính trị ở Nam Việt Nam từ 1964 đến 1966 đã khiến trì trệ trong hoạch định chính sách của chính phủ cho giáo dục, thế nhưng những trì trệ này vẫn không mấy đổi thay ngay cả sau khi thành lập Đệ

---

212 "Phieu-trinh gui Ong Chu-tich 2–3 (VNAII).
213 "Chương tình Bài trừ Du đãng", tháng 7, 1965, TBVHXH 1553, 1–2 (VNAII).
214 "Văn thư v/v thi hành kế hoạch", 2–3 (VNAII).
215 Nguyễn Văn Lộc (Thủ Tướng Nam Việt Nam từ tháng 10-1967 đến đầu 1968), "Bản Nhận Định của Hội đồng dân quân", 2–3 (VNAII); An sinh nhi đồng, 9. xem thêm, "Bai thuyet trinh", 2 (VNAII).

Nhị Cộng Hòa tương đối ổn định hơn vào năm 1967. Có một cải tổ cứ tha hồ phát triển bất kể bao chuyển biến chính trị, đó là hệ trường học cộng đồng, đã rất hào hứng với lòng tự hào và quyền điều hành địa phương. Một lĩnh vực khác của sự phát triển rõ ràng là mặt ứng phó với tội phạm vị thành niên, đã làm VNCH hao tổn sức lực lớn hơn nhiều so với VNDCCH - không hẳn là bởi vấn nạn ở VNCH lớn hơn ở VNDCCH mà chính là vì một điều không thể chối cãi là xã hội miền Nam đã tạo nhiều điều kiện cho lầm lạc nẩy nở hơn những gì có thể có ở miền Bắc.

KẾT LUẬN

Có nhiều điểm tương đồng và dị biệt trong phát triển hệ giáo dục ở VNDCCH và VNCH. Dù đang trong tình trạng chiến tranh, cả VNDCCH lẫn VNCH đều đạt được những tiến bộ đáng kể trong việc phát triển hệ giáo dục của mỗi bên tuy là vẫn còn nhiều việc phải làm để khai triển và hoàn thiện. Cả hai đã phải khắc phục những bất toàn của giáo dục thuộc địa. Cả hai đều muốn điều tốt nhất cho lớp người trẻ của họ theo những gì họ quan niệm là tốt nhất. Cả hai đều khẳng định rằng họ đang bảo vệ nền tự do dân chủ. Cả hai đã phải đối mặt với chiến tranh dù hình thái mỗi bên khác nhau.

Thời thuộc địa, nền giáo dục, dẫu ngoài ý muốn, đã đem lại nhiều lợi khí để thách thức thể chế cai trị, vì chính những người được học dưới giáo dục ấy đã nhận ra bi kịch của việc xứ sở bị đô hộ và ra sức tìm phương chấm dứt. Thời hậu thuộc địa, nền giáo dục của cả hai thể chế đều nhằm dắt tay tuổi trẻ đến một triển vọng nước nhà tươi sáng. Nhưng kể từ khi dự phóng tương lai của giới hữu trách ở VNDCCH và VNCH quá khác biệt nhau thì vai trò của giáo dục ở hai thể chế cũng khác xa nhau luôn.

Ở VNDCCH, bàn tay của giáo dục rất dứt khoát không chút do dự tước đoạt của đoàn thể và cá nhân bất kỳ phương tiện nào tiềm ẩn nguy cơ thách thức luật lệ, thông lệ cũng như ý thức hệ chính thống, đồng thời làm công cụ cho nhà nước huy động mọi con người vào chiến tranh và xây dựng chủ nghĩa xã hội. VNDCCH đã tạo ra một hệ học đường sặc mùi chính trị cứng nhắc đến tàn nhẫn nhằm tập trung hết cho chiến tranh và chủ nghĩa, chuẩn bị cho trẻ em từ khi còn rất nhỏ sẽ trở thành chiến binh và đổ vào ý thức chúng một hướng đi rành rẽ, một quan niệm thiện ác chắc nịch về cuộc chiến đang tiến hành ở VNCH.

Xét về mặt tấn công, VNDCCH đã rắp tâm gây cuộc binh đao tổng lực chỉ nhằm mục đích đánh bại và thống trị VNCH, trong khi từ 1965 đến tháng 3-1968, và sau đó thêm lần nữa vào 1972, chính VNDCCH đã phải cố mà tồn tại dưới mưa bom Mỹ giáng xuống biết bao tàn phá hủy diệt cả đất nước lẫn con người. Để kiếm chỗ an toàn hơn cho trẻ em đi học,

VNDCCH đã lập ra một cơ sở giáo dục bên Trung Quốc để từ đó nhào nặn đúc khuôn nhiều lứa học sinh toàn tòng với công cuộc mà VNDCCH theo đuổi. Không chỉ trẻ em miền Bắc mà nhất là với thanh thiếu niên miền Nam tập kết cũng đã được gửi sang Trung Quốc luôn, cũng vừa để khỏi đánh mất chúng vào tay hệ tư tưởng của kẻ thù VNCH. Trên thực tế, VNDCCH đã tạo ra được một đế chế giáo dục thu nhỏ - trừ khử mọi chiều hướng đa nguyên ở ngay tại chính VNDCCH, vừa thiết lập một hệ giáo dục trên đất Trung Quốc nhưng có gốc nằm tại Việt Nam, vừa đưa giáo dục vào cả trẻ em Lào đang sống ở VNDCCH và xuất hệ tư tưởng nòng cốt của mình tràn sang vùng giáo dục lập ra trên lãnh thổ của VNCH do MTGP kiểm soát.

Xét về quốc phòng, VNCH đã phải đương đầu với sự hiện diện cả địch quân cộng sản lẫn đồng minh Mỹ trên lãnh thổ mình; đồng thời, cấu trúc xã hội, văn hóa và chính trị của miền Nam đòi hỏi phải thừa nhận đa nguyên và vận hành dưới những câu thúc đó – là một trách vụ đầy khó khăn nan giải ngay cả khi không có tình thế cấp bách của thời chiến. VNCH đã tạo ra một nền Trị Học tương phản hoàn toàn với miền Bắc, dựa trên các nguyên tắc căn bản nhằm khai triển tối đa tập trung vào các giá trị đối nghịch với hệ thống cộng sản toàn trị. VNCH rắp tâm tách học đường ra khỏi chiến tranh, phần lớn loại bỏ chính trị ra khỏi giáo trình dạy học, để học sinh tự định hình mục đích của cuộc tương xung và tự tìm chỗ đứng của họ trong khung cảnh đó, điều đã khiến nhiều người tiến thoái lưỡng nan trong mơ hồ, dao động. Các nhà giáo dục miền Nam đã hết sức tránh việc đạo diễn lèo lái đánh đồng hết thảy các ý thức hệ vào làm một, đã cho phép giới trẻ một biên độ tự do thích đáng để tự mở ra quan điểm riêng về những gì đang xảy ra trên đất nước.

Nếu hệ giáo dục của VNDCCH đã tước đoạt của người học trò mọi phương tiện khả dĩ thách thức đối kháng lại chính quyền, thì VNCH đã cung cấp cho giới trẻ chính những phương tiện đúng y như vậy. Nếu các trường học của VNDCCH dạy cho học sinh nhất thiết phải đánh đuổi Mỹ và thống nhất đất nước theo chế độ cộng sản, thì học đường của VNCH đã không dạy được sự cần thiết phải đánh bại cộng sản. Kết quả là nhiều công dân VNCH không nhiệt tình tòng quân vệ quốc và còn hơn nữa, đã đặt câu hỏi nghi vấn về chính sách của quốc gia, không khác tí nào những gì đang xảy ra bên Hoa Kỳ thời điểm đó. Tuy nhiên chính tình huống này đã phản ánh những gì cuộc chiến đang xảy diễn – chọn giữa độc đoán toàn trị hay tính phức hợp muôn màu của tự do, áp đặt một thứ quan điểm chính thống chung hay có quyền suy tư và duy trì quan điểm của riêng mình?

Vậy thì ở VNDCCH và VNCH, học đường đã làm thay đổi xã hội hay xã hội làm thay đổi học đường? Tôi thiên về lập luận rằng, là hệ quả của cuộc cách mạng thoát ách thống trị của thực dân, tự ban đầu, cả hệ thống giáo dục VNDCCH lẫn VNCH được áp đặt từ bên trên chứ không phải là sản phẩm của quá trình phát triển tự nhiên trong lòng xã hội mỗi bên. Tuy nhiên, rốt cuộc tình hình đã biến đổi. Hệ thống giáo dục của VNDCCH được đề ra như một phản chiếu trung thực theo ý đảng và nhà nước, nếu nói theo thuật ngữ của Althusser, thì đó là "Bộ máy nhà nước ý thức hệ"; nó đã gắng sức và phần lớn đã thành công trong việc tái xuất ra những công dân cộng sản. Nó đã thay đổi xã hội VNDCCH theo mệnh lệnh của đảng và nhà nước. Nhà nước và bộ máy giáo dục giáo điều đã nặn ra một khuôn đúc xã hội chung để cho ra lò những công dân nào mà họ nhắm xuất lò. Hệ thống giáo dục VNCH, bằng cách đưa chính trị ra khỏi học đường, đã cố đem lại một cõi sống chung hòa bình cho sinh viên học sinh nhiều tầng lớp, thiên kiến khác nhau và đào tạo ra người công dân đáp ứng cho chương trình hoạch định lâu dài của quốc gia để kiến thiết một xã hội dân chủ. Lập thời, hệ giáo dục của VNCH nhắm chuẩn bị cho giới trẻ tạo lập một xã hội phi toàn trị, mà lại không huy động thanh niên chiến đấu bảo vệ một xã hội như vậy. Nhiều tiếng nói tranh cãi đa chiều hiện diện giữa lòng thế hệ trẻ đã gây tác động lớn và khó lường với xã hội miền Nam. Nó mở cửa cho tự do cá nhân còn mạnh hơn việc chăm bón cho sự gắn kết xã hội, điều này nếu bảo là vì các chính sách của chính phủ đã định hình một cách tối hảo cũng được hay bảo giản dị chỉ vì đó là khung cảnh cá tính miền Nam cũng được. Hệ quả là giới trẻ đã được khuyến khích tùy nghi thực tập quyền hạn không chỉ trong lập trường ủng hộ chính sách của chính phủ mà còn có quyền dự phần phản kháng lại.

Nếu một mặt cho rằng VNDCCH đã thành công khi áp đặt lối tư duy một chiều và chi phối tư tưởng tuyệt đối trong thời chiến, theo thiển ý của tôi là, đã thu lợi quá nhiều khi huy động công dân hơn là đường lối giáo dục phi chính trị của VNCH, thì mặt trái thành quả thu lượm được cùng với cái vết hằn khắc sâu lâu bền của nó cũng đã chứng tỏ nó thảm khốc thế nào khi không còn chiến tranh, đã đưa Cộng hòa xã hội chủ nghĩa Việt Nam, phần thưởng đấu tranh sau cùng của người cộng sản, đến bờ vực sụp đổ kinh tế trong thập niên 1980, cộng với hệ lụy là nhiều lứa học sinh thời chiến bắt đầu trăn trở với bao nỗi nghi nan về những gì gọi là chân lý bất biến mà họ đã thấm nhuần từ thời còn đi học khi xưa.

CHƯƠNG 2:
CÁC TỔ CHỨC, ĐOÀN THỂ XÃ HỘI Ở VNDCCH VÀ VNCH

"Việc tổ chức đoàn hội cho thiếu niên nhi đồng là lợi khí tốt nhất để dạy chủ nghĩa cộng sản cho chúng" [216]. Câu trích dẫn này, được cho là của Vladimir Lenin, nằm ngay nơi một trong những tài liệu tiếng Việt quan trọng nhất về công tác thanh niên, Chỉ thị của Đảng 197 / CT-TW năm 1960.

Tháng 11-1956, trong một bài phát biểu với thanh niên, Hồ Chí Minh tỏ ra tự hào rằng: "Mãi đến khi tôi hơn hai mươi lăm tuổi, tôi vẫn không biết Đảng là gì. Tôi đã phải kiếm tìm rất lâu mới hiểu ra Đảng là gì. Bây giờ, không chỉ thanh niên mà cả trẻ em chín, mười tuổi, tất cả đều biết Đảng là gì và cũng hiểu được nhiều chuyện khác nữa ngay trong tầm tay" [217]. Để bảo đảm những hiểu biết đó được phát tán rộng và hiệu quả, các đoàn hội ở miền Bắc bỗng nghiễm nhiên có vị thế ngang hàng với hệ thống giáo dục, ban bố nhiều thông điệp, khẩu hiệu tương tự như hệ giáo dục vẫn ra sức tuyên truyền sâu rộng bấy lâu. Hơn nữa, VNDCCH còn ra công thiết lập hệ giáo điều một chiều tương tự ở những vùng lãnh thổ do cộng sản kiểm soát được ở miền Nam.

Trong khi ở VNCH thì không áp đặt lề lối một chiều lên các tổ chức, đoàn thể xã hội nên giới trẻ có cơ hội tùy ý tham gia nhiều hội nhóm và tổ chức khác nhau, đưa ra những tuyên ngôn khác nhau và thường không phối hợp hoạt động cùng với hệ giáo dục.

VIỆC TỔ CHỨC ĐOÀN THỂ CHO THANH NIÊN DƯỚI CHẾ ĐỘ THỰC DÂN PHÁP

Ngay từ rất sớm, Hồ Chí Minh đã nhận ra tầm quan trọng của việc nuôi trồng thanh niên cho mục tiêu cách mạng của mình, nhưng ông cũng thấy rằng không có nhiều thanh niên muốn chọn đi theo con đường cách mạng đó. Năm 1925, Hồ Chí Minh than thở rằng trong khi Đông Dương có nguồn tài nguyên dồi dào – ruộng đồng, rừng núi, cảng biển, lực lượng lao động cần cù khéo tay – duy chỉ thiếu một thứ là tổ chức đoàn thể và nhân lực đảm đương việc tổ chức, từ đó khiến nền công nghiệp và thương mại bị lạc hậu.

Hồ Chí Minh nói tiếp: "Vậy thì, thanh niên của ta đang làm gì? Câu trả lời là rất ư là buồn - họ không làm gì cả. Người thanh niên đã không có

---

216 Chi thi 197/CT-TW
217 Ho Chi Minh, "Noi chuyen tai Dai hoi", 446

tiến rồi mà còn không dám xông pha ra bên ngoài cho thỏa chí tò mò của tuổi trẻ". Ông cảnh báo rằng Đông Dương sẽ tụt hậu và bị coi khinh trừ khi những người trẻ quay lại với thực tế đời sống [218]. Để khắc phục tình trạng này, trong cùng năm đó, 1925, tại Quảng Châu, miền nam Trung Quốc, ông thành lập Việt Nam Thanh Niên Cách Mệnh Đồng Chí Hội. Vào thời điểm đó, ông ta là người của Đệ Tam quốc tế cộng sản [tức Comitern] nấp dưới các tên giả Nguyễn Ái Quốc và Lý Thụy. Ông ta tập hợp được nhóm thanh niên Việt Nam đi sang Quảng Châu để huấn luyện chống thực dân.

Năm 1927, Thanh Niên Cách Mệnh Đồng Chí Hội đã không còn tồn tại khi Tưởng Giới Thạch, thủ lĩnh của Quốc Dân Đảng Trung Hoa quay ra chống lại các đồng minh cộng sản lúc trước, buộc không chỉ cộng sản Trung Hoa phải rút về hoạt động bí mật mà còn chấm dứt luôn hoạt động của Thanh Niên Cách Mệnh Đồng Chí Hội Việt Nam. Hồ Chí Minh bỏ chạy qua Liên Sô. Một số thành viên của Thanh Niên Cách Mệnh Đồng Chí Hội – tổ chức đã chết, bèn quay về Việt Nam và vận động thành lập các tổ chức cộng sản, cuối cùng dẫn đến việc thành lập Đảng Cộng sản Đông Dương vào năm 1930 [219].

Đệ tử trẻ tuổi có tiếng nhất của Hồ Chí Minh là Lý Tự Trọng, đã về Việt Nam để tham gia đấu tranh cách mạng và, năm 1931, trở thành liệt sĩ cách mạng đầu tiên ở tuổi 17 [220]. Trước khi chết, nhiệm vụ mà anh ta được giao, thành lập một tổ chức thanh niên cộng sản, đã thành sự thực. Ngày 26-3-1931, tại Rạch Giá, một thị trấn ở miền Nam Việt Nam bên bờ vịnh Thái Lan, Ban Chấp hành Trung ương Đảng Cộng sản Đông Dương đã thành lập Đoàn Thanh niên Cộng sản Đông Dương bắt chước y hệt tổ chức tương ứng ở Liên Sô: Komsomol, tức viết tắt từ những chữ Communicheskiy Soiuz Molodiozhi, hay còn gọi là đoàn Thanh niên Cộng sản hay Đoàn. Tổ chức Đoàn này, dưới sự chỉ đạo của Đảng Cộng sản, là một bản sao nguyên xi từ Đoàn Komsomol ở Liên Sô, lãnh nhiệm vụ nuôi trồng một thế hệ mới người cộng sản Việt. Đồng thời, nhiều đoàn hội thiếu niên nhi đồng cũng được lập ra và hoạt động song song với Đoàn Thanh niên.

TỔ CHỨC THANH NIÊN TRONG MẶT TRẬN VIỆT MINH

Đầu năm 1941, sau hơn hai thập niên ở nước ngoài, Hồ Chí Minh trở về Việt Nam qua một vùng đồi núi có tên là hang Pac Po thuộc tỉnh Cao Bằng giáp giới với Trung Hoa. Ở đó, theo các tay viết sử đảng, vào tháng 5-1941, đã diễn ra Hội nghị Trung ương lần thứ tám của Đảng cộng sản Đông Dương, tại đây đã quyết định phát động một cuộc chiến đánh đuổi

---

218 Nguyen Ai Quoc (tức Ho Chi Minh), "Gui thanh nien Viet Nam", trang 143–144
219 Nguyen Dac Vinh, Lich su, 47
220 Van Tong, "Chuyen anh Ly tu Trong", trong *Tuoi nho anh hung* Hanoi: KD 1965, trang 35

Pháp, Nhật Bản và giành độc lập cho Việt Nam. Ngoài quyết định chính của Hội nghị này là thành lập mặt trận Việt Minh, còn một quyết định khác là thành lập các tổ chức cho trẻ nhi đồng. Thế là năm 1941, mười năm sau khi thành lập Đoàn Thanh niên Cộng sản Đông Dương, Đảng Cộng sản Đông Dương đã thành lập Đội tiền phong cho thiếu niên. Đồng thời, một đoàn hội nữa dành cho nhi đồng cũng được lập, gọi là Hội Nhi đồng Cứu Vong về sau đổi thành Hội nhi đồng Cứu quốc. Nhi đồng và thanh thiếu niên trong tất cả các tổ chức này đã tham gia vào cuộc chiến chống Nhật thời Việt Nam bị Nhật chiếm đóng trong Đệ Nhị Thế Chiến, và sau đó, chống Pháp. Năm 1946, Đội Thiếu niên tiền phong và Hội nhi đồng Cứu quốc sát nhập vào làm một với tên Thiếu niên tiền phong [221].

Ngày 20-7-1950, khi cuộc chiến chống Pháp gia tăng cường độ, Ban Chấp hành Trung ương Đảng đã ra quyết định huy động thanh niên xây dựng Đoàn Thanh niên để phát triển một mặt trận thanh niên rộng khắp. Điều này đã xác quyết một mối dây liên kết chặt chẽ giữa Đảng với Đoàn mà Đảng là tối cao. Nó cũng lập một hệ tổ chức hàng dọc trên các đoàn hội thanh niên. Hội Phụ nữ lo chăm sóc nhi đồng dưới 6 tuổi. Đoàn Thanh niên, gồm những người trẻ từ 16 đến 25 tuổi, giờ cũng chịu trách nhiệm chăm lo các hội nhi đồng. Trẻ em trong độ tuổi từ 7 đến 12 được tổ chức thành các Hội Nhi đồng tháng Tám, còn thanh thiếu niên từ 12 đến 15 tuổi sẽ gia nhập Đội Thiếu niên Tiền phong dù trẻ ở tuổi 16 và 17 cũng có thể ở lại trong Đội này. Đoàn Thanh niên chịu trách nhiệm lo tất cả các đội [222]. Giống như tên của Đội Thiếu niên Tiền phong và Đoàn Thanh niên Cộng sản, tên của hội nhi đồng cũng được sao y bản chánh từ Liên Sô. Ở Liên Sô, tên nó được gọi là Đội Thiếu nhi Tháng Mười nhắc đến Cách mạng Xã hội Chủ nghĩa Tháng Mười vĩ đại năm 1917. Các đội viên của Đội này ở Liên Sô được gọi là Octobrists. Tôi sẽ gọi các đội viên của Đội tương tự như thế ở Việt Nam là Augustists.

Tháng 2-1951, tại Tây Bắc, một vùng núi phía bắc Hà Nội, họ đã tổ chức Đại hội Đảng lần thứ hai. Năm 1945, họ vờ giải tán Đảng Cộng sản Đông Dương như là một cách trá hình tạm thời. Vào Đại hội Đảng năm 1951, nó lại đội mồ sống dậy, lần này thành ba đảng cho ba quốc gia Đông Dương: Việt, Miên và Lào. Đảng ở Việt Nam được đổi tên thành Đảng Lao động, cố ý loại bỏ thành tố mang ý thức hệ cộng sản ra khỏi tên của nó để thu hút được nhiều hội nhóm hơn cho cuộc chiến chống Pháp. Chữ "cộng sản" lại được đem trở lại làm tên vào năm 1976, sau khi Chiến tranh Đông Dương lần thứ hai kết thúc.

Tháng 3-1951, Đại hội Đoàn viên Thanh niên được triệu tập. Đại hội

---

221 *Sổ tay*, 10–11
222 "Nghi quyet cua Ban chap hanh trung uong Dang ve chuyen huong cong tac thanh van … .20-7-1950", 420, 427–8.

quyết định hợp nhất hai Đội thiếu nhi-nhi đồng thành Đội Thiếu nhi Tháng Tám, Augustists. Cũng đại hội này quyết định các điều lệ mới cho Đội, gồm hội viên phải đeo khăn quàng đỏ, đội có một bài ca và các khẩu hiệu chính thức [223]. Tổ chức đội này vẫn nằm dưới quyền chỉ huy của Đoàn Thanh niên và tích cực tham gia vào cuộc chiến chống Pháp cùng với Đoàn thanh niên và Hội nhi đồng.

VIỆT NAM DÂN CHỦ CỘNG HÒA

Việc tổ chức Đội thiếu niên tiền phong và Augustists

Năm 1954, sau Hiệp định Genève chia đôi đất nước, các đầu lãnh cộng sản đã mau lẹ đi nhiều nước cờ để bảo đảm giữ được quyền lực cùng những hoạch định của Đảng ở miền Bắc, trừ khử mọi tổ chức cạnh tranh và loại bỏ bất kỳ sự mơ hồ nào về ý thức hệ. Để tỏ rõ vừa tình trạng mới mẻ khi chiến tranh đã kết thúc vừa vị trí độc tôn quyền hành mới của Đảng với tư cách là lực lượng dẫn đầu trong nước, vào tháng 9 năm 1955, Bộ Chính trị đã đổi tên Đoàn Thanh niên ra thành Thanh niên Cứu quốc rồi Thanh niên Lao động, thay đổi được xác nhận trong Đại hội Đoàn Thanh niên lần thứ hai vào năm 1956. Việc đổi tên nhằm cố ý nhấn mạnh mối liên kết keo sơn giữa đảng cầm quyền (và duy nhất) với con đẻ của nó: Đoàn Thanh niên Lao động. Sau đây tôi sẽ gọi nó là Đoàn Thanh niên, có nhiệm vụ tuân hành như một tổ chức đào tạo cán bộ cho đảng.

Từ năm 1954 đến 1956, các tổ chức Đoàn và Augustists dần dà được xây làm tổ sinh sản của Đoàn Thanh niên, mọc lên như nấm khắp VNDCCH, đặt cơ sở tại các trường học, đôi khi dưới tên Đội hoặc Biệt đội thiếu niên Tiền phong, có khi là Đội Augustist hoặc Biệt đội thiếu niên, có khi là Đội Augustists cho nhi đồng. Đại hội Đoàn Thanh niên lần thứ hai năm 1956 đã tái lập Đội thiếu niên Tiền phong cho thiếu niên nhi đồng trong độ tuổi từ 7 đến 15. Việc này nhằm thu gom tốt hơn tất cả họ vào thành một tổ chức thuộc hàng ngũ của nhà nước và cốt để kiểm soát họ chắc gọn hơn. Để tránh bất kỳ sự mơ hồ nào trong đường lối của Tổ chức, Đại hội cũng đưa ra một khẩu hiệu dùng làm tư tưởng dẫn đường của họ: "Vì chủ nghĩa xã hội và vì thống nhất Tổ quốc, hãy sẵn sàng!" [224] Những dòng chữ này sau đó được thêu lên tấm khẩu hiệu Đoàn mà Phó chủ tịch VNDCCH Tôn Đức Thắng, thay mặt Ban chấp hành trung ương, đã trưng ra cho Đội thiếu niên Tiền phong nhân dịp kỷ niệm thành lập lần thứ 18, vào ngày 15-5-1959.

Vào tháng 3-1960, Đảng ủy Trung ương đã ban hành Chỉ thị 197 / CT-TW đã nói ở trên về công tác thanh thiếu niên và nhi đồng đã tái cấu trúc từ hệ thống hiện hữu. Nó nhấn mạnh tầm quan trọng của thế hệ trẻ

---

223 *Sổ tay*, 11; Dao Ngoc Dung, *Lịch sử*, 329
224 *Sổ tay*, 103

rằng Việt Nam tương lai là một quốc gia theo xã hội chủ nghĩa: "Thiếu niên nhi đồng hôm nay sẽ là những người sẽ xây dựng chủ nghĩa xã hội và chủ nghĩa cộng sản. Để chính chúng ta quan tâm đến thiếu niên nhi đồng thì chính chúng ta phải chăm lo việc đào tạo và bồi dưỡng những lớp người mới để phục vụ không chỉ cho sự nghiệp xây dựng chủ nghĩa xã hội trong hiện tại mà còn là sự nghiệp xây dựng chủ nghĩa cộng sản trong tương lai" [225]. Công tác thiếu niên nhi đồng cũng giống như các mặt công tác khác, đều phải nằm dưới dưới sự chỉ đạo chung của Đảng. Nhưng nhiệm vụ giám sát tức thì được giao cho Đoàn Thanh niên, thì chung quy vẫn nằm dưới sự kiểm soát chặt chẽ của Đảng cả thôi. Đảng cũng thành lập các ủy ban thiếu niên nhi đồng ở các cấp Bộ và các ban bệ khác từ cấp trung ương xuống tới quận huyện [226].

Chỉ thị chia Đội thiếu nhi tiên phong ra làm hai. Một Đội riêng dành cho trẻ nhỏ từ 6 đến 9 tuổi dưới tên Hội nhi đồng Tháng Tám, hay Augustists [227]. Mục tiêu của Hội là sản sinh ra một đoàn người mới để xây dựng chủ nghĩa xã hội bây giờ và chủ nghĩa cộng sản sau này [228]. Augustists có điều lệ, nghi thức và hoạt động riêng.

Đội thiếu nhi tiên phong vẫn dành cho những người trẻ tuổi hơn, từ 9 đến 15 tuổi. Mặc dù Đội này là một tổ chức đoàn hội quần chúng, nhưng không phải tất cả trẻ đều được coi là xứng đáng được kết nạp. Dù không có số liệu thống kê về lượng Đội viên, nhưng theo một số tài liệu và đánh giá của đảng cũng cung cấp được vài con số. Vào năm 1960, có khoảng 500.000 trẻ em trong Đội thiếu nhi tiên phong, chiếm khoảng một phần ba số trẻ đang theo học tại các trường học. Đảng nhấn mạnh sự cần thiết phải đưa thêm nhi đồng, nhất là trẻ trong độ tuổi từ 6 đến 9, vào hàng ngũ Augustists để chuẩn bị cho chúng trở thành đội viên tiền phong [229]. Sự chuẩn bị này để "cho ra lò" từ một tổ chức quần chúng này sang một tổ chức quần chúng khác nhằm bảo đảm rằng mỗi một nhi đồng đều vẫn ở trong cùng một lò của xã hội, cùng một tập thể tính, cùng chia sẻ kinh nghiệm trên toàn hội cho nhi đồng ở các địa phương khác. Đến năm 1966 tại tỉnh Nghệ An có tới 377 đơn vị Đội. Trong 13 huyện thị, có 42% trường tiểu học và 73% trường trung học đã gia nhập phong trào Đội Tiền phong, trong khi có 30% học sinh tiểu học đã gia nhập Augustists.

Đến năm 1968, số học sinh cả tiểu học lẫn trung học gia nhập đội đã lên tới 80% 90%, có một số trường phấn đấu đạt 100% học sinh vào đội.

---

225 Chỉ thị số 197/CT-TW, 2. bàn về thanh niên trong P.X.N.A., "Tai Dai hoi thanh nien"..
226 Sđd, 25
227 Sđd, 8 cũng xem thêm báo *Thieu nien tien phong*, 1-4-1960
228 "Nhi dong Viet Nam" (VNAIII)
229 *Chi thi* so 197/CT-TW, 8

Các đoàn hội hợp tác với các trường học trong việc chọn lựa giáo viên kết nạp đoàn viên Đoàn Thanh niên để họ có thể trực tiếp chịu trách nhiệm trông coi đội.[230] Dẫu các tổ chức đội đã phát triển nhanh chóng nhưng đến năm 1970 vẫn chưa lôi kéo được hết tất cả nhi đồng vào đội. Năm 1970, Đảng và Ban Bí Thư Trung ương đoàn Lao động Thanh niên nhấn mạnh sự cần thiết phải lôi kéo hết 100% nhi đồng vào đội Thiếu niên Tiền phong, bởi vì đội này là người xuất sắc nhất trong việc đào tạo tập thể và tuân theo các mục tiêu của Đảng và nhà nước đề ra.[231]

Hơn nữa, vào năm 1971, Ủy ban Trung ương Thiếu niên Nhi đồng đã phân tích kết quả thi hành Nghị định 197 / CT-TW của Đảng năm 1960 rằng nó có vai trò quan trọng như sau trong việc đề ra chính sách đối với nhi đồng:

Chúng ta thấy rất nhiều tính tốt quý giá đã được đào tạo cho thanh thiếu niên ngay từ khi còn là trẻ mẫu giáo. Những điểm hiển nhiên mà chúng ta thấy rõ là lòng yêu nước nồng nàn, sớm tham gia vào chính trị, căm thù thực dân và đế quốc, yêu chủ nghĩa xã hội, yêu kính Bác Hồ, coi trọng đồng bào và bạn bè ở miền Nam, thân thiện với thiếu niên nhi đồng quốc tế, tinh thần ham học hỏi, dũng cảm phục vụ cho đấu tranh, cần cù trong lao động sản xuất; tất cả những điều đó còn được kết hợp với tính thật thà với tập thể và một cách sống đơn giản.[232]

Như vậy, Ủy ban đã công nhận công tác thiếu niên nhi đồng là thành công.

Sau cái chết của Hồ Chí Minh tháng 9-1969, vào tháng 2-1970, Đảng ủy Trung ương đã ra quyết định đổi tên của các đoàn hội thiếu niên nhi đồng. Tên Hồ Chí Minh được lấy đặt cho các đoàn hội đó, biến chúng thành Đoàn Thanh niên Lao động Hồ Chí Minh, Đội thiếu niên tiền phong Hồ Chí Minh và Hội nhi đồng Hồ Chí Minh.[233]

Năm 1976, sau khi kết thúc chiến tranh, Đảng bỏ tên Lao động và lấy lại tên Cộng sản. Đoàn Thanh niên Lao động cũng xông lên đi đầu vào Nam và tiếp thu bản sao của chính nó - Đoàn Thanh niên Nhân dân Cách mạng Hồ Chí Minh – để gộp thành một Đoàn Thanh niên Cộng sản Hồ Chí Minh, đem kết quả cả trong hành động lẫn ý đặt tên của Hồ Chí Minh hồi năm 1926 về xoay chuyển tất cả những người trẻ tuổi đến với chủ nghĩa xã hội và chủ nghĩa cộng sản.

Cơ cấu tổ chức ở VNDCCH được phân cấp chặt chẽ, theo sự dẫn dắt và kiểm soát từ trên xuống; Đảng chỉ đạo Đoàn, Đoàn kiểm soát Đội và Augustists. Tổ chức cấp trên được coi là một điển hình cho cấp dưới, đảng viên là gương mẫu cho đoàn viên, đoàn viên là gương mẫu cho đội viên và

---

230 Dao Ngoc Dung, *Lich su*, 170
231 *Chi thi* so 197/CT-TW, 8, và "Nghi quyet cua Ban bi thu trung uong, 61–2
232 "10 nam thuc hien chi thi 197", 32–3
233 Dao Ngoc Dung, *Lich su*, 333

Augustists và dù đoàn viên không trực tiếp phụ trách Augustists, vẫn xứng đáng được Augustists thi đua theo. Đoàn, hội viên ở các đơn vị thấp hơn, lần lượt, được thôi thúc là sẽ phải biết khát khao trở nên có giá để xứng đáng leo lên cấp cao hơn. Augustists phải thi đua với hội viên và cả hai phải thi đua với các đoàn viên. Để tiến lên đoàn viên, và nhất là đảng viên, thì thật là không đơn giản và đòi hỏi nhiều phẩm chất khác song không thể thiếu chứng tỏ chứng tích về lòng trung thành với Đảng, với chính quyền và các mục tiêu mà nhà nước đề ra; và thêm nữa, không thể thiếu một lý lịch rõ ràng và có thành tích. Các hội viên Tiền phong và Augustists phải dọn đường cho trẻ em nhi đồng biết khát khao tiến lên hội, đội và phải chứng tỏ mình xứng đáng. Những thanh niên tiên tiến và sôi nổi nhất là trong độ tuổi từ 15 đến 30, trung thành với sự nghiệp của giai cấp công nhân, chiến đấu dưới ngọn cờ của Đảng, sẽ trở thành Đoàn viên và không ngừng vừa học tập vừa lao động để và tuyên truyền chủ nghĩa Mác - Lênin và đường lối chính trị của Đảng trong quần chúng [234].

Phong trào thanh niên thi đua

Ở VNDCCH, mục tiêu của các tổ chức hội, đội và Augustists cũng như của Đoàn Thanh niên là y hệt mục tiêu của hệ thống giáo dục, nói là để giáo dục học sinh nhưng theo đuổi mục tiêu này bằng nhiều cách khác nhau. Chi bộ đảng tại các trường học có nhiệm vụ làm cho trường dựa vào họ trong việc dẫn dắt sư phạm và khuất phục quyền hạn riêng của họ. Đồng thời, các tổ chức hội, đội phải phục vụ cho mục tiêu dạy học của trường [235]. Trường thì dạy bằng lề lối đám đông chủ nghĩa, tập thể chủ nghĩa, còn nhi đồng và thanh thiếu niên phải làm theo và thực hành chủ nghĩa tập thể đó trong các hội, đội. Các tổ chức hội, đội này là thống nhất với giới trẻ khắp cả nước, điều hành các phong trào phấn đấu / thi đua, đem thanh niên vào trong cùng một cái lò lý thuyết và thực hành chung ai cũng như ai.

Ở Chương Một, chúng ta đã thấy các chiến dịch thi đua được gọi là thực tiễn xã hội chủ nghĩa quy mô lớn lấy các mô hình mẫu từ các sách do Lenin viết ra và dựa trên các chiến dịch huy động tràn lan ở Liên Sô. Hồ Chí Minh cũng đưa ra ý tưởng tương tự bằng cách phát động thi đua, lấy đó làm nền cho việc huy động quần chúng. Đầu tiên, là phong trào thi đua yêu nước phát động năm 1948. Tháng 5-1952, một đại hội đầu tiên được mở ra cho những điển hình thi đua còn gọi là chiến sĩ thi đua. Năm 1963, chính quyền đã chính thức lập một bảng danh hiệu chiến sĩ thi đua [236]. Điển hình này được tham gia đại hội như một phần thưởng dành cho chiến sĩ thi đua rồi sẽ được đem đi nhân rộng ở các chiến dịch thi đua khác.

---

234 *Sổ tay*, 310–11
235 *Chỉ thị* số 197/CT-TW, 8
236 *Nghị Định* số 104-CP.

Thi đua trở thành trọng tâm hoạt động của hội, đội và Augustists. Họ ra chủ đề và đòi hỏi nhi đồng phải phấn đấu hết mình để chứng tỏ đã hết lòng với cuộc phát động. Đôi khi rất khó phân biệt giữa thi đua và phấn đấu. Có lẽ dễ hơn cả là trong thể thao. Hội tiền phong và Augustists đã tổ chức các sự kiện như "Hội khỏe Phù Đổng", bắt chước theo một mẫu anh hùng trong huyền sử, khi còn là một cậu bé chưa biết nói biết đi nhưng vào lúc đất nước lâm nguy, đột nhiên lớn dậy thành một chiến binh cưỡi ngựa sắt, dẫn dắt nhân dân đánh thắng quân xâm lược. Để biến thanh thiếu niên thành anh hùng, cuộc thi đua luyện tập cho thiếu niên nhi đồng tranh chạy các đường đua dài 60 mét hay làm những cú nhảy dài, nhảy cao, và ném bóng 150 gram. Một cuộc thi đua khác, "toàn bộ hội viên phải biết bơi", nhằm mục đích dạy càng nhiều trẻ em biết bơi càng tốt [237]. Vào ngày 5-8-1964, trùng với ngày Mỹ bắt đầu dội bom Bắc Việt, Đội tiền phong thông qua tờ báo Đội, tổ chức giải vô địch bóng bàn đầu tiên. Một sự kiện tranh giải thuần túy, và đã trở nên rất phổ biến được tổ chức hàng năm sau đó [238].

Có những mô hình thi đua liên quan đến các hoạt động cụ thể hướng đến nông nghiệp sản xuất. Ví dụ, thi đua theo khẩu hiệu "làng sạch, đồng xanh" tập trung việc chăn thả trâu bò, đưa chúng ra đồng cỏ xuất ra phân xanh bón tốt cho cây trồng. Một sáng kiến khác có tên là "kế hoạch nhỏ", đưa thanh niên tham gia không chỉ nông nghiệp mà còn trong xây dựng và vận hành nhà máy. Phong trào tiếp tục được đẩy mạnh vào năm 1961 sau khi Đại hội Đảng lần thứ ba giới thiệu Kế hoạch 5 năm lần thứ nhất [239]. Lứa tuổi Măng non cũng tham gia nông nghiệp, cũng bắt nguồn từ phong trào thi đua, được phát động ở tỉnh Hải Dương, lan rộng trên cả nước và tiếp tục tác động đến thiếu niên nhi đồng cho đến khi chiến tranh kết thúc [240].

Bên cạnh những mô hình thi đua với nhân rộng định hướng sản xuất cụ thể, còn có những thi đua khác có tính tổng quát hơn và nặng về ý thức hệ hơn, chẳng hạn như các đợt thi đua tập trung vào Hồ Chí Minh. Có những đợt thi đua lớn để mừng sinh nhật lần thứ 70 của Bác Hồ vào năm 1960: "Em yêu bác Hồ Chí Minh", và một lần nữa sau đó vào sinh nhật lần thứ 75 của ông năm 1965. Những đợt thi đua khác thì tập trung vào Đảng: "Ngàn hoa việc tốt dâng Đảng quang vinh"; hoặc về tình đoàn kết với miền Nam: "Em sẽ về thăm miền Nam Tổ quốc thành đồng yêu dấu"; hoặc vào các lực lượng vũ trang: "Em yêu anh bộ đội". Các hoạt động theo chủ đề này là trọng tâm của đội Tiền phong [241].

---

237 Dao Ngoc Dung, *Lich su*, 165.
238 Sđd 166
239 Sđd 105–7
240 Sđd 164–5
241 Sđd 135

5 điều của cháu ngoan Bác Hồ

Để duy trì được những hoạch định cho cuộc can qua dài hơi đã dự trù, chính quyền cộng sản đòi phải có một loại nhân sự mới, loại người buộc phải tuân theo các mẫu điển hình mà nhà nước hằng tuyên truyền. Michel Foucault, một nhà triết gia và sử gia mẫu mực người Pháp thế kỷ hai mươi, biện luận rằng một đoàn ngũ luôn tìm mọi cách tạo ra cho bằng được những "tay chân dễ bảo": những kẻ chịu phục tùng và ghi sâu trong lòng niềm sùng tín và những giáo điều đang thống trị bằng cách chứng tỏ họ đắc lực hết cỡ [242]. Giới trẻ được đưa vào đích nhắm đặc biệt của chế độ là bởi họ là hiện thân cho các phương tiện để chế độ đạt được mục đích đường dài là thâu tóm Bắc Nam đặt dưới sự cai trị của cộng sản.

Vào hậu bán thập niên 1940, Hồ Chí Minh càng sa đà vào các diễn ngôn dành cho thiếu niên nhi đồng, xưng là Bác, một người vừa là có mối bà con thân thuộc vừa là bề trên của Cha Mẹ của một ai đó, vì chữ Bác dùng chỉ cho ông anh của Cha Mẹ, như vậy người đó, theo thứ tự tôn ti gia tộc của hệ Khổng Nho, biểu thị một quyền uy cao hơn không chỉ đối với trẻ mà còn cả với phụ huynh của trẻ nữa. Trong thư chúc mừng thiếu nhi nhân ngày Quốc tế thiếu nhi 1-6-1950, Bác bày tỏ hy vọng rằng các cháu phải ngoan ngoãn vâng lời [243]. Vào ngày 20-7-1950, Đảng ủy Trung ương đã đặt ra phong trào "Con cháu Bác Hồ" [244]. Những cháu làm theo 5 điều của Bác sẽ được chuyển từ loại Con cháu Bác Hồ sang loại "Cháu *ngoan* Bác Hồ". Tĩnh từ *ngoan* trở thành một trong những thành tố chính, hoặc là duy nhất chính, được chỉ định phải dùng trong mọi diễn ngôn ở Bắc Việt chỉ cho mối tương quan giữa Hồ Chí Minh và lớp người trẻ, được chính Hồ Chí Minh cũng như các lãnh tụ Đảng và nhà nước, trưởng các tổ chức Đoàn, Đội, Hội và Augustists, giáo viên, và cả phụ huynh các em dùng rộng rãi.

Khác với chữ *ngoan ngoãn* còn không rõ ràng, thì riêng chữ *ngoan* còn mang cả nghĩa vâng lời lẫn nghĩa hạnh kiểm tốt. Mặc dù có vài trùng lặp về nghĩa của hai lối diễn đạt đó, nhưng khả năng tối thiểu vẫn tồn tại một sự khác biệt đáng kể giữa *hạnh kiểm tốt* với *vâng lời*, bởi vì chữ trước hàm nghĩa được tùy nghi theo khuynh hướng riêng của mỗi cái tôi, dù vẫn ở trong thang giá trị của những gì được xem là mẫu mực xã hội, còn chữ sau được mặc nhiên hàm ý như là một mực độ của sự thụ nhận và phục tùng các mệnh lệnh do người khác hoặc cơ quan có thẩm quyền ban ra. Một bài hát của nhạc sĩ Van Chung đã giải tỏa mọi sự mơ hồ. Bài hát có tựa đề

---

242 Foucault, Michel, *Discipline and Punish: The Birth of the Prison*, bản dịch của Alan Sheridan, (New York: Vintage Books, 1979)

243 Ho Chi Minh, "*Thu gui thieu nhi toan quoc nhan ngay 1-6-1950*"; cũng có troong *Tuyen tap tho Van cho thieu nhi*, 16.

244 "Nghi quyet cua Ban chap hanh" 428

là "*Ngoan* Thật là *Ngoan*". Đoạn điệp khúc bắt đầu cứ mỗi ba câu của bài hát là:

cô trò nhỏ thật ngoan
vâng theo lời Bác dạy [245]

Từ ngữ tiếng Việt mà ở đây tôi dịch ra là "obeys" là chữ *vâng*, chữ này mang nghĩa là một người sẵn sàng làm theo những gì người khác bảo. Cả câu sẽ cho thấy rõ là vâng lời ai, chú ý cách viết hoa chữ Bác để trỏ cho lớp trẻ biết đó là Hồ Chí Minh. Do đó, bản dịch của thuật ngữ *ngoan* là "obedient", có vẻ chính xác hơn nhiều theo các văn cảnh dùng tập ngữ Cháu ngoan Bác Hồ trong các diễn ngôn chính trị - xã hội của VNDCCH. Bài hát kết thúc với dòng chữ nhấn mạnh, cũng chính là tựa bài hát: "ngoan thật là ngoan". Tôi sẽ áp dụng bản dịch thuật ngữ này để dùng trong toàn tác phẩm này.

Có một mặt khác của chữ *ngoan* là chữ giỏi. Một câu chuyện nhiều người biết ở VNDCCH kể lại chuyến Bác Hồ đến thăm tại trường học nọ và cho kẹo các bé nhận mình là *ngoan*. Một cậu bé không đến nhận kẹo. Khi Bác hỏi tại sao, cậu giải thích rằng có lần cậu không vâng lời thầy và vì thế cậu cho rằng mình không xứng đáng với kẹo của Bác. Bác mỉm cười đưa kẹo cho cậu bé, bảo rằng vì cậu đã nhận lỗi nhờ đó lần sau sẽ tránh mắc lỗi, nên cậu cũng được xem là một trong những trẻ *ngoan* [246].

Ngoan trở thành nền móng xây nên tiêu chuẩn cho hành vi của nhi đồng, một phương tiện để răn mình hòa vào với tập thể. Nó cũng thành nền tảng của các đợt thi đua quan trọng nhất - giành được một chỗ trong hàng ngũ những cháu ngoan Bác Hồ. Để đạt được danh hiệu này, đầu tiên và quan trọng nhất, trẻ phải tuân theo 5 Điều dạy của Bác Hồ. Ban đầu, Hồ Chí Minh đưa nó ra là sau Cách mạng Tháng Tám.

Bộ của 5 điều đó là:

1. Phải siêng học
2. Phải giữ sạch sẽ.
3. Phải giữ kỷ luật
4. Phải làm theo đời sống mới.
5. Phải thương yêu giúp đỡ cha mẹ, anh em [247]

Vào tháng 5-1961, nhân kỷ niệm 20 năm Đội Tiền phong, Bác Hồ viết thư cho Đội Tiền phong kèm bộ 5 điều đã được sửa lại mà sau đó trở thành bản chính thức:

---

245 Van Chung, "Ngoan that la ngoan".
246 Tuy Phuong, Thanh Tu, "Ai ngoan se duoc thuong", 21–3
247 *Cuu quoc*, 24-10-1946

Yêu Tổ quốc và đồng bào.
Học tập tốt và lao động tốt.
Đoàn kết và kỷ luật tốt.
Giữ gìn vệ sinh tốt.
Thật thà và dũng cảm [248]

Bộ 5 điều sửa đổi cho thấy tầm quan trọng ưu tiên của Tổ quốc vốn không được nói tới trong bộ 5 điều gốc lúc đầu và bây giờ thì đứng đầu bảng. Gia đình ("cha mẹ anh em" của trẻ) không có mặt trong 5 điều mới; lúc này, gia đình bị gạt qua một bên vì tập thể đã chiếm chỗ, còn đồng bào và đoàn kết thì được hình tượng hóa cho trẻ bởi chính "Bác" Hồ Chí Minh.

Từ ngày 22-6-1961 đến ngày 11-7-1961, có một cuộc triển lãm bảo là do thiếu nhi tổ chức, nhưng thật ra là do chú ý và giám sát của người lớn, triển lãm có tên là "Thiếu nhi làm theo 5 điều Bác Hồ dạy". Triển lãm diễn ra tại Phủ Chủ tịch với hàng chục ngàn trẻ em từ thủ đô và các tỉnh cũng như nhiều người lớn tham dự. Triển lãm nhằm chứng tỏ tình yêu to lớn mà Hồ Chí Minh dành cho trẻ em cũng như những thành tựu mà trẻ đạt được khi làm theo 5 điều Bác dạy. Nhiều địa phương, tỉnh thành khác đã lấy đó làm mẫu và tổ chức các triển lãm tương tự để tuyên truyền 5 điều của Bác [249].

Vào tháng 9-1961, như đã bàn tới trong chương trước, Hồ Chí Minh phát động phong trào Hai Tốt tập trung vào dạy tốt và học tốt. Cũng vào thời điểm đó, một phân đội tiền phong ở tỉnh Bắc Ninh đã khởi xướng phong trào "Thi đua làm nghìn việc tốt, thực hiện 5 điều Bác Hồ dạy, giành danh hiệu Cháu ngoan Bác Hồ", gọi tắt là phong trào "Nghìn việc tốt" [250], thi đua học tập, giữ vệ sinh, chăm sóc gia đình thương binh, bảo vệ của công, v.v ... Ai thắng thì được danh hiệu "cháu ngoan Bác Hồ". Đến tháng 3, 1963, phong trào đã lan rộng khắp VNDCCH. Hai phong trào trùng lắp và hỗ trợ nhau huy động thanh niên, giáo viên và trưởng các tổ chức đoàn đội trở thành người công dân xứng đáng. Phong trào lan nhanh như *tiếng lành đồn xa, tiếng dữ đồn ba ngày đường.* Năm 1965, có 420.000 thanh thiếu niên đạt danh hiệu "Cháu ngoan Bác Hồ" [251]. Các em được phát phần thưởng đặc biệt là *Cuốn Sổ Giải Thưởng Bác Hồ* có ghi 5 điều của Bác. Vào lúc này, Bác Hồ đã thêm khiêm tốn, thật thà và dũng cảm vào điều thứ năm [252]. Năm 1962 Hồ Chí Minh khẩn thiết kêu gào tính khiêm tốn giữa các cán bộ Đoàn, nhấn mạnh rằng người thanh niên phải không ngừng trau dồi đạo đức cách mạng theo ba điểm chính: trung thành với cách mạng, với Tổ

---

248 Ho Chi Minh, "Thu gui thieu nien, nhi dong toan quoc nhan dip ky niem 20 nam".
249 Dao Ngoc Dung, *Lịch sử Đội Thiếu niên*, 125–6
250 Sđd, 128
251 "Bao cao tinh hinh ... . 1966", 8 (VNAIII)
252 ""Xuat xu cua 5 dieu Bac Ho day thieu nien, nhi dong".

quốc, với Đảng và với giai cấp; dũng cảm, không sợ khó khăn gian khổ; và khiêm tốn, không cậy giỏi, không khoe khoang, không tự cao tự đại [253]. Bộ 5 điều năm 1965 này, có khiêm tốn được thêm vào, sau cùng đã trở thành như sau: Yêu Tổ quốc và đồng bào; học tập và lao động tốt; đoàn kết và kỷ luật tốt; giữ vệ sinh tốt; khiêm tốn, thật thà, dũng cảm [254].

Các cán bộ Đoàn được giao nhiệm vụ rao truyền tầm quan trọng của bộ 5 điều này với thiếu niên nhi đồng, dùng bản chỉnh sửa sau cùng năm 1965 như là một thứ điều luật bắt buộc để nuôi trồng các thế hệ thanh thiếu niên. Mọi trẻ phải học thuộc lòng bộ 5 điều mà chúng được rao dạy ở trường học, ở tất cả các đoàn hội của thanh thiếu niên, theo thời gian lặp đi lặp lại in sâu vào trí trẻ.

Đến năm 1965, với sự lan rộng của phong trào thi đua cháu ngoan cùng với các buổi tổ chức công nhận trẻ đạt danh hiệu đó, bác Hồ còn muốn chắc rằng tầm quan trọng của khiêm tốn phải không bị bỏ sót. Nó trở nên quan trọng bậc nhất bởi vì cùng với đà gia tăng chiến tranh, số lượng đợt thi đua và trẻ đạt danh hiệu cũng tăng theo chóng mặt. Nhiều trẻ nổi lên, cả ở miền Bắc lẫn miền Nam, như là những điển hình được đưa ra làm mẫu thi đua xứng đáng. Thư ký riêng của Hồ Chí Minh, Vũ Kỳ nhớ lại rằng Bác Hồ tin việc nhắc trẻ khiêm tốn là rất quan trọng [255]. Bộ 5 điều cập nhật không chỉ được lồng vào những cuốn sổ giải thưởng phát cho cháu ngoan, vào các sách báo in ấn phát hành và đủ thứ tài liệu đương thời mà còn sống còn nguyên xi cho đến ngày nay và vẫn được các thế hệ ấu nhi Việt Nam thuộc nằm lòng không khác gì thời những năm 1960 [256].

Tháng 8-1964, sau khi Mỹ bắt đầu đánh bom Bắc Việt, chúng ta thấy các đợt thi đua không chỉ tăng số lượng dành cho thiếu niên nhi đồng mà còn chú ý chuyển sang lứa thanh niên lớn tuổi hơn và cả nơi người lớn. Như đã xảy ra hồi tháng 5 năm 1964 một đợt thi đua có tên Ba Sẵn Sàng khởi động tại Đại học Sư phạm ở Hà Nội, đòi hỏi thanh niên phải sẵn sàng chiến đấu sẵn sàng nhập ngũ, sẵn sàng đi đến bất cứ nơi đâu Tổ quốc cần. Nhưng vào tháng 8-1964, với đợt dội bom đầu tiên của Mỹ xuống VNDCCH thì lại đưa đến một diện rộng thi đua mới không chỉ ở tầng lớp thanh niên mà cả với thiếu niên nhi đồng [257]. Sau khi lính Mỹ đổ bộ vào miền Nam, trong bài phát biểu trước nhân dân vào ngày 20-7-1965, kỷ niệm ngày ký Hiệp định Genève chia đôi Việt Nam, Hồ Chí Minh đã ra mục tiêu cho mỗi người là "chống Mỹ, cứu nước". Ông nói cụ thể vai trò

---

253 Ho Chi Minh, "Bai noi ... Doan toan mien Bac", 3–5
254 Bac Ho [tức Ho Chi Minh], "Thu gui thieu nien".
255 "Xuat xu".
256 "Chi thi ... thieu nien nhi dong", 33
257 Dao Ngoc Dung, *Lich su*, 145; Nguyen Dac Vinh, *Lich su*, 353.

của thanh niên là dồn hết nỗ lực để đạt danh hiệu thi đua Ba Sẵn Sàng [258]. Vào tháng 7-1965, lại có thêm một kêu gọi cho một đợt thi đua khác: "Thi đua sản xuất và chiến đấu chống Mỹ cứu nước" [259]. Rồi ngày 7-8-1965, quân đội nhân dân võ trang tổ chức một hội nghị ở Hanoi dành cho điển hình chiến sĩ trong đợt thi đua "kiên quyết đánh bại kẻ thù Mỹ xâm lược", trong đó Hồ Chí Minh lặp lại tầm quan trọng của "chống Mỹ cứu nước" [260]. Để mở rộng sáng kiến này, vào ngày 10-8-1965, Trung ương Đảng ban hành một chỉ thị để phát động một phong trào có tên là "Ngàn việc tốt chống Mỹ cứu nước" theo đó mở rộng và tái tập trung vào Đợt thi đua "Ngàn việc tốt" đã có từ trước.

Thiếu niên Nhi đồng được gom hết vào sáng kiến này. Nhân kỷ niệm hai mươi mốt năm Đội Tiền phong, ngày 15-5-1966, theo lệnh Trung ương Đảng, Phó Chủ tịch Tôn Đức Thắng trao tặng cho Đội Tiền phong một khẩu hiệu:

Vâng lời Bác dạy, làm nghìn việc tốt, chống Mỹ cứu nước, thiếu niên sẵn sàng! [261]

Trong các bài phát biểu ngày 20-7-1965 và 17-7-1966, Hồ Chí Minh tố cáo Mỹ và "tay sai" Nam Việt Nam, và khẳng định rằng dù nhiều binh lính và máy bay Hoa Kỳ đưa thêm vào, dù có bị tàn phá thế nào, nhân dân Việt Nam sẽ nhất định đánh bại và sẽ không sợ, cho dẫu chiến tranh có kéo dài mười năm, hai mươi năm hoặc lâu hơn nữa [262]. Trong khi các tuyên bố của Hồ Chí Minh có dụng ý nâng cao tinh thần của dân chúng và thể hiện quyết tâm theo đuổi, nó cũng chứng tỏ rằng cuộc chiến hoàn toàn không thể thiếu thế hệ trẻ. Ngay sau bài phát biểu năm 1966 của Hồ Chí Minh, một trong những sách thiếu nhi diễn giải thêm rằng, mặc dù Cha Mẹ và anh chị em hiện giờ đang tham gia chiến đấu, nhưng về lâu về dài những thiếu nhi hôm nay mới là người chiến đấu tiếp cho cuộc chiến dai dẳng này [263].

Tầm quan trọng của nhấn mạnh này tăng lên sau khi người cộng sản không đạt được thắng lợi mà họ mong muốn trong cuộc Tổng tấn công Tết Mậu Thân năm 1968. Một bài viết trên tờ tạp chí Thanh niên của Đoàn Thanh niên đã truyền đạt mối quan tâm của đảng rằng, để có được thanh niên anh hùng thì phải có thiếu nhi anh hùng [264].

Năm 1965, có cả thảy 420.000 cháu ngoan, hơn 100 nhận được phần

---

258 Ho Chi Minh, "Loi keu goi nhan ngay 20-7".
259 Ho Chi Minh, "Loi keu goi thi dua san xuat va chien dau chong My", 72–74.
260 Ho Chi Minh, "Bai noi chuyen tai Dai hoi thi dua".
261 *So tay*, 7
262 Ho Chi Minh, "Loi keu goi nhan ngay 20-7"; Ho Chi Minh, "Khong co gi".
263 Ho Truc, *Hãy Xứng Đáng*, 102
264 Vu Huu Loan, "Dao tao", 22

thưởng 2 năm liên tiếp và một số được 3 năm liên tiếp [265]. Năm 1966, có hơn 1.000.000 cháu ngoan [266]. Năm 1970, có hơn 2.000.000 [267]. Thiếu nhi đã nỗ lực phi thường mới đạt được công nhận và được phát phần thưởng kèm một huy hiệu; họ đã được lựa chọn kỹ sau nhiều vòng bàn bạc rộng rãi giữa các cấp có quyền về phẩm chất của họ mới được trở thành cháu ngoan Bác Hồ [268]. Có khi cả đội được vinh dự nhận danh hiệu này. Sau khi Hồ Chí Minh chết, phong trào vẫn tiếp tục với chiến dịch thi đua "Học tập và làm theo 5 điều Bác dạy, thi đua 'nghìn việc tốt', là cách tốt nhất để chúng ta ra sức xây dựng đội vững mạnh, phấn đấu trở thành 'cháu ngoan bác Hồ'".

5 điều, và làm theo nó, và đạt được danh hiệu cháu ngoan đã gói trọn mối quan hệ lý tưởng giữa thiếu niên nhi đồng với Hồ Chí Minh, cũng đồng nghĩa với việc các em phục tùng không chỉ Hồ Chí Minh mà còn phục tùng đảng và sự nghiệp của đảng. 5 điều thấm đẫm vào cả cấu trúc giáo dục và xã hội ở VNDCCH và còn đặt nặng mối gắn kết yêu nước vào với nhà nước, một thái độ siêng năng, tinh thần hợp tác, thói quen vệ sinh, và tính đạo đức; nghĩa là thiếu nhi được huy động vì sự nghiệp của Đảng và nhà nước. Thi đua vẫn không dừng lại khi kết thúc chiến tranh. Sau khi thống nhất đất nước và thành lập Cộng hòa xã hội chủ nghĩa Việt Nam, Đại hội cháu ngoan toàn quốc đầu tiên diễn ra vào tháng 8-1981, với 3.000.000 cháu ngoan đại diện từ 53.000 đơn vị hội đội [269]. Tháng 6-2015 là Đại hội lần thứ 8 Cháu ngoan Bác Hồ.

Ngoài ra, thiếu niên nhi đồng đều khao khát được vinh dự nhận các danh hiệu tập thể vì đã anh hùng trong chiến đấu đánh bại kẻ thù. Những danh hiệu đó được trao tặng tại Đại hội những chiến sĩ thi đua kiểu mẫu. Đại hội Chiến sĩ thi đua toàn quốc lần đầu tiên diễn ra vào tháng 5-1952 để tuyên dương cả những chiến sĩ chiến trường lẫn trên mặt trận lao động. Tổng Bí thư đảng lúc đó, Trường Chinh, xác định phong trào thi đua yêu nước là cơ sở của chủ nghĩa anh hùng mới. Ông nhấn mạnh: Nếu chủ nghĩa anh hùng mới trở thành mục tiêu của những chiến sĩ gương mẫu thì phong trào yêu nước sẽ được nâng cao [270]. Các đại hội như thế đã trở thành truyền thống ở cấp địa phương và toàn quốc để hô hào nhiệt tình thi đua và anh hùng chủ nghĩa.

---

265 Ho Chi Minh, "Noi", 97–100
266 "Bao cao tinh hinh ... 1966", 8 (VNAIII)
267 "10 nam thuc hien chi thi 197", 32–3. Tại Hanoi, năm học 1965 có 30,000 hội, đội viên đạt danh hiệu Cháu Ngoan. Đến 1968, con số này tăng lên 57,500. Ở Nghệ An, niên khóa 1966–1967, có khoảng 25,000 tranh danh hiệu này, và qua năm sau, con số tăng lên 145,000 (Dao Ngoc Dung, *Lich su*, 172).
268 Ho Chi Minh, "Nang cao", 106
269 "Khai mac".
270 Truong Chinh, Thi dua, 9

Những đoàn / đội Thanh niên xung phong

Một hình thái tổ chức quan trọng khác là Đội *thanh niên xung phong*, một phong trào tình nguyện của thanh niên, thường được dịch sang Anh ngữ là Youth Shock Brigades hoặc Youth Assault Groups. Như chữ thanh niên đã tự nói lên, tổ chức Đội này gồm những người từ 18 tuổi trở lên và do đó, nói cho đúng thì nó nằm ngoài phạm vi của nghiên cứu này. Tuy nhiên, chúng ta sẽ thiếu chu đáo nếu bỏ qua nó bởi những người tham gia nó là thiếu nhi chỉ mới trước đây không lâu, và phần lớn họ đều trải qua các hệ thống hội, đội thiếu nhi. Hơn nữa, ngay cả dù với một số không nhiều, người gia nhập Đội thanh niên xung phong vẫn còn trẻ mới 15 hoặc thậm chí 12 tuổi [271].

Tiền thân của Đội thanh niên xung phong là Đội Thanh niên Tiền phong lập ra trong thời Nhật Bản chiếm đóng Việt Nam trong Đệ Nhị Thế Chiến. Sau đó, Việt Minh đã định hình lại thành tổ chức Đoàn Thanh niên hậu thuẫn cho cuộc kháng chiến chống Pháp [272].

Người ta tin rằng Hồ Chí Minh thành lập Đội thanh niên xung phong đầu tiên vào 15-7-1950 để huy động thêm nhân lực chống Pháp trong Chiến tranh Đông Dương lần thứ nhất, do Bộ Chính trị của Đảng ban hành quyết định thành lập [273]. Nhiệm vụ cấp thiết của nó lúc đó là chiến dịch biên giới tiến hành chống lại đoàn quân viễn chinh Pháp dọc biên giới Hoa-Việt. Sau 1951, các hoạt động của Đội lan rộng đến các vùng khác của Bắc Việt. Đến ngày 1-1-1954, nó có 10.970 đội viên [274]. Theo các báo cáo chính thức thì, vào thời điểm đó, độ tuổi được chọn vào Đội là từ 18 đến 25 [275]. Sau chiến tranh [1975], khi kinh tế bệ rạc, Đội thanh niên xung phong lo tập trung xây dựng chủ nghĩa xã hội và độ tuổi kết nạp mở rộng đến 28 [276].

---

271 Guillemot, François, "Death and Suffering at First Hand: Youth Shock Brigades during the Vietnam War (1950–1975)", Journal of Vietnamese Studies 4(3) (2009) [Chết chóc và Đau khổ ngay từ Gốc] trang 19

272 Về việc huy động thanh thiếu niên trong Kháng chiến chống Pháp, xin xem hai tài liệu của Raffin, "Mental Maps" (96–118), và Raffin, *Youth Mobilization*. Tài liệu nói sau chỉ dụng vắn tắt vào thời kỳ hậu thuộc địa và, bất chấp tựa đề của nó, đã không dò đến năm 1965 trong chương đoạn nói về Việt Nam. Guillemot thì có đưa ra được một cuộc thảo luận về Lực lượng Thanh niên Xung phong ở mục *Des vietnamiennes*. Phần về các Lực lượng Thanh niên Xung phong đó, nếu không phải là rất có ý nghĩa, thì những người trẻ được xếp trong phạm vi mục đích của nghiên cứu này được xác định là "thiếu niên". Có một số sách về chủ đề Lực lượng Thanh niên Xung phong: xin xem, ví dụ, Nguyen Hong Thanh, *Thanh Niên phong phong*.

273 Ngo Hoai Chung and Le Ngoc Dong, *Thanh nien*, 3; Nguyen Hong Thanh, *Thanh nien*, 22.

274 Sđd, trang 31. Guillemot trích dẫn con số cao tới 23,000 ("Death and Suffering at First Hand", trang 21). Tất cả các con số đều là ước tính.

275 C.B. [bút hiệu của Ho Chi Minh], "Doi thanh nien xung phong".

276 Nguyen Hong Thanh, *Thanh nien*, 31

Đến 1965 khi chiến tranh [với VNCH] chính thức bùng nổ, một thế hệ người Việt mới ở VNDCCH đã lớn lên với giáo dục và đào tạo trong các trường học xã hội chủ nghĩa. Nhiều người trong số đó đã từng gia nhập vào Tổ chức Augustists và Đội thiếu niên Tiền phong, nay quay về với các đợt thi đua và tuyên truyền. 30% số thế hệ mới này đã trở thành Đoàn viên của Đoàn Thanh niên Lao động [277].

Quy mô của quân đội chính quy Bắc Việt đã được ước tính là 400.000 vào năm 1965 [278]. Nhân lực được gọi nhập ngũ qua cách tự nguyện và cưỡng bách. Vào năm 1959, tất cả những nam giới khỏe mạnh không khuyết tật thân thể từ 18 đến 25 tuổi đều bị bắt lính, còn theo cơ quan tình báo Hoa Kỳ, việc này cuối cùng đã thay đổi từ 16 đến 45 tuổi, và một số bộ đội Bắc Việt được báo cáo là rất trẻ, từ 15 tuổi [279]. Nhiều người tình nguyện tự khai báo tuổi lớn hơn so với tuổi thật để đi bộ đội [280]. Quy mô của quân đội được báo cáo đã tăng lên 650.000 vào năm 1975 [281]. Vào đầu thập niên 1960 có sự gia hạn thời gian tại ngũ bắt buộc từ 2 năm đến vô hạn định suốt thời chiến [282].

Jon Van Dyke, nhà luật gia chuyên nghiên cứu về Bắc Việt trong thập niên 1960 và 1970, có gợi ý là chính quyền VNDCCH đã "đưa ra một loạt các chiêu dụ quan trọng để hấp dẫn những người trẻ đi bộ đội hoặc tiếp tục tại ngũ"; ví dụ như, những tân binh tiềm năng vẫn đang còn học trung học được thông báo là sau khi giải ngũ họ sẽ được quay về tiếp tục học lên lớp bất kể họ có học xong lớp cũ hay chưa. Ngoài ra, chính quyền còn hứa với các cựu chiến binh sẽ được ưu tiên trả lại đúng chức vụ cũ trong chính quyền thôn ấp [283]. Không rõ liệu chính quyền có còn cần những ưu đãi này hay không khi luật cưỡng bách nhập ngũ có hiệu lực. Hơn nữa, theo ước tính của Hoa Kỳ, vào cuối thập niên 1960, mỗi năm có khoảng 175.000 đến 190.000 nam giới ở độ tuổi cưỡng bách nhập ngũ là 18. Cứ cho là chỉ có khoảng 100.000 đến 120.000 trong số này được coi là đủ tiêu chuẩn đi bộ

---

277 Nguyen Van De, *Lich su*, 93
278 Pike, *PAVN*, 190. Tuy nhiên theo Harvey Smith thì giữa năm 1966 tổng quân chính quy Bắc Việt là 475,000 trong đó 250,000 quân vũ trang, 225,000 bán vũ trang (Smith, *Area Handbook*, các trang 397, 409). Duiker cũng cung cấp số liệu tương tự (Duiker, *Ho Chi Minh*, trang 553). Về vấn đề này xin xem thêm Van Dyke, *North Vietnam's Strategy for Survival* (Palo Alto, CA: Pacific Books, c.1972), trang 112.
279 Smith, *Area Handbook*, 397, 409. Duiker cũng cung cấp cùng số liệu (Duiker, *Ho Chi Minh*, 553); Van Dyke (*North Vietnam's Strategy for Survival*, 113) lấy nguồn cho số liệu của ông từ tài liệu lưu trữ của Thượng Viện Hoa Kỳ, và các ấn phẩm The New York Times ([12-5-1968], 23; 27-10-1968, mục. IV, trang 3) và and the Washington Post (13-12-1967, mục A, trang 21). Sđd., trang 113, 284, ghi chú số 20.
280 Từ nhiều cuộc phỏng vấn với những người đi bộ đội
281 Pike, *PAVN*, 190
282 Smith, *Area Handbook*, 410
283 Teerawichitchainan, "Trends", 65

đội, nhưng điều đáng nói hơn là liệu có giữ được các đơn vị đó kéo đủ sức bền đã ký thác vào họ hay không [284].

Ngày 21-6-1965, theo Chỉ thị 71 của Thủ tướng Bắc Việt, Đội thanh niên xung phong đã được chọn, dưới sự yểm hộ của Đoàn Thanh niên, để thực hiện các nhiệm vụ quan trọng trong sản xuất và bảo vệ đất nước. Cơ chế hoạt động và tín điều của nó nằm hết trong chủ trương đẩy mạnh thi đua Ba Sẵn Sàng đã nói ở trước [285]. Giới trẻ được sung vào Thanh niên xung phong trong thời hạn ba năm. Cũng được biết là một cưỡng bách được áp dụng cho nam giới trên 18 tuổi, thế nhưng phần lớn đội viên Thanh niên xung phong là nữ. Nam giới được lấy vào Đội thanh niên xung phong thường là những người, vì nhiều lý do, được coi là không đạt chuẩn để chọn đi bộ đội, hoặc từ tốp thanh niên có đặc quyền tùy ý gia nhập bộ đội hay không: ví dụ, con trai trong gia đình đã có người ra trận, hoặc anh chị em của bộ đội đã chết trận. Ngoài ra, còn có số người tình nguyện đi bộ đội nhưng bị loại ra do "lý lịch xấu" nhưng vẫn muốn làm việc công ích như một thiện chí gỡ gạc chính trị [286].

Quá trình hoạt động của Đội thanh niên xung phong từ năm 1965 đến năm 1975 thường được chia thành ba thời kỳ. Thời đầu kéo từ mùa hè năm 1965 đến giữa năm 1968 là thời điểm tấn công Tết Mậu Thân. Năm 1966, Đội thanh niên xung phong có 50.000 đội viên [287]. Ngày 26-9-1966, Hồ Chí Minh tỏ ra thỏa mãn với những thành tựu của thanh niên xung phong trong đấu tranh chống Mỹ cứu nước [288]. Một tuần sau, vào ngày 4-10-1966, Bộ trưởng Nội vụ chỉ đạo cho hưởng quy chế thương binh, liệt sỹ cho thân nhân của đội viên thanh niên xung phong giống như các gia đình của các bộ đội thương binh liệt sĩ [289]. Tháng 1-1967, lần đầu Đại hội Thi đua các đơn vị thanh niên xung phong chống Mỹ cứu nước được tổ chức. Chào mừng đội viên tham gia, Hồ Chí Minh nhắc nhở nguồn gốc chủ nghĩa anh hùng của họ - là từ Đảng, Đoàn và nhân dân. Ông cũng khuyên họ, như đã khuyên Thiếu niên Tiền phong và Augustists, giữ khiêm tốn dù đạt được thành tích mới được tham gia Đại hội. Họ phải tiếp tục phấn đấu trở

---

284 theo Smith thì con số thấp hơn, *Area Handbook* (409). Cao hơn là Van Dyke, Jon M., *North Vietnam's Strategy for Survival* (113)
285 Nguyen Hong Thanh, *Thanh nien*, 33; Nguyen Van De, *Thanh nien*, 39–40, 43, 61.
286 Tran Van Thuy, *Nhat ky: Thanh nien xung phong Truong Son 1965–196* trong các trang rải rác.
287 Nguyen Van De, *Thanh nien*, 46.
288 Bac Ho [Ho Chi Minh], "Thu khen".
289 Nguyen Van De, *Thanh nien*, 46, 54. Guillemot thì đưa các con số như sau: 1965–1967: 73,851 tân đội viên; 1968–1971: 27,700 tân đội viên; và 1972–1975: 41,700 tân đội viên (Guillemot, François, *Des Vietnamiennes dans la guerre civile: L'autre moitié de la guerre (1945–1975)* (Paris: Les Indes savantes, 2014), trang 179). Tổng hợp lại dựa theo Nguyen Van De, *Lich su*, 198–204.

thành anh hùng²⁹⁰. Đến cuối năm 1967, lượng Đội viên thanh niên xung phong tăng lên giữa khoảng 54.122 đến 73.851, tùy theo nhiều nguồn khác nhau²⁹¹.

Thời kỳ thứ nhì bắt đầu từ giữa năm 1968, sau khi Mỹ ngưng oanh tạc Bắc Việt, và kéo dài đến năm 1971. Số Đội viên viên Thanh niên xung phong giảm bớt từ 10.000 xuống còn 27.700, tùy theo nguồn²⁹² tiết lộ mối liên đới giữa việc Mỹ oanh tạc và nhiệm vụ của Đội xung phong.

Thời kỳ thứ ba bắt đầu năm 1972 khi người Mỹ nối lại chiến dịch oanh tạc miền Bắc để đáp trả cuộc tấn công mùa Hè đỏ lửa của cộng sản vào miền Nam. Cần nhiều nhân lực hơn nữa để phòng vệ VNDCCH ở miền Bắc và gửi vào miền Nam. Ngoài ra, còn nhiều người nữa đã được chuyển qua Lào²⁹³. Lực lượng Thanh niên xung phong tăng lên từ 30.000 đến 41.700²⁹⁴. Ước tính tổng số thanh niên đã trải qua Lực lượng Thanh niên xung phong trong khoảng thời gian từ năm 1965 đến năm 1975 dao động trong khoảng từ 133.157 đến hơn 350.000²⁹⁵.

Bài hát chính thức của Đội Thanh niên xung phong mô tả nhiệm vụ của họ chỉ là người yểm trợ chiến trận:

"Em là người thanh niên xung phong
Không có súng, chỉ có đôi vai cáng thương, tải đạn
Giữa tầm đạn thù, tấm lòng dũng cảm
Em vượt đường dài tiếp thêm lửa tiến công..." ²⁹⁶

Người ta tin là Đội Thanh niên xung phong là đã đắp được 102 con đường có tổng chiều dài 4.130 cây số, vận chuyển 100 tấn đạn dược và tháo gỡ 10.000 bom mìn của địch. Nhưng Đội Thanh niên xung phong cũng

---

290 *Dai hoi thi dua*; Ho Chi Minh, "Loi noi ... chong My, cuu nuoc toan mien Bac", 84; xem thêm báo *Nhan dan*, 18 tháng 1, 1967.
291 Nguyen Hong Thanh, *Thanh nien*, 36. Guillemot đế ra các con số cho thời đoạn này là 73,851. Với 1968–1971: 27,700 tân đội viên, và 1972–1975: 41,700 tân đội viên. (*Des vietnamiennes*, 179). Tổng hợp lại theo Nguyen Van De, *Lich su*, 198–204.
292 Nguyen Van De, *Thanh nien*, 62. Nguyen Hong Thanh (*Thanh nien*, 36) cho con số 17,377. Guillemot thì để nghị con số 27,700; và từ 1972–1975: 41,700 tân đội viên xung phong (*Des vietnamiennes*, 179). Tổng hợp lại theo Nguyen Van De, *Lich su*, trang 198–204.
293 Nguyen Van De, *Thanh nien*, trang 62–63.
294 Sdd. Nguyen Hong Thanh (*Thanh nien*, trang 36) đưa con số 34,058. Guillemot thì đưa con số để nghị cho giai đoạn này là 41,700 (*Des vietnamiennes*, 179). Tổng hợp lại theo Nguyen Van De, *Lich su*, 198–204.
295 Con số 133,157 là từ Nguyen Hong Thanh, *Thanh nien*, trang 33. Guillemot (*Des vietnamiennes*, trang 179) thì đưa con số trong khoảng từ 220,000 Đến hơn 350,000. Tuy nhiên ở trang 205, ông lại đưa con số 142,191.
296 "Những Bông Hoa Trên Tuyến Lửa" - Thơ Đỗ Trung Quân, Nguyễn Cửu Dũng phổ nhạc cùng tựa.

được ghi nhận là có tham gia chiến đấu, cả ở miền Bắc bắn hạ máy bay Mỹ lẫn ở miền Nam bắt sống phi công và tham gia các trận đánh. Trang sử về Thanh niên xung phong cũng ghi công họ bắn hạ 15 máy bay Mỹ; bắt sống 13 phi công Mỹ và 1.000 quân thù, nói rõ là cả lính Mỹ lẫn lính miền Nam; tiêu diệt 20 xe tăng và xe bọc thép; và tham gia vào 1.000 trận chiến. 16.000 người đã được chuyển từ Thanh niên xung phong sang quân chính quy [297].

Theo Nguyen Hong Thanh, trong giai đoạn đầu từ 1965 đến 1968, độ tuổi Thanh niên xung phong là từ 17 đến 30; giai đoạn hai từ 1968 đến cuộc tấn công vào lễ Phục sinh 1972, độ tuổi hạ thấp xuống còn 17 đến 25; giai đoạn ba từ 1972 đến khi chiến tranh kết thúc, độ tuổi thậm chí còn thấp hơn nữa, từ 17 đến 22 [298]. Việc hạ thấp tuổi này khi chiến tranh tiếp diễn rõ ràng cho thấy nhu cầu phải tăng quân số thường xuyên. Như chúng ta đã thấy ở trên, vì số lượng đội viên thường trực của Đội Thanh niên xung phong sai biệt nhau có khi theo hệ số ba, nên chúng ta không thể nói chắc có bao nhiêu thanh niên dưới 18 tuổi đã gia nhập vào đội xung phong này. Nhưng có vài chỉ dấu cho thấy sự có mặt của lớp trẻ dưới 18 tuổi.

Chẳng hạn, có một nguồn cho rằng, tại Hà Nội, Đơn vị 51 của Đội Thanh niên xung phong thành lập vào tháng 12-1967, gồm có 400 đội viên và tuổi của hơn 80% trong số này là từ 17 đến 20 [299]. Ngay cả khi số liệu thống kê là không chính xác đi nữa, nó vẫn phản ảnh một tình thế đáng chú ý. Trong gian đoạn đầu từ năm 1965 đến cuối 1967 là lúc có lượng đội viên cao nhất, độ tuổi cũng rộng nhất, từ 17 đến 30. Giai đoạn nhì, là lúc nhu cầu tuyển mộ ít hơn, mà độ tuổi từ cao lại hạ thấp xuống còn 25. Giai đoạn ba từ 1972 đến khi chiến tranh kết thúc đã chứng kiến sự tăng đột biến về số lượng đội viên và tuổi gia nhập từ trên cao hạ thấp xuống còn 22. Xem xét như thế, ta có thể nói rằng vào thời điểm đó, việc guồng máy hóa lớp người trẻ chứng tỏ đã thành công đến mức người ta tuyển đủ tân binh trong hạn tuổi thấp hơn để gia tăng quân số.

Thành công tương tự cũng được hiện rõ trong việc huy động người nhỏ tuổi hơn gia nhập Thanh niên xung phong ngay từ khi mới 15 tuổi [300]. Một trong những người tình nguyện gia nhập trước tuổi là Le Minh Khue, về sau trở thành một nhà báo và nhà văn có tiếng. Cô gia nhập Thanh niên

---

297 Giang Ha-Nguyen Thai Anh et al., *Lich su*, trang 7. Con số gia nhập bộ đội là từ Nguyen Hong Thanh, *Thanh nien*, trang 33-34. Dữ liệu về thành tích ở tập sách nói trước khá khác biệt với tập nói sau. Đơn cử là việc ghi nhận thanh niên xung phong chỉ đắp được 2,195 cây số đường thay vì 4,130, số con đường được đắp là 53 thay vì 102, v.v... Cả hai tài liệu xuất bản này trùng khớp nhau số máy bay Mỹ bị bắn hạ và số phi công bị bắt sống.
298 Nguyen Hong Thanh, *Thanh nien*, 36; Dong Si Nguyen, *Duong xuyen*, 260
299 Nguyen Hong Thanh, *Thanh nien*, 131
300 Le Phong Thai, *To chuc*, 7–8

xung phong năm 1965 ở tuổi 15 [301]. Thế hệ trẻ đã chứng tỏ không thể thiếu trong nỗ lực đạt được mục tiêu của VNDCCH là thâu tóm hai miền Bắc Nam vào cùng một chế độ xã hội chủ nghĩa.

CÁC TỔ CHỨC ĐOÀN HỘI THANH NIÊN CỘNG SẢN Ở MIỀN NAM

Người cộng sản cũng lập ra ở miền Nam các tổ chức đoàn hội song song với những đoàn hội như miền Bắc. Năm 1962 hai tổ chức cộng sản do MTGP khai sinh và bảo bọc là: Đảng Nhân Dân Cách mạng và Đoàn Thanh niên Nhân dân Cách mạng, con đẻ và là bản sao của Đảng Lao động và Đoàn Thanh niên Lao động ngoài Bắc.

Sau chiến tranh, cả hai đảng, đoàn này bỗng mất dạng, bị nhập chung vào Đảng Cộng sản Việt Nam và Đoàn Thanh niên Cộng sản Hồ Chí Minh ở miền Bắc.

Thời chiến, Đoàn Thanh niên Nhân dân Cách mạng đặt căn cứ ở tỉnh Tây Ninh, một tỉnh giáp giới với Cao Miên (Campuchia). Giống như ngoài Bắc, trong Nam cũng có Đội thiếu niên Tiền phong gom hết thiếu niên nhi đồng vào dưới dẫn dắt của nó. Những Đội này lan rộng không chỉ trong các vùng do cộng sản kiểm soát mà còn cả ở những vùng thuộc kiểm soát của chính phủ VNCH. Năm 1972, theo một trong những đầu lãnh và cũng là một tay viết sử của phong trào thanh niên cộng sản, đã có 811.281 đoàn, đội viên trong tổ chức này [302]. Khó mà xác thực độ chính xác của con số này và càng khó thể có được những con số chính xác như vậy trong chiến tranh không chỉ ở miền Nam mà còn cả miền Bắc, chẳng qua con số này phản ánh ý của nhà cầm quyền cộng sản muốn phô trương hình ảnh hấp dẫn khi kể lại các tổ chức đoàn đội thanh niên cộng sản ở miền Nam.

Ý tưởng thi đua cũng được lan truyền vào miền Nam. Đại hội lần thứ nhất của Đoàn Thanh niên Nhân dân Cách mạng diễn ra vào ngày 17 đến 26-3-1969 do Nguyen Chi Thanh, một Tướng bộ đội miền Bắc, thành viên Bộ Chính trị đảm trách chiến lược quân sự chính của VNDCCH lúc bấy giờ. Đầu năm đó, ông vào Nam để tiếp quản COSVN, nơi chỉ huy tất cả các lực lượng cộng sản trong Nam. Đại hội này phát động phong trào *Năm xung phong*, song song với thi đua Ba Sẵn Sàng phát động ngoài Bắc năm 1964. Năm "xung phong" mà Đại hội đã phát lệnh thúc đẩy giới trẻ là:

1. Xung phong tiêu diệt thật nhiều sinh lực địch.
2. Xung phong tòng quân và tham gia chiến tranh du kích.
3. Xung phong đi dân công và thanh niên xung phong phục vụ tiền tuyến.

---

301 "Nha Van Le Minh Khue".
302 Dao Ngoc Dung, *Lich su*, 155, 178

4. Xung phong đấu tranh chính trị và chống bắt lính.
5. Xung phong sản xuất nông nghiệp trong nông hội [303]

Tạp chí Thanh niên Việt năm 1966 công bố rằng phong trào "Ba Sẵn Sàng" ở miền Bắc và "Năm Xung Phong" ở miền Nam đã làm nên "Quyết tâm đánh thắng giặc Mỹ xâm lược, dù phải đánh 5 năm, 10 năm, 20 năm hoặc lâu hơn nữa, dù phải hy sinh gian khổ đến mức nào, chúng ta cũng quyết chiến đấu đến thắng lợi hoàn toàn" [304]. Trong một Chỉ thị vào tháng 6-1966, Trung ương Đoàn Thanh niên Nhân dân Cách mạng đã nâng cấp độ thi đua với khẩu hiệu "Phất cao cờ Năm xung phong, thanh niên thành đồng thừa thắng xông lên đánh bại hoàn toàn Mỹ và bù nhìn". Cũng trong nội dung của Năm Xung Phong từ đó mọc ra các phong trào thi đua khác như "Dũng sĩ diệt Mỹ", "Dũng sĩ xung kích", "Dũng sĩ diệt máy bay", "Dũng sĩ diệt xe tăng". Tất cả là để làm theo lời Bác Hồ mà Nguyen Chi Thanh lặp lại là "Ba mươi mốt triệu đồng bào là ba mươi mốt triệu dũng sĩ" [305].

Nhưng không như ở miền Bắc, phong trào tiền phong ở miền Nam tham gia trực tiếp vào chiến trận nhiều hơn. Nhiều đoàn đội viên và toàn bộ các đơn vị tiền phong đã ra trận cùng với du kích quân cộng sản, phá xe bọc thép và tiêu diệt địch. Tại một trong những vùng mất an ninh ở quận Triệu Phong, tỉnh Quảng Trị, một đơn vị đội tiền phong có 300 đội viên, cũng theo báo cáo là từ năm 1960 đến 1972 đã tham gia 275 trận đánh, tiêu diệt 409 tên địch, trong đó có 166 quân Mỹ và phá 8 xe tăng cũng như 8 xe khác [306]. Những điển hình anh hùng trẻ đã mau lẹ được loan truyền rộng rãi ở VNDCCH, như chúng ta sẽ thấy trong các chương tiếp sau.

Sự sùng bái Bác Hồ cũng được truyền bá trong giới trẻ miền Nam. Tháng 6 năm 1970, các tổ chức đoàn đội thiếu niên nhi đồng miền Nam bắt đầu mang tên Hồ Chí Minh, chỉ chậm 4 tháng so với miền Bắc [307]. Một số nơi, ví dụ như ở tỉnh Bến Tre, các đoàn viên Thanh niên thậm chí cố xoay xở "dạy chui, dạy lén" 5 điều của Bác Hồ vào một số trường học của VNCH [308]. Năm 1973, sau khi các binh đoàn bộ binh Hoa Kỳ rút khỏi Việt Nam, lần đầu tiên, một Đại hội Cháu Ngoan cấp tỉnh đã diễn ra ở miền Nam, ở tỉnh Bình Phước với 100 thiếu nhi tham gia [309]. Tường thuật của các phong trào Tiền phong và Augustists công bố rằng vào năm 1972 ở miền Nam có 811.281 đội viên tiền phong và Augustists cùng với 285.913

---
303 Nguyen Dac Vinh, *Lich su*, 360–361.
304 "35th Founding Anniversary of the V.L.Y.U. Celebrated", *Vietnam Youth*, May 1966, trang 7 [tạp chí Thanh niên Việt bằng Anh ngữ của Bắc Việt - V.L.Y.U. = Viet Nam Labour Youth Uinon = Đoàn thanh niên lao động]
305 Nguyen Dac Vinh, *Lich su*, 393–394. Nguyen Chi Thanh, *Nhung bai chon loc*, 590.
306 Dao Ngoc Dung, *Lich su*, 155, 178, 181
307 Sđd, 178
308 Sđd, 182
309 Sđd, 178

trẻ thiếu nhi khác tham gia phong trào [310]. Tuy nhiên, những con số này có thật hay không thì vẫn còn khá mơ hồ. Thống kê chính xác như vậy không thể tồn tại trong thời chiến; không ai tiến hành điểm số được như vậy ngay cả ở VNDCCH, nó quá ít hữu lý trong phạm vi hoạt động nơi vùng lãnh thổ VNCH mà cộng sản kiểm soát được ở miền Nam. Điều này càng không thể xảy ra vì con số tổng số đội viên được công bố như thế đã chiếm gần phân nửa lượng số công dân trẻ trong độ tuổi từ 7 đến 15 tuổi ở Nam Việt Nam, mà cộng sản đâu có kiểm soát được nhiều dân miền Nam. Trái lại, như chúng ta sẽ thấy, sự hăng hái tham gia các tổ chức cộng sản đang suy yếu dần trong thiếu niên nhi đồng ở miền Nam.

Tháng 7-1973, Đoàn Thanh niên Nhân dân Cách mạng tổ chức Đại hội lần thứ hai ở miền Nam tiếp sau Đại hội Đoàn Thanh niên tổ chức ở miền Bắc vào tháng 6-1973. Cũng như lần thứ nhất, Đại hội lần thứ hai diễn ra tại tỉnh Tây Ninh. Trong khi Đại hội Thanh niên ở VNDCCH duyệt lại kết quả của phong trào "Ba Sẵn Sàng", thì Đại hội ở miền Nam đánh giá thi đua "Năm Xung Phong" và đưa ra một thi đua mới: "Ba Xung phong Gìn giữ Hòa bình" [311].

Giống như cơ cấu song song ở miền Bắc và miền Nam với Đoàn Thanh niên và các hội đội Tiền phong, Đội Thanh niên Xung phong cũng được mở rộng vào miền Nam. Nó được gọi là "Hội thanh niên giải phóng miền Nam", hoặc "Đội thanh niên xung kích giải phóng miền Nam" như cách gọi trong các tài liệu của Mỹ thời đó. Đội xung kích này là một phần của hệ thống hậu cần cộng sản. Nó được lập ra vào tháng 3-1965 do một chỉ thị của COSVN [312] không lâu sau khi Nguyen Chi Thanh vào Nam. Theo một tài liệu của VNCH, "việc lập ra các đơn vị Thanh niên xung kích phần nhiều nhằm tiếp nối với quyết định đặt nặng vào hình thái chiến tranh di động". Quyết định này được đưa ra thông qua Đoàn Thanh niên [313]. Theo như chỉ thị của COSVN thì lý do chính của sáng kiến này được giải thích là liên quan đến sự gia tăng hiện diện của quân đội Mỹ và để mở rộng "vùng giải phóng" nơi có hàng trăm ngàn thanh niên cần những mẫu hình đập mạnh vào đạo đức cách mạng và ý chí chính trị cần có để đánh bại kẻ thù [314].

Nhiệm vụ của đội viên thanh niên xung kích ở miền Nam cũng tương tự như ở miền Bắc. Họ phải tham gia sản xuất nông nghiệp, hỗ trợ tiền

---

310 Sđd

311 Nguyen Dac Vinh, *Lich su*, 520–522

312 "Assault Youth", i, 10 (TTU). [Thanh niên Xung kích]

313 "Memorandum, Democratic Republic of South Vietnam – re: The Status of North Vietnamese Infiltration into South Vietnam – CIA Research Reports (Supplement)", February 24, 1967, 553–4 (TTU)

314 Nguyen Tan Dat, "Chanh sach", 2 (TTU)

tuyến và là nguồn nhân lực ứng chực sẵn bổ sung cho quân số cộng sản [315]. Đội thanh niên xung kích là "để huấn luyện thanh niên và tập cho họ can đảm để gửi đến các đơn vị chiến đấu" [316]. Còn nhiệm vụ quan trọng khác nữa là "phất cao ngọn cờ khủng bố cách mạng và tham gia đấu tranh chính trị ở nông thôn cũng như ở thành thị" [317]. Vai trò của họ là "xung kích" nhiều hơn so với các hội đội viên như họ ở miền Bắc, những người chỉ trực tiếp tham gia chiến tranh qua việc bắn hạ máy bay Mỹ hoặc được gửi vào Nam chiến đấu. Dĩ nhiên họ không được khuyến khích tham gia vào cuộc đấu tranh chính trị ở ngoài Bắc [318].

Vai trò người thanh niên rất quan trọng với cộng sản như một nguồn nhân lực chủ yếu để đối phó với bao khó khăn mà họ gặp phải cho dù ngay cả những khó khăn đó họ không thừa nhận. Theo một tài liệu tịch thu được từ tay một cán binh cộng sản bị bắt năm 1971 ở tỉnh Quảng Nam-Đà Nẵng, trong đó khẳng định rằng năm 1965, cộng sản đã chiếm được 80% tỉnh thành và đã mở rộng vùng "giải phóng" được 350.000 dân số, trong khi có 50.000 người cư trú quanh các khu tranh chấp tức vùng hai bên lâm chiến chưa bên nào dành được quyền kiểm soát cả. Xa hơn nữa, tài liệu còn cho rằng cộng sản "đã tiêu diệt được bọn ác ôn, phá tan các ấp chiến lược và phá vỡ bộ máy kềm kẹp của địch" tại các vùng vẫn còn nằm dưới quyền kiểm soát của chính quyền Sài Gòn. Thế nhưng, cho đến năm 1970, với tổng số 800.000 cư dân kiểm soát được ở các tỉnh thành, cộng sản chỉ đếm được có 20.000 người sống trong "vùng giải phóng". Tài liệu còn kêu gọi gia tăng nỗ lực để dành lại tối thiểu cũng được như mức kiểm soát dân số thời năm 1965, tức là 300.000 thay vì 20.000, và để làm sao để 50% dân số còn lại dồn phiếu cho cộng sản trong trường hợp có tổng tuyển cử [319]. Tài liệu đặc biệt nhấn mạnh tầm quan trọng của thanh niên trong cuộc đấu tranh chống địch. Năm 1965, khoảng 5.000 thanh niên xung kích, tức hội, đội viên của Đội Thanh niên xung kích, đã được huy động. Nhưng việc huy động này cũng không thành công: "Chúng ta đã không huy động được thanh niên tham gia đấu tranh hay đi theo Cách mạng. Vai trò then chốt của thanh niên trong cuộc đấu tranh của chúng ta chưa được phát huy tốt"

---

315 Assault Youth", 2, 7, 9 (TTU)
316 "Memorandum", 554 (TTU)
317 "Assault Youth", 2, 7, 9 (TTU) [trong nguyên bản Anh ngữ: "to raise the banner of revolutionary terrorism …". - chú ý chữ "terrorism" = "khủng bố" khác với chữ «assaultive» hoặc "assault" (=xung kích) thường dùng để trỏ đội Thanh niên Xung phong trong các tài liệu Anh ngữ. Như vậy trong nguyên bản tài liệu lưu trữ của TTU đã dùng chữ terrorism = khủng bố, tức là phản ánh đúng thực tế các hoạt động khủng bố của đặc công cộng sản ở miền Nam như đặt mìn, chất nổ ở nơi công cộng, rạp hát, nhà hàng hoặc giật sập cầu cống trên lãnh thổ VNCH thời chiến.]
318 Sđd, 9-10
319 "Captured Documents", (CDEC) [tài liệu bắt được], "Civilian Proselyting, VC Quảng Đà Prov Party Hq, VC Region 5", April 30, 1971, pp. 3, 8, 21. Folder 05, Box 17, Douglas Pike Collection: Unit 02 – Military Operations. Các trang 3, 8, 21 (TTU)

[320]. Tài liệu đổ lỗi cho địch gây ra tình trạng này vì đã đầu độc thanh niên với văn hóa tư sản đồi trụy, bóp nghẹt quyền tự do và quyền dân chủ của thanh niên, khiến giới trẻ nghi ngờ đường lối cộng sản và gieo rắc những bất đồng chính kiến với cộng sản. Nhưng họ cũng thừa nhận rằng phe cộng sản "đã không thể hiện hăng hái tiến hành các cuộc tấn công ác liệt". Để làm sống lại cuộc đấu tranh, tài liệu nhấn mạnh, người cộng sản cần phải đẩy mạnh phong trào thi đua Năm Xung Kích, đặc biệt chú ý chống các đợt bắt bớ của địch và tuyển mộ thêm thanh niên gia nhập quân chính quy cộng sản và các lực lượng du kích [321]. Nó viết tiếp:

> Thanh niên, trẻ vị thành niên, và sinh viên học sinh cần phải được truyền đạt với chủ nghĩa anh hùng cách mạng với mục tiêu và vai trò tiên phong của chúng. Ta phải thúc đẩy họ sinh hoạt các đội, hội, nhóm thanh niên mang tên Bác Hồ. Ta phải xướng lên một phong trào thanh thiếu niên noi gương Bác Hồ và một phong trào trẻ vị thành niên cố đạt được những việc làm anh hùng dù tuổi còn nhỏ. Ta nên thúc đẩy phong trào "hành động tình nguyện": Tình nguyện đi bộ đội, tình nguyện tham gia các hoạt động chiến tranh du kích, tình nguyện chống lại sự bắt bớ của địch và tình nguyện chống lại văn hóa đồi trụy của địch [322].

Cũng như ở miền Bắc, các tổ chức cộng sản ở miền Nam được kỳ vọng là sẽ kiểm soát được hết trẻ vị thành niên trong "vùng giải phóng" và khoảng từ 50 đến 60% dân số trong "vùng tạm chiếm của địch", trực tiếp tuyên truyền và tuyển mộ họ vào các tổ chức đoàn hội Tiền phong mang tên Hồ Chí Minh [323]. VNDCCH ra sức thiết lập một mạng lưới tổ chức đoàn hội để giám sát và điều hướng trẻ con và thanh thiếu niên Việt Nam đến mức tối đa có thể được, cả ở trong Nam cũng như ngoài Bắc.

VNDCCH đã xây dựng một hệ thống tổ chức đoàn hội có thứ bậc trên dưới hẳn hòi để vạch một con đường cho mọi người trẻ từ Augustists đến Đội tiền phong đến Đoàn đến Đảng. Dẫu không phải ai cũng muốn theo hoặc theo nổi con đường này, nhưng tất cả mọi người đều được dạy phải cố mà đi theo nó. Thêm nữa, hệ thống này được vẽ ra cốt để nhận sứ mạng liên quan trực tiếp đến lộ trình chiến tranh mà Đảng đã rắp tâm nhằm tăng sức cho nỗ lực quân sự xâm lăng miền Nam. Không có con đường nào khác dành cho thanh thiếu niên mà không dẫn đến chỗ dồn sức cho chiến tranh. Trẻ em lớn lên dưới quyền cai trị của cộng sản được dạy rằng chỉ có một con đường duy nhất hạnh phúc là đi theo Bác Hồ vâng lời Đảng, và trong biết bao trẻ ấy, con đường này đã đưa họ ra chiến trường.

VIỆT NAM CỘNG HÒA

Ở Việt Nam Cộng Hòa, lứa tuổi thanh niên gồm học sinh trung học và

---

320 Sđd, 3, 14
321 Sđd, 15, 17, 23
322 Sđd, 26
323 Sđd, 28

sinh viên đại học, một số ở độ tuổi ba mươi, cùng các chuyên viên, công chức và sĩ quan quân đội còn trẻ, những người chỉ vừa mới đây từng tham gia các chương trình, dự án của thanh niên và vẫn còn giữ mối tương quan mật thiết tích cực với các hội, đoàn thanh niên. Mặc dù với kinh nghiệm chính trị và kỹ thuật còn rất mỏng, nhưng lớp trẻ này nhận gánh vác nhiều trách nhiệm mà trong nhiều hoàn cảnh khác thường do người lớn ưu tiên đảm đương [324].

Do bối cảnh chính trị đa nguyên và thành phần chính phủ thường xuyên thay đổi nên thanh niên không nhận được nhiều huấn thị từ chính phủ. Nhiệm sở và chức danh chức vụ trong nội các phụ trách lĩnh vực thanh niên liên tục thay đổi. Có khi, họ thuộc Bộ Thanh niên và Thể thao, có khi thuộc Bộ Giáo dục với tư cách là hội viên, ủy viên đặc biệt, lúc khác, họ nằm dưới quyền các Bộ Giáo dục, Nha Thanh niên hay Tổng Bộ Văn hóa. Các hội đoàn thanh niên cũng không phải là một trận tuyến thống nhất. Họ thường lẫn vào dưới cái bóng của các chính đảng, hay các hội đoàn tôn giáo và các tổ chức xã hội khác, cũng như hoạt động thì gắn kết với nhiều địa phương khác nhau.

Chính sách của chính phủ đối với các tổ chức thanh niên

Có nhiều vấn đề không xuôi thuận giữa chính phủ và các tổ chức thanh niên. Dưới thời Ngô Đình Diệm, một số tổ chức thanh niên ban đầu còn được góp mặt với một mức độ tự trị độc lập nào đó. Có các tổ chức mang khuynh hướng xã hội như Hướng Đạo Sinh, Đoàn Thanh niên Chí nguyện, Phong trào Sinh viên Học sinh Công tác Xã hội và một số hội đoàn tôn giáo hoạt động vì người nghèo ở nông thôn cũng như thành thị trong nhiều năm. Tuy nhiên, các hội đoàn này thường bị phân chia, thiếu ngân quỹ và ít nhận được hỗ trợ từ chính phủ [325]. Ngoài ra còn có các tổ chức thanh niên mang chiều hướng chính trị, trong đó nổi bật nhất là Tổng Hội Sinh Viên Sài Gòn, nhưng Ngô Đình Nhu, cố vấn và là bào đệ của Ngô Đình Diệm, đã kìm hãm sự phát triển của tổ chức này và các tổ chức có khuynh hướng chính trị khác. Thay vào đó, ông đã lập một tổ chức thanh niên của riêng mình, có tên là Đoàn Thanh niên Cộng hòa thành lập ban đầu vào 1956, mà tôi sẽ bàn dưới đây, và nó đã không còn tồn tại sau khi chế độ Ngô Đình Diệm sụp đổ vào 1-11-1963 [326]. Sau vụ đảo chánh Ngô

---

324 Britton, Edward C., "Vietnamese Youth and Social Revolution", Vietnam Perspectives 2(2) (November 1966) 14

325 Sđd, 15

326 Thuan Kieu, "Thực chất ..." 14 [chú thích này bị sót, thiếu, không có liệt kê trong phần Tài liệu Tham khảo ở cuối bản Anh ngữ sách của Olga] ; Race, Jeffrey, *War Comes to Long An*, : Revolutionary Conflict in a Vietnamese Province (Berkeley: University of California Press) trang 11; Donnell thì cho rằng năm thành lập Đoàn Thanh niên Cộng hòa là 1960 ("Vietnam's Youth Associations", 5) (TTU). Tuy nhiên ông cũng đặt vấn đề là có vài dẫn chứng

Đình Diệm, các hội đoàn thanh niên tiếp cận với từng nội các mới với các điều trần toàn diện cho các chương trình, dự án phụng sự xã hội, nhưng trước sau họ đều bị từ chối công nhận cũng như hỗ trợ [327].

Tháng 5-1966, chính phủ thành lập Hội đồng Thanh niên có nhiệm vụ như một trung tâm nối kết và kiểm soát sự nảy nở các hội đoàn thanh niên. Chủ tịch đầu tiên của Hội đồng là Trần Ngọc Báu, người đã tích cực tổ chức các chương trình thanh niên từ nhiều năm và trước đây là Tổng Thư ký Phong trào Thanh Sinh Công Việt Nam [Thanh niên Sinh viên Công giáo] một trong những đoàn thanh niên quy mô nhất lúc bấy giờ. Đến tháng 8-1967, Hội đồng đã công nhận 33 tổ chức thanh niên và bắt liên lạc với 23 tổ chức khác. Tính đến tháng 5, 1968 Hội đồng đã công nhận hơn 50 hội đoàn thanh niên. Không như ở VNDCCH, ở miền Nam, chính phủ VNCH cho phép thành lập các tổ chức, hội đoàn tư nhân. Do đó, Hội đồng Thanh niên gồm nhiều hội đoàn Hướng Đạo Sinh, liên đoàn Võ thuật Nhu Đạo, các hội đoàn xã hội, tôn giáo và chính trị-tôn giáo khác. Ngoài ra còn có 3 tổ chức mật thiết với giáo phái Cao Đài đã thực hiện các chương trình hoạt động tôn giáo, nhân đạo và dân sinh. Hầu hết các hội đoàn đều có chi nhánh ở nhiều địa phương. Các hội đoàn khác, nhất là của Công giáo, đạt tầm phạm vi quốc gia, ví dụ, một chi nhánh của Phong trào Thanh Sinh Công có gần 6.000 đoàn viên [328]. Tuy nhiên, nhiều đoàn thanh niên có tầm vóc vẫn giữ tư thế đứng ngoài Hội đồng, tỉ dụ như đoàn Tranh đấu Phật giáo.

Mối giao hảo giữa chính phủ và các tổ chức thanh niên rất phức tạp vì nhiều lý do. Ví dụ, Phong trào Tranh đấu Phật giáo ở Huế / Đà Nẵng, vùng địa đầu đất nước, lại chứa thành phần thanh niên đối lập và chống Mỹ. Năm 1966, khi Phong trào thách thức Thủ tướng Nguyễn Cao Kỳ, chính phủ đã ra tay đàn áp. Nhiều thành viên trẻ của phong trào này sau vụ đó bèn đi theo cộng sản, gây ảnh hưởng xấu không chỉ đến phong trào Phật giáo, các nhóm Gia đình Phật tử, mà còn cả đến các viên chức nội các chính phủ. Giáo sư Trần Ngọc Ninh, đặc trách Bộ Văn hóa Xã hội và rồi Bộ Giáo dục thời bấy giờ, là người vốn được lòng giới trẻ Phật giáo cực đoan, lại rời khỏi nhiệm chức [329].

Một nguyên nhân khác khiến các đoàn thanh niên và Nha Thanh niên

---

truyền miệng năm thành lập là 1958 còn ra quyết định chính thức là 1960. Duncanson, Denis, thì cho rằng Nhu thành lập nó năm 1961 (*Government and Revolution in Vietnam*, (New York: Oxford University Press, 1968) 315). Không nghi ngờ gì nữa, Đoàn này được thành lập trước 1960 cùng năm với một Đại hội Văn nghệ diễn ra tại Saigon.

327 Britton, "Vietnamese Youth and Social Revolution", 15
328 Donnell, "Vietnam's Youth Associations", 20–2 (TTU)
329 Sđd, 51

không thuận thảo thường được cho là do thanh niên đòi hỏi đủ thứ theo ý họ, đã vậy lại còn quá thiếu kiên nhẫn trong các thủ tục hành chánh giấy phép lập hội cần thiết mà nhà chức trách đã ban hành cụ thể y cứ theo luật định [330]. Về sau, nhiều hội đoàn thanh niên còn tỏ ra không hài lòng kết quả cuộc bầu cử Tổng thống năm 1967 [331] vì họ thất vọng khi cuộc bầu cử không đưa đến một chính phủ dân sự thuần túy. Trung Tướng Nguyễn Văn Thiệu trở thành Tổng thống và Thiếu Tướng Nguyễn Cao Kỳ thành Phó Tổng thống, cho dẫu vai trò của Quốc hội [Lập pháp] và Tư pháp tăng lên đáng kể. Tiếp đó, chính phủ vẫn giữ lối ứng xử dè dặt với các tổ chức thanh niên. Ngay cả những khi có hợp tác với nhau đi nữa, hai bên thường vẫn không tìm được đồng thuận. Năm 1965, chính phủ thành lập Đoàn Cán bộ Xây dựng Nông thôn để tổ chức tự vệ cho làng xã và nâng cao mức sống đồng bào vùng thôn dã. Về sau đổi danh xưng thành Đoàn Bình Định và Phát Triển. Các Đoàn Thanh niên Chí nguyện cũng tập trung vào công tác cải thiện nếp sống dân sinh nông thôn, tuy vậy họ vẫn không muốn làm việc chung với các chương trình của chính phủ. Họ tin họ sẽ đạt được kết quả tốt hơn nhờ biết nhẫn nại và có trình độ học vấn cao hơn, và cho rằng phương pháp của chính phủ quá quân phiệt hoặc đậm mùi chính trị [332]. Cảnh điêu tàn do cuộc tấn công của cộng sản gây ra vào Tết Mậu Thân 1968 đã mở ra một thời kỳ tương đối gọi là hợp tác giữa thanh niên và chính phủ, nhất là cùng nhau nỗ lực tái thiết những vùng bị tàn phá. Hơn nữa, càng nhiều thanh niên bị tuyển mộ nhập ngũ thì càng ít người còn cơ hội tham gia vào các tổ chức thanh niên [333]. Vậy mà vào năm 1969, vẫn có nhiều nhóm sinh viên Sài Gòn nối lại các cuộc biểu tình phản chiến và chống chính phủ ...

Tổ chức đoàn thể cho trẻ em, thiếu niên và thanh niên

Ở miền Nam, sự phân biệt tuổi tác trong các tổ chức hội đoàn còn lắm linh động tùy tiện hơn nhiều so với ở miền Bắc. Không có hội đoàn nào được chọn riêng nhất định cho trẻ nhỏ, thiếu niên, thanh niên và lứa lớn tuổi hơn, như trường hợp của những Augustists, Đội, Đoàn cộng sản ở miền Bắc. Thay vào đó, có cơ man nào là tổ chức, hội đoàn liên đới với các chương trình dân sinh xã hội, tôn giáo, hay chính trị. Phần lớn là các hội đoàn của tôn giáo. Công giáo có Phong trào Thanh Sinh Công, và Thanh Lao Công. Có số khá lớn các hội đoàn thuộc Phật giáo, chẳng hạn, Gia đình Phật tử. Các phong trào thuộc Cao Đài và Hòa Hảo cũng có nhiều hội đoàn thanh niên khác nhau [334]. Vì các đoàn thể tôn giáo có cương lĩnh

---

330 Sđd, 58
331 Sđd, 4
332 Sđd, 17-18
333 Sđd, 4
334 "Vietnam's Sober youth" *Viet Nam Bulletin* 2(8) (August 1968): 178–179, 188; Trần

hoạt động khác nhau nên thanh niên bên nào thì lo bám sát tôn chỉ bên đó. Ở thành phố, có nhiều hội đoàn khác nhau dành cho học sinh, từ tiểu học đến trung học. Có khi được trường đại học che chở dìu dắt hoặc thậm chí dưới sự kiểm soát của Hội đồng thành phố. Số đoàn thể tôn giáo này thường tổ chức các cuộc biểu tình chống chính phủ và chống cả người Mỹ, đòi kết thúc chiến tranh [335]. Trong hầu hết cuộc biểu tình cũng như trong công tác xã hội, học sinh trung học đệ nhất cấp thường tham gia với số lượng lớn, trong khi các học sinh lớp lớn, thường tự xưng là "Trí thức trẻ" thường thích làm đàn anh dẫn đầu [336].

Nhiều tổ chức thanh niên tập trung vào công tác xã hội, phần lớn là do những thanh niên trên 18 tuổi. Trường hợp cá biệt đáng chú ý là Đoàn Thanh Thiếu Nông 4-T, Phong trào Học Đường Mới và phong trào Hướng Đạo. Các Đoàn Thanh Thiếu Nông 4-T [viết tắt 4 chữ Trí-Tâm-Tay-Thân] mô phỏng theo tổ chức đoàn thiếu niên 4-H Hoa Kỳ (Head-Heart-Hands-Health). Những đoàn thể này nhằm tăng cường sức khỏe thể chất, trí tuệ và tinh thần cho đoàn viên, và đào luyện họ nhiều kiến thức hữu ích phát triển canh nông bằng cách đưa ra các phương pháp canh tác mới. Ban đầu nó khởi từ ba tỉnh Long An, Định Tường và Bình Dương nhưng nhanh chóng lan rộng trên toàn quốc. Tất cả thanh niên đều được mời gọi tham gia chương trình.

Đoàn Thanh Thiếu Nông 4-T khởi lập vào mùa thu năm 1955 trong khuôn khổ chương trình viện trợ Hoa Kỳ dành cho Việt Nam. Theo tài liệu lưu trữ của Hoa Kỳ, năm 1956, Đoàn 4T có 769 thành viên và mở một kỳ đại hội đoàn viên toàn tỉnh trình bày kết quả thu lượm được, đến tháng 6 năm 1961, Đoàn 4-T có 20.681 đoàn viên [337]. Dường như Đoàn đã duy trì được mức độ đoàn viên như vậy trong vài năm. Năm 1968, theo Bản Tin Việt Nam [Viet-Nam Bulletin], một tờ Tuần san Tạp chí ấn loát tại Mỹ, của Phòng Thông Tin thuộc Tòa Đại sứ Hoa Kỳ tại VNCH, khẳng định Đoàn 4-T có 20.000 thành viên ở 33 trong 44 tỉnh thành trên toàn quốc, hầu hết trong độ tuổi từ 10 đến 16 tuổi (12 đến 20 theo một tài liệu khác) [338]. Trung tâm khuyến nông của Bộ Cải cách Điền địa và Canh nông VNCH đài thọ chi phí cho các Đoàn 4-T giúp các dự án phát triển cộng đồng như đào giếng, làm cầu cống, đường sá và ngăn chặn sâu bệnh phá hại mùa màng[339].

Hữu Đức, "Giáo dục trẻ lạc đường", tạp chí Giáo dục số 25 (tháng 12, 1968) trang 39
335 Nguyen Dac Vinh, *Lich su*, 368–9
336 Britton, "Vietnamese Youth", 14
337 "South Vietnam: The Formative Years", trang 6 (TTU)
338 "Vietnam's Sober Youth", 179. Nguồn tài liệu khác cho độ tuổi từ 12 đến 20 (USIS-USOM News Release 190/59, 1–2) (TTU).
339 Sđd, 1-2

Sự kiện phát triển phong trào thanh niên đáng kể nhất ở miền Nam là *Chương Trình Công Tác Hè 65*, bắt nguồn từ loạt sinh hoạt thường niên đầu tiên. Những phong trào đó đã dẫn đến thành lập tờ báo Lên Đường xuất bản tại Sài Gòn. Cuối cùng, có tới 8.000 (thay vì 5.000 như kế hoạch ban đầu) sinh viên học sinh tham gia chương trình tái thiết nhà ở cho đồng bào tị nạn cộng sản, dụng trại trẻ mồ côi, trường học, cầu cống đường sá, và thực hiện các công tác xã hội khác [340].

Năm 1966, *Phong trào Phát Triển Sinh hoạt Học đường* (thường viết tắt là CPS), một nhánh rẽ từ thành công của *Chương Trình Công Tác Hè 65*, đã sinh ra nhiều phong trào hoạt động độc lập mới. CPS được Bộ trưởng Giáo dục Trần Ngọc Ninh ủng hộ đến mức ông cho lập ra một Vụ đặc biệt trong Bộ Giáo dục để hỗ trợ CPS. Chương trình do các Giáo sư Trung học dẫn dắt, khởi lên từ bốn ngôi trường ở Sài Gòn "để tô bồi đức tính và tinh thần kỷ luật trong các trường học, phát triển lề lối sinh hoạt tự trị và các sinh hoạt ngoại khóa và thể thao, dần dần lan truyền công tác xã hội giữa lòng trường lớp và các lĩnh vực lân cận học đường ra tới bên ngoài cộng đồng xã hội". Đến Hè năm 1966, thêm 40 trường trung học đã tham gia chương trình và Phong trào CPS trở thành nòng cốt của *Chương Trình Công Tác Hè* năm 1966, với 12.000 sinh viên học sinh tham gia. Đây là con số tham gia cao nhất [341].

Trong khi ở miền Bắc, Hội Hướng Đạo bị cấm sau năm 1954, thì ở miền Nam, phong trào Hướng Đạo lại bắt rễ vững vàng. Hội Hướng Đạo Việt Nam, cũng như các Hội Hướng Đạo khác trên thế giới, mưu cầu khuếch trương phận sự kính Chúa, yêu người, phát huy trí tuệ, giáo dục thể chất, tăng cường lòng ái quốc và khả năng dẫn đạo [đường]. Các Hướng Đạo sinh được chia thành ba nhóm tuổi: Ấu sinh từ 7 đến 12 tuổi, Thiếu-Thanh sinh từ 11 đến 18 tuổi và Tráng-Kha sinh từ 17 đến 25 tuổi và lớn hơn. Hội Hướng Đạo Việt Nam có 6.000 đoàn sinh vào năm 1968 [342]. Trong số này Thiếu-Thanh chiếm 3.554. Ngoài ra, còn có 300 Nữ Hướng đạo sinh Việt Nam, được dạy trau giồi đức hạnh, nữ công gia chánh và tinh thần phụng sự, không chuyên vào khả năng dẫn đạo [343].

Hội Hướng Đạo không nhận được hỗ trợ từ phía chính phủ, khiến lượng hội viên tương đối thấp và hạn chế nhiều mặt hoạt động. Họ còn bị hạn chế hơn nữa bởi thực tế thời chiến ở Nam Việt Nam, du kích quân cộng sản có thể dễ xâm nhập những địa điểm thường diễn ra các sinh hoạt Hướng Đạo. Nhưng, sau cuộc Tổng tấn công Tết Mậu Thân 1968, khi chính phủ quyết định đưa thêm thiếu niên và thanh niên vào các hoạt

---

340 Donnell, "Vietnam's Youth Associations", 9–13 (TTU)
341 Sđd, 16
342 Livengood, "The Scouts", 14–15 (TTU)
343 Trần Hữu Đức, "Giáo dục trẻ lạc đường", 39

động bán quân sự, lúc bấy giờ các chi nhánh Hướng Đạo mới được mọc thêm. Đến cuối thập niên 1960, phong trào Hướng Đạo phát triển mạnh hơn nữa với việc lập thêm các Hội Hướng đạo Cảnh sát Việt Nam, có hơn 3.000 đoàn sinh. Nhưng đoàn Hướng đạo chứng tỏ là lớn mạnh hơn cả vẫn là Hội Hướng đạo Quân đội do quân đội thành lập và điều hành, ban đầu được lập thử nghiệm vào năm 1969 với 15.000 nam nữ đoàn sinh gia nhập. Đến tháng 9, 1970, số đoàn sinh theo báo cáo là đã tăng lên hơn 51.000. Với thành công này, Hội Hướng đạo Quân đội chính thức ra mắt vào ngày 6-12-1970 [344].

Nét phản ảnh một bầu khí tự do ở miền Nam đáng kể và cao quý hơn nhiều so với miền Bắc, đó là các sáng kiến của cá nhân và cũng như của các tổ chức phi chính phủ thoải mái lập hội và gây dựng các hội đoàn cho mục đích công tác xã hội, và giới trẻ cũng được nhiều chọn lựa để đi theo hay còn dè dặt xem xét tùy ý. Toàn bộ tổ chức, hội đoàn nhập vào với các tôn giáo, với các đoàn thể quốc tế hay địa phương, với các phong trào chính trị, cả với sự đỡ đầu thân chính phủ tất cả đều vươn tỏa cành lá xum xuê tươi tốt. Do bởi lửa chinh chiến triền miên, dù sao đi nữa, theo thời gian dần trôi đã để lại vết khắc tổ chức đoàn thể cho thanh niên phụng sự chính nghĩa quốc gia sâu đậm như thế nào.

Tổ chức Bán quân sự

Như chúng ta đã thấy, VNCH đưa trẻ em và thanh thiếu niên hòa nhập vào cộng đồng xã hội theo cách khác hoàn toàn với lối guồng máy hóa lớp trẻ như ở VNDCCH. Tuy nhiên, chúng ta vẫn tìm được nét giống nhau trong cách cả hai chính quyền ra sức quân sự hóa thanh niên thông qua các đoàn ngũ bán quân sự. Ở miền Nam, nam thanh niên từ 21 đến 33 tuổi đều được gọi nhập ngũ [345]. Nhưng luật vẫn không được thực thi nghiêm ngặt và nhiều thanh niên vẫn tìm cách trốn quân dịch. Tháng 2-1968, trong một đợt tăng lệnh động viên để đối phó với cuộc tấn công Tết Mậu Thân của cộng sản, thanh niên có khả năng phải chịu cưỡng bách quân dịch đi trước lịch trình tuyển mộ thường lệ. Dự thảo luật quân dịch cho thanh niên 19 tuổi khởi sự áp dụng ngày 1-3-1968 và rồi 18 tuổi vào ngày 1-5-1968 [346].

Tháng 6-1968, Quốc hội ban hành Luật động viên áp dụng cho mọi nam công dân tuổi từ 16 đến 50 phải nhập ngũ khi hữu sự. Người từ 18

---

344 *Hướng đạo sinh quân đội* (Saigon: Tổng cục Chiến tranh Chính trị, Cục Xã hội, 1970), 20, 60–1. Về quy chế điều lệ Hướng Đạo Việt Nam, xin xem thêm Do Van Ninh, *Huong Dao* [chú thích này bị sót, thiếu, không có liệt kê trong phần Tài liệu Tham khảo ở cuối bản Anh ngữ sách của Olga]
345 "Draft Age Lowered". *Viet Nam Bulletin* 2(1) (January 1968): trang 18
346 "Mobilization Speedup". *Viet Nam Bulletin* 2 (2–3) (February–March 1968): 40

đến 38 tuổi buộc phải nhập ngũ vào quân đội chủ lực [347]. Quy chế hoãn quân dịch bị tạm dừng. Trước đây nam thanh niên có thể được hoãn dịch vì lý do học vấn, tức là do đang theo học dở dang trung học hoặc đại học. Từ năm 1970, độ tuổi quân dịch đã được thu hẹp lại cho mỗi bậc học theo luật cưỡng bách quân dịch. Như vậy, học sinh buộc phải thi đỗ mới đủ điều kiện được hưởng hoãn dịch vì lý do học vấn [348]. Thanh niên từ 16 và 17 tuổi cho đến trung niên từ 39 đến 50 tuổi đã được trù bị với việc gia nhập Lực lượng Nhân dân Tự vệ [NDTV] [349]. NDTV không phải là Đoàn bán quân sự đầu tiên cho thanh thiếu niên.

Đoàn Thanh niên Cộng hòa nói ở trên đã từng được lập cho lứa tuổi từ 18 đến 35 tuổi [350]. Đoàn Thanh niên Cộng hòa nằm dưới sự bảo trợ của Cần Lao Nhân Vị Cách Mạng Đảng của chính quyền nhà Ngô [thường gọi tắt là đảng Cần Lao]. Nhiệm vụ của đảng Cần Lao là tái thiết quốc gia, dẹp bỏ tàn dư phong kiến, thực dân, và chống chủ nghĩa cộng sản. Khẩu hiệu của đảng Cần Lao là "Toàn dân một lòng tố cộng và diệt cộng" [351]. Đồng phục của Thanh niên Cộng hòa màu xanh đậm, họ tham gia các cuộc mít tinh của chính phủ, các sự kiện thể thao, cũng như đi tuần tra canh giữ phố thị và công tác về nông thôn nhất là với Chương trình Ấp Chiến Lược nhằm mục đích ngăn chặn Việt Cộng xâm nhập xóm làng. Theo dữ liệu thống kê từ các cuộc phỏng vấn Ngô Đình Diệm, số đoàn viên Thanh niên Cộng hòa đã tăng từ 1.300.000 năm 1960 lên 1.900.000 vào năm 1963. Tuy nhiên, phần lớn đoàn viên vẫn không hoạt động [352]. Sau khi chế độ Ngô Đình Diệm bị lật đổ năm 1963 và đảng Cần Lao bị giải tán thì Đoàn Thanh niên Cộng hòa cũng không còn tồn tại.

Thay cho Đoàn Thanh niên Cộng hòa là Chương trình Xây dựng Nông thôn [XDNT] do chính quyền Sài Gòn thành lập vào năm 1965, các đơn vị cỡ tiểu đội [mỗi tỉnh có một đoàn cán bộ XDNT gọi là Tỉnh Đoàn XDNT, chia thành từng Toán từ 10 - 30 người] để chung tay hỗ trợ thiết lập hoặc chỉnh đốn tự phòng, tự quản cho địa phương nông thôn tuân theo chỉ thị của chính phủ VNCH, là một sứ mệnh, như tôi đã đề cập ở phần trước, mà các Đoàn Thanh niên Chí nguyện không muốn cộng tác. Các Đoàn Xây dựng Nông thôn nhằm bảo vệ các vùng lãnh thổ khỏi sự đe dọa gây mất an ninh của quân du kích cộng sản bằng cách tổ chức tự phòng vệ và mở rộng các hoạt

---

347 "An armed citizenry's commitment, The People's Self-Defense Forces Vietnam Feature Service", (TCB-049): 1969 trang 10 (TTU)
348 "Mobilization Law Explained". *Viet Nam Bulletin* 2 (6-7-8) (June–July 1968): 137
349 "An armed citizenry's commitment", 10 (TTU)
350 Độ tuổi là theo Ho Quoc, "Thanh nien". Donnell, "Vietnam's Youth" (TTU).
351 *Dai hoi Van nghe*, khẩu hiệu in ngoài hình bìa
352 Các con số được trích dẫn từ Raffin, *Youth Mobilization*, 210. Báo cáo về tình trạng không hoạt động của Đoàn viên Thanh niên Cộng hòa là từ Donnell, "Vietnam's Youth Associations", 7 (TTU)

động kinh tế xã hội đem lại ổn định, an toàn cho cộng đồng dân cư và nâng cao đời sống dân sinh. Cán bộ XDNT cũng được chia riêng theo độ tuổi và giới tính. Thành phần chủ lực của Đoàn là Đơn vị Phòng vệ Dân sự gọi là Ấp Đội Dân Quân Tự Vệ gồm Thanh niên từ 18 tuổi trở lên. Ngoài ra, Đoàn XDNT còn lập các Đội Phụ Nữ, Đội Lão Ông, Đội Lão Bà và, phần tử liên quan đến chủ đề biên khảo này hơn cả là, Đội Thiếu nhi. Thiếu nhi phải đảm đương công tác cảnh giới và kịp thời báo tin khi biết có Việt Cộng về làng. Đội Thiếu nhi, cũng như Toán cán bộ nữ trẻ và cao niên lo phần công tác thuần dân sự bất bạo động và không trực tiếp giao chiến với địch [353].

[theo tài liệu chính thức của ngành Cán Bộ XDNT thì ngày 26-1-1966, Ủy Ban Hành Pháp Trung Ương tức Nội Các Chiến Tranh ban hành Nghị định số 137/NĐ/XDNT chính thức thành lập và ấn định qui chế ngành Cán Bộ XDNT. Cơ quan quản trị và điều hành tại Trung Ương là Nha Cán Bộ trực thuộc Tổng Bộ Xây Dựng, dưới quyền Thiếu Tướng Nguyễn Đức Thắng lúc bấy giờ là Tổng Ủy Viên Tổng Bộ Xây Dựng kiêm Tổng Thư Ký Hội Đồng Xây Dựng Nông Thôn Trung Ương]

Đầu năm 1968, sau vụ cộng sản tấn công Tết Mậu Thân, Tổng thống Nguyễn Văn Thiệu thành lập Lực lượng Nhân Dân Tự Vệ [viết tắt là NDTV, trong các tài liệu lưu trữ của Hoa Kỳ, NDTV được gọi là People's Self-Defense Forces, viết tắt là PSDF] với mục đích thực hiện "chính sách Quốc Phòng dựa trên căn bản Nhân Dân". Đây là một Lực lượng phát huy thế mạnh xuất phát từ các Đoàn XDNT, trực thuộc Bộ Nội vụ, và cũng giống như Đoàn XDNT, nhiệm vụ của đoàn NDTV là ngăn chặn Việt Cộng lên về làng kiếm lương thực, thu thuế và bắt thanh niên đi theo chúng [354]. NDTV trở thành đội ngũ nền tảng mở rộng khắp ở VNCH. Đoàn NDTV chia làm hai thành phần: NDTV Chiến Đấu gồm các đoàn viên thanh niên, thanh nữ và NDTV Hỗ Trợ gồm các đội Thiếu nhi tự vệ, Phụ nữ tự vệ, Lão ông, Lão bà tự vệ. Thiếu nhi và thiếu niên cũng là một phần của lực lượng nhưng không tham gia chiến đấu mà chỉ cung cấp mạng lưới cảnh giới để ngăn chặn xâm nhập của địch.

Khoảng một phần ba Lực lượng NDTV là thanh thiếu niên từ 16 đến 17 tuổi. Theo một Sĩ quan Quân Lực VNCH, những người trẻ này đã qua thụ huấn nâng cao về kỷ luật và vũ khí cá nhân có thể sẵn sàng gia nhập quân đội [355]. Họ cũng tham gia vào các hoạt động, ví dụ đoàn viên NDTV Sài Gòn Nguyễn Văn Thông, 17 tuổi, đã nhận được "Bằng tưởng lệ thành tích" vì đã bắt được một tiểu đoàn phó Việt Cộng trốn trong một căn nhà ở Phú Lâm, Chợ Lớn [356].

---

353 "Nhân Dân Tự Vệ VNCH" nhà báo Hữu Thư Blogspot, truy cập 31-10-2017
354 "An armed citizenry's commitment", 14 (TTU)
355 Sđd, 15
356 Sđd, 21

Có một Lực lượng Hướng đạo sinh Nhân Dân Tự Vệ được tổ chức cho những người dưới 16 tuổi. Người lãnh nhiệm vụ này là Giáo sư, Võ sư trẻ Ngô Đồng, một người Bắc di cư vào Nam năm 1954, sống tại Huế và quá rành những chiêu thức của cộng sản. Trong cuộc Tổng tấn công Tết Mậu thân của cộng sản, Huế là nơi diễn ra chiến trận dài ngày và tàn khốc nhất. Như một truyền thống riêng, Huế tránh hội nhập vào các cấu trúc chính quyền Sài Gòn và chính nghĩa chống cộng; Sinh viên Đại học Huế và các vị tôn túc lãnh đạo Phật giáo địa phương lại hăng hái tham gia Phong trào Tranh đấu Phật giáo năm 1966 vốn bị chính phủ đàn áp dẹp tan. Hệ quả là một số thanh niên bỏ Huế đi theo cộng sản. Đến Tổng tấn công Tết Mậu thân, họ theo quân cộng sản trở về Huế.

Tháng 2-1968 [Tết Mậu Thân], cộng quân về Huế đã ra tay thảm sát hàng loạt, trong đó có nhiều thanh niên bỏ Huế đi lúc trước nay quay về thành phố tham gia giết chóc với cộng sản. Đây là lý do khiến nhiều người Huế quay ra chống cộng và nhờ đó đã giảm bớt những gì có thể nói là nhiệm vụ bất khả của Ngô Đồng khi ông muốn tổ chức các đơn vị NDTV kết hợp với các Hướng đạo sinh, trong đó các thiếu niên từ 12 đến 15 tuổi là một phần của Lực lượng này. Lúc yên bình, Hướng đạo sinh vừa sinh hoạt cắm trại, giải trí và phục vụ cộng đồng, vừa để mắt canh chừng các hoạt động nằm vùng của cộng sản. Hơn nữa, Hướng đạo sinh cũng đã túc trực ứng chiến làm liên lạc giữa NDTV với các giới chức quân đội hữu trách. Nguyên lời lẽ của một báo cáo thì "cộng sản đã lợi dụng thanh niên để chống chúng ta. Nay ta sẽ trao cho các em cơ hội báo cáo cho ta Việt Cộng đang trốn ở đâu và đang làm những gì". [357] Thực tiễn này lan rộng khắp toàn quốc. Chính phủ nhận ra rằng những người trẻ từ 13 đến 18 tuổi chiếm 15% đến 20% dân số, tức khoảng 2.000.000 người, là một tầng lớp đông đảo đáng kể cho cả hiện tại lẫn tương lai của cuộc chiến chống cộng và xây dựng đất nước. Chỉ một phần tư số thanh niên này là có học thức và đã qua huấn luyện, số còn lại, chính phủ cho rằng, sẽ dễ làm mồi ngon cho cộng sản. Vì thế, Tổng Nha Thanh niên thấy có một thôi thúc phải tạo ra một khuôn khổ để huấn dưỡng lớp trẻ này trở thành người quốc gia thuần thành, tạo cơ hội cho họ tham gia công tác xã hội, cải thiện và phát huy tinh thần và thể chất họ, và đưa họ qua những khóa huấn luyện quân sự để chống cộng sản xâm lăng khả dĩ tạo họ trở thành một lực lượng có thẩm quyền riêng [358].

Cũng theo báo cáo cho biết, có 275.000 học sinh trung học và sinh viên đại học toàn quốc đã được đưa vào chương trình bảo vệ hậu phương ủng hộ tiền tuyến. Nha Sinh hoạt Học đường [thuộc Bộ Giáo dục] đã tổ chức đoàn ngũ cho được 162 nhóm trường trung học phổ thông công lập với 145.000

---

357 Sđd
358 Nguyễn Hữu Trí, "Phiếu trình gửi".

học sinh và 126 nhóm trường trung học tư thục đạt 113.400 học sinh [359]. Trong khoảng từ tháng 3, 1968 đến tháng 6, 1969, số tân đoàn viên NDTV đã tuyển mộ được tổng cộng 1.446.056 nam, nữ người lớn và thanh thiếu niên. Đến tháng 12 năm 1969, Đoàn NDTV đã mở rộng quy mô lên hơn 2.000.000 đoàn viên, chiếm gần 13% dân số quốc gia. Hơn 4.000.000 đoàn viên phục vụ trong Lực lượng NDTV cho đến khi chiến tranh kết thúc [360].

KẾT LUẬN

Để thấy nỗ lực tổ chức của VNDCCH gồm thâu nhi đồng, thiếu niên và thanh niên thì cứ việc nhìn vào hàng loạt chính sách đường lối một chiều đưa ra để tập chú đến từng giai đoạn của đời người từ khi còn nhỏ cho đến khi trưởng thành, cốt để họ phải vừa khớp với yêu cầu mà nhà nước đòi hỏi vào những lúc nào hay nơi nào nhất định. Làm gì có được không gian cho các tổ chức, hội đoàn phi nhà nước. Một điểm nổi bật của hình thái đó là hình ảnh Bác Hồ và mối tương liên của cái yêu với cái sùng bái đã được xác quyết giữa ông ta với giới trẻ. Và cũng làm gì có một chủ trương đường lối nào nhằm gồm thâu tập trung hết cả vào làm một như vậy, cũng không hề có một nhân vật nào được sùng bái như vậy, ở miền Nam.

Đành rằng ở bất kỳ quốc gia nào thiếu nhi và thanh thiếu niên cũng là phần tử hệ trọng nhưng họ đặc biệt quan trọng ở miền Bắc và Nam Việt Nam trong chiến tranh. Ở miền Bắc, họ được nuôi trồng để một mai lớn lên trở thành người lính chiến bước vào một cuộc chiến kéo dài và là người xây dựng chủ nghĩa xã hội và chủ nghĩa cộng sản trong tương lai. Họ được xem như phần nhân lực dự trữ trong lòng quần chúng đông đảo, được nhà nước, Đoàn, Đảng đưa ra những mệnh lệnh chắc nịch để tất cả cùng bắt nhịp vào một hành động chung.

Người ta đòi hỏi thiếu nhi và thanh thiếu niên lớn lên để không phải trở thành một cá thể-cá nhân độc lập được quyền mưu cầu hạnh phúc theo nguyện vọng riêng của mỗi ai, mà phải thành một phần tử, một đơn vị trong một tập thể. Người ta làm đủ cách để nắm chắc thiếu niên nhi đồng phải chuộng lối sống tập thể. Còn xa hơn nữa, họ muốn giới trẻ phải tin rằng nhờ ơn Đảng mới được sống như vậy, vốn là cái đã bị chế độ thực dân trước kia tước đoạt. "Từ khi có Đảng đã thúc đẩy chúng ta tập hợp lại thành đoàn. Đội Tiền phong là Đội của người cộng sản trẻ gồm thiếu niên nhi đồng cùng bàn bạc và hành động chung. Đoàn kết nội bộ đội, đoàn và đoàn kết với đội viên, đoàn viên là niềm tự hào to lớn nhất của thanh thiếu niên ngày nay". Những ai chưa kết nạp vào đội, đoàn thì bị tiêu vong trong đời sống hàng ngày. "Những ai thiếu may mắn không gần cận được với Tổ

---

359 Sđd, 15
360 "Nhân Dân Tự Vệ"

chức thì còn buồn hơn bất kỳ nỗi buồn nào khác trên đời này!". Xin các đội, đoàn viên của tập thể, các bạn đọc trẻ hãy cứ tin chắc rằng, chúng ta không thể sống dù chỉ một phút nếu không có tập thể. Chúng ta chỉ có thể tìm hạnh phúc cho mình trong lợi ích của tập thể mà thôi [361].

Ở miền Nam, không có chuyện một chiều đơn giản như vậy mà nhiêu khê phức tạp hơn. Nông dân chẳng hạn, là tầng lớp đa số trong dân chúng, thường thiếu học và không có mối dây liên lạc trực tiếp với chính quyền trung ương. Ở thành phố, thì mối liên đới trước đây với thực dân Pháp hoặc với Tổng thống bị lật đổ Ngô Đình Diệm đã gây nhiều hại cho lớp người lớn có học thức. Điều này khiến giới trẻ có học vấn ở thành thị chiếm vai trò quan trọng trong trách vụ mở lối hướng tới tương lai.

Cho dẫu bao mối tương quan phức tạp xảy diễn giữa các tổ chức, hội đoàn thanh niên với chính phủ, vẫn có hàng trăm ngàn thanh niên miền Nam đã huy động được cho nhiều mục tiêu trọng đại. Giới trẻ miền Nam, đã nhận ra trách nhiệm của mình với tự do tương đối đang được hưởng, bèn quay sang chiến đấu bảo vệ cho cõi sống của chính họ hơn là để phục vụ cho một thứ chủ trương, đường lối cai trị định hướng một tương lai cách mạng nào, như trường hợp ở miền Bắc. Cũng vì thế mà nhiều lớp thanh niên miền Nam đã tự nguyện tiếp sức cho cuộc đấu tranh chống cộng, nếu không cứ nhất định là ủng hộ chính thể VNCH, thì cũng ngấm hàm ý ủng hộ các tổ chức, hội đoàn tôn giáo, xã hội, tư tưởng và chính trị khác đang dựa vào chính thể VNCH để bảo vệ họ khỏi mối đe dọa của cộng sản.

Giới trẻ miền Nam, đặc biệt là ở thành phố, vì không đủ kinh nghiệm và lợi thế như người lớn, đã cố dùng quyền tự do tương đối của mình để gạt đi thực tại chiến tranh càng nhiều càng tốt, họ coi đó là vấn đề của người lớn chứ không liên quan mật thiết đến họ. Mặc dù vậy, hàng trăm ngàn thanh niên đã hăng hái dự phần vào công cuộc chiến đấu, cả trong quân đội lẫn các ngành dân sự để chung tay cho chính nghĩa chống cộng. Đành rằng trong một chừng mực nào đó họ bị thúc đẩy bởi cơ chế cưỡng bách quân dịch, nhưng họ cũng tỏ ra tận tụy với các nghị trình đa dạng trong các mối liên hệ gia đình, tôn giáo, xã hội, chính trị, là những gì đã đem lại cho xã hội miền Nam cả sự hùng cường lẫn nhược điểm dễ bị tổn thương.

---

[361] Ho Truc, *Hay Xung Dang la nguoi ke tuc su nghiep cach mang ve vang cua Dang, cua Doan* (Hanoi: KD, 1966), 77–9, 90

CHƯƠNG 3:
CHỦ TRƯƠNG, CHÍNH SÁCH XUẤT BẢN VÀ CỬA NGÕ XUẤT BẢN

Theo Nguyễn-Võ Thu-Hương, một học giả Việt văn, "văn hóa phẩm đã lưu hành liên tục và lan rộng nhất từ trước năm 2000"[362]. Văn chương chữ nghĩa đóng một vai trò quan trọng trong giáo dục giới trẻ, dắt tay họ hòa nhập vào với xã hội. Chương này so sánh và đối chiếu đà tăng trưởng nơi chốn đặt NXB ở VNDCCH và VNCH, và xem xét mục đích cũng như những mặt hạn định mà xuất bản gặp phải. Chương cũng khảo sát tiến trình hình thành và cưu mang các hệ xuất bản dành cho văn thơ sáng tác của thiếu nhi và trẻ vị thành niên. Đây là nét khảo sát quan yếu vì các chỉ số khả dĩ phản ảnh được lối thực thi xuất bản ở VNDCCH và VNCH khác nhau như thế nào về mặt can thiệp tư tưởng của nhà cầm quyền cũng như mặt thành bại ra sao trong việc lôi cuốn giới trẻ chịu hưởng ứng chung tay bảo vệ trường tồn cái thể chế đã nuôi trồng họ lớn.

Tương tự như phương diện giáo dục và tổ chức đoàn thể xã hội ở VNDCCH, ngành xuất bản của VNDCCH cũng phản ảnh rõ đường lối cộng sản một chiều, bị khống chế bởi chủ trương và tổ chức đảng hiện diện trong từng cơ sở xuất bản, từng Hội Nhà văn và từng cán bộ văn học. Các NXB chẳng phải lo lắng về lời lỗ hoặc thậm chí chỉ việc dựa vào độc một nguồn tài chính được rót từ bên trong do nhà nước bao thầu các ấn phẩm để phát hành. Trong khi đó, ở VNCH thì hầu hết hoạt động xuất bản ấn loát đều nằm trong tay tư nhân và họ phải không ngừng cạnh tranh mới cân đối được thu chi. Điều này đặc biệt hiện rõ qua sách báo dành cho thiếu nhi và thanh thiếu niên vì lớp độc giả này chưa tự kiếm được tiền và vì thế chỉ biết nhờ cậy vào nguồn Cha Mẹ cấp cho để có được các sách báo tạp chí.

THUỞ ĐẦU CỦA SÁCH BÁO THIẾU NHI VÀ THANH THIẾU NIÊN

Việt Nam thời cận đại, văn học dành cho giới trẻ chưa thành nếp, họ chẳng có gì ngoài những pho kinh sử giáo khoa được soạn chủ yếu để dạy biết đọc biết viết Chữ Nho cùng các ý niệm luân lý Nho giáo về đức hạnh hiếu nghĩa[363].

Tình hình bắt đầu thay đổi khi chữ Quốc ngữ ngày càng nhiều người dùng rộng rãi vào đầu thế kỷ XX nhờ có thêm kỹ thuật ấn loát phát triển.

---

[362] Nguyen-Vo, Thu-Huong, *The Ironies of Freedom. Sex, Culture, a Neoliberal Governance in Vietnam* (Seattle and London: University of Washington Press, 2008), 186

[363] Farquhar, Mary Ann, *Children's Literature in China. From Lu Xun to Mao Zedong* (Armonk, NY and London, England: M.E. Sharpe, 1999) 14, 37 nn. 1–3

Những tập sách đầu tiên xuất bản cho trẻ thiếu nhi là tuyển truyện bằng thơ gần như cổ tích, truyện tích của Tản Đà Nguyễn Khắc Hiếu sáng tác năm 1921, và một số bản dịch các tác phẩm phương Tây như truyện Ngụ ngôn của La Fontaine, truyện cổ tích của Charles Perrault "Gulliver Phiêu Lưu Ký" - Gulliver's Travels [364] [cả 2 đều do cụ Nguyễn Văn Vĩnh (1882-1936) dịch sang Việt ngữ vào thập niên 1930s]. Vào thập niên 1930s và 1940s, nhiều sách cho thiếu nhi mới bắt đầu lưu hành. Truyện nổi tiếng nhất có lẽ là một sáng tác của Tô Hoài, Dế Mèn Phiêu Lưu Ký. Tháng 2 năm 1935, tạp chí thiếu nhi có tên Cậu Ấm, xuất bản lần đầu tại Hà Nội và được tái bản trong hai năm liên tiếp.

VIỆT NAM DÂN CHỦ CỘNG HÒA

Báo tờ

Cuối năm 1945 và năm 1946, ngay sau Cách mạng Tháng Tám, một số sách báo cho thiếu nhi và thanh thiếu niên đã lác đác xuất bản ở miền Bắc. Chẳng hạn, tờ *Thiếu Sinh* do Đội thiếu niên Tiền phong xuất bản bắt đầu từ năm 1945. Ngoài ra, còn có các báo như *Thiếu niên*, *Tuổi Trẻ*, *Xung phong*, *Măng non*, nhưng lưu truyền rất hạn chế và chúng đã chứng tỏ là không có sức sống.

Năm 1953, tờ báo *Tiền phong* ra mắt như một cơ quan ngôn luận của Đoàn Thanh niên, và vẫn là tiếng nói của thanh niên cộng sản Việt Nam cho đến ngày nay. Năm 1954, sau Hiệp định Genève, đảng và nhà nước đã chủ tâm tạo ra một hệ thống xuất bản về lâu về dài nhắm tới thiếu niên nhi đồng và thanh niên, sẽ trở thành một đường truyền dẫn các mục tiêu và giáo điều của đảng và nhà nước. Bản thân Hồ Chí Minh thấy cần phải có một tờ báo chuyên dành cho giới trẻ, ý kiến đó ông nói ra với Nguyễn Lâm, Bí thư thứ nhất Trung ương Đoàn Thanh niên. Tháng 5-1954, tại trụ sở Trung ương Đoàn ở tỉnh Tuyên Quang, phía tây bắc Hà Nội, Nguyễn Lâm gặp Phong Nha, một thành viên của Việt Minh, và giao cho anh nhiệm vụ thành lập "tờ báo cách mạng đầu tiên cho Thiếu nhi" [365]. Phong Nha, người lo công tác thiếu nhi thông qua Đoàn Thanh niên, vào năm 1946 viết một bài hát và trở thành một trong những bài thiếu nhi nhiều người biết nhất:

"Ai yêu Hồ Chí Minh hơn các em nhi đồng?" Trong bài hát này, anh đã gom tánh mến trẻ của mình với tình yêu của anh dành cho Hồ Chí Minh vào làm một. Phong Nha chẳng có chút kinh nghiệm nào đáng kể nào trong lĩnh vực xuất bản. Trước đây anh là cộng tác viên phụ trách trang

---

364 Cho cái nhìn chung về văn chương xuất bản thời 2 thập niên 1920s và 1930s, xin đọc Doãn Quốc Sỹ, "Một Cái Nhìn", trang 6–8 [chú thích này bị sót, thiếu, không có liệt kê trong phần Tài liệu Tham khảo ở cuối bản Anh ngữ sách của Olga]; Nguyễn Khắc Hiếu, *Lên Sáu*.
365 Phạm Thanh Long et al., *50 năm*, 9

thiếu nhi trên mặt báo *Hồn nước*, một tờ báo của chi bộ đảng Hà Nội. Nhưng lần này thì khác, anh không còn muốn viết gì thì viết để truyền thụ nhận thức cá nhân của chính mình được nữa. Người ta đòi anh phải viết trong luồng [Đảng], để phản ảnh quan điểm tuyên truyền và giáo dục của Đảng, Đoàn, và phải viết sao cho hạp với trẻ nhỏ để các em thích đọc [366].

Khi tôi hỏi Phong Nha anh có đủ năng lực đảm đương công việc như thế không, thì anh nhiệt tình giải thích rằng, không, anh không có chút năng lực nào, nhưng hồi đó chẳng ai chịu làm. Cũng như trường hợp các cuộc chuyển đổi xã hội khác, cuộc chuyển đổi –gọi là cách mạng- ở Việt Nam việc thành lập một nhà nước mới đã bị thiếu chuyên viên trong nhiều lĩnh vực, nhất là những ai được coi là hoàn toàn tin cậy được để thực hiện các nhiệm vụ Đảng giao. Nếu như Phong Nha không có nhiều kinh nghiệm thì anh lại có rất nhiều niềm tin. Thật vậy, nhiệt tình của anh vẫn còn hăng hái tỏa ra khi chúng tôi nói với nhau về những chuyện đã trôi qua gần sáu mươi năm, là những sự kiện tôi đang bàn ở đây [367].

Khi nhận nhiệm vụ được giao ấy, Phong Nha đã tham khảo một số tác phẩm văn học nổi tiếng nhất thời bấy giờ: Nguyen Huy Tuong, To Hoai, Ngô Tất Tố, Nguyen Van Bong, Nguyen Tuan, và Nguyen Dinh Thi. Anh khởi sự với tờ báo mới và đặt tên nó là *Thieu nien tien phong* (từ đây, gọi tắt là *TNTP*). Đây cũng là tên của tổ chức Đội thiếu niên ở độ tuổi này như đã bàn tới trong chương trước. Cả tên của Đội lẫn của tờ báo thường được chuyển sang Anh ngữ là *Pioneer(s)*, tương ứng với tên của các đồng dạng bên Liên Sô, cả tên tổ chức Đội cũng như tên tờ báo: *Pioneer* và Pionerskaya Pravda.

Số báo *TNTP* đầu tiên xuất bản ngày 1-6-1954 và có 4 trang. Ngày 19-1-1955, tại lễ khai mạc Đại học Nhân dân, Hồ Chí Minh nói: "Xã hội cũ có rất nhiều chất độc làm hại giới trẻ. Trong đó, nhứt hạng là văn hóa đồi trụy của Mỹ. Chúng [người Mỹ] dùng mọi phương tiện như sách, báo và phim ảnh để đầu độc giới trẻ, để làm họ sa đọa" [368]. *TNTP* bắt đầu sản xuất thuốc giải độc cho người trẻ. Bắt đầu từ ngày 1-4-1958, *TNTP* trở thành tờ báo hàng tuần và Phong Nha chính thức làm Tổng biên tập.

Phong Nha tuân thủ nghiêm đường lối của Đảng và chủ động định hình quan điểm tư tưởng cho lớp độc giả trẻ, không chỉ bằng cách bàn về các sự kiện liên quan đến trẻ em nhi đồng mà cả các sự kiện chuyên cho người lớn. Xin đơn cử, sau khi chia cắt đất nước năm 1954, nhiều thành phần trí thức đã di cư vào Nam. Những ai còn ở lại đều bị canh chừng chặt chẽ. Năm 1956, nhóm văn thi sĩ, mà tất cả vốn đều đã hậu thuẫn Việt Minh

---

366 Sđd, cộng với các phỏng vấn riêng Phong Nha
367 Phỏng vấn Phong Nha tại Hanoi, tháng 6-2013
368 Ho Chi Minh, "Bai noi chuyen … nhan dan Viet Nam (ngay 19-1-1955), 42

trong kháng chiến chống Pháp, bắt đầu xuất bản các tạp chí có tên là *Nhân Văn* và *Giai Phẩm*, trình bày những luận điểm chỉ trích đường lối sáng tác hiện thực xã hội chủ nghĩa và nghị trình thực thi những chuyển đổi toàn diện đất nước. Ngày 6-1-1958, Bộ Chính trị ban bố một nghị quyết về chủ đề văn học, trong đó xác định những ai tham gia trong hai tạp chí đó là những thành phần làm loạn. Họ bị khai trừ khỏi hội nhà văn và bị cầm tù hoặc bị đưa đến các trại lao cải để lao động khổ sai và học tập chủ nghĩa MácLênin [369]. Phong Nha và *TNTP* kể cả thiếu niên nhi đồng cũng góp mặt vào các bài thuyết trình về chính sách của Đảng, trong đó nổi bật nhất là bài viết của Phong Nha "Dẹp tan bọn phá hoại" [370]. Trong bài viết này, ông tố cáo những người dám chỉ trích sự lãnh đạo và các chính sách của Đảng, và tỏ lòng biết ơn Đảng vì đã bảo vệ thanh thiếu niên khỏi những tư tưởng độc hại bằng những mẫu điển hình cho lớp thiếu nhi của mình noi theo mà bám sát đường lối của Đảng trong mọi việc làm.

Năm 1966, Phong Nha được cử đi học trường Đảng. Đầu năm 1966, Ban Bí thư Trung ương Đoàn bổ nhiệm ông Vo Tho, Phó ban Giáo dục & Tư tưởng, làm tân Tổng Biên tập *TNTP*, sinh năm 1930, được kết nạp đảng năm 1946, vẫn là Tổng biên tập cho đến cuối năm 1968, rồi được chuyển công tác sang Bộ Tư pháp. Tháng 3-1969, Le Tran, Phó ban Giáo dục & Tư tưởng của Đoàn, tham gia cách mạng năm 1945, làm Tổng Biên tập. Le Tran là một cán bộ có bề dày công tác thanh niên và đã đi du học ở trường trung cấp Komsomol bên Liên Sô. Ông có kinh nghiệm làm việc trong tờ báo *Tiền phong* của thanh niên. Trước khi nhận công tác tại báo *TNTP*, Le Tran đã công tác trong ban Giáo dục & Tư tưởng. Ông đã lèo lái tờ báo trong những năm tháng sau cùng của cuộc chiến. *TNTP* trở thành tờ báo duy nhất chuyên xuất bản cho nhi đồng và thanh thiếu niên ở Bắc Việt. Thời chiến tranh, nhịp độ xuất bản của nó dao động từ hàng tuần rồi đến hàng ngày và chuyển đổi từ 4 trang lên 8 trang.

Sách giáo khoa

Chỗ duy nhất xuất bản sách giáo khoa cho trường học là NXB riêng của Bộ Giáo dục, tên gọi là NXB Giáo dục, thành lập năm 1957. Cái thế một mình một chợ cho phép họ kiểm soát hoàn toàn nội dung sách giáo khoa và độc quyền phân phối. Nhưng nếu có được những lợi thế độc quyền này thì đồng thời nó cũng tạo gánh nặng cho NXB, Bộ và nhà nước. Ngày 31-12-1968, văn phòng Thủ tướng cấp giấy phép xuất bản một tạp chí có tên *Nghien cuu giao duc*. Số đầu tiên xuất bản năm 1969. Đây là một tạp chí đặc biệt nhắm hướng lý thuyết giáo dục trang bị cho cán bộ hành chính

---

369 xem Jamieson, *Understanding Vietnam*; McHale, "Vietnamese Marxism", 14–18; Zinoman, "Nhan Van – Giai Pham", 60–100
370 Phong Nha, "Bon pha hoai".

trong lĩnh vực giáo dục. Nhiệm vụ của tạp chí là "đi đầu tuyên truyền công tác thực hiện đường lối, khái niệm và khẩu hiệu của Đảng, lấy lý thuyết để phân tích những áp dụng sáng tạo của giáo dục MarxistLeninist, và kết hợp các thành tựu của hệ thống giáo dục ở Việt Nam với các nước xã hội chủ nghĩa khác [371]. Không còn cách nào khác để thực hiện nhiệm vụ này ngoài việc soạn nội dung cho sách giáo khoa.

Năm 1971, Bộ thừa nhận đã quá tốn kém cho xuất bản và phân phối tài liệu giáo khoa; và dù được nhà nước trợ cấp, NXB đã đi đến chỗ thâm hụt ngân quỹ. Đã vậy, lại còn sinh chuyện biển thủ, thâm lạm công quỹ. Nhưng dù sao đi nữa, việc xuất bản và phân phối sách mới là nhiệm vụ trọng yếu, đặt nặng khía cạnh tư tưởng và chính trị cho nội dung sách giáo khoa. Và lại, nhiều trường chỉ mới nhận được có 40 hoặc 50% số sách họ cần [372]. Dẫu gặp nhiều khó khăn, lượng ấn bản, chứ chưa hẳn phải là tên sách, đầu sách, vẫn tiếp tục tăng đều (xem Bảng 3.1) với sự viện trợ của các nước cộng sản anh em, nhất là Ba Lan, mà VNDCCH đã chạy sang xin được giúp đỡ in ấn. Sách giáo khoa cùng với giáo viên trở thành đoàn xe vận tải tải các quan điểm giáo dục mà Đảng và nhà nước tìm cách nhân rộng.

Bảng 3.1. Tình hình xuất bản của Nhà xuất bản Giáo dục từ 1968/1969 - 1973/1974 [(1)]

	1968/9	1969/70	1970/1	1971/2	1973/4
Đầu sách	275	329	300	280	275
Ấn bản	17,012,041	18,095,000	18,126,075	18,700,000 cộng với 1,300,000 ở Ba Lan	24,000,000

(1) Đối với các năm 1971-1972, "Bao cao tong ket cong tac... 1970 - 1971", 3-6, 12 (VNAIII).
Đối với các năm 1969-1970, 1970-1971, 1971-1972, Sđd., 7, 20.
Đối với các năm 1973-1974, "To trinh xin duyet", 2 (VNAIII).

Sách giáo khoa là một thứ đường dây dẫn truyền đi cùng một luồng tư tưởng dùng cùng một lối nói khoa trương huê dạng mà tôi đã tả ở trên. Tôi đã nghiên cứu kỹ các sách giáo khoa môn lịch sử, văn học, ngữ văn, chính trị và cả toán nữa xuất bản vào thời điểm đó, mà tôi sẽ bàn đến trong Chương Bốn. Nội dung chủ yếu trong các sách giáo khoa là cốt để nâng cao vai trò của Đảng, nhà nước và chủ nghĩa xã hội, nhưng trên hết cả là vai trò của Hồ Chí Minh và tính chính đáng cần thiết phải mở cuộc chiến chống Mỹ cứu nước. Khái niệm tổng thể về giáo dục như thế không hề thay đổi suốt thời chiến. Cứ nhìn xem việc cải cách giáo dục lần đầu sau năm 1956, không rục rịch gì thêm kéo mãi cho đến năm 1979 đã chứng minh cho điều đó. Và chúng ta cũng sẽ thấy, trong khi Đảng và nhà nước VNDCCH

---

371 "De an xuat ban", 1–3 (VNAIII)
372 "Bao cao tong ket cong tac ... 1970–1971", 3-6, 12 (VNAIII)

khống chế nghiêm ngặt toàn bộ ngành xuất bản sách giáo khoa thì tình hình hoàn toàn trái ngược ở VNCH.

Sách báo: Thành lập NXB Kim Đồng

Nếu *TNTP* là cần thiết để giữ cho lớp độc giả thiếu nhi của báo theo kịp các sự kiện mới nhất qua các bài báo và phóng sự ngắn, thì sách các loại lại cần không kém để dành cho từng nhóm tuổi thích hợp khác. Không lâu sau Cách mạng Tháng Tám, nhiều sách thiếu nhi bắt đầu xuất bản dưới dạng bộ nhiều tập như "Gương tranh đấu" do Hội Văn hóa cứu quốc và NXB Cứu quốc xuất bản tại Hà Nội. Năm 1948, một loạt NXB được thành lập như Tủ sách Kim Đồng và Hoa kháng chiến như là một bộ phận của NXB Văn nghệ [373]. Tên Kim Đồng là từ tên một cậu bé thuộc sắc dân thiểu số người Nùng liều chết cho cách mạng, được cho là sinh năm 1929, là một giao liên tham gia kháng chiến chống Pháp. Năm 1943, khi mới 14 tuổi, cậu đã hy sinh trong một nhiệm vụ giao liên với các tài liệu mật. Khi bị quân Pháp bắt, cậu bèn nhai nuốt những tờ tài liệu và lãnh những tràng đạn của kẻ thù.

Những sách về những gương điển hình như vậy rất ít, năm thì mười họa mới có. Báo Cứu quốc, tiếng nói của Việt Minh, viết năm 1952 rằng trong khi hàng chục ngàn thiếu niên nhi đồng thi đua theo gương Kim Đồng, một trong những thiếu nhi anh hùng của cuộc chiến chống Pháp, thì còn nhiều trẻ không có được sách nào có nội dung hay như vậy mà đọc. Từ đó khiến nhiều thiếu niên nhi đồng chỉ đọc các tiểu thuyết tình ái lăng nhăng đã xuất bản cả hơn chục năm trước [374].

Để khắc phục tình trạng này, đồng thời với Hồ Chí Minh, Nguyễn Lâm và Phong Nha cũng lên kế hoạch lập ra tờ *TNTP* vào ngày 14-7-1954, còn NXB Thanh niên được thành lập và đặt dưới quyền của Đoàn Thanh niên. Nhiệm vụ của nó được nêu rõ là "cơ quan ngôn luận, tuyên truyền và giáo dục của Trung ương Đoàn, một vũ khí đắc lực cho công tác chính trị, tư tưởng và văn hóa" [375]. Trung ương Đoàn Thanh niên, Ban Tuyên giáo của Đảng, và Bộ Thông tin & Truyền thông tất cả đều tham gia chỉ đạo NXB Thanh niên. Chức năng chính của nó được Đảng xác định là chuyên dạy lý tưởng cộng sản cho thế hệ trẻ để họ góp phần hình thành xã hội chủ nghĩa mới [376]. Ban đầu, nó chỉ là một NXB bé tí với dăm ba người làm việc ở đó và chỉ có mấy ấn phẩm đã được in ra. Trong các ấn phẩm đầu, có hai bản dịch sách thiếu nhi của Liên Sô. Một cuốn là *Chuyện về Zoya và Shura* kể

---

[373] Nguyen Hong, *Duoi chan Cau May*; Nguyen Huy Tuong, *Mot ngay he*; Nguyen Huy Tuong, *Chien si ca no*.

[374] Hai Ly, "Sach Kim Dong".

[375] "Quá trình thanh lap, chuc nang, Đối tượng phuc vu".

[376] Sđd.

về một chị gái và anh trai đã chết khi chiến đấu chống phát xít trong Chiến tranh Vệ quốc vĩ đại, do bà Mẹ của họ viết kể lại vào đầu thập niên 1950. Cuốn kia là tự truyện có tên *Thép đã tôi thế ấy*, sáng tác năm 1934 của một tác giả nổi tiếng Liên Sô Nickolai Ostrovsky, thuật cuộc đời một chàng trai trẻ tham gia Cách mạng trong hàng ngũ Hồng quân suốt cuộc nội chiến, bị mất thị lực và sức khỏe nhưng vẫn kiên trì trở thành nhà văn để phục vụ đất nước như một gương thi đua điển hình [377].

Khi lập ra NXB Thanh niên thì nguyên dàn Kim Đồng cũng dời về đó và lấy đó làm cơ sở trung tâm xuất bản sách thiếu nhi đầu tiên. Rồi, tại Đại hội Văn Nghệ lần thứ hai vào tháng 2-1957, khi yêu cầu xuất bản cho thiếu niên nhi đồng trở nên một nhiệm vụ rất quan trọng, thì ý tưởng thành lập một NXB mới để làm sách dành riêng cho thiếu nhi được nêu ra. Ngày 16-3-1957, một cuộc họp về vấn đề này được tổ chức tại văn phòng Hội Văn Nghệ gồm mười hai người đại diện cho Hội Nhà Văn, Hội Nhạc sĩ, Bộ Giáo dục và các đoàn hội khác tham dự và tất cả sau đó trở thành đồng sáng lập NXB mới này. Chuyện đặt tên cho NXB mới cũng phải bàn cãi trong thời gian dài với nhiều gợi ý cho đến khi, theo câu chuyện được thuật lại hôm nay, Tô Hoài, một trong những nhà văn đình đám nhất Bắc Việt, bảo: "Kim Đồng" [378].

To Hoài bảo rằng ông bị thu hút bởi gương anh hùng của Kim Đồng và thấy rằng đó là cái tên vừa vặn nhất để đặt cho một NXB nhằm nhớ tới Kim Đồng anh hùng, biến anh thành một cái gì thân mật dễ đem lại cho giới trẻ một mẫu hình cá biệt nêu gương thi đua. Nó còn là một dính dáng trực tiếp tới bộ sách Kim Đồng đã được xuất bản rồi. Ngày thành lập chính thức NXB Kim Đồng là 17-6-1957 (được công bố hôm sau trên báo). Kim Đồng vẫn còn duy trì đến ngày nay là cửa ngõ chính xuất bản sách thiếu nhi và thanh thiếu niên, bắt đầu từ trẻ mới biết đi 1 đến 5 tuổi, rồi đến nhi đồng 6 đến 9 tuổi, thiếu niên 10 đến 15 tuổi và thanh niên 16 đến 18 tuổi [379]. Giám đốc đầu tiên là một nhà văn cách mạng nổi tiếng Nguyen Huy Tuong, có loạt tác phẩm xuất bản trên tủ sách Kim Đồng. Phó giám đốc NXB Kim Đồng lúc tôi đến gặp và trao đổi là Nguyen Huy Thang, con trai của Nguyen Huy Tuong. Tháng 10-1957, Kim Đồng đã xuất bản được 8 cuốn sách đầu tiên [380]. Nguyen Huy Tuong giữ chức Giám đốc chỉ một năm, sau đó là bốn đời giám đốc tiếp nối nhau. Tất cả đều vừa

---

377 Chuyện về Zoya và Shura, do bà Mẹ của hai người viết ra, bà Liubov Kosmodemyanskaya, xuất bản lần đầu do NXB Thanh niên năm 1955 với tên Cosmodemienscaia, (*Doia và Sura*). Được tái bản vào năm 1957. Năm 1934, nhà văn nổi tiếng Liên Sô Nikolai Ostrovsky viết cuốn *How the Steel was Tempered*, dành cho những lớp trẻ lớn hơn một chút, từ thiếu niên đến thanh niên. Nó được tái bản nhiều lần (*Thep da toi the ay*).

378 Phỏng vấn Phong Nha và Tô Hoài

379 "Gioi thieu".

380 *Nhung thang nam*

là giám đốc Kim Đồng vừa kiêm giám đốc NXB Thanh niên. Năm 1963, Kim Đồng tách biệt hẳn với Thanh niên và một giám đốc mới được chỉ định là: Truong Dinh Bang, quê ở Quảng Nam, một tỉnh vùng địa đầu của Nam Việt Nam, tập kết ra Bắc sau khi chia đôi đất nước 1954. Ông lãnh đạo NXB này suốt những năm chiến tranh [381].

Thời bị oanh tạc dữ dội vào 1968-1969, và thêm lần nữa vào 1972, cả NXB Kim Đồng lẫn báo *TNTP* đã được di tản khỏi thành phố chỉ giữ lại vài nhân viên hành chính ở Hà Nội [382]. Vì thiếu phương tiện đi lại, các nhân viên phải thường xuyên đạp xe đạp hàng 80 - 100 cây số từ Hà Nội đến các căn cứ di tản đầu tiên ở Vĩnh Phú và sau là Hà Tây. Những người công tác ở NXB này đã làm hết sức mình để tiếp tục xuất bản và phân phối ấn phẩm. Thêm nữa, họ còn phải tham gia công tác nhi đồng và thiếu niên ở các tỉnh, tham gia lực lượng tự vệ và sản xuất nông nghiệp.

Cho đến năm 1987 các ấn phẩm cho thiếu niên nhi đồng được nhà nước trợ cấp. Theo đánh giá của chính NXB Kim Đồng, có cả quyền lợi lẫn trách nhiệm trong hệ thống nhà nước. Trợ cấp của nhà nước giúp ổn định việc lên kế hoạch xuất bản và phân phối mọi thứ. Nhưng đồng thời, nếu có những sách được phép xuất bản vì cho là sách tốt thì chúng lại rất ít hấp dẫn trẻ em; chúng thiếu óc sáng tạo tưởng tượng cũng như cách diễn cảm [383].

Với tình trạng thiếu giấy in thời chiến mà lượng ấn bản in ra được vẫn rất ngoạn mục. Từ năm 1965 đến năm 1975, con số dao động trong khoảng từ 7.200 đến 250.300. Cuốn *Tho Bac Ho gui cac chau* đã in ra 50.200 bản vào năm 1970; lòng biết ơn của thiếu niên nhi đồng được bày tỏ trong truyện và thơ *Doi doi on Bac* đã in ra 60.200 bản trong một năm; Tập Điều lệ và nghi thức Đội Thiếu niên tiền phong Hồ Chí Minh với Tập Đội nhi đồng Hồ Chí Minh do Trung ương đoàn Thanh niên Hồ Chí Minh soạn năm 1971 đã in ra tới 250.300 bản [384]. Số ấn bản của *TNTP* thay đổi từ 30.000 lên đến 100.000 [385].

Tháng 9-1969, sau cái chết của Hồ Chí Minh, trường Hoài Đức ở tỉnh Hà Tây có sáng kiến thành lập thư viện trường có tên gọi là Kệ sách Nguyễn tất Thành, tưởng nhớ cái tên Hồ Chí Minh dùng khi dạy học ở trường Duc Thanh vào năm 1910 trước khi rời Sài Gòn sang Châu Âu. Thế

---

381 Từ 1958 đến 1963 NXB Kim Đồng trải qua 4 đời Giám đốc: Hoang Bao Son (1958–9), Cao Ngoc Tho (1959–60), Nguyen Van Trong (1960–1), và Le Sy (1961–2). Tất cả họ đều kiêm nhiệm Giám đốc NXB Thanh nien (*50 nam*, 56–8; *Nhung thang nam*, 77, 80)
382 Tran Thi Nham, "Nhung ngay so tan", 212
383 *50 nam*, 10
384 Ho Chu tich [Ho Chi Minh], *Tho Bac Ho; Doi doi on Bac; Dieu le, nghi thuc Doi thieu nien tien phong Ho Chi Minh* và *Doi nhi dong Ho Chi Minh*.
385 Theo Phạm Thanh Long, ngày 10-3-2016

là năm 1970, kệ sách hoặc thư viện như vậy đã có mặt ở 1.800 trường cấp một, 1.389 trường cấp hai và 109 trường cấp ba; các trường này đã tham gia cuộc thi thành lập thư viện Nguyễn Tất Thành [386]. Để được công nhận danh hiệu cùng chứng nhận đặc biệt Kệ sách Nguyễn Tất Thành, một thư viện phải đáp ứng các tiêu chuẩn rất cao. Đến năm 1972, phong trào phát triển khá mạnh. Đến năm 1972, 2.000 trong số 12.000 trường đã lập thư viện như thế và ngày càng có nhiều trong số đó đạt danh hiệu Kệ sách Nguyễn Tất Thành [387]. Trong khi lượng sách thiếu nhi được sản xuất trong thời kháng chiến chống Pháp có thể nói đếm được trên đầu ngón tay thì có hơn 1.300 đầu sách dành cho thiếu niên nhi đồng đã được sản xuất ở Bắc Việt từ 1965 đến 1975 [388].

Hiện thực xã hội chủ nghĩa, Xuất bản phục vụ Tư tưởng và Đường lối nhà nước

Hiện thực xã hội chủ nghĩa, lối viết văn thống trị mọi dòng văn học ở VNDCCH là cái mà chúng ta chẳng khó gì để lần ra gốc tích của nó xuất phát từ Anatoliy Lunacharsky, một nhà mácxít người Nga, làm Ủy viên Giáo dục đầu tiên sau Cách mạng Tháng Mười. Năm 1904, trước cách mạng, ông đề ra ý tưởng và sứ mạng cho cái mà về sau gọi là hiện thực xã hội chủ nghĩa dẫu lúc đó ông chưa nghĩ ra thuật ngữ này. Lunacharsky nêu ra rằng nghệ thuật cần phải vừa phản ảnh được, vừa căn cứ vào, không chỉ cái đang là mà cả cái sẽ là nữa [389]. Ý tưởng biến thành sự thật ngay, sau cách mạng, giới trí thức còn đôi chút tự do lúc đầu không lâu thì chính quyền Liên Sô bèn giải tán tất cả các Hội sáng tác độc lập kể cả mọi Văn đoàn và thay vào đó là Hội Nhà văn thành lập ngày 23-4-1932, một cơ quan như cái loa phóng thanh của chính quyền và nó khống chế tất cả các văn thi sĩ ở Liên Sô. Một tháng sau, ngày 23-5-1932, tờ Báo Văn đăng một bài viết của Ivan M. Gronsky, Trưởng ban Tổ chức Hội Nhà văn, người thường giới thiệu thuật ngữ hiện thực xã hội chủ nghĩa, mà theo Gronsky nhớ lại là do Stalin gợi ý cho ông vài ngày trước [390]. Đồng thời, việc định nghĩa nhà văn là kỹ sư tâm hồn vốn được Stalin tung ra năm 1932 và trở nên lan rộng thế nhưng chính Stalin lại đổ cho nhà văn Liên Sô Yuri K. Olesha, người vào năm 1929 đã quy kết các văn sĩ chỉ là kỹ sư hình hài [391].

Văn học hiện thực xã hội chủ nghĩa phải trình ra được những gương anh dũng tích cực, những thành tựu đạt được cùng tiến trình hướng tới

---
386 "Bao cao tong ket cong tac ... 1970–1971", 3 (VNAIII)
387 Sđd.
388 Phong và Hoang, *Van hoc*, 346.
389 Lunacharsky, "Osnovy pozitivnoi estetiki".
390 Gronsky, *Iz proshlogo*, 334–5.
391 Olesha, "Chelovecheskiy material", 229.

chủ nghĩa cộng sản. Nó phải đặt sự kiện vào một hoàn cảnh dễ thấy biết và vào một bối cảnh lịch sử nổi bật phụ họa thêm nhiều dữ liệu như hình ảnh hay các mẩu tin tức báo chí để nội dung thêm phần xác thực. Trong khi phấn đấu hướng tới các hình thức nghệ thuật cao hơn, nó phải dùng ngôn từ dễ hiểu và trình bày tín điều một cách bài bản. Và quan trọng là nhớ tránh mọi kiểu nói nước đôi. Tóm lại, nó phải đem lại và cổ vũ tinh thần tập thể, lạc quan, quyết thắng và tuân hành chính sách đường lối của nhà nước cho người dân Liên Sô [392].

Ở Liên Sô, nếu hiện thực xã hội chủ nghĩa là dòng văn học nghệ thuật thống trị hiện hành thì nó lại thường gặp thách thức từ các tác giả như Yevgeny Zamiatin, Nikolay Oleinikov, Michail Bulgakov, Osip Mandelstam, Anna Akhmatova, Daniil Kharms và nhiều người khác không chịu cúi đầu nghe theo phải trả giá rất đắt - là bắt bớ, cấm in sách, lưu đày biệt xứ, tù đày hoặc cả án tử hình. Hiện thực xã hội chủ nghĩa ở Liên Sô chỉ bắt đầu tiêu ma dần sau cái chết của Stalin vào tháng 3-1953 và nhất là sau Đại hội đảng Cộng sản lần thứ 20 khi Tổng bí thư Nikita Khruschev hạ bệ Stalin khỏi cái tệ sùng bái cá nhân.

Cái vòng kim cô hiện thực xã hội chủ nghĩa ở Liên Sô phải trải qua nhiều vinh lên nhục xuống nhưng ở VNDCCH lại là chốn đắc địa cho nó béo tốt bền chắc hơn. Hiện thực xã hội chủ nghĩa du nhập vào Việt Nam vào cuối thập niên 1930 và phát triển mạnh sau khi chia đôi đất nước 1954, lập ra nhà nước VNDCCH [393]. Tương tự như cách người ta thu gom văn sĩ đưa vào một Hội hồi thập niên 1930 ở Liên Sô, thì ở VNDCCH vào 1957, người ta cũng thành lập 'Hội Nhà văn' y như Liên Sô, có nhiệm vụ đưa mắt canh gác tình hình văn chương chữ nghĩa trong nước. Trong khi ở Liên Sô, hiện thực xã hội chủ nghĩa bắt đầu suy tàn rã nát như băng tan sau khi Stalin bị hạ bệ vào 1956 thì ở VNDCCH nó vẫn sống hùng sống mạnh cho đến giữa thập niên 1980 một mực trung thành đường lối Đảng và nhà nước [394]. Thời chiến, nó phục vụ quảng cáo rầm rộ cho việc xây dựng chủ

---

392 Xin xem Tertz, *On Socialist Realism*
393 Ho Tai, "Literature for the People", 63–83; Schafer, *Vietnamese Perspectives*, 70–1; Bisztray, *Marxist Models*, 17. Xem thêm Ninh Kim Ngoc Bao, *A World Transformed: The Politics of Culture in Revolutionary Vietnam, 1945–1965* (Ann Arbor: University of Michigan Press, 2002) Pelley, Patricia M., *Postcolonial Vietnam: New Histories of the National Past* (Durham, NC: Duke University Press, 2002)
394 Một học giả về văn Việt, Nguyen Ngoc Tuan, lập luận rằng trong khi hiện thực xã hội ở Liên Sô và các nước cộng sản Đông Âu chủ yếu gắn liền với chủ nghĩa xã hội, thì ở Việt Nam chủ yếu gắn liền với chủ nghĩa dân tộc chống thực dân, và sau năm 1975 với chủ nghĩa dân tộc hậu thuộc địa (Nguyen Ngoc Tuan, "Socialist Realism in Vietnamese Literature: An Analysis of the Relationship between Literature and Politics", Ph.D. diss., Victoria University, 2004.

Theo quan điểm của tôi, lập luận đó đã trình bày sai về những mục đích của VNDCCH. Thật vậy, nếu trước khi chia đôi đất nước, VNDCCH chiến đấu vì độc lập, thì sau đó nó

nghĩa xã hội và chống Mỹ cộng với chống người quốc gia ở Nam Việt Nam không tán thành đường lối cộng sản. Ở miền Bắc, Đảng và nhà nước xài rặt một lối khống chế nghiêm ngặt bất cứ thứ gì in ấn xuất bản. Nên nhớ việc đó hoàn toàn khác với hệ thống kiểm duyệt do Bộ Thông tin Nam Việt Nam với các NXB tư nhân như chúng ta sẽ thấy tiếp theo đây. Trong Nam, mọi lúc mọi thời, các NXB đều tự lo điều chỉnh và tự chế hơn là bị kiểm soát bởi một cơ quan kiểm duyệt của chính phủ. Mà điều này là do toàn bộ hệ thống xuất bản đã dự phần vào guồng máy quốc gia.

Có nhiều yếu tố góp phần vào việc khỏi phải kiểm duyệt trực tiếp ở miền Bắc. Thứ nhất là giới trí thức đã rút ra bài học từ thân phận của tạp chí Nhân Văn Giai Phẩm đã nói trên cùng các nhà sáng lập và cộng sự. Thứ nhì, ở miền Bắc không có một NXB thuộc sở hữu tư nhân nào hết. Đảng và nhà nước lập ra tất cả các NXB và tất cả các sách báo định kỳ. Vậy nên, những người được chỉ định lãnh đạo các cửa ngõ đều này là những cá nhân được tín nhiệm một cách bảo đảm nhờ trung thành với đường lối của Đảng, họ được giao trách nhiệm kiểm soát tất cả các ấn phẩm, điều này rõ như ban ngày ngay từ công đoạn lựa chọn chức Tổng biên tập cho các NXB đã nói ở trên. Thứ ba, Đảng và nhà nước có tay chân canh chừng cẩn mật, đơn cử như Đoàn Thanh niên, giám sát hết các ấn phẩm. Tất cả những lý do đó dẫn đến hiện tượng không cần hệ thống kiểm duyệt trực tiếp vì con người đã tự phát ý thức kiểm duyệt. Những người làm việc trong lĩnh vực xuất bản lúc đó nói với tôi: "Chúng tôi chỉ biết nói ra những gì bảo là đúng". Thứ tư, để giúp mọi người ghi nhớ, Đảng và nhà nước thường xuyên ban hành các chỉ thị điều hướng cho các cửa ngõ xuất bản đó phải đi theo. Mọi lúc mọi nơi cả hệ thống ấy làm việc y như vậy.

Tháng 3-1962, Trung ương Đảng ra Chỉ thị đặc biệt về Tăng gia xuất bản "để xuất thêm nhiều tác phẩm và hồi ký về thời kỳ cách mạng và cuộc kháng chiến chống Pháp trước đây nhằm mục đích giáo dục sâu đậm cho thế hệ trẻ trong thế giới quan cách mạng". Chỉ thị cũng nói về sự cần thiết phải đưa ra được một "giáo dục sinh động" về truyền thống chiến đấu anh dũng của dân tộc, về tinh thần cộng sản, và về khoa học kỹ thuật[395]. Tháng

---

đã không còn vậy nữa, nó đã đổi giọng. VNDCCH gây cuộc binh đao đâu chỉ để đánh Mỹ mà còn đánh cả anh em cùng một nhà Việt Nam chỉ vì họ không đồng ý với quan điểm của VNDCCH. Hơn nữa, VNDCCH vẫn tiếp tục tấn công đồng bào Việt Nam sau khi người lính Mỹ cuối cùng rút đi khỏi nước Việt vào năm 1973. Việc dẹp qua một bên những người Việt Nam không tán thành ý thức hệ cộng sản và không muốn xây một nhà nước xã hội chủ nghĩa … đã khiến Nguyen Ngoc Tuan tùy tiện tránh né không nhìn vào thực tại không thể vất đi đâu được của cuộc tương xung huynh đệ tương tàn - **nội chiến**. VNDCCH đã nói thẳng không chút che dấu rằng mục tiêu cuối cùng của Đảng, nhà nước và nhân dân là xây dựng xã hội chủ nghĩa để cuối cùng làm một nhà nước cộng sản. Ninh Kim Ngoc Bao cũng trình bày lập luận tương tự trong *A World Transformed* (239).

395 "Chỉ thị … 54 CT / TW", 10-11. Nội dung gồm các điểm vốn đã được nhấn mạnh trong

12-1962, Trung ương Đảng lại ra chỉ thị cho Đại hội văn nghệ toàn quốc lần thứ ba. Ưu tiên dành cho các tác phẩm hiện thực về Kháng chiến, về gương nhân dân anh hùng, về quá trình cách mạng vẻ vang của Đảng và truyền thống lịch sử sáng chói của dân tộc; đó là những chủ đề được khẳng định là quan trọng với giáo dục, để đẩy mạnh lòng yêu nước và ý chí ngoan cường đấu tranh cách mạng trong mọi tầng lớp nhân dân đặc biệt là thanh niên, và thiếu niên nhi đồng Augustists [396].

Cũng tại Đại hội đó, Bộ trưởng Giáo dục Nguyen Van Huyen tập trung vào các yêu cầu xuất bản văn học phục vụ giáo dục. Ông đưa ra luận điểm rằng ngược lại với những gì "hỗn độn và nô dịch" của văn học nghệ thuật miền Nam cũng như của "tất cả bọn đế quốc đứng đầu là Mỹ" đã sinh ra những băng đảng cướp của giết người, là nội dung soi sáng dẫn đường của văn học miền Bắc đồng thời nhấn mạnh "tình cảm cảo đẹp, lòng yêu nước, tình yêu chủ nghĩa cộng sản, yêu quốc tế vô sản, những tác phẩm ngợi ca và xây dựng một mô hình xã hội chủ nghĩa mới mẻ và cao nhất cho cuộc sống; mọi người đều là bạn bè là đồng chí là anh chị em một nhà với nhau". Nguyen Van Huyen cũng cho thấy những điển hình tốt đẹp nhất để tạo ra con người mới bằng văn chữ trong các tác phẩm văn học viết về cuộc sống vất vả của thường dân phấn đấu vượt mọi khó khăn và dựng xây một nếp sống xã hội mới.

Trong những tác phẩm mà Nguyen Van Huyen liệt kê ra như là sách gối đầu giường thiết yếu với giáo viên cũng như sinh viên học sinh trung và đại học có các tác phẩm của Hồ Chủ tịch và các nhà lãnh đạo khác như các đồng chí Le Duẩn, Trường Chinh, Phạm Văn Đồng cũng như của Marx, Engels, Lenin, Mao Trạch Đông, Maxim Gorky, Lỗ Tấn, Julius Fučik, và Nikolai Ostrovsky. Theo Nguyen Van Huyen, những sách này "cổ vũ thiếu nhi tinh thần chiến đấu chịu đựng bền bỉ với quyết tâm cao, hết lòng yêu giai cấp vô sản, hoàn toàn lạc quan tin tưởng vào chủ nghĩa xã hội và chủ nghĩa cộng sản, đồng thời truyền cho chúng sức sống mãnh liệt của thế hệ thanh niên Hồ Chí Minh vượt mọi khó khăn gian khổ tiến lên hoàn thành nhiệm vụ" [397].

Theo đánh giá của Bui Van Hong, người bắt đầu công tác tại NXB Kim Đồng vào 1962 và sau chiến tranh lên chức Tổng biên tập, thì NXB chỉ hoàn thành mỗi mặt chăm chăm vô nội dung tuyên truyền còn mặt văn

---

nhiều tài liệu khác của Đảng. Một trong số đó là quy về lời dạy của Lenin, "không có sách thì không có tri thức, không có tri thức thì không có cách mạng". Đó là lý do tại sao sách báo phải trở thành một phần quan trọng trong đời sống mỗi người ("Ve viec day manh").

396 "Thu cua Ban Chap hanh Trung uong Dang Lao dong Viet Nam gui Dai hoi Van nghe toan quoc lan thu III".
397 Nguyen Van Huyen, "Văn nghệ với nhà trường", 9–10, 12–13.

chương chữ nghĩa thì chẳng có bao nhiêu. Người ta lo tập trung xuất bản những sách về cháu ngoan Bác Hồ, về gương anh hùng và chiến sĩ thi đua, về truyền thống lịch sử, đấu tranh cách mạng, về kháng chiến chống Pháp chống Mỹ, về học tập và đời sống con người mới xã hội chủ nghĩa, về lý thuyết và tài liệu hoạt động Đội. Cũng có trường hợp ngoại lệ: tỉ dụ như, NXB Kim Đồng, nhất là vào thuở đầu, đã xuất bản được viên ngọc văn chương cho thiếu nhi như *Dế mèn phiêu lưu ký* sáng tác của Tô Hoài năm 1941, một khắc họa khá gọi là tuyệt vời về một con dế can trường, suốt chuyến phiêu lưu đã học được nhiều sàng khôn, sẵn lòng giúp đỡ người khác và nhờ đó nó được nhiều người ghi nhận [398].

NXB Kim Đồng cũng tân trang lại loạt bộ truyện "Người thật, việc thật" mà vốn thuở đầu xuất bản cho Tủ sách Kim Đồng trước năm 1954. Bắt đầu từ năm 1963, các sách trong bộ này sinh sôi rất nhanh với các thể loại khác cho thiếu niên nhi đồng như: truyện ngắn, nhật ký, sách ảnh về người lớn cũng như trẻ em [399].

Năm 1965, yêu cầu xuất bản sách thiếu nhi-thiếu niên trở nên cấp bách và cụ thể hơn. Các tác phẩm văn hóa văn nghệ phải được coi là tác phẩm tư tưởng. Một trong những mục tiêu chính của văn học nghệ thuật cũng như của văn hóa nói chung, theo như Trung ương Đảng nêu ra vào tháng 7-1965 trong một Chỉ thị do Tố Hữu ký, là "phải mang đến cho mọi tầng lớp nhân dân lòng căm thù sâu sắc đế quốc Mỹ và bè lũ tay sai, nâng cao lòng yêu nước và nhận thức sâu chủ nghĩa xã hội, cổ vũ chủ nghĩa anh hùng cách mạng và truyền thống nhân dân kiên trì bất khuất đấu tranh, củng cố niềm tin vào sự lãnh đạo của Đảng" [400]. Các địa điểm xuất bản cũng như các cửa ngõ đầu não văn hóa đều đặt tại Hà Nội, mọi ủy ban văn hóa, văn nghệ và thông tin của Hà Nội đều răm rắp theo sau Đảng dẫn đường và luôn được nhắc đi nhắc lại rằng sứ mệnh thực sự của văn hóa, văn nghệ là sứ mệnh tư tưởng ý thức hệ, sứ mệnh hô hào chính trị. Cùng với việc tuyên truyền sâu rộng đường lối của Đảng và nhà nước, văn hóa

---

398 Bui Van Hong sinh năm 1931 tại tỉnh Hà Tĩnh, miền trung Việt Nam, là Tổng biên tập NXB Kim Đồng từ 1982 đến 1992. Năm 1958, ông bắt đầu đi học trường Bổ túc văn hóa Công Nông rồi vào trường Đại học Tổng hợp Hà Nội, tháng 10-1962 tốt nghiệp khoa Ngữ Văn và ở lại học thêm về đào tạo cán bộ giáo dục. Năm 1963, khi Thanh Niên và Kim Đồng tách ra, ông tham gia NXB Kim Đồng.
   To Hoai, *De men phieu luu ky* đến 1956 đã có tái bản lần thứ 3. Đến 2015, NXB Kim Đồng tái bản lần thứ 82 tác phẩm đó cùng hàng chục và hàng chục tái bản do các NXB khác. Nguyen Huy Tuong, *La co theu sau chu vang*. Đến năm 2014, Kim Đồng đã tái bản lần thứ 23 của tác phẩm đặc biệt này. Ngoài ra, tác phẩm còn có nhiều bản chuyển thể khác và cũng được xuất bản do nhiều NXB khác. Việc tự đánh giá của NXB Kim Đồng rút ra từ *50 nam*, trang 11.
399 Van Hong (Bui Van Hoang), "Tu muc dong", 82
400 "Chi thi 104 CT/TU", trang 15, do To Huu ký

văn nghệ còn phải góp phần "giáo dục lòng căm thù đế quốc Mỹ và bè lũ tay sai, khơi dậy lòng yêu nước" [401].

Một bước phát triển xuất bản quan trọng khác là đẩy mạnh in sách thiếu nhi cho miền Nam, khởi từ năm 1965 [402]. Những sách này bắt đầu in từ 1961 trong đó tả cảnh đời sống cơ cực thiếu thốn của trẻ em và thanh thiếu niên miền Nam trong gian khổ chiến đấu chống địch. Sách còn đặt nặng lòng yêu nước, yêu dân, yêu miền Bắc xã hội chủ nghĩa và căm hận kẻ thù tận xương tủy, tất cả những thứ đó đã lái trẻ trở nên những chiến binh không biết sợ hãi là gì [403]. Thế vậy, đúng như cựu Tổng biên tập Bui Van Hong đã kể rõ, NXB Kim Đồng chủ yếu lo xuất bản sách về Bác Hồ, các lãnh tụ cách mạng, anh hùng liệt sĩ, gương chiến đấu, về đảng viên, đoàn viên … mới đáp ứng được yêu cầu của tình thế [404].

Tháng 1-1968, Trung ương Đảng gửi thư cho Đại hội Văn Nghệ toàn quốc lần thứ tư cắt nghĩa rằng nhân dân Việt Nam đang chờ mong các tác phẩm sẽ phản ánh được tâm tư tình cảm của quần chúng, làm nổi bật hệ tư tưởng Đảng và làm rõ mục tiêu đấu tranh của giai cấp vô sản và của toàn thể nhân dân. Thư còn khẳng định rằng quê hương và chủ nghĩa xã hội là những chủ đề đẹp nhất cho văn nghệ nước ta ngay lúc này. Nó cũng giao cho các tác giả tiếp tục xung trận bằng cách sáng tác nhiều tác phẩm viết lên "những đoạn trường thần thánh mà nhân dân ta không chịu khuất phục trong cuộc chiến này và phản ảnh sinh động gương anh hùng của dũng sĩ diệt Mỹ đã gây bao nỗi kinh hoàng cho quân thù cũng như khiến toàn thể thế giới khiếp sợ ... Hỡi các đồng chí, hãy sáng tác những trang sách hay viết về trẻ thơ, 'tuổi nhỏ nhưng đầu óc lớn', là các cháu ngoan Bác Hồ" [405].

Không lâu sau đó, vào ngày 30-1-1968 [Tết Nguyên Đán Mậu Thân], ngày nổ ra tổng tấn công Tết Mậu Thân, chính quyền lại ban hành một chỉ thị tập trung đặc biệt vào văn nghệ cho thiếu niên nhi đồng và nhấn mạnh rằng văn nghệ cho chúng phải là một phần đáng kể trong phát triển văn hóa xã hội chủ nghĩa và văn nghệ ở Việt Nam Dân chủ Cộng hòa: "Thiếu niên nhi đồng chiếm 47% dân số của ta, đó là một lực lượng xã hội quan trọng không chỉ bởi vì trong tương lai chúng sẽ thành người làm chủ đất nước, kế tục sự nghiệp cách mạng, mà ngay từ hôm nay chúng đã có thể góp phần phục vụ đất nước và nhân dân". Khi tuyên dương những nỗ lực

---

401 Nghi quyet cua Ban Thuong, số 83 NQ/DBHN, trang 53–54
402 Đơn cử như, Pham Huu Tung, *Hoa phu dung nui*; Nguyen Thi, *Me vang nha*; Phan Tu, *Mang moc*; Minh Khoa, *Chu be*.
403 Phong & Hoang, *Van hoc*, trang 350–351
404 Van Hong (Bui Van Hoang), "Tu muc dong", 82
405 "Thu cua Ban chap hanh Trung uong Dang Lao dong Viet nam gui Dai hoi Van nghe toan quoc lan thu tu", 110–112

và tiến bộ của NXB Kim Đồng và *TNTP* cùng với các cơ quan khác công tác về thiếu niên nhi đồng, chỉ thị cũng nhấn mạnh rằng những nỗ lực này phải được tăng cường và làm sâu rộng cả về ý thức hệ lẫn sự tinh xảo [406].

Cũng trong năm 1968 đó, Kim Đồng bắt đầu xuất bản một loạt truyện bộ có tựa "Việc nhỏ Nghĩa lớn" viết về những người tốt làm những việc nhỏ mà có ý nghĩa như giúp đỡ bạn bè, chăn trâu, chăm học. Loạt truyện bộ này phải được lồng vào bối cảnh rộng lớn hơn của ngành xuất bản cùng với các NXB khác. Từ 1956, Hồ Chí Minh đã phát động chiến dịch "Người tốt việc tốt". Trong quá trình xảy diễn chiến dịch này, các tờ báo bèn đăng nhiều chuyện kể việc tốt trong cuộc sống hàng ngày, mặc dù có lẽ không hào hùng và hấp dẫn như chiến công của các anh hùng ngoài mặt trận nhưng vẫn không thể thiếu với cuộc sống hàng ngày trong một xã hội mới. Tất cả các báo đều nhất loạt đăng chuyện cùng nhãn "người tốt việc tốt", sớm nhất là chuyện Mẹ Dang, do tờ báo *Phụ nữ Việt Nam* đăng ngày 16-2-1956. Với đà gia tăng chiến cuộc, những bài báo này càng thêm phần quan trọng để dạy người ta biết "yêu nước, gìn giữ đạo đức và phong tục tập quán". Với những bài báo này, theo báo Nhân Dân, mọi người ai cũng có thể răn dạy lẫn nhau để cùng xây dựng Đảng, xây dựng đoàn thể cách mạng, con người mới và cuộc sống mới [407]. Bảo tàng Hồ Chí Minh hiện còn giữ hơn 2.000 bài viết về chủ đề này. Năm 1968, Hồ Chí Minh quyết định rằng những mẩu chuyện như thế phải được xuất bản thành loạt truyện bộ đặc biệt do nhiều NXB khác nhau in ra để dễ phổ cập quần chúng hơn vừa để nâng cao tầm quan trọng của truyện hơn [408]. Các NXB bèn theo đó mở thêm ra các loạt truyện phù hợp.

Đơn cử như NXB Quân đội Nhân dân bắt đầu loạt truyện bộ "Vì dân vì nước"; NXB Thanh niên: "Thế hệ anh hùng"; Nhà xuất bản Phụ nữ: "Dũng cảm đảm đang" [409]. Về phần mình, từ 1968 đến 1975, Kim Đồng đã xuất bản mười hai tuyển tập trong loạt truyện bộ này với lượng ấn bản trung bình từ 30.000 đến 50.000, có một số lên tới 300.000 [410].

Nhà thơ Bui Van Hong quan sát thấy rằng việc đó chẳng qua là do quán tính cũ bám chặt lâu ngày khiến chỉ biết viết đi viết lại những thứ nhàm chán rồi xuất bản vài truyện và bản dịch nào đó mà thôi; chính điều đó làm cho sách Kim Đồng nặng nề và khô khan. Theo Bui Van Hong thì Xuân Diệu, một trong những thi sĩ tầm cỡ và gây nhiều tranh biện nhất văn học Việt Nam thế kỷ XX, vừa làm thơ cách mạng vừa thơ tình lãng

---

406 Chi thi cua Hoi Dong Chinh Phu, no. 181-CP, 31–4.
407 Luu Van, "Ve cac bai".
408 Sđd. Xin xem thêm Nguyen Thi Lien, "Tuyen duong".
409 *Vi nuoc vi dan, The he anh hung; Dung cam, dam dang*
410 1968 – 1; 1969 – 4; 1970 – 2; 1971 – 2; 1972 – 0; 1973, 1974, 1975 – 1. *Viec nho, nghia lon*. Tuyển tập vẫn còn tiếp tục sau khi chiến tranh kết thúc

mạn, cũng từng công tác về thiếu niên nhi đồng, cũng đồng tình nhận xét đó. Xuân Diệu nói với Bui Van Hong nhất thiết phải xuất bản thêm sách truyện phiêu lưu, truyền kỳ và cổ tích nữa. Xuân Diệu chỉ thẳng loạt truyện bộ mới là đơn điệu thiếu sức sống và cho rằng in nó ra chỉ tổ phí bạc tiền vì trẻ em đâu có đọc nó [411]. Bui Van Hong không hoàn toàn đồng ý với Xuân Diệu, ông nghĩ rằng một số truyện đã hé cho thấy lớp trẻ có hưởng ứng mạnh. Ông cũng giải thích với Xuân Diệu rằng NXB Kim Đồng là một công cụ tuyên giáo của Đoàn Thanh niên [412]. Tuy nhiên, nhận xét của Xuân Diệu đã tác động nhiều đến ông.

Nhưng Kim Đồng đâu phải là cỗ máy gỗ đá và các cán bộ biên tập vẫn đang tìm nhiều cách mới mẻ để thu hút giới trẻ. Hơn nữa, qua nhiều buổi chuyện trò giữa tôi với các nhân viên của Kim Đồng, tôi hiểu rằng những người công tác ở đó không phải lúc nào cũng đồng ý với hướng mở rộng thể loại ấn phẩm: khoa học phổ thông và tiểu thuyết tưởng tượng hay tư tưởng. Đến đầu thập niên 1970 có sự thay đổi rõ rệt, dù thực ra không mạnh lắm, là xuất bản các tác phẩm mang nội dung tư tưởng.

Tôi đã kiểm lại dữ liệu xuất bản vào năm 1977 về những ấn bản mà Kim Đồng xếp loại là "Khoa học kỹ thuật" từ 1957 là thuở đầu mới lập cho đến năm 1975 [413]. Trong suốt 19 năm đó, Kim Đồng đã xuất bản 88 đầu sách về mọi chủ đề khoa học phổ thông gồm chuyện về các nhà khoa học, quá trình lịch sử khoa học và phổ biến kiến thức khoa học. Cùng thể loại "khoa học kỹ thuật" còn có tiểu sử của Vladimir Lenin, Mao Trạch Đông, Karl Marx, Molière, Charles Dickens, và Victor Hugo. Một chú ý đáng giá là số lượng ấn bản bởi vì con số lớn ấn bản được hưởng trợ cấp của chính quyền ở miền Bắc vô cùng khác với lượng ấn loát phẩm cho giới trẻ ở miền Nam, nơi đây con số nhỏ ấn bản phản ảnh khả năng tài chánh eo hẹp của NXB tư nhân trong môi trường thị trường cạnh tranh. VNDCCH thì thoải mái lấp đầy sách trên các kệ sách để đẩy mạnh mục đích tuyên truyền ở ngoài Bắc còn trong Nam các NXB của VNCH phải vất vả xoay xở tìm ngân quỹ để in vừa đủ các sách bán chạy hầu cân đối lợi nhuận.

34 đầu sách "Khoa học kỹ thuật" đã xuất bản được trong 8 năm tính từ 1957 đến 1964, vị chi trung bình khoảng 4,25 đầu sách mỗi năm. Số bản in là từ 2.545 đến 25.080, số nhiều nhất là tiểu sử Mao Trạch Đông, không rõ vì lý do gì cũng được kê vào thể loại này, vốn nó xuất bản lần đầu năm 1962 và về sau được tái bản với cùng số lượng ấn bản năm 1963 [414]. Suốt 6 năm tiếp theo, từ 1965 đến 1970, Kim Đồng xuất bản 26 đầu sách chuyên về khoa học, trung bình 4,33 đầu sách mỗi năm. Năm 1970, dịp một trăm

---

411 Van Hong, "Tu muc dong," 87–88
412 Sđd, 88
413 *20 nam, Muc luc*, 89–100
414 Phan Mai, *Mao chu tich*

năm Lenin, Kim Đồng tái bản 12.090 ấn bản tiểu sử ông ta, vốn xuất bản lần đầu từ năm 1965. Năm 1970, tiểu sử Lenin hân hạnh đạt thành tích số ấn bản cao nhất trong thể loại "khoa học kỹ thuật" cùng một năm đó: 50.200 bản. Cùng năm đó, Kim Đồng tái bản một tiểu sử Lenin khác với 30.250 bản, vốn phát hành lần đầu được 10.000 bản vào năm 1958. Năm 1967, Kim Đồng xuất ra 30.200 ấn bản tiểu sử Karl Marx, cũng được liệt kê vào cùng thể loại [415].

Trong 5 năm còn lại từ 1970 đến 1975, có 27 đầu sách khoa học (chỉ một số trong đó có hơi hướng khoa học hơn những sách khác) đã xuất bản, khiến số trung bình lên tới 5,4 đầu sách mỗi năm, với lượng ấn bản từ 7.180 lên đến 50.300. Có điều cần phải tính đến việc có một số sách ghi năm in ấn là 1975 là những sách được xuất bản sau khi chiến tranh kết thúc, nhưng tôi đề nghị vẫn kể chúng vào phần con số tính đếm bởi có thể chúng được viết ra và có lệnh xuất bản từ trước khi chiến tranh chấm dứt. Sự gia tăng lượng xuất bản trung bình hàng năm sách tài liệu khoa học, ngay cả khi loại này được định theo nghĩa rộng đi nữa, cũng chứng tỏ đã có vài thay đổi trong đường lối tư tưởng của NXB Kim Đồng.

Điều quan trọng hơn cả, con số này cho thấy nó chính là một sự kiện vào thời đó, thay vì chỉ xuất bản tiểu sử của Lenin, Marx và Mao, Kim Đồng đã xuất bản ba dòng tiểu sử khác nhau về các danh nhân văn hóa, khoa học và nhân vật chính trị vào năm 1971, 1972, 1974, và 1975 với các con số tương ứng là 75.000, 25.300, 50.300 và 40.320 ấn bản, tổng cộng là 185.920 bản [416]. Ngoài ra, Kim Đồng cũng có xuất bản dòng tiểu sử đứng riêng ra về Dmitry Mendeleev vào năm 1972 (50.300 bản) và Albert Einstein vào năm 1975 (40.300 bản), cũng như, tuy không kém phần quan trọng nhưng hầu như chẳng thuộc thể loại "Khoa học kỹ thuật", là tiểu sử của Charles Dickens vào năm 1974 (40.300 bản), Molière và Victor Hugo, cả hai đều vào năm 1975 (cả hai được 40.300 bản) [417]. Đành rằng chúng ta cần gom hết những thể loại này, cũng như một số đầu sách tuy là xếp vào loại khoa học mà lại nhồi ghép ý thức hệ khác, lẽ ra bị loại khỏi phần phân tích dòng ấn phẩm khoa học kỹ thuật, nhưng tôi vẫn giữ hết chúng ở đây để chứng minh rằng xuất bản đã có vài nỗ lực cố vượt biên khỏi cương vực cưỡng thúc tư tưởng [418].

---

415 Phi Ha, *Ke chuyen Le-nin*, 1965, 1970. Một đầu sách tiểu sử Lenin khác xuất bản lần đầu vào 1958 và tái bản vào 1970 là Pham Ho, *Le-nin ngay be*

416 Tuyển tập: Pham and Le Nguyen Long, *Cuoc song* (4 tập).

417 Mong Luc, *Tam bang ky dieu*; Le Hong Mai, *Dich-ken*; Vu Hung, *Anh-xtanh*, Ton Gia Ngan, *Mo-li-e*; Dang Hong Lan, *Vich-to Huy-to*.

418 Các NXB khác, ví dụ, NXB Khoa học, cũng phổ biến khoa học cho trẻ em nhưng không phải trẻ em là độc giả họ nhắm tới, và họ, cũng như Kim Đồng và các NXB khác, không thoát khỏi cái vòng kim cô tư tưởng do Đảng và nhà nước trùm lên.

Tương tự, chúng ta còn thấy sự đổi khác khi nhìn qua lượng sách dịch đã xuất bản (xem Hình 3.1). Tổng cộng từ năm 1957 đến năm 1975, Kim Đồng đã xuất bản 318 bản dịch: 256 trong số đó (tương đương 80,8%) là trong 8 năm đầu trước 1965, trung bình 32,1 đầu sách mỗi năm. Từ 1961 bắt đầu sút giảm các bản sách dịch. Trong 11 năm tiếp theo, từ 1965 đến 1975, Kim Đồng đã xuất bản 61 bản dịch từ mười hai thứ tiếng, hơn phân nửa số đó là sách xuất bản ở Liên Sô. Cũng trong số đó có 23 đầu sách xuất bản từ 1965 đến 1970, trung bình chưa tới 4 đầu / 1 năm; và 32 đầu sách xuất bản trong 4 năm cuối của cuộc chiến, trung bình 8 đầu / 1 năm. Có thể nói là chiến tranh đã có một vai trò nhất định nào đó trong việc xuất bản sách dịch.

Hình 3.1. Biểu đồ số bản sách dịch do NXB Kim Đồng xuất bản từ 1961 - 1975

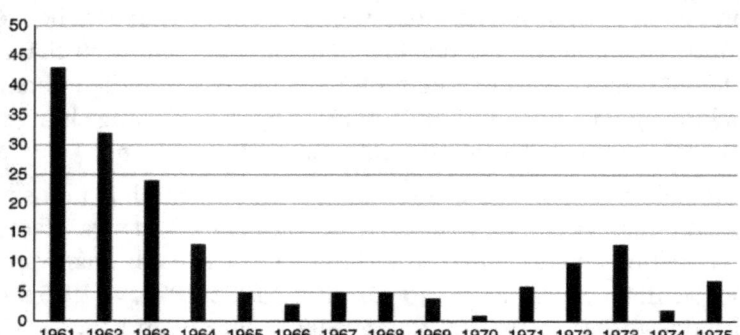

Tuy nhiên, y cứ trên số nhiều đầu sách và số quá lớn ấn bản [sách dịch] đã xuất được vào thời đó mà bảo là có bước ngoặt chuyển hướng thì không nên. Phải chăng yếu tố khả dĩ cắt nghĩa việc đó là những gì do người ngoại quốc viết xem ra hạp với giới trẻ Việt hơn. Ngay vào đầu thập niên 1960, các bản dịch đã được cân nhắc kỹ lưỡng. Một số bản dịch được coi là đã gây tranh cãi như: Ivan của nhà văn Liên Sô Vladimir Bogomolov vì nó mô tả bộ mặt bi thảm của chiến tranh; Con mèo sắc hung sáng tác của Valentina Oseeva năm 1940 vì truyện hiện lên nỗi buồn và cô đơn; Cô bé ở Hố Đen của nhà văn người Đức Karl Ettlinger bởi vì nó ẩn hiện những mối ràng buộc lãng mạn gợi mở. Việc chọn dịch tác phẩm phải tuân theo hướng hiện thực xã hội chủ nghĩa [419]. Do đó, để tránh những sai lầm kế tiếp, lượng tác phẩm dịch đã bị cắt giảm. Vào đầu thập niên 1970, rõ ràng đã có cố gắng tăng lượng bản dịch để thêm phần đa dạng sách đọc cho nhi đồng và thanh thiếu niên, nhưng như chúng ta có thể thấy con số vẫn còn thấp. Một tiểu thuyết khoa học giả tưởng của Liên Sô, Người cá

---

[419] Bogomolop, *Ivan*; Oxeeva, *Con meo*; *Etlinhghe*, *Co be*, do Karl Ettlinger đăng trên tạp chí Jugend (Thanh niên) Đức vào thập niên 1910s–1920s. Van Hong, "Tu muc dong", trang 81.

của Alexander Belyaev, và một chuyện cổ tích Đức, Con ngỗng vàng của Brothers Grimm đề cao lòng tốt, đã được xuất bản vào năm 1973 [420].

Ở đây tôi sẽ thật là thiếu sót nếu không đề cập đến một tác phẩm, có lẽ là tác phẩm duy nhất trơ gan cùng tuế nguyệt qua suốt mọi thời thế trong ngành xuất bản văn hóa phẩm cho độc giả trẻ: Không Gia Đình của Hector Malot's (nguyên tác Pháp văn Sans Famille, bản dịch sang Anh văn Nobody's Boy), sáng tác năm 1878, thuật lại chặng đời phiêu lưu dài ngày của một cậu bé con một gia đình giàu có bị bắt cóc rồi được một gia đình thợ nề phát hiện cậu bị bỏ rơi, họ bèn nhặt đem về nuôi, đến khi ông chủ gia đình đó gặp cơn túng bấn đã bán cậu bé lại cho một nhà nghệ sĩ du phương rày đây mai đó. Trên đường đời thử thách, cậu bé đã phải chịu vô vàn khó khăn nhưng nhẫn chịu để vượt qua tất cả và cuối cùng đã tìm lại được gia đình mình rồi trở thành người thừa kế gia tài. Ngay cả trước khi thành lập Kim Đồng, Không Gia Đình đã được NXB Văn học xuất bản năm 1951. Kim Đồng đã làm ấn phẩm này vào năm 1958, nhưng là một bản rút gọn. Kim Đồng tái bản lần thứ hai vào 1965-1968 và lần thứ ba vào 1972 [421].

Tuy nhiên, theo quan điểm của các nhà xuất bản thì chi tiết tái hợp với gia đình không phải là điểm chính của tác phẩm. Trong phần giới thiệu tiểu thuyết này, các độc giả trẻ đã được người ta hướng dẫn rằng để hiểu thế nào cho đúng câu chuyện thì phải xem cách nó đề cao lao động, khả năng tháo vát và chịu đựng gian khó, xem tính tố cáo cảnh sống hiểm nguy không ai chịu nổi của giới làm công và dân lao động trong xã hội đương thời, phải hiểu được tình thân ái giúp đỡ lẫn nhau giữa những người cùng giai tầng trong xã hội [422].

Kim Đồng vẫn là bộ máy tuyên giáo với độc giả trẻ trong suốt cuộc chiến và sách nó in ra tập trung vào Bác Hồ, xây dựng chủ nghĩa xã hội và chiến đấu chống kẻ thù vẫn là trọng tâm xuất bản trước sau không hề thay đổi. Bui Van Hong chỉ ra rằng, cái khoảng hạn hẹp của các ấn phẩm là do

---

420 Beliaev, *Nguoi ca*; Gorim, *Con ngong vang*

421 Malot, *Khong Gia Dinh*. Tính đến nay, Kim Dong đã tái bản 16 lần tác phẩm này, lần mới nhất là vào 2016. Nhiều NXB khác cũng xuất bản tác phẩm này

422 Huynh Ly, "Loi noi dau", trang 7 [tác phẩm Sans Famille của văn hào người Pháp Hector Malot (1830-1907) mà tác giả Olga đang nói tới đây là bản dịch (đã rút ngắn?) Không Gia Đình của Huỳnh Lý ở miền Bắc.
Thực ra từ năm 1931, tác phẩm Sans Famille đã được Nguyễn Đỗ Mục và Đào Hùng dịch với tựa "Vô Gia Đình" đăng nhiều kỳ trên báo "Trung Bắc Tân Văn" và liền sau đó được in thành sách do Nhà "Tân Văn Việt Nam Thư Xã" xuất bản. Ở miền Nam, bản Việt văn *Vô Gia Đình* của dịch giả Hà Mai Anh (1905 - 1975) do NXB Sống Mới xuất bản lần đầu ở Saigon 1958 và tái bản nhiều lần sau đó. *Vô Gia Đình* đoạt Giải Nhất Dịch Thuật Pháp Văn của Phủ Quốc Vụ Khanh Đặc Trách Văn Hóa VNCH năm 1970]

bị bó rọ bằng đủ thứ quy định của hệ thống kiểm duyệt ngày một phình to ở VNDCCH.

Cưỡng bức Tư tưởng và Di lụy đến Xuất bản

Kiểm duyệt ở miền Bắc khác xa so với miền Nam như chúng ta sẽ thấy tiếp sau đây. Từ vụ Nhân Văn Giai Phẩm như đã nói trên, các nghị quyết của Đảng và nhà nước, cũng như bộ máy lèo lái ý thức hệ bao trùm của đường lối chính thống khiến mọi người ai ai cũng nhanh lẹ biết cái gì được nói cái gì không, và các tác giả cũng mau giàu thêm trực giác bén nhạy để biết tự chế. Hơn nữa, các chi bộ đảng có mặt ở mọi cửa ngõ xuất bản còn ban biên tập thì lo giữ các ấn phẩm tuân theo hàng lối. Vậy mà bất chấp điều đó, đã có một số vụ vượt rào xảy ra, mà cũng là bài học đáng tham khảo.

Nguyen Thi Van Thanh có vai trò rất quan trọng trong việc nghiên cứu và định hình cho văn học thiếu nhi ở Bắc Việt. Cô dùng bút danh Van Thanh khi viết các chuyên đề đó. Năm 1961, cô vào Viện Văn học và ngay sau đó tạo được một thẩm quyền riêng trong lĩnh vực văn học thiếu nhi, làm cán bộ biên tập cho một số NXB kể cả Kim Đồng. Năm 1963, theo cô, chỗ còn kém nhất trong văn viết cho thiếu niên nhi đồng là các chủ đề đấu tranh thống nhất đất nước, chuyện khoa học và truyện loài vật. Người ta mong có nhiều tác giả viết được nhiều chuyện liên quan đến cuộc chiến ở miền Nam, nếu không bằng các mẫu điển hình thanh niên anh hùng ở miền Nam thì ít nhất cũng cho thấy được thiếu nhi miền Bắc hậu thuẫn cuộc chiến trong Nam như thế nào. Ra được những đầu sách có hơi hướng khoa học thì càng khó vì có quá ít người biết viết nó như thế nào dù họ cũng có nhận thức khoa học chớ không phải không. Cuốn *Bí mật nhà thôi miên* của Viet Linh là một trong số hiếm hoi được xuất bản trong lĩnh vực này, lại bị coi là thiếu khoa học và vì thế nó phải nhường chỗ cho các bản dịch tác phẩm Sô Viết như *Extraordinary Adventures of Karika and Valli* của *Ian Larry* và *Getting River Work* của *Mikhail Ilyin* và *Elena Segal*, hoặc một tập truyện Trung Quốc, *The 21st Century*[423]. Điểm thứ ba là viết truyện loài vật, đáng được xem xét chi tiết hơn.

Năm 1963, Van Thanh có ý kiến về tác phẩm của đồng nghiệp, là một nhà văn có tiếng tên là Vu Tu Nam. Vu Tu Nam từng theo học trường Pháp-Việt và năm 17 tuổi gia nhập quân Việt Minh. Năm 18 tuổi, gia nhập Đảng Cộng sản. Ông công tác ở báo *Quân đội nhân dân* và năm 1958 chuyển sang tờ *Văn học*, một tạp chí thuộc Hội Nhà văn mà đến năm 1963 đổi tên thành *Văn nghệ*. Vu Tu Nam không chỉ viết bài, truyện cho các ấn phẩm này, từ đầu ông đã nắm một chức lớn là Thư ký Ban biên tập *Văn học*

---

423 Van Thanh, "Truyen", 58–60. Larry, Cuoc phieu luu; Ilin and Xegan, Bat song lam viec; The ky thu 21

và sau là Phó Tổng biên tập *Văn nghệ*. Rõ ràng là ông biết cái thể chế nó ra sao và nó yêu cầu những gì.

Ấy thế mà ngay cả một nhà văn dày dạn kinh nghiệm, một đảng viên, nắm quyền quản lý sách báo cũng không kềm chế nổi mà tránh thoát chiếc bẫy sập của sáng tạo. Dù các rắc rối ông gặp phải đã xảy ra trước cái thời tôi tập trung làm biên khảo này, nhưng tôi cho rằng không thể thiếu nó khi bàn đến trường hợp này ở đây vì nó đã gây ra hậu quả nghiêm trọng cho các ấn phẩm trong thời đoạn hạn định cho khảo sát này, như ta sẽ thấy sau đây. Năm 1961, tạp chí Văn nghệ đăng một truyện của Vu Tu Nam, kể về cuộc phiêu lưu của một con vịt [424]. Tôi không tìm thấy truyện có bất kỳ dấu chỉ nào có thể gọi là sinh sự tại thời điểm đó. Hơn nữa, năm 1963 truyện đã được NXB Kim Đồng in thành sách, với tựa Cuộc phiêu lưu cuả Văn Ngan tướng công. Đây không phải là chuyện về một con vịt thường thấy mà là một loại vịt trong Pháp ngữ gọi là canard de barbarie [con vịt hung hăng], một loài tương cận với ngỗng hay một cái gì đó lai tạp giữa vịt với ngỗng. Để thuận tiện, ở đây tôi sẽ gọi cậu chàng là Ngan.

Theo truyện Vu Tu Nam, thoạt nhìn Ngan có thể được coi là một tạo vật có đủ chức năng tròn trịa. Bởi xét cho cùng thì Ngan vừa đi bộ được, lội nước được và biết bay nữa. Tuy nhiên, khi ngó kỹ lại thì cậu chàng chỉ bấy nhiêu tài nghệ đó thôi. Đi thì chậm chạp, ngả bên này nghiêng bên kia, còn bơi hay bay thì cũng chỉ tàm tạm. Đã vậy còn không ngẩng thẳng đầu lên được và đáng nói là không biết kêu nữa. Thế nhưng Ngan là tay chúa lười biếng và kiêu ngạo. Ngớ ngẩn làm sao, Ngan lại lỡ dính tiếng sét ái tình với Gà Thiến, kẻ vì thương hại Ngan nghèo khó bèn mời cậu chàng qua dùng bữa với mình. Ngan nhầm tưởng Gà Thiến là nàng công chúa xinh đẹp. Về phần mình, Gà Thiến không những đã không can ngăn Ngan khỏi bé cái lầm mà cứ để mặc cho Ngan gọi ả là "nữ hoàng" yêu dấu của gã. Tuy nhiên, Gà Thiến đã ra điều kiện tiên quyết cho mối thân ái: Ngan phải băng mình ra thế giới bên ngoài mà học lấy một nghề đặng xứng đáng với người mình yêu. Đây là cách Ngan tìm lại chính mình trên bước đường phiêu lưu. Vậy mà chặng đường phiêu lưu đó đã tỏ ra chả ích dụng gì: cái ngu dốt, hoang tưởng và kiêu ngạo của Ngan cũng như những hung hiểm của người đời mà gã gặp trên đường thiên lý đã ngăn gã chả học được bất cứ thứ gì và thế là cũng không sao xứng đôi với nữ hoàng yêu kiều Gà Thiến, kẻ rốt cuộc là chốn quay về nương thân của gã Ngan nghèo khổ. Thấy thương hại Ngan, Gà Thiến bèn xác nhận rằng ả chẳng phải là công chúa mà phân giải rằng chính ả đã làm cho Ngan hiểu lầm bằng những chăm lo tốt bụng cho Ngan để mong biến gã thành một con vật thiện lương hơn. Ngan bẽ bàng bật khóc hai hàng nước mắt lã chã trên mi.

---

424 Vu Tu Nam, "Cuoc phieu luu", 14–30

Kỳ thực, về mặt cốt truyện, cuốn sách của Vu Tu Nam kể về cuộc phiêu lưu của Ngan cũng tương tự như truyện thiếu nhi nổi tiếng nhất trong văn học Việt là cuốn Dế Mèn Phiêu Lưu Ký của Tô Hoài. Nhưng vẫn có chỗ khác biệt thấy rõ. Dế Mèn của Tô Hoài được đánh giá là tích cực. Con dế đã trải nhiều va chạm tích cực trong chuyến phiêu lưu và biến thành một kẻ cứng cáp giá trị. Còn Ngan thì không.

Viết trên tờ *Văn học*, một tạp chí văn có tầm ảnh hưởng nhất nước, Van Thanh đã điểm sách Vu Tu Nam là có hại cho mục tiêu chính đính của văn học, là một tác phẩm "có thể gieo vào đầu trẻ con những ý nghĩ vô bổ". Ngan thậm chí không thể ngẩng thẳng đầu mà còn cư xử kiêu căng ngạo mạn. Những ai mà y cố kết bạn đều quay lưng với y. Vậy mà y chẳng bao giờ chịu học bài học từ đó. Theo Van Thanh, Ngan có ngã trọn vô vòng tay tình ái của Gà Thiến cũng chả ăn thua gì, vì Ngan chỉ tập trung suy tính là làm sao để đáp ứng những yêu cầu của Gà Thiến mà không chịu thay vào đó, đặt mục tiêu của đời mình cho đáng [425]. Van Thanh viết rằng lấy loài vật làm điển hình tích cực thì sẽ đạt được nhiều hiệu quả vì trẻ em có xu hướng lấy đó noi theo. Nhưng nếu nhân vật đưa ra là tiêu cực thì tác giả phải viết rõ ra quan điểm của mình và phải có một nhân vật tích cực với ưu thế mặt tốt đưa ra làm đối xứng.

Thật vậy, nhân vật chính, Ngan, là một tạo vật bất toàn, kẻ được xem là biểu tượng cho loại người có đặc quyền, lười biếng, vô công rỗi nghề, luôn tự mình hoang tưởng với những thứ mơ mộng hão huyền. Cái thậm chí còn tệ hơn, không như chú dế của Tô Hoài, đó là y là một gã Ngan đầu óc không phát triển mà vẫn kiên định với cái bất toàn lố bịch kia. Trong khi chú dế của Tô Hoài thì trình làng một gương tích cực còn tác phẩm của Vu Tu Nam chỉ có châm biếm, thậm chí kệch cỡm. Châm biếm, trào phúng có khi là một thủ pháp đắc lực để răn người như một gương tích cực, nhưng điều đó nhất định không được phép xuất hiện ở VNDCCH. Giọng điệu như chính thống kia chỉ trích cuốn sách đã chứng tỏ rằng người ta không tín nhiệm bất cứ thứ gì đem dạy cho trẻ ngoại trừ thứ khoa giáo một chiều trưng rõ ra cho chúng biết cái khuôn mẫu nào cần phải tuân theo.

Vậy nhưng còn sinh sự lắm chuyện chớ chưa phải đã hết. Này nhé, như bao loài ngỗng khác, trên đầu Ngan có một cái núm mào màu đỏ đậm ở ngay gốc mỏ, với phần da mặt trơ trụi không có lông cũng đỏ một màu như thế. Bui Van Hong nhớ lại, trong một cuộc họp, có người thắc mắc là liệu tác giả có dùng lối ám chỉ cái mào màu đỏ của Ngan để nói bóng nói gió đến các đảng viên hay không. Một người khác, một nhà văn cách mạng tầm cỡ, chỉ trích Vu Tu Nam đã vẽ ra con vịt biếng nhác đồi trụy này trong

---

425 Van Thanh, "Truyen", trang 60. Trong hồi ký Bui Van Hong, ông có đề cập đến chuyện này nhưng không nêu tên tác giả bài phê bình và cũng không nêu tên sách (Van Hong, "Tu muc dong", trang 81)

khi ngược lại ông đã được nhắc nhở là phải làm cho độc giả thấm nhuần tinh thần đi theo đường lối của nhà nước là nuôi vịt để lấy thịt [426]; Hàng đống phê bình chỉ trích úp chụp lên Vu Tu Nam; thậm chí người ta còn mở một ngày hội đặc biệt tại Viện Văn học để phê bình cuốn sách. Thế là cuốn sách bị cấm. Bui Van Hong nhớ lại, dù có nhiều cán bộ văn học nhận thấy việc phê bình cuốn sách là quá khắc nghiệt nhưng không ai dám lên tiếng bảo vệ tác phẩm hay tác giả cả [427]. Vu Tu Nam bèn viết một thư riêng gửi cho tướng Nguyen Chi Thanh, ủy viên Bộ Chính trị lúc đó. Theo Vu Tu Nam, tướng Thanh báo cho vợ của Vu Tu Nam là ông ta thích truyện đó. Nhưng những lời chỉ trích vẫn không dừng lại [428]. Viện Văn học đã tổ chức hẳn một phiên họp đặc biệt để bàn cãi về "*Cuộc phiêu lưu cuả Văn Ngan tướng công*" [429].

Đâu chừng sau đó, Nguyen Chi Thanh đến dự một cuộc họp với báo chí ở tỉnh Thái Bình và nói với đại diện báo chí rằng họ không nên tiếp tục chỉ trích truyện đó nữa. "Thế là Vu Tu Nam thoát tội" [430]. Tuy vậy, lần tái bản tiếp theo của cuốn sách phải mãi đến năm 1986 - là thời đổi mới - mới được ra mắt. Loại tác phẩm mang nghĩa trừu tượng dễ sinh sự của Vu Tu Nam đã di lụy hậu quả lâu dài cho toàn bộ văn học thiếu nhi. Cũng theo Bui Van Hong thì thứ nhất là người ta đã thiết lập một quy trình chặt chẽ hơn theo dõi và kiểm tra tất cả sách truyện nào được lên lịch xuất bản. Thứ hai, kể từ thời điểm đó, các tác giả thường tránh viết truyện cho trẻ em, còn không thì chọn viết những truyện rất ư đơn giản, hoặc truyện tranh [431]. Thanh chắn gác cổng đã đóng sập xuống.

Bi quan nản lòng và Mơ hồ Dao động: ¡No pasarán!

Khi chiến tranh nổ ra, Đảng và nhà nước ra tay khống chế tư tưởng và canh kiểm sát sao các thứ sách báo in ấn. Quyết tâm siết chặt tư tưởng hiển bày qua câu khẩu hiệu "¡No pasarán!" (Không cho chúng lọt qua) vốn do phe cộng sản Tây Ban Nha ưa dùng trên chiến trận chống lại phe quân phiệt trong cuộc Nội chiến Tây Ban Nha [từ 1936 – 1939]. Năm 1967, Lê Duẩn, Tổng Bí thư Đảng, mở một chiến dịch kêu bằng "Vụ án Xét lại chống Đảng và làm Gián điệp cho nước ngoài", gọi tắt là "Vụ chống Đảng". Chiến dịch này trước hết nhắm tổng lực chống Võ Nguyên Giáp, Tổng tư lệnh quân đội Bắc Việt, và nhắm luôn vào các đồng chí cùng phe cánh với ông, trong số đó nhiều người có chức vụ lớn và lập trường thân Nga Sô

---

426 Sđd.
427 Sđd.; "Nha Van Bui Hong".
428 Vu Tu Nam, "Nho lai".
429 Sđd. Tien Phong, "Anh em".
430 Vu Tu Nam, "Nho lai".
431 Van Hong, "Tu muc dong", 81

Viết, một số đã bị mất chức qua vụ này. Trong khi có khoảng 300 người bị thanh trừng thì có vẻ chiến dịch không gây bất kỳ ảnh hưởng rõ rệt nào đến các cửa ngõ xuất bản mà chúng ta đang khảo sát đây [432]. Tuy vậy nó vẫn đem lại thêm một bài học về việc vừa phải cảnh giác vừa phải biết hát bè sao cho hạp với bài ca đường lối Đảng.

Có vẻ như tới cuối thập niên 1960s, nhiều cây bút cũng như nhà xuất bản đã thấm đòn các thứ đai ốc chốt cửa then cài kỹ lưỡng của hàng rào chắn canh gác khu lãnh địa sách báo thiếu nhi, thế nhưng làm sao mà tránh khỏi có lúc sơ suất để sổng rào, ngay cả đến sau khi người Mỹ đã rút khỏi Việt Nam đi nữa thì cái gông đàn áp tư tưởng kia vẫn không nương nhẹ tí nào. Ngày 31-5-1974, nhân Ngày quốc tế thiếu nhi, báo *Văn nghệ* phát hành số đặc biệt dành cho độc giả trẻ. Trong những truyện đăng báo có truyện của Hoang Cat với tựa đề "Cây táo ông Lành". Hoang Cat sinh năm 1942 con nhà thuộc diện bần nông ở tỉnh Nghệ An, đã phải bươn chải mưu sinh rất cơ cực. Đến năm 18 tuổi, cố gắng lắm ông cũng chỉ học hết lớp 7 và đi bộ đội rồi được gửi vào chiến trường miền Nam. Năm 1969 ông bị thương nặng và được cho về Bắc. Nhưng ông thích nghiệp cầm bút và làm thơ. Trong lĩnh vực này, ông có một người bạn và cũng là nguồn cảm hứng tuyệt vời: Xuân Diệu, thi sĩ tầm cỡ mà chúng ta đã có nói tới trong những trang trước, lúc Hoang Cat mới tuổi 17 tuổi đã được gặp mặt thi sĩ. Trong nhiều bài thơ Xuan Dieu có lời để tặng cho Hoang Cat [433]. Nhưng ngay cả mối tương giao văn nghệ thân thiết với Xuân Diệu cũng không cứu được Hoang Cat khỏi những sinh sự sau khi truyện "Cây táo ông Lành" được báo đăng. Trong truyện, Hoang Cat vẽ ra hình ảnh một ông già tên thật là gì không ai nhớ và ai cũng gọi tên ông đơn giản là Lành, có nghĩa là "hiền lành tốt bụng" bởi vì lòng tốt và tánh yêu trẻ của ông. Ông có căn nhà và mảnh vườn rộng nhiều cây trái, trong đó ông thích nhất cây táo. Ông Lành còn xây một căn nhà khác, mà ông gọi là "nhà mới", dành cho đứa con trai duy nhất để phòng khi nó lấy vợ thì cho nó, nhưng khi nhà xây xong thì con trai ông "đi bộ đội trong đợt tuyển quân đầu tiên sau khi hòa bình lập lại", hẳn là hòa bình sau Hiệp định Genève 1954. Vì vậy, nhà mới vẫn bị bỏ hoang, bị loài gặm nhấm chuột bọ phá hỏng và thành vô chủ vì không người ở.

Vợ ông Lành thiệt mạng vì bom Mỹ năm 1967 còn ông vẫn côi cút một mình với mảnh vườn có cây táo.

Trong cô quạnh đó, ông thích nhất trông theo đàn trẻ cắp sách đến trường. Ban đêm khi đi ngủ, ông nghe tiếng cành lá táo xào xạc và chờ đến

---

432 Quinn-Judge, "The Ideological Debate", 479–500; Lien-Hang Nguyen, *Hanoi's War*, 68–70; Asselin, *Hanoi's Road,* rải rác các trang
433 "Khi chàng trai trong thơ Xuân Diệu lên tiếng". đăng trên *baomoi chấm com* – truy cập ngày 22-1-2018

sáng để lại thấy bầy trẻ sẽ ríu rít như chim vào vườn nhặt táo rụng. Ông cũng không bận lòng ngay cả khi bọn trẻ hái táo bằng cách khều cây hay ném đá. Chỉ khi chúng mon men đến gần *nhà mới* thì ông mới nhẹ nhàng bảo chúng dừng lại. Lúc nào chúng cũng vâng lời ông.

Đến một ngày kia mọi chuyện chấm dứt. Trong bầy trẻ có một cậu bé chừng 8 tuổi tên Thin, lỡ tay quăng một cục đất đập trúng đầu ông Lành. Ông Lành nổi giận mắng Thin là con khỉ. Hết hồn, Thin bỏ chạy và chạy lẩn vào đàn trẻ đang trên đường đi học thường ngày. Mấy nhóc hỏi có chuyện gì thì Thin chế ra một câu chuyện rằng, khi ngang qua nhà ông Lành, nó nghe thấy có tiếng gì lạ lắm. Nó nghĩ ông Lành trêu đùa nhưng khi nó nhìn lên cây táo thì thấy một thứ gì đó giống như cái sọ dừa đen thui trông giống sọ người. Sợ quá, nó vắt giò lên cổ chạy.

Nghe vậy bọn trẻ bỗng hoang mang lo sợ không biết giờ đây làm sao mà đi học vì sẽ thấy rợn người mỗi khi ngang qua nhà ông Lành. Ngay lập tức Thin đưa ra cách giải: đường ngang qua nhà ông Lành chỉ là con đường tắt. Vậy cứ việc đường chính mà đi. Thế là mọi chuyện cũng ổn. Từ đó ông Lành không còn thấy bầy trẻ nữa và nhớ chúng lắm. Một ngày nọ, một cậu bé tên Mui vì đi học muộn nên bạo gan cứ đi bằng đường ngang qua nhà ông Lành. Thấy nó, ông Lành hỏi thăm thử có chuyện gì xảy ra vậy. Mui kể ông nghe rằng Thin nói là có tiếng gì lạ và đầu lâu trên cây táo. Khi hiểu ra chuyện giải thích vì sao lũ trẻ vắng đi, ông Lành bèn thuyết phục Mui rằng chẳng có gì nguy hiểm cả, cái sọ đen chỉ là một tổ kiến và ông nhờ cậu bé nói lại cho bọn trẻ biết.

Chưa yên lòng hẳn, ông Lành bèn nhặt lấy nhiều táo và đích thân đi đến trường. Ông trò chuyện với cô giáo nói với cô là ông ngỏ ý muốn tặng *nhà mới* của ông cho trường để các em có thể lấy đó làm lớp học, việc này vốn ông đã từ chối lúc trước đây. Gặp lại ông bọn trẻ rất vui, được ông cho táo nữa, ngay cả Thin cũng nhai một quả táo ngon lành, miệng cười tinh nghịch, đôi tai ửng đỏ rần [434].

Sau khi truyện này được đăng báo vài tháng, có một bài xã luận đăng trên tạp chí *Học tập*, cơ quan lý luận chính trị của Trung ương Đảng, với đầy lời chỉ trích gay gắt "Cây táo ông Lành", gán cho nó là loài nấm độc, nguy hiểm. Dựa vào quan điểm văn nghệ phục vụ nhân dân, Tổ quốc và chủ nghĩa xã hội, tờ tạp chí cho rằng truyện của Hoang Cat "gieo rắc hoài nghi lãnh đạo của Đảng ta vào lòng quần chúng, gieo rắc tư tưởng phản cách mạng chống chủ nghĩa xã hội, chống nền chuyên chính vô sản của ta". Tờ tạp chí còn xỉ vả Hoang Cat đã khắc họa đời sống buồn nản cô độc của một lão già có vợ chết vì bom Mỹ, mỗi đứa con trai duy nhất thì đi bộ đội không về. Tạp chí khẳng định rằng câu chuyện không chỉ phơi bày cái

---

434 Hoang Cat, "Cay tao".

nhận thức sai lầm của chủ nghĩa nhân đạo tư tiểu sản trong thời chiến mà nó còn đưa ra lời kêu gọi chống phá cách mạng, có hại cho cuộc kháng chiến chống Mỹ cứu nước và độc lập dân chủ vẹn toàn của dân tộc.

Dòng chỉ trích còn đi xa thậm thượt: dưới nền chuyên chính vô sản, cuộc đấu tranh căng thẳng và phức tạp giữa Đảng ta và kẻ thù chưa phải đã hết; tác giả câu chuyện này đã đưa ra một hình ảnh ghê sợ về cái chết, nào là cái đầu lâu, nào những dòng văn như "từ bỏ con đường này và chọn lấy một đường khác mà đi" – tất cả những thứ đó nhằm nói lên điều gì? Chẳng phải đây là một tầng lớp phản động chống lại các biện pháp hành chính khống chế bọn băng nhóm mánh mung phe phẩy đầu cơ tích trữ, các biện pháp mà nền dân chủ nhân dân đã dùng để nắm chắc phần thắng của con đường chủ nghĩa xã hội đi đến lời giải bài toán "ai thắng ai" ở miền Bắc ư? Thêm nữa, với lối viết ám chỉ bóng gió và bóp méo xuyên tạc khi bảo rằng "ngôi nhà mới bị rò rỉ thủng dột vì loài gặm nhấm", tác giả còn đe sẽ "từ bỏ" con đường chính và anh ta đưa ra một "lối đi tắt" để lấy đó làm đường khác mà đi! "Đây quả là một thách thức với chế độ ta. Câu chuyện không có thật, chủ đề không xác định, các tình tiết mơ hồ, mập mờ, nó gieo rắc một nhận thức tư tưởng hư hỏng sai trái, đích thị đây là một thứ chuyện xấu xa độc hại. Vì nội dung độc hại đó mà đông đảo độc giả đã kịch liệt lên án nó". Tạp chí cũng khẳng định rằng quan niệm tự nhiên chủ nghĩa - "thấy gì viết nấy, nhớ sao ghi vậy" - là trái ngược với phương pháp sáng tạo xã hội trong xã hội Việt Nam Dân chủ Cộng hòa [435]. Thật vậy, trong hiện thực xã hội chủ nghĩa không có chỗ cho bi quan nản chí và mơ hồ dao động. Phải chăng có điều cực đoan đến như vậy ở VNDCCH vào thời năm 1974? Chiến tranh đã diễn ra trong thời gian quá dài và mọi tầng lớp quần chúng, bất chấp bao nỗ lực tuyên truyền, đã đến hồi cạn kiệt sức lực thì cũng là điều dễ hiểu thôi. Thời điểm truyện này đăng báo, người Mỹ đã rút khỏi Việt Nam rồi tức có nghĩa mục tiêu đánh đuổi kẻ thù ngoại bang ra khỏi đất nước đã đạt được rồi. Thế nhưng người cộng sản vẫn đeo đuổi ý định thống nhất của họ và tiếp tục chiến tranh để đánh lại người huynh đệ cùng dòng máu Việt ở miền Nam. Đảng và nhà nước không cần, không chịu cho bất kỳ một mơ hồ dao động nào và quyết đi tới cho hết con đường tiến chiếm miền Nam đã định.

Theo Vu Bao, một cây bút tiểu thuyết và truyện ngắn được ưa chuộng, từng tham gia chiến tranh với tư cách chuyên về thông tin tuyên truyền thì "mọi cây bút phải viết về cuộc chiến với tinh thần lạc quan cách mạng để có thêm nhiều người chịu đưa con trai ra trận". Ông nói tiếp: "Khi vào Nam, chúng tôi nhìn thấy ra nhiều điều lắm nhưng giữ kín trong lòng ... Thời chiến chinh khói lửa, hễ nói đến việc có bao nhiêu người chết, thì người ta bảo chúng tôi viết là họ chỉ bị thương thôi" [436]. Giữ tinh thần lạc

---

435 "Tăng cường tính Đảng", trang 10, 13, 14
436 Crossette, Barbara, "What the Poets Thought: Antiwar Sentiment in North Vietnam",

quan và quyết đạt cho kỳ được mục tiêu thống nhất đất nước và xây dựng chủ nghĩa xã hội là mệnh lệnh bắt buộc.

Vẫn chưa rõ đó có phải là câu chuyện mang ý nghĩa phản kháng tư tưởng hay không, hay đó có phải, theo như một số người nói, chẳng biết vô phúc thế nào mà Hoang Cat lại đi đặt tên cho nhân vật của mình là ông Lành, trùng với tên cúng cơm của nhà tư tưởng Đảng Tố Hữu, cũng thường trồng cây táo trước nhà. Chỉ biết là trong 14 năm tiếp theo sự biến đó, Hoang Cat hết còn được xuất bản bất kỳ tác phẩm nào, ông cũng không sao xin được việc làm, dành hạ giá xuống làm người bán hàng rong hoặc nhận mấy việc gia công thời vụ mà sống lây lất nhờ vào tình yêu thương và nguồn hỗ trợ của vợ con. Mãi đến năm 1989, ông mới được phép xuất bản trở lại [437]. Cũng không biết có phải cơ may lần này của ông có liên quan gì tới thời kỳ Đổi mới hay là do Tố Hữu phải chịu trách nhiệm về các chính sách nhà nước đã gây ra thảm họa lạm phát tàn phá sau năm 1986 mà hiện vẫn còn bị chôn kín trong vòng bí mật [438]. Những đơn cử trên đây lý giải rõ các chính sách xuất bản cũng như mọi người phải biết tự kiểm duyệt để sống còn đã lan tràn ở VNDCCH như thế nào.

Hô hào những cây bút Thiếu nhi

Các cửa ngõ xuất bản đóng một vai trò quan trọng không chỉ trong xuất bản mà còn cả việc gom độc giả vào cho trúng đích, như đã đơn cử với loạt truyện bộ đã nói ở trước, "việc nhỏ nghĩa lớn". *TNTP* đã phát động nhiều chiến dịch chung với các Đội thiếu niên tiền phong và Augustists. Tháng 3-1960, họ hô hào một chiến dịch kỷ niệm sinh nhật lần thứ 70 của Bác Hồ: "Em yêu Bác Hồ Chí Minh" [439]. Trong quá trình thực hiện chiến dịch, độc giả *TNTP* không chỉ báo cáo thành tích học tập và lao động mà còn phải gửi thơ truyện sáng tác để kỷ niệm sinh nhật Bác. Một chiến dịch tương tự cũng được tổ chức vào sinh nhật Bác lần thứ 75. Ngày 1-6-1961, tờ báo *TNTP* đã cho ra một số báo đặc biệt kêu gọi độc giả làm theo 5 điều Bác Hồ. Từ đó trở đi, tờ báo dành riêng một chuyên mục mang tên "Làm theo 5 điều của Bác Hồ" để dành đăng những báo cáo thành tích của độc giả. Tờ báo còn bày ra trang sinh hoạt chuyên đề khác như: "Em sẽ về thăm miền Nam Tổ quốc thành đồng" để khua chiêng gióng trống hô hào ủng hộ cho cuộc chiến ở miền Nam; "Em yêu các chú bộ đội" để cổ vũ tình thắm thiết dành cho bộ đội; "Ngàn việc tốt dâng Đảng quang vinh" để kỷ niệm

---

World Policy Journal 20(1) (2003): trang 69–70

437 Nguyen Trong Tao, "Hoang Cat"; Vu Thanh Nhan, "Cay tao"; Dang Vuong Hung, "Hoang Cat".

438 Xem phần To Huu's political fall, Fforde, Adam, *Vietnamese State Industry and the Political Economy of Commercial Renaissance: Dragon's Tooth or Curate's Egg* (Oxford: Chandos, 2007), trang 38.

439 TNTP, "Em yeu Bac".

ngày lập Đảng; "Ngàn việc tốt thực hiện 5 điều Bác Hồ" để tăng gia nhiều cuộc thi đua học tập và lao động; "Ngàn việc tốt chống Mỹ cứu nước" để nâng cao lòng căm thù Mỹ và nhờ đó huy động thêm nhiều thành tích mới trong học tập và lao động [440].

Nhằm tăng thêm nhiều bộ sách báo tài liệu ứng chiến sẵn sàng phát hành cho độc giả trẻ, Ủy ban Thiếu niên Nhi đồng Trung ương phối hợp với Bộ Văn hóa, Hội Văn Nghệ, Bộ Giáo dục và Đoàn Thanh niên tổ chức hai chiến dịch huy động người lớn viết văn cho độc giả thiếu nhi. Suốt mấy năm 1966 đến 1968, chiến dịch đã khuấy động nhiều hưởng ứng của hơn 3.000 văn nghệ sĩ, gồm văn xuôi, thơ, kịch, các tuồng múa rối, phim ảnh, nhạc, họa. Có 194 tác phẩm đã được trao giải thưởng [441].

Thế là các bài viết, sáng tác cho độc giả thiếu nhi bắt đầu được chạy đăng báo. Các bài báo ấy là chứng liệu cho thấy không chỉ những gì người lớn nghĩ hoặc được đòi hỏi phải truyền đạt cho thiếu nhi mà còn cho thấy cả bạn đọc thiếu nhi cũng đang hòa bè với những bài ca mà các em đã được dạy. Năm 1965, người ta cho rằng Kim Đồng đã xuất bản được đầu sách đầu tiên đặt hàng độc quyền do thiếu niên nhi đồng sáng tác, có tựa đề *Tấm lòng chúng em*, với lượng ấn bản là 7.080 bản. Đây là tuyển tập gom được 34 bài thơ từ cả miền Bắc lẫn miền Nam được sáng tác trong thời chống Pháp hoặc chống Mỹ. Trong 34 bài thơ này có 16 bài thiếu niên nhi đồng dành yêu Bác Hồ và 2 bài khác dành yêu Đảng. 8 bài hết lời tuyên dương anh bộ đội cộng sản và lòng căm thù Mỹ Diệm; 8 bài cho trường lớp hoặc dành cho yêu trẻ thiếu số vùng cao. Nhà xuất bản thừa nhận rằng họ không chắc chắn các bài thơ có thực là do trẻ em viết ra hay không [442]. Lượng ấn bản của cuốn sách không lớn lắm nhưng nó gây tác động lớn những hiệu ứng dây chuyền mở rộng thêm sáng tác của thiếu niên nhi đồng. Một trong những liên hệ quan trọng nhất của chuỗi hiệu ứng này là Trần Đăng Khoa, hiện đang giữ chức Phó Đảng ủy Đài Tiếng nói Việt Nam. Một cậu bé xuất thân từ một làng nghèo nhỏ bé thuộc tỉnh Hải Dương, sinh năm 1958 và lớn lên trong nghèo khó. Tiếng là con trai của một nhà Nho nhưng Cha của Khoa còn là một nông dân, cày sâu cuốc chín trên đồng đến nỗi chẳng còn thời giờ cho chuyện gì khác nữa. Mẹ Khoa thì không hề có ý định đến trường và không được học hành; vậy mà bằng cách nào đó bà xoay xở tự học bằng cách đọc tác phẩm kinh điển Kim Vân Kiều của Nguyễn Du. Nhà nghèo đến nỗi không có cả dầu thắp đèn nữa cho nên hễ mỗi khi bé Khoa không ngủ được thì bà Mẹ lại kể chuyện và ngâm thơ cho anh nghe. Nhờ vậy mà tình văn thơ thấm vào Khoa. Rồi anh phát hiện ra thế giới đọc sách. Người anh trai của Khoa, anh Trần Nhuận Minh, hơn

---

440 Dao Ngoc Dung, *Lich su*, 135
441 "10 nam thuc hien chi thi 197", 40
442 *Tam long chung em*, 3–4

Khoa 14 tuổi, làm giáo viên khi Khoa mới 4 tuổi [443]. Ông anh cũng là một nhà thơ vừa làm quản lý một thư viện lớn. Được tiếp cận với thư viện của anh trai, Khoa càng mê đọc sách. Không bị ai canh chừng, đến năm 7 hoặc 8 tuổi, Khoa được tùy tiện mở đọc những tác phẩm như Đỏ và Đen của Stendahl, và *Giông Tố* của Vũ Trọng Phụng, đó là những sách bị cấm, được coi là độc, chưa kể đến việc không phù hợp với lứa tuổi Khoa.

Đầu năm 1966, có một chuyện làm thay đổi đời Khoa. Anh được ông anh tặng tập thơ thiếu nhi mới xuất bản *Tấm lòng chúng em*. Đọc những bài thơ đó, Khoa nghĩ mình cũng có thể viết giống như thế. Từ đó Khoa say sưa làm thơ, mỗi ngày làm được ba, bốn bài. Rồi thầy dạy học của Khoa thử gửi những bài thơ Khoa làm đến các nơi xuất bản và bài đầu tiên được đăng trên tạp chí *Văn nghệ* ngày 19-5-1966 (sinh nhật Hồ Chí Minh) rồi tờ *Nhân dân* cho in lại. Một dòng người lớn, đại diện nhiều cơ sở, đoàn thể khác nhau, kể cả các nhà xuất bản thậm chí đại diện của Đoàn Thanh niên đến nhà thăm Khoa. Nhà xuất bản Kim Đồng cũng gửi đại diện tới, là nhà thơ Dinh Hai, người chuyên viết cho thiếu niên nhi đồng và là một trong những biên tập viên của Kim Đồng. Tất cả bọn họ kéo đến cốt để kiểm tra xem Trần Đăng Khoa có thực là một nhi đồng hay không, hay là một người lớn mạo danh con nít, và không chỉ xem cậu có đúng là nhi đồng mà còn, nếu quả là nhi đồng thì cậu có còn làm nhiều thơ khác nữa không. Cứ mỗi ai đến gặp thì Trần Đăng Khoa đều làm thơ và cũng chứng tỏ xác thực là mình, trong sự phấn khích của mọi người [444]. Kể từ đó, Dinh Hai, như anh kể lại với tôi, thường xuyên đến thăm Trần Đăng Khoa, anh thường đi bằng xe đạp suốt chặng đường từ Hà Nội về. Anh dành nhiều ngày bên Khoa, cùng trò chuyện, đi dạo, cùng bàn tới những cuốn sách khác nữa. Khoa cũng vậy, lần đầu tiên trong đời Khoa được anh dẫn ra ngoài ăn phở, một món ăn truyền thống của Việt Nam. Một nhà thơ khác cũng đến để bồi dưỡng cho Khoa, là Xuân Diệu, ông lấy tên mình để quảng bá cho thơ Khoa. Theo Trần Đăng Khoa, anh không coi mình là thần đồng mà chỉ đơn giản là một cháu ngoan Bác Hồ làm thơ mà thôi.

Năm 1967 là năm có quyết định đưa nhiều thêm thiếu niên nhi đồng vào các chương trình sáng tác có tổ chức. Trước hết là tỉnh Hà Tây, nơi đặt trại di tản của NXB Kim Đồng, nơi đây Kim Đồng cùng với các đoàn hội thanh thiếu niên nhi đồng chăm lo tờ báo *TNTP* cho vận hành một trại sáng tác cho trẻ em để dạy chúng vẽ và viết [445]. Đồng thời, các đoàn hội này cũng phát động cuộc thi đua "Thiếu nhi chống Mỹ cứu nước" đã nói ở phần trước. Đợt này đã nhận được 4.300 bài dự thi. Theo Kim Đồng, con

---

443 Học qua hệ 7 + 2 tức là 7 năm học phổ thông cộng thêm 2 năm dự bị giáo viên. Phỏng vấn Tran Dang Khoa và Xuan Khanh, "Chau ngoan Bac Ho – chu be lam tho".
444 Van Hong, "Tu muc", 89–90
445 Le Phuong Lien, "50 nam", 319

số này phản ảnh tình yêu văn học và cho thấy đời sống văn hóa phong phú của thiếu niên nhi đồng và thanh niên, thậm chí là ngay giữa cơn mưa bom Mỹ. Các sáng tác đóng góp phản ảnh được cuộc sống và suy nghĩ của thiếu niên nhi đồng. "Nó không chỉ tái hiện nhiều mặt hoạt động phong phú của nhi đồng và thanh thiếu niên Việt Nam trong phong trào 'theo lời Bác dạy để làm ra ngàn việc tốt ...' mà nó còn tiết lộ các khía cạnh khác của cuộc sống vừa chiến đấu vừa lao động sản xuất của cha mẹ ông bà anh chị em họ [446]. Đợt thi đua cũng giúp xác định trẻ nào có khiếu sáng tác. Rồi vào tháng 11-1967, tại tỉnh Hà Tây, Kim Đồng hợp tác với Hội Nhà văn tổ chức một trại sáng tác cho trẻ em để phát triển năng khiếu [447].

Kết quả là qua đợt thi đua, Kim Dong đã xuất bản một tuyển tập những sáng tác xuất sắc của trẻ với tiêu đề *Từ gác sân nhà em*. Tiêu đề ấy là lấy từ bài thơ "Góc Sân và Khoảng Trời" của Trần Đăng Khoa, cả bài thơ này cũng được in trong tuyển tập. Trong bài thơ, Trần Đăng Khoa nhớ lại máy bay Mỹ rơi xuống sông Kinh Thầy gần nhà anh như thế nào. Chiều lại chiều, từ góc nhỏ nơi sân nhà anh ngắm nhìn khoảng trời xanh bao la tuyệt đẹp và đã thấy:

... Thấy đạn các chú giăng dày.
Máy bay giặc Mỹ lăn quay thêm nhiều [448]

Bài thơ sâu sắc này thấm vào độc giả bằng những xen kẽ đối lập của khoảng trời rộng lớn từ cao xanh mênh mông phản ánh thế giới bao la ngoại cảnh với góc nhỏ không gian nội tại con trẻ. Cái góc nhỏ nhoi của nhà thơ cũng gợi ra cái bé con của một nhi đồng mới lên 9 đã cảm nhận mối đe dọa nơi thế giới bên ngoài đang bị kẻ thù xâm lấn. Tuy vậy, bài thơ không chứa đựng chút cảm giác cô đơn hiu quạnh nào, trái lại, anh còn thấy được bảo vệ: những chú bộ đội bắn hạ tên địch. Bài thơ không bày tỏ chút sợ hãi nào, mà ngược lại là niềm tự hào về các chú bộ đội. Trần Đăng Khoa cứ ra sân tiếp mỗi chiều để xem trận chiến giữa chú bộ đội và quân thù Mỹ. Bài thơ nổi tiếng đến nỗi tập thơ riêng đầu tiên của Trần Đăng Khoa, được Kim Đồng xuất bản năm 1973 với cùng tên tựa *Góc Sân và Khoảng Trời*.

Tiếp những năm sau là vột vụ mùa các tác giả trẻ mới nổi và trở nên nổi tiếng: Nguyen Hong Kien, Cam Tho, Chu Hong Quy, Hoang Hieu Nhan, Khanh Chi. NXB xuất bản in tiếp các tập thơ, trong đó có *Bông hồng đỏ*; *Đời đời ơn Bac*; *Nối dây cho diều*; *Em kể chuyện này*; *Rộng vòng chim bay*; *Kỷ niệm ngày sinh* - với lượng ấn bản tăng chóng mặt, từ 25.300 đến 80.000 bản. Không chỉ Kim Đồng mà nhiều NXB địa phương bắt đầu

---

446 *Tu goc san nha em*, 3–4
447 Le Phuong Lien, "50 nam", 319
448 Tran Dang Khoa, "Goc san", 6

xuất bản tác phẩm của nhi đồng và thanh thiếu niên thành tuyển tập hoặc riêng hoặc chung với tác phẩm của người lớn: ví dụ, năm 1971 NXB Quân đội Nhân dân phát hành một tuyển tập mang tên Đi *nữa chú ơi*. Trẻ em, hoặc ít nhất các trẻ như Trần Đăng Khoa, được nuôi dưỡng bởi các nhà thơ người lớn đã bỏ thời gian bên trẻ giúp trẻ phát triển trí tuệ và năng khiếu. Các tác giả nhỏ không hề được chút vinh danh hay món tiền bản quyền nào, thay vào đó họ được tặng những thứ họ thích: sách báo, radio, và thực phẩm. Các đợt thi đua sáng tác vẫn tiếp tục. Năm 1972, có tổng cộng 1.225 và 3.097 bài thơ đã tham gia Cuộc thi đua lần thứ ba "thiếu nhi viết và vẽ tranh chống Mỹ cứu nước" [449].

Cán bộ văn hóa của VNDCCH đã ra sức vận động được thiếu niên nhi đồng đồng hành với sứ mệnh tuyên truyền của Đảng và đã gặt hái được nhiều thành công trong công tác truyền tải tư tưởng ý thức hệ cho thế hệ kế tiếp. Các NXB thiếu nhi ở VNDCCH đã hoàn thành nhiệm vụ được giao khi những bài khoa giáo mà họ từng gắng sức phổ biến qua các ấn phẩm nay được thiếu niên nhi đồng bắt đầu tụng lại nguyên xi.

VIỆT NAM CỘNG HÒA

Trong các chương trước, tôi hay chuyển mạch từ hệ thống một chiều của VNDCCH sang hệ thống đa nguyên của VNCH. Trong các chương đó, dù gì thì tính đa nguyên của VNCH vẫn còn hàm chứa trong vòng thể chế hoặc cấu trúc công quyền quốc gia. Hệ thống giáo dục của VNCH, cho dẫu có đa dạng về trường ốc các loại, ngay cả cho là với nhiều mức độ khác nhau muôn màu muôn vẻ đi nữa, vẫn tuân theo chương trình giảng dạy do chính phủ ấn định. Tương tự thế, các tổ chức, đoàn thể cho dù cấu thành từ những cá nhân, cá thể thì giới trẻ vẫn hợp nhất trên nền tảng căn bản đồng nhất hoặc xã hội hoặc chính trị hoặc tôn giáo.

Còn với ngành xuất bản ấn loát phẩm thì lại trình diện một hiện tượng hoàn toàn khác - một cơn bùng nổ với đủ thứ sắc màu dáng vẻ hoa lá ngông cuồng phóng túng của bao ý tưởng và khuynh hướng khác nhau. Khác hẳn với miền Bắc, chính phủ Nam Việt Nam không có chính sách rạch ròi dứt khoát buộc các nhà văn và học giả phải là "thành phần lao động bằng ngòi bút". Với một số người miền Nam mang quan điểm chính trị và ý thức hệ khác biệt giữa Bắc với Nam, dù họ viễn vông xa rời thực tế và mất liên lạc với các mối bận tâm đời sống thường nhật vậy mà họ vẫn giữ lắm thứ quan điểm bất đồng đến lạ. Ở VNCH, với quyền tự do tương đối, cá nhân hoặc chưa hoặc đã hình dung ra và nói ra lập trường nhận thức về hiện trạng đất nước cũng như về chính bản thân họ. Lĩnh vực văn hóa tư tưởng ở miền Nam hiển bày qua các truyền thống khác nhau, các đường lối chính trị

---

449 Van Hong, *Hoa trái mua dau* (Hanoi: KD, 1971)

khác nhau, xếp hàng từ chống cộng đến thân cộng, với đủ cả các lập trường trung dung trung lập, mà không, như ở VNDCCH, không hề bị áp đặt một nhãn quan quốc gia chính thống xuyên suốt tất cả mọi khía cạnh đời sống và xã hội. Điều này được minh diễn trong các tác phẩm dành cho giới trẻ. Theo quan sát của Judith Graham, "lập ngôn và hoài bão" của các tác giả viết cho giới trẻ, "chắc chắn liên quan mật thiết đến mức độ cảm thức trách vụ và dấn thân với cả tình tự dân tộc trong họ" [450].

Thật khó mà tóm lược nổi sự phát triển của ngành xuất bản ở VNCH vì tính đa dạng của nó. Vào tháng 1-1955, Sài Gòn có 8 tờ nhật báo Việt ngữ với 30 "tạp chí và chuyên san". Một năm sau, có 16 nhật báo và 32 tạp chí [451]. Năm 1968 nội ở Sài Gòn có 41 nhật báo trong đó 29 ấn bản bằng Việt ngữ, 3 bằng Anh ngữ, 2 bằng Pháp ngữ và 7 bằng Hoa ngữ [452]. Năm 1969, Phủ Văn Hóa đã liệt kê có 146 cơ sở xuất bản ở Sài Gòn. Tài liệu của Phủ cũng ước định danh sách đó chắc chắn còn thiếu [453].

Vườn hoa còn tiềm năng nở rộ này có bị hạn chế phần nào bởi hệ thống kiểm duyệt mà chính phủ bắt tất cả các ấn loát phẩm phải chịu như tôi sẽ bàn đến dưới đây. Thế nhưng, nhất là khi đem so với chủ trương xuất bản ở VNDCCH, nó vẫn còn chừa ra chán gì chỗ mà trình bày mọi quan điểm khác biệt, vốn thường là xung đột nhau [454]. Một yếu tố khác, và có lẽ quan trọng nhất, quyết định việc mở mang hay hạn chế xuất bản chỉ là do yếu tố thị trường tự do. Không giống như ở VNDCCH, chính phủ VNCH chẳng trợ cấp được cho bao nhiêu ấn phẩm. Yếu tố sống còn tùy thuộc vào nhà xuất bản, và tối hậu, thuộc về độc giả, là người chọn mua hoặc không mua những ấn phẩm đó. Từ đó dẫn tới, với một mức độ rất lớn, là thị trường tiêu thụ có vai trò quy định toàn cảnh nền văn học. Dưới đây tôi sẽ trình bày một số dòng ấn loát phẩm có tầm quan trọng bậc nhất ăn sâu vào toàn cảnh nền văn học của VNCH nói chung và dành cho giới trẻ nói riêng.

Không như ở miền Bắc, các nhà xuất bản trong Nam không sao chạy in nổi lượng ấn bản tới con số có 6 chữ số. Neil Jamieson có nêu ra rằng lượng ấn bản trung bình ở Sài Gòn là 3.000 bản, nếu là sách bán chạy thì

---

450 Graham, "The Same or Different, Children's books show us the way", in Margaret Meek, ed., Children's Literature and National Identity (Stoke on Trent: Trentham Books, 2001), trang 105
451 Hoang, Tuan, "Ideology in Urban South Vietnam, 1950–1975", Ph.D. diss., University of Notre Dame, 2013 trang 465; Nu-Anh Tran, "South Vietnamese Identity, American Intervention, and the Newspaper Chinh Luan (Political Discussion), 1965–1969", Journal of Vietnamese Studies 1 (1–2) (2006): trang 126
452 "Press censorship lifted", Viet Nam Bulletin 2 (6–7) (June–July, 1968), trang 144
453 "Danh Sách". [chú thích này bị sót, thiếu chi tiết, không có liệt kê trong phần Tài liệu Tham khảo nơi bản Anh ngữ]
454 Hoang, Tuan, "Ideology in …" 465

được 5.000 bản [455]. Con số này nên được hiểu với những tựa sách chứng tỏ là sách bán chạy khi được tái bản trong vòng vài ba tháng với lượng ấn bản rốt cuộc cũng chỉ bò lên được 5 chữ số. Mặc dù có một số dòng sách báo tạp chí được tài trợ bởi các hội đoàn xã hội hay tôn giáo và nhờ họ mà có thêm chút tài chính cầm hơi, nhưng hiệu quả thương mại mới là điều kiện tối cần thiết để tất cả các cơ sở ấn loát, xuất bản sống còn. Do đó, bằng cách này hay cách khác, tiềm năng thương mại đã định đoạt toàn cảnh xuất bản ở VNCH. Để hiểu rõ hơn điều này, chúng ta nên nhìn xem thị hiếu độc giả là gì, những xung động mà thị hiếu đó đòi hỏi và kết quả gì tạo ra từ đó.

Ở VNDCCH, cũng giống y như ở Liên Sô, con số ấn bản được in rõ ràng trên mỗi cuốn sách như là một cách làm dấu, giả như sách đó không phải thuộc thị hiếu thực của độc giả đi nữa thì nó cũng mang cái ý định hướng ngầm của NXB. Ở VNCH, thì khá giống ở Hoa Kỳ, con số ấn bản không được in trên sách; chỉ có một tẹo mấy cuốn trong hàng trăm cuốn xuất bản ở Nam Việt Nam mà tôi đã tham khảo mới tìm được con số ấn bản có in ngoài bìa. Tuy nhiên, bằng cách xem thử dòng lưu hành sống thọ hay chết yểu của sách cũng có thể biết được chứng tích thành bại, cũng như nhờ vào tham khảo chéo các tài liệu lưu trữ nguyên bản khác nhau cùng các cuộc phỏng vấn với những người từng sống và lớn lên ở VNCH. Hai cái nói sau vừa rồi có tầm đặc biệt quan trọng bởi vì mức ấn phí ở VNCH tương đối cao hơn ở VNDCCH, đã vậy ở VNCH còn chạm trán với một thực tế mới nở rộ ra: đó là nạn cho thuê sách, báo; sách báo tạp chí có thể đem cho thuê với mức giá rất rẻ. Nạn này khiến các NXB thất thu, vì thế người ta cố đối phó bằng cách cho in chữ sát lề trang giấy để giảm khoảng chừa lề mà các tiệm cho thuê sách cần có đặng còn có chỗ đục lỗ mà đóng lại bìa cứng trước khi đem cho thuê [456]. Chi tiết này lại bộc lộ một điều là nếu ta chỉ dựa trên con số lượng ấn bản lưu hành để định giá mức độ đạt thị hiếu của một cuốn sách thì xem ra nỗ lực ấy chẳng đi tới đâu. Hơn nữa, trẻ em thường được các chủ hiệu sách cho phép đọc miễn phí tại chỗ ngay trong hiệu sách. Như chúng ta sẽ thấy dưới đây, yếu tố thành bại thương mại không nhất thiết là yếu tố duy nhất khả dĩ định đoạt toàn cảnh nền văn chương chữ nghĩa ở Nam Việt Nam, nhưng nó vẫn là yếu tố quan trọng. Chúng ta hãy xét xem các xu hướng chính có vai trò quy chiếu đến văn hóa phẩm nói chung và ấn phẩm cho thiếu nhi và thanh thiếu niên nói riêng.

---

455 Jamieson, Neil L., *Understanding Vietnam* (Berkeley, Los Angeles and Oxford: University of California Press, 1993), 291

456 Vo Phien, *Văn học Miền Nam*, 144

Chủ nghĩa hiện sinh

Nếu VNDCCH nhập cảng hiện thực xã hội chủ nghĩa thì các nhà văn VNCH lại rơi vào vòng ảnh hưởng của chủ nghĩa Hiện sinh Tây phương. Giới trí thức VNCH từng ăn học cả trong lẫn ngoài nước như châu Âu chẳng hạn, đều tiếp nhận nền triết học của Søren Kierkegaard và nhất là Albert Camus và Jean-Paul Sartre dù Camus không hẳn được coi là có khuynh hướng hiện sinh. Nền văn học cổ truyền Việt Nam quả là vừa khít với một vùng đất màu mỡ đắc địa cho sự vay mượn này: chủ nghĩa hiện sinh mọc lớn khỏe trên nền đất mang nặng thụ động tính và định mệnh thuyết của văn học Việt Nam thời cận đại, cái chấp nhận đứng ngoài quyền năng định đoạt thân phận con người, và có cả quan niệm truyền thống Phật giáo coi tham đắm là cội nguồn của đau khổ. Những trí thức này bắt đầu sáng tác phẩm đi sâu vào đời sống nội tâm nhân vật của họ và đào sâu vào nỗi tuyệt vọng do chiến tranh mang lại.

Một nhà sử học chuyên về Việt Nam, Wynn Gadkar-Wilcox, đã chứng minh bằng cách đơn cử các tác phẩm của nhiều nhà triết gia và trí thức Việt Nam để thấy rằng họ bị chủ nghĩa hiện sinh hấp dẫn bởi họ thấy trong đó có khả năng đạt được mức độ phát triển văn minh như các nước phương Tây, họ coi đó là căn tính và là động cơ làm nên Tây phương tiến bộ. Nếu Sartre bất lực không điều hòa được lý thuyết mácxít với tư tưởng tự do phóng túng của ông khiến ông dừng bước trước thềm vào Đảng Cộng sản thì cái mâu thuẫn nội tại đó của ông lại tìm được đường xâm nhập vào khung trời văn chương VNCH khi những người theo ông như tìm lại được chính mình, vừa đồng tình chỉ trích ý thức hệ cộng sản vừa phê phán chế độ chống cộng sao lại thẳng tay đàn áp cộng sản [457]. Sự xa lánh guồng máy thế quyền được phản ảnh trong tác phẩm của một trong những trí thức này, Nguyễn Văn Trung, một nhà văn vừa là nhà triết học hiện sinh ngoài Huế, đã viết vào năm 1965: "Thời này là thời chuyên chế áp bức. Hơn bao giờ hết, hôm nay mỗi người đều cảm nhận sâu xa mình chỉ là một cá nhân đơn độc đi cùng với nhận diện nghiệt ngã của *thân phận làm người*". Chi tiết hơn, trong *thân phận làm người* Nguyễn Văn Trung tuyên bố rằng mỗi người chỉ là một con ốc của cái guồng máy xã hội khổng lồ trong đó tất cả mọi cơ phận đều tương quan mật thiết với nhau, và cá nhân chẳng còn lối thoát ra khỏi guồng máy đó [458].

Tuyên ngôn không lối thoát này bắt đầu ló dạng trong các tác phẩm của một trong những khuôn mặt sáng giá nhất của khung trời văn nghệ VNCH, một nhạc sĩ sáng tác ca khúc nhiều và khỏe nhất, Phạm Duy. Ông

---

457 Gadkar-Wilcox, Wynn, "Existentialism and Intellectual Culture in South Vietnam", The Journal of Asian Studies 73(2) (2014) trang 377–395
458 Nguyễn Văn Trung, *Nhà Văn Người Là Ai? Với Ai* (Saigon: Nam Sơn, 1965), trang 8

sinh trưởng ở miền Bắc, đã theo Việt Minh rồi sau đó ly khai vào năm 1950 để vùng thoát gọng kềm ý thức hệ và di cư vào Sài Gòn năm 1951 [459]. Tuy nhiên, khi chiến cuộc gia tăng ác liệt, ông trở nên vô cùng nổi bật khi bày tỏ sự phản đối nó. Năm 1969, một trong những thời đoạn khốc liệt nhất của cuộc binh đao, sau vụ cộng sản tổng tấn công Tết Mậu Thân, Phạm Duy đã viết ca khúc "Một ngày, một đời" gợi lại luận điệu thân phận na ná như Nguyễn Văn Trung:

Một ngày cho người sống
Một ngày cho người chết

. . . . .

Một ngày cho cuộc chiến
Một ngày cho lười biếng

. . . . .

Một ngày cho khẩu súng
Một ngày cho ngòi viết
Một ngày đi mà giết
Một ngày đi mà hát

. . . . .

Một ngày cho Tổ Quốc
Một ngày quên nợ nước

. . . . .

Một đời mang phận sống
Một đời đeo cùm gông

Đoạn điệp khúc lặp đi lặp lại 4 lần cứ sau mỗi 4 lời ca là cái tập ngữ "thân phận làm người" vừa kể trên:

Hỡi, hỡi ôi!
Thân phận làm người!
Thân phận làm người!

Đoạn điệp khúc lặp đi lặp lại cả thảy 16 lần, ắt hẳn nó phải gây ra một tác động mạnh. Phạm Duy giải thích rằng ca khúc này biểu tỏ cảm xúc khi thấy lớp trai trẻ cam chịu số phận đã định cho họ là đi lính [460]. Ý thức thân phận và tính cam chịu đó xa biệt vời vợi với cái giọng phán truyền hùng hổ hô hào huy động tổng nhân lực cho chiến tranh trong lòng lãnh địa cộng sản bên kia vỹ tuyến.

---

459 Henry, Eric. "Translator's Introduction", trong cuốn Pham Duy, The Memoirs of Pham Duy [Hồi ký Phạm Duy]: A Vietnamese Musician in a Turbulent Century, bản dịch sang Anh ngữ của Eric Henry, Vol. 1: Coming of Age in the North (1921–1945), p. i. (bản thảo chưa xuất bản), i.

460 Phạm Duy, tập nhạc *Hát Vào Đời* (Cholon: An Tiêm, 1969)

Thể loại Tiêu khiển Giải trí

Những sách được xếp vào thể loại giải trí tiêu khiển đạt được thành công doanh thu thương mại lớn nhất. Bàn về thời chiến tranh 20 năm, Võ Phiến, một trong những học giả nổi tiếng nhất của văn học miền Nam và cũng là một nhà văn nổi tiếng, đã từng ghi lại như sau: "có một lúc, Sài Gòn tràn ngập những sách mà người ta lấy đọc cho vui" [461]. Cũng như các dòng văn học khác, trong thể loại này, những người Bắc phải bỏ chạy khỏi VNDCCH vào Nam có một vai trò quan trọng. Chẳng hạn, Hoàng Hải Thủy, năm 1958 khởi sự viết tác phẩm của chính mình với dòng tựa sách khơi gợi, hấp dẫn như *Vũ nữ Sài Gòn*. Nhưng ông còn phóng tác các tác phẩm phương Tây thành truyện Việt, đơn cử một số như, Kiều Giang (*Jayne Eyre*) của nữ văn sĩ Anh Cát Lợi Charlotte Brontë hoặc Đỉnh Gió Hú (*Wuthering Heights*) của người em gái bà là Emily Brontë, là những tác phẩm kinh điển của văn học Anh Cát Lợi. Những sách khác, mà phần lớn trong đó là những bản dịch hoặc phóng tác thể loại tiểu thuyết tội phạm-trinh thám: một số từ loạt truyện trinh thám – kinh dị *Serie noire* bắt nguồn từ Paris năm 1945; số khác của Ian Fleming, như Thầy No (Dr. No) viết về Điệp viên 007; hoặc loạt truyện kinh dị từ các tuyển tập của Alfred Hitchcock (*Truyện kinh dị Hitchcock*). Ngoài ra còn loại truyện yêu cuồng sống vội, ví dụ như *Le jeune amant* của Paule Reboux qua bản dịch *Truyện tình nhân trẻ* của Hoàng Hải Thủy, hoặc một tuyển tập các truyện trích từ *Playboy - Young Girl for One Night* (Người Thiếu Nữ Một Đêm) [462]. Vô cùng ăn khách là tác phẩm của nhà văn người Hoa bên Hương Cảng Jin Yong, tên trong Việt ngữ là Kim Dung, người sáng tác thể loại võ hiệp kỳ tình hay còn gọi là truyện chưởng. Truyện Kim Dung viết từ năm 1955 đến năm 1972 trở nên cực kỳ được ưa chuộng ở miền Nam Việt Nam. Võ Phiến tả việc người ta mê truyện chưởng Kim Dung như một chứng nghiện có sức lôi cuốn lớn không thể tin được, nhất là vào thập niên 1960s: "từ cậu học sinh trung học cho đến ông giáo sư đại học, từ anh lính chân chì cho tới ông tướng đôi ba sao, từ anh cán bộ phù động cho tới các ông tổng bộ trưởng, ai nấy đọc chưởng như điên, nói chuyện chưởng như điên" [463]. Toàn cảnh văn học miền Nam trở nên no ứ, bão hòa với các tác phẩm ngoại quốc. Năm 1972 sách dịch chiếm 60% tổng số sách ra đời, năm 1973 sách dịch tiến lên 80%, gồm nhiều loại nhưng tất nhiên loại tiêu khiển thuộc đa số [464].

---

461 Võ Phiến, *(Văn học miền Nam tổng quan) Literature in South Vietnam, 1954–1975*, bản dịch sang Anh ngữ của Vo Dinh Mai, (Melbourne: Vietnamese Language & Culture Publications, 1992), 144

462 Hoàng Hải Thủy, *Vũ nữ Saigon; Kiều Giang; Đỉnh Gió Hú; Truyện Tình nhân trẻ, Người thiếu nữ một đêm; Truyện kinh dị Hitchcock*.

463 Võ Phiến, *Văn học Miền Nam tổng quan*, 144

464 Sđd.

Thể loại giải trí tiêu khiển như trăm hoa đua nở không chỉ trong các tác phẩm ngoại ngữ qua bản Việt dịch mà còn nở rộ ngay với hàng nhà Việt ngữ, và dù muốn dù không, những tựa sách này cũng phản ảnh bóng dáng của nền văn học phương Tây. Một người Bắc, Phạm Cao Củng, bắt đầu nổi tiếng vào năm 1936 với truyện trinh thám Việt Nam đầu tiên có tựa *Vết Tay Trên Trần*. Sau đó, ông chạy vào Nam, tại đây cuốn sách được tái bản [465]. Nhưng tiếng tăm của ông dường như mờ dần so với một người Bắc khác, Bùi Anh Tuấn [466].

Sau khi vào Sài Gòn, Bùi Anh Tuấn lập tờ báo *Hành Động* làm phương tiện để đăng định kỳ loạt tiểu thuyết gián điệp của ông. Theo học giả và dịch giả Cam Nguyet Nguyen, người chuyên nghiên cứu tác phẩm của Bùi Anh Tuấn, "ở Sài Gòn, từ năm 1965 đến năm 1974, có tới 5.300.000 ấn bản tiểu thuyết của Bùi Anh Tuấn đã được bán ra, với hàng trăm ngàn độc giả say sưa đọc từng kỳ tiếp theo loại truyện này trước nó được in thành sách. Ông đã viết 63 tiểu thuyết gián điệp và 17 phóng sự - tùy bút; thế nhưng chẳng thấy bất kỳ bài phê bình hay điểm sách nào đề cập đến các tác phẩm của ông [467]. Sáng tác phẩm nổi tiếng nhất của ông là bộ truyện có tựa Z.28, ký bút hiệu Người Thứ Tám. Z.28 thuộc thể loại tiêu khiển giải trí, tựa như tác phẩm của Ian Fleming viết về điệp viên 007. Tuy nhiên, nếu chỉ tính khía cạnh giải trí thông thường thì không đủ để có thể thu hút mọi người đến với loạt tiểu thuyết đó. Cam Nguyet Nguyen cũng nêu ra rằng "loạt truyện Z.28 đã phác họa được một chân dung trung thực của miền Nam Việt Nam trái ngược hẳn với hình ảnh tiêu cực đến mức xuyên tạc về miền Nam trên các phương tiện truyền thông quốc tế - thường trưng ra hình ảnh một quốc gia nhược tiểu với một chính phủ 'bù nhìn', một chốn tiềm ẩn những khó lường vì tham nhũng và tệ mại dâm". Trong bộ Z.28, Tống Văn Bình là một điệp viên thượng thặng thế giới. Không có anh, cán cân quyền lực trên thế giới (một bên là Hoa Kỳ, một bên là Liên Sô và Trung cộng cùng các nước khác) sẽ nghiêng có lợi về phe cộng sản; "thế giới tự do" sẽ bị thất thủ và một cuộc đệ tam thế chiến sẽ bùng nổ. Các nước lớn phe tư bản như Hoa Kỳ, Anh, Pháp, Đức luôn cần sự giúp đỡ của Văn Bình và không xen vào các điệp vụ của anh [468]. Tất cả các phóng sự - tùy bút khác của ông -cũng như bộ Z.28- đều có chung một đặc điểm: cực kỳ chống cộng [469].

Mọi người từ trẻ tuổi đến cao niên đều say sưa đọc ngấu nghiến Z.28.

---

465 Phạm Cao Củng, *Vết Tay Trên Trần* (Saigon: Chi Lăng, 1969).
466 Nguyen, Cam Nguyet, "Z.28 and the Appeal of Spy Fiction in South Vietnam, 1954–1975", M.A. thesis, University of California, Berkeley, 2001, trang 5
467 Sđd. trang 2
468 Sđd. trang 4
469 Sđd. trang 7

Nhiều bạn người Việt thân với tôi và thường cho tôi tin tức, vào thời đoạn chiến tranh khói lửa ấy vẫn còn là thiếu nhi, nhớ lại rằng một khi đã đọc những tác phẩm đó thì họ bị lôi cuốn ghê như thế nào. Nhiều người nói với tôi rằng sau khi tan trường về, họ liền ghé một hiệu sách yêu thích nào đó và lao vào thế giới trinh thám gián điệp. Tôi đồng ý với lập luận của Cam Nguyet Nguyen về cách xác định vị thế trung thực của miền Nam Việt Nam trong tiểu thuyết Bùi Anh Tuấn. Nhưng khi tôi phỏng vấn những người lớn lên thời đó, họ bảo họ không nhận ra điều đó; họ chỉ thưởng thức cốt truyện. Quả là thiếu vắng lối nhồi nhét những bài khoa giáo theo kiểu đặc sệt như ở VNDCCH thì chẳng khác nào đã thả cửa cho người đọc không thèm để ý đến khía cạnh chính trị của tác phẩm.

Việt Tính

Cũng có một nhóm trí thức kịch liệt phản đối dòng văn học tiêu khiển giải trí hiện thời vốn bắt nguồn từ văn học phương Tây, và họ cũng không coi chủ nghĩa hiện sinh như lối đi duy nhất hay khả dĩ đưa đất nước phát triển bằng lối Âu Tây hóa. Trái lại, họ mang mối lo tâm phúc về sự hiện diện của người Mỹ và ảnh hưởng của văn hóa phương Tây du nhập dễ dàng theo chân người Mỹ. Họ tìm mọi cách nêu rõ viễn cảnh của xứ sở có nguy cơ trở thành cái bóng của Mỹ và phương Tây vì tầm ảnh hưởng đó. Họ thấy đó là một tai họa đang hủy hoại tình tự dân tộc và quan điểm này bày tỏ công khai. Theo họ, khi chính phủ chấp nhận để người Mỹ có mặt là một cách đồng lõa hoặc thậm chí là một tác nhân gây ra thảm nạn vong bản. Những gì họ đòi hỏi đều được trình bày hết trong các trước tác của họ đó là đòi hỏi phải giáo huấn cho lớp trẻ biết gắn bó keo sơn với cội nguồn văn hóa Việt tộc.

Khi được nhiều giới mến mộ với ít nhiều đồng cảm, các tác phẩm đó đã đánh động nhiều trí thức miền Nam vốn có lập trường rộng rãi đón nhận tinh hoa văn hóa thế giới cho các thế hệ đi sau. Những chủ đề này đã được bàn luận trên nhiều tạp chí trí thức của người lớn: ví dụ như tạp chí như *Bách Khoa*, *Trình Bày* và các tạp chí khác. Nó còn được bàn bạc và đề cập thẳng thừng trong nhiều chuyên san khác. Chẳng hạn, tờ *Hồn Trẻ* do Hội Bạn Trẻ em Việt Nam xuất bản, mà tôi sẽ bàn tới sau chương này, trong số ra mắt vào tháng 12-1964 có một bức hí họa với tựa là "Người ta giết trẻ em như thế nào" (xem hình 3.2) và một bài báo kèm theo [470].

---

470 "Gọi Đàn", *Hồn Trẻ* số 1, ra ngày 15-12-1964, trang 6; "Người ta giết trẻ em như thế nào" bài viết cùng tựa của Dã Hoa, bút hiệu của Trần Kim Bảng, người sáng lập tờ tạp chí

Hình 3.2.

Ở dưới cùng bức họa, ta thấy một cậu bé con rối rít kêu khóc với cha mẹ và thầy cô cứu cậu khỏi những hiểm họa đang chực chờ cậu bên ngoài. Ngay bên trên cậu là những hiểm họa lồng trong đủ thứ nào nhạc nhảy kiểu phương Tây, rồi đến các "thầy giáo vô lương tâm", coi "bạc tiền trên hết", cho đến các chủ "trường học thương mại". Tiếp theo là giáo dục nhồi sọ, rồi nhạc Tây, phim cao bồi và sau cùng, vẽ ra cái gần cận nhất với tuổi học trò, là sách báo trụy lạc. Tượng trưng cho loại trụy lạc là *Cô gái Đồ Long* và *Ghen*, cả hai đều xuất bản ở VNCH ngay trước khi tạp chí *Hồn Trẻ* ra đời. *Cô gái Đồ Long* là bản dịch (1964) bộ truyện The Heaven Sword and Dragon Saber, một trường thiên tiểu thuyết trọn bộ 6 cuốn, thuộc loại võ hiệp kỳ tình, sáng tác của Kim Dung đã nói ở trên và đã đăng báo ở Hương Cảng từ ngày 6-7-1961, đến ngày 2-9-1963. Tác giả của *Ghen* là Chu Tử, chủ một nhật báo có tên là báo *Sống*; ông cũng được tôn là một nhà văn có sức sáng tác sung mãn. *Ghen* xuất bản năm 1964. Cuốn này nằm một trong loạt các tác phẩm khác: *Yêu* (1963), *Sống* (1963), *Loạn* (1964), và *Tiền* (1965). Những tác phẩm này vẽ ra những cái mà nhà phê bình Võ Phiến gọi là "một thứ tình yêu... phá thể", kể cả tình giữa thầy với trò [471]. Có vẻ tác phẩm này chịu ảnh hưởng văn chương Pháp nhất là Françoir Sagan. Đó là những tiểu thuyết vô luân, phá vòng lễ giáo, nhưng lại gặt hái được thành công lớn về thương mại, không chỉ những dan díu giữa người lớn

---

471 Võ Phiến, *Văn học Miền Nam tổng quan*, 139

với nhau mà còn tệ hơn, như *Hồn Trẻ* lập luận, nhất là giữa trò với thầy, làm băng hoại tâm hồn, đề cao hình ảnh chàng cao bồi, dù có nói gì thì cũng chỉ vì tiền [472].

Ngoài ra cũng có nhiều người rốt cuộc cho rằng thống nhất đất nước và bảo tồn Việt tính còn quan trọng hơn đánh bại cộng sản. Không còn nghi ngờ gì nữa, thái độ đó càng trầm trọng hơn là bởi chiến cuộc kéo dài lê thê và gây ra biết bao thương đau. Cao Huy Khanh nhận thấy rằng sau năm 1963, văn chương miền Nam chuyển mình đến chỗ mang nặng thường trực nỗi ám ảnh hủy diệt: ám ảnh chiến tranh và mọi hệ lụy xung quanh cuộc chiến [473].

Với một số người thì việc quyết tâm lôi kéo thiếu nhi về với cội nguồn dân tộc như là một phản ứng tự nhiên bùng vỡ để đối trọng với đà ảnh hưởng của văn minh phương Tây; với một số khác, là để thúc đẩy một nghị trình phản chiến và thống nhất với miền Bắc. Điều đó cũng có phần do ý vào ý nghĩ cùng là một nhà Việt Nam với nhau cả. Tuyên truyền từ cả hai phía đều nhấn mạnh rằng người Việt là con dân một nhà, cả lịch sử và văn hóa cũng là một. Cả hai phe đã bỏ qua một thực trạng là trong nhiều thế kỷ, người xứ đàng trong với đàng ngoài sống ở hai xứ riêng biệt với nhiều hình thái phát triển rất khác nhau về xã hội, văn hóa và cấu trúc công quyền.

Trong thế kỷ XIX và XX, sự khác biệt Nam Bắc vẫn còn hiện diện đủ rõ cho phép ta khẳng định rằng tình tự dân tộc thống nhất là thuần về ý thức hệ hơn là một biểu lộ khách quan trung thực của đời sống. Những bức màn cách ngăn chính quyền Hà Nội với chính quyền Sài Gòn trong cuộc nội chiến từ năm 1955 đến 1975 không phải bắt nguồn từ mối bất đồng vốn đã nổi rõ trong thái độ ứng xử của người đàng ngoài Bắc Hà với người đàng trong Nam Hà dành cho nhau kể từ thế kỷ XVI [474]. Tự do cá nhân tương đối lớn và đã thành nếp được người Nam ưa chuộng khiến cho tình tự dân tộc tính nhiều cởi mở ít cưỡng thúc hơn những ý hướng như vậy trong lòng người Bắc. Điều đó phản ánh qua thực trạng kiểm duyệt ấn loát phẩm áp dụng ở VNDCCH và VNCH như thế nào trong thập niên 1960. Ở VNDCCH, nhà cầm quyền hầu như an tâm dựa hết vào một quần chúng đã bị rèn răm rắp tuân hành để biết tự kiểm duyệt. Ở VNCH, kiểm duyệt lại là biểu hiện của mối tương quan đối kháng giữa chính phủ và một dải rộng lớn các mối bận tâm tư riêng khác.

---

472 Dã Hoa, "Người ta giết trẻ em như thế nào?" 9
473 Cao Huy Khanh, "Sơ thảo 15 năm văn xuôi miền Nam (1955–1969)", tạp chí Khởi Hành 74, ra ngày 8-10-1970, 8–9
474 Taylor, Keith W., "Surface Orientations in Vietnam: Beyond Histories of Nation and Region", Journal of Asian Studies 57(4) (November 1998): trang 949–978

Kiểm duyệt

Bộ Thông tin và Bộ Nội vụ có trách nhiệm kiểm duyệt các ấn phẩm chưa in. Người được cấp phép thành lập mới một cơ sở xuất bản phải là công dân Việt Nam, trên 25 tuổi và, cùng với nhiều điều khoản khác, có điều "mọi hành vi nhằm mục đích tuyên truyền hay thực thực hiện chủ nghĩa cộng sản đều bị cấm chỉ" [475]. Mọi ấn loát phẩm phải được Bộ Thông tin cấp phép trước khi xuất bản. Trường hợp nào Bộ xem là có vấn đề, thì có quyền áp lệnh cấm xuất bản hoặc đục bỏ các đoạn văn trái chiều.

Lịch sử kiểm duyệt ở VNCH cũng nhiều giai đoạn thăng trầm. Thời Ngô Đình Diệm mới xây nền móng cho chế độ thì kiểm duyệt tương đối nghiêm ngặt. Nha Thông tin & Báo chí, một cơ quan của Bộ Thông tin, được giao phụ trách cấp giấy phép xuất bản và cưỡng thúc kiểm duyệt, cũng như, theo Nu-Anh Tran, gây áp lực lên sách báo tạp chí bao trùm hết các sự kiện nhất định. Trong khi chỉ những ấn phẩm thân cộng và chống chính phủ mới bị cấm, còn các chủ đề khác không bị chính phủ áp đặt hạn chế nào hết [476].

Sau vụ ám sát Ngô Đình Diệm, tình hình vẫn phức tạp. Tháng 6-1965, cả bốn chục tờ báo có lẻ ở Sài Gòn bị đình bản một tháng vì theo ông Nguyễn Cao Kỳ, "nhiều báo đăng bài chỉ nhằm mục đích mạ lỵ, vu khống, khai thác bản năng thấp hèn của con người, và thậm chí cả tống tiền" [477]. Rồi các báo lại được tục bản nhưng bị lưỡi kéo kiểm duyệt viếng thăm cầm chừng. Ví dụ, cuối năm 1965, khi tạp chí *Hành Trình* lên tiếng phản đối sự có mặt của Mỹ ở miền Nam, Cục Chiến tranh Chính trị bèn gửi thư cho Bộ Nội vụ cảnh báo tạp chí này là "thân cộng" và khuyến cáo tịch thu hết các số còn lại chưa phát hành. Sau khi tục bản thêm được hai số tiếp nhưng phát hành hạn chế vào tháng 12-1965 và tháng 6-1966, tờ tạp chí đóng cửa hẳn. Tuy nhiên, các báo khác đã bị cảnh cáo trước là sẽ tới lượt tương tự vì vẫn truyền đi cùng một giọng điệu như *Hành Trình*. [478] Và mọi chuyện chưa phải đã hết.

Hiến Pháp VNCH ban hành ngày 1-4-1967 xác nhận quyền tự do báo chí; việc này chính thức có hiệu lực trong chiến dịch tranh cử Tổng Thống vào mùa hè 1967 [479]. Nguyễn Cao Kỳ nói ông cảm thấy vào thời điểm đó các chủ báo và chủ bút đã đủ ý thức ra điều gì là có lợi hơn cả cho toàn dân

---

475 "Luật số 019/69 ngày 30-12-1969 an định Quy-chế Báo-chí. Chiếu Hiến-pháp Việt –Nam Cộng-hòa ngày 1 tháng 4 năm 1967", QVKDTVH/773, trang 2 (VNAII)
476 Tran Nu-Anh, "Contested Identities : Nationalism in the Republic of Vietnam (1954-1963)". Ph. D. Dissertation. University of California (2013) trang 17
477 "Ky Abolishes Press Censorship", *Viet Nam Bulletin* 1(9) (September 1967): trang 178
478 Hoang, Tuan, "Ideology in …" trang 485
479 "Press Censorship Lifted". *Viet Nam Bulletin* 2 (6–7) (June–July, 1968)

[480]. Tiếp theo sau trận tổng tấn công Tết Mậu Thân đầu năm 1968 của cộng sản, một lần nữa chính phủ áp dụng một số giới hạn với báo chí, nhưng đến tháng 5-1968, tân Tổng trưởng Thông tin, Giáo sư Tôn Thất Thiện đã dỡ bỏ các điều luật hạn chế đã áp dụng thời Tổng tấn công Tết Mậu Thân. Tháng 6-1968, có 7 tờ báo bị cơ quan chức trách tiền nhiệm ra lệnh đình bản vì lên tiếng phản đối chính sách của chính phủ, nay được phép tục bản trở lại. Trong số đó có *Tiếng Chuông* và *Sài Gòn Mới* [481].

Đầu năm 1973, chính phủ ban hành Sắc Luật 007 ấn định quy chế xuất bản với nhiều hạn chế nghiêm ngặt. Việc này hẳn là do sự kiện ký Hiệp định Ba Lê và đợt rút quân cuối cùng của Mỹ. Có một tờ báo la lối rằng có chừng 40 nhật báo đang có 500.000 độc giả, nay còn vẻn vẹn có 15 tờ. VNCH bước vào thời kỳ kinh tế thắt lưng buộc bụng. Giấy in báo trở nên khan hiếm và các báo phải rút từ 8 trang xuống còn 4 trang. Cũng theo tờ báo đó, có 14 báo, tạp chí bị 145 lần tịch thu trong vòng 15 tháng sau khi ban hành Sắc Luật 007 [482] [*].

Thế là trí thức giới vùng lên đấu tranh cho quyền lợi của mình, còn chính phủ vẫn quyết tâm dùng quyền kiểm soát ấn loát phẩm. Vào ngày 21-11-1973, 200 hội viên của PEN Việt Nam [Trung tâm Văn bút VNCH] nhóm họp để bàn về các chủ đề sáng tác và xuất bản sách báo tại Việt Nam. Họ bày tỏ lo ngại những chướng ngại về xuất bản đã kìm hãm đà phát triển nền văn học. Hai yếu tố chính mà các hội viên PEN viện dẫn là kiểm duyệt và giá giấy tăng cao, khiến nhà văn, nhà xuất bản, độc giả và cuối cùng là chính quốc gia phải gánh chịu hậu quả trầm trọng. Để khắc phục tình trạng đó, PEN đòi hỏi phải minh bạch ấn định điều lệ kiểm duyệt và tạo điều kiện cho các nhà xuất bản được mua giấy với giá chính thức. Hơn nữa, họ còn yêu cầu chính phủ chi ngân sách quốc gia để lập thêm thư viện cho những ai không có khả năng mua sách, nhất là vùng nông thôn, có thể đến thư viện đọc sách báo [483].

Nếu một số trí thức cực lực phản đối kiểm duyệt thì một số khác tỏ

---

480 "Ky Abolishes Press Censorship", 166
481 "Press Censorship Lifted".
482 Boi Duan và Son Long, "Sắc luật 007 và 15 tháng báo chí", nhật báo Tia Sáng (Xuân 1974) trang 9. Các tờ báo được kể như sau: Điện Tín – 31 lần; Đại Dân Tộc – 21 lần; Đông Phương – 13 lần; Tia Sáng – 12 lần; Sóng Thần – 12 lần; Hòa Bình – 11 lần; Chính Luận – 9 lần; Độc Lập – 9 lần; Trắng Đen – 8 lần; Công Luận – 7 lần; Dân Luận – 3 lần; Thăng Tiến – 3 lần; Bút Thép – 2 lần; Tiền Tuyến – 1 lần. [* không phải 1973 mà là 1972. Sắc Luật 007/72 do Tổng thống Nguyễn Văn Thiệu ký ban hành vào ngày 5-8-1972]
483 "Bản tuyên bố của các văn nghệ sĩ ký giả, giám đốc các nhà xuất bản về tình trạng khủng hoảng trầm trọng cuả vấn đề sách báo hiện nay", 21-11-1973, HDVHGD/257" (VNAII); "Phiếu trình Phó Tổng Thống Việt Nam Cộng Hòa, Chủ tịch Hội Đồng Văn hoá giáo dục v/v Thơ của Trung tâm Văn Bút Việt Nam đế ngày 20-12-73", 27-12-1973, 448/HDVHGD/TTK

ra thông hiểu. Một trong những nhà văn nổi tiếng nhất miền Nam, Nhật Tiến, dù rất thất vọng vì kiểm duyệt nhưng ông vẫn coi đó là điều không tránh khỏi. Là người cầm bút, ông không muốn bị kiểm duyệt nhưng vẫn thừa nhận trong thời buổi chiến tranh kéo dài đằng đẵng, nó vẫn có ít nhiều chính đáng. Ông thực sự có thiện cảm với ông Lê Sơn Cương, Chánh Sự Vụ Sở Phối Hợp Nghệ Thuật thuộc Phủ Tổng Ủy Dân Vận, đã phát biểu ý kiến rằng tự do không đồng nghĩa với việc muốn làm gì thì làm: "Tự do phải được hiểu là có ý nghĩa tương quan tập thể, tôn trọng quyền lợi của tập thể. Vì thế, hai bên ít nhất phải gặp nhau ở một vài điểm tương đồng trong việc vạch một hàng rào giới hạn. Kiểm duyệt chỉ là một biện pháp ngăn chặn những tác phẩm đi ra ngoài hàng rào mà hai bên đã thỏa thuận". Hơn nữa, Nhật Tiến thấy cảm kích công tác kiểm duyệt ấn loát phẩm của Lê Sơn Cương hồi năm 1972 khi suốt trong 10 tháng, Lê Sơn Cương đã đích thân đọc từng tựa sách bán chạy "để tịch thu và đốt bỏ 59.014 ấn bản của các thứ sách báo bị xếp loại là rác rưởi như *Chú Thòng*, dựa theo bộ truyện tranh bên Hương Cảng của James Wong xuất bản từ 1962 đến 1964, hoặc các sách chuyên viết truyện ma quỷ, ví dụ như *Ma lai rút ruột*, và những thứ rành rành là đáng ghét tương tự nhưng lại không kém phần hấp dẫn như *Quỷ truyền kiếp hiện hình* hoặc *Quỷ báo oán*. Lê Sơn Cương tiếp tục chiến dịch của ông vốn đã khởi từ đầu năm 1973 khi chỉ trong mười một ngày, ông đã tịch thu 21.416 sách báo thiếu nhi rác rưởi, đốt chúng ngay trên xa lộ và áp dụng luật pháp truy tố những ai liên đới tới các ấn phẩm này. Theo ý kiến của Nhật Tiến, công vụ của Lê Sơn Cương chẳng khác gì nhiệm vụ của một chiến binh vô danh[484]. Chữ "Rác" ở đây dùng để trỏ những truyện giật gân nhảm nhí và vẽ vời thứ "văn hóa cao bồi" là những gì bị coi là lối sống bừa bãi và trụy lạc.

Một công vụ đáng được ban phép lành là kiểm duyệt sách báo dành cho giới trẻ. Vai trò của Bộ Giáo dục có rất có ý nghĩa trong việc kiểm soát các ấn loát phẩm cho trẻ. Năm 1966, Bộ Giáo dục đã "thấy gai mắt" một số báo, tạp chí thuộc loại đầu độc tâm hồn thanh thiếu niên nhưng rốt cuộc các giới hữu trách vẫn không có biện pháp đối phó thích đáng.

Nha Chiến tranh Tâm lý yêu cầu Bộ Giáo dục lập hồ sơ tên tựa và chi tiết của những thứ sách báo nào thuộc loại "tình cảm ủy mị ướt át hay ma quỷ nhảm nhí" rồi Nha chỉ dẫn cho Thư viện Quốc gia kiểm tra xem có ấn phẩm nào thuộc loại đó đang tàm gởi trong Thư viện hay không; đồng

---

484 Nhật Tiến, "Một tuần lễ ở Tòa soạn", *Thiếu Nhi* số 91, 27-5-1973 trang 12–13 [Lê Sơn Cương, Chánh Sự Vụ Sở Phối Hợp Nghệ Thuật thuộc Phủ Tổng Ủy Dân Vận, tức Sở Kiểm Duyệt sách báo, văn nghệ phẩm, trực tiếp cấp giấy phép xuất bản, thường được viết tắt là Giấy phép số … TUDV/PHNT/KSALP/GP ngày … (Phủ Tổng Ủy Dân Vận/Phối Hợp Nghệ Thuật/Kiểm Soát Ấn Loát Phẩm/Giấy Phép) in ở bìa sau mỗi cuốn sách ở VNCH từ sau Sắc Luật Báo Chí 007/72 trở đi. Trước Sắc Luật này thì giấy phép xuất bản viết tắt là Giấy phép số … BTT/NBC ngày … (Bộ Thông Tin/Nha Báo Chí)]

thời mở rộng lùng chúng ở bên ngoài nếu chưa trà trộn vào Thư viện rồi chuyển danh sách của chúng về Nha để xem xét ra lệnh cấm [485]. Yêu cầu này cũng được lặp lại vào năm 1967 để bảo đảm kiểm duyệt triệt để các loại phim ảnh sách báo ngõ hầu phát huy được lối sống lành mạnh vui tươi [486].

Nan đề xuất bản vẫn còn dai dẳng. Trong tạp chí Giáo Dục, ông Hiệu trưởng trường Sư Phạm Thực Hành ở Sài Gòn đã nhấn mạnh một lần nữa tôn chỉ của sách thiếu nhi là: sáng tác truyện giải trí, hấp dẫn và có giá trị giáo dục để xây dựng đời sống mới nâng cao đức dục đồng thời ngăn ngừa những truyện rác rưởi nhảm nhí cao bồi du đãng kiếm hiệp [487].

Khuếch trương loạt ấn phẩm cho thiếu nhi và tuổi hoa niên

Vào cuối thập niên 1950, ngoài dòng sách giáo khoa mới in để dùng nơi học đường còn ló dạng dòng văn học giải trí dành cho thiếu nhi và lứa tuổi hoa niên ngày càng phổ thông, gồm nhiều truyện phiêu lưu mạo hiểm và truyện tranh. Nhà sách và là nhà xuất bản Khai Trí ở Sài Gòn bắt đầu đưa thêm vào xuất bản loại sách tuổi thơ đó. Tủ Sách Tuổi Hoa thành lập tại Sài Gòn là nhà xuất bản đầu tiên chuyên về văn sách cho tuổi hoa niên, và đến cuối thập niên 1960, mấy nhà xuất bản khác nữa cùng loại cũng theo nhau ra đời như, Thiếu Quang, Hoa Tiên, và Văn Lâm.

Nhiều tờ báo và tạp chí người lớn bắt đầu tăng trang dành riêng cho độc giả trẻ. Ngôn Luận là nhật báo đi tiên phong việc này vào cuối thập niên 1950; Chính Luận [488] và Hòa Bình tiếp tục xu hướng đó trong thập niên 1960. Nhờ lượng trẻ đi học gia tăng cùng việc mở rộng xuất bản, lứa tuổi thiếu nhi bắt đầu đọc sách nhiều hơn. Võ Phiến cho rằng chiều hướng văn nghệ phổ cập rộng rãi thêm đến các tầng lớp độc giả mỗi lúc một thấp hơn, vào giai đoạn sau 1963 [489].

Các nhà văn sống ở miền Nam, có thể kể Nguyễn Hiến Lê, Nguyễn Vỹ, Nhật Tiến, Lê Tất Điều, Duyên Anh, Đinh Tiến Luyện, Từ Kế Tường, Minh Quân, và nhiều vị khác bắt đầu viết cho độc giả trẻ. Trong số đó có người bỏ chạy khỏi cộng sản miền Bắc hồi 1954 - 1955. Nhiều vị trở nên đắc lực trong sáng tác và sáng lập ra các báo, tạp chí cho tuổi trẻ, mọc lên như nấm ở miền Nam vào cuối thập niên 1960 và đầu thập niên 1970 trong thời Đệ nhị Cộng hòa, là thời có bầu khí chính trị tương đối ổn định.

Từ 1968 đến 1973 là giai đoạn Chính phủ Nam Việt Nam vững mạnh

---

485 Văn thư số 2096 GD/PC4, trang 2–3
486 Nguyễn Văn Lộc, "Bản nhận định của Hội đồng Dân quân về 'Vấn đề thanh thiếu-niên phạm pháp'", 25-1-1967, TBVHXH 1553, xem thêm trong PTTg/21736 (VNAII)
487 Them Van Dat, "Trẻ em xem xi-nê, đọc sách báo . . ."., *Tạp chí Giáo Dục* số 32 (tháng 10-1969): trang 84
488 Nu-Anh Tran, 'South Vietnamese identity", 169–209
489 Võ Phiến, *Văn học Miền Nam tổng quan*, 147

nhất. Thắng lợi của miền Nam bẻ gãy cuộc tổng tấn công Tết Mậu Thân 1968 của miền Bắc đã làm quân cộng sản tê liệt và làm có thêm nhiều người miền Nam tập hợp hậu thuẫn đàng sau chính quyền Sài Gòn. Chính sách Người Cày Có Ruộng hợp lòng dân được thi hành, hai cuộc bầu cử Thượng Nghị Viện và Hạ Nghị Viện tổ chức thành công, Tối cao Pháp viện bắt đầu thực thi quyền Hiến định để xét duyệt Bộ luật Hình sự Tố tụng cùng các Đạo luật do Hành pháp ban hành, quyền Tự do Báo chí nới rộng hơn, và ngày càng có nhiều tầng lớp quần chúng tham gia bàn thảo sôi nổi về quốc sự hơn bao giờ hết. Hơn nữa, lực lượng bộ binh Mỹ mau lẹ triệt thoái khỏi xứ sở và số lượng lưu lại của họ không còn bao nhiêu vào năm 1972, khi quân đội miền Nam đủ mạnh để đương đầu với cuộc tấn công toàn diện từ miền Bắc. Mặc dù thời đoạn tương đối sáng sủa đầy hy vọng này kết thúc sau Hiệp định Ba Lê tháng Giêng năm 1973, nhưng đó là thời điểm Việt Nam Cộng Hòa ổn định nhất mà không còn bóng dáng của một lượng lớn binh đội Mỹ trên lãnh thổ, và thế là trí thức phần tử dấy lên nỗ lực mạnh mẽ để khởi sự phác họa một viễn cảnh sáng lạn cho đất nước và bắt tay chuẩn bị những mầm trẻ cho chặng đường đó.

Vào ngày 15-1-1967, tại Chợ Lớn, một quận nhiều Hoa kiều ở Sài Gòn, Hội Bạn Trẻ em Việt Nam, Hiệp Hội Văn học Nghệ thuật, Hội đồng Bảo vệ Tinh thần Thanh thiếu nhi, và Tạp chí *Bách Khoa* với Tạp chí *Tin Văn* cùng tổ chức một cuộc hội thảo về "Chủ đề Phê bình Văn Nghệ", quy tụ được 250 nhân sĩ gồm ký giả, nhà văn, trí thức, sinh viên học sinh cùng nhiều người khác nặng lòng với văn nghệ [490]. Mặc dù đây là hội thảo chứng tỏ mối quan tâm đến văn chương và xuất bản của các đoàn thể tư nhân nhưng chính phủ vì quá bận rộn với chiến cuộc nên không còn thì giờ đến tham dự. Cuối năm 1967, Nha Văn hóa, cơ quan của Tổng Bộ Văn hóa Xã hội được sát nhập vào Bộ Giáo dục và mang danh xưng mới là Khối Văn hóa. Theo một nguồn tin, vì bị bó hẹp trong khuôn khổ một Khối trong Bộ Giáo dục, nên từ cuối năm 1967 đến cuối năm 1968, Khối Văn hóa không khai triển được bất kỳ hoạt động đáng chú ý nào; các phòng ban văn hóa thuộc Khối chỉ hoạt động cầm chừng và không phát huy được sáng kiến nào đáng kể [491].

Tình hình chỉ bắt đầu thay đổi khi Tổng Thống Việt Nam Cộng Hòa Nguyễn Văn Thiệu, vào ngày 19-1-1968 ký ban hành một Sắc lệnh chuyển Khối Văn hóa từ Bộ Giáo dục sang trực thuộc thẩm quyền của Phủ Quốc

---

490 "Lời tuyên bố về Vấn đề Phê bình Văn Nghệ", SaiGon, 15-1-1967
491 "Phúc Trình Thành-tích hoạt-động của Văn-phòng Quốc-Vụ-Khanh Đặc-trách Văn-hóa trong các năm 1968, 1969, 1970" (Tham-chiếu Công-văn số 1418-P.ThT/2/M ngày 18-9-1970 của Ông Bộ-Trưởng Phủ Thủ-Tướng), 1970, QVKDTVH/19" trang 1 (VNAII)

Vụ Khanh Đặc Trách Văn Hóa [Giáo sư] Mai Thọ Truyền [492]. Kể từ đó, nhiều dự án mới được khởi xướng như xây cất Thư viện Quốc gia, Văn Khố Quốc gia, Nhà Văn Hóa, lập Quốc Miếu và Trung Liệt Miếu hay còn gọi là Võ Miếu, trong đó có một số sáng kiến liên quan đến giới trẻ: Phòng đọc sách cho thiếu nhi ở Sài Gòn và mở một cuộc thi thố tài năng hội họa thiếu nhi để tuyển chọn tác phẩm của các em đi dự triển lãm ở ngoại quốc [493].

Giáo sư Mai Thọ Truyền [1905-1973] là người quốc gia thuần thành, một cư sĩ Phật giáo hàng đầu nổi tiếng và là người có công lớn sáng lập ngôi chùa Phật giáo lớn nhất ở Sài Gòn, chùa Xá Lợi, từng là trung tâm của chính trị Phật giáo ở thủ đô hồi đầu thập niên 1960. Cùng với nhiều trí thức khác, ông lo lắng mức độ ảnh hưởng của văn hóa phương Tây lên xã hội Việt Nam và nhất là tác động của nó với giới trẻ. Ông coi chiến tranh là thảm họa tàn phá xứ sở và muốn giúp giới trẻ chánh định, đừng đánh mất chính mình trong một thế giới xáo trộn và ẩn họa bất an. Ông nêu "có nhiều người vong bản, hổ thẹn nhận mình là dân Việt", họ là những kẻ "mù tịt đối với lịch sử nước nhà, công lao của Ông Cha; Thuần phong mỹ tục của dân tộc phải được gìn giữ vun bồi, nếu không chỉ là có gieo trồng mà không có gặt hái vậy". Vì vậy, Mai Thọ Truyền kêu gọi nhanh tay hành động: "ngồi than thở trước những đổ vỡ cũng không ích gì. Bổn phận của mỗi công dân chúng ta trong hoàn cảnh hiện nay là nỗ lực trùng tu, kiến thiết, tùy chức nghiệp và khả năng của mình". Ông mong muốn người lớn "xây dựng tinh thần cho các mầm non đang lên, để đào tạo một thế hệ thanh niên mới biết rõ nguồn gốc mình, hãnh diện làm người dân Việt, trung thành đến mức hy sinh với bổn phận con dân nước Việt", cũng theo ông đó phải là công việc ưu tiên vì "tối cần thiết"[494]. Mặc dù ban đầu, Phủ Quốc Vụ Khanh của ông không có ngân sách và không thể làm gì hơn ngoài việc kêu gọi, hô hào, nhưng chính bản thân Mai Thọ Truyền đã nỗ lực để vừa khơi dậy vừa hỗ trợ những ai sẵn lòng nhận trách vụ này. Những ai đó không phải "Cha Mẹ" các em cũng không phải người có vai trò như phụ huynh các em; họ là những chủ bút và nhà văn theo đuổi mục tiêu vận động giới trẻ cùng hưởng ứng những chủ đề mà họ xem là trọng đại với tương lai đất nước.

Ngày 25-6-1969, Mai Thọ Truyền chủ trì một hội nghị về dịch thuật nhấn mạnh rằng những công trình dịch thuật phải nhất thiết giúp định hướng cho thanh thiếu nhi để các em biết nương tựa vào các giá trị truyền thống và gom góp thêm tinh hoa văn hóa thế giới. "Có ý nghĩa và đáng kể

---

492 "Sắc-lệnh 541 v/v Cụ Quốc-Vụ-Khanh Mai Thọ Truyền đặc-trách về Văn-hóa", 541/TT/SL, 19-11-1968, QVKDTVH (PTTg)/64", (VNAII)
493 "Phúc Trình Thành-tích hoạt-động …". trang 2–4 (VNAII)
494 "thư Mai Thọ Truyền gởi Nguyễn Vỹ", tạp chí *Thằng Bờm số 2*, tuần lễ từ 14-2 đến 21-2-1970, trang 5

hơn cả của dịch thuật trong hoàn cảnh hiện nay ở nước ta là *trở về nguồn*". Mai Thọ Truyền và các bậc thức giả khác cũng bận tâm đến việc dịch các áng văn cổ viết bằng chữ Hán và chữ Nôm sang chữ Quốc ngữ vì sợ càng để lâu càng mai một dần và không còn được mấy ai có khả năng làm được việc đó nữa. Ngay sau ủy thác của Mai Thọ Truyền, một số báo, tạp chí mới ra dành riêng cho giới trẻ bắt đầu ló dạng. Các tạp chí này không chịu bất kỳ kiểm soát nào từ trung ương, chúng cũng không được chính phủ tài trợ, cũng không phản ảnh khía cạnh nào của chính sách quốc gia. Đúng hơn, chúng đại diện cho loạt các khuynh hướng chính trị và văn chương khác nhau. Người ta thấy các hoạt động và nội dung của các báo ấy chỉ cốt cung cấp cho độc giả trẻ cơ hội giải trí đồng thời giúp phát triển hơn nữa trí năng và óc nhận xét [495]. Các báo khác thì nhắm mục đích tạo cơ hội cho độc giả bày tỏ tâm tư tình cảm, khuyến khích phát triển năng khiếu văn chương, và tạo ra "mảnh vườn" như một vuông đất lành để giới trẻ tìm về nghỉ chân [496]. Có khi, còn có cả các hướng dẫn về thời trang nữa, là điều không tưởng nơi các sách báo định hướng chính trị ở miền Bắc; hoặc đưa những bài hướng dẫn cách chế biến các món ngon như: bánh nướng nóng hay đùi gà chiên bột; hoặc hướng dẫn nghệ thuật cắm hoa; hoặc giảng giải tường tận các phương pháp làm phô mai các loại, phần lớn có xuất xứ từ Pháp [497].

Ở miền Bắc, việc đăng các cách thức nấu ăn là vô cùng hiếm mà nếu có thì cũng rất ư tối giản. Làm gì có món ngon hay nhu yếu phẩm các loại để mà nấu nướng ở miền Bắc trong suốt thời gian dài (và lại thêm suốt một thời gian dài nữa sau khi chiến tranh chấm dứt). Ngay cả món ăn thuần túy Việt Nam là *phở*, thì mọi người phải cố lắm mới mua được trong những dịp đặc biệt nào đó. Ở miền Bắc không hề có chút cơ may nào, càng không nhắm tới chuyện cưng chìu độc giả trẻ, cho chuyện tả lại món ăn ngon hay phát triển óc thẩm mỹ là những thứ chẳng dính dáng gì đến việc tập trung tổng lực cho cuộc binh đao để đánh thắng và xây dựng nhà nước xã hội chủ nghĩa.

Ở miền Nam, không phải tất cả mọi độc giả đều có thể mua sắm được quần áo mới hay món ngon được trưng dẫn trong các tạp chí đó, nhưng chúng được chọn đăng thường kỳ là do bị chi phối bởi hai yếu tố chính. Thứ nhất – lý do tài chính. Tờ báo cần đăng loại đề tài nào được nhiều độc

---

495 "Kết quả thi đố vui '4 vị Thần thi tài,'" *Bé Thơ số 5*, ra ngày 8-1-1971, trang 7, 11
496 Nguyễn Thị Hà Thanh, "Lá thư Toà soạn", *Hoa Mi số 14-A*, 7-1-1971, trang 1; "Thư Bé Mai". *Bé Mai số 7*, 1971 trang 1
497 Tạp chí *Họa Mi* là một đơn cử, đưa nhiều mẫu thời trang y phục cho thanh nữ và hầu như số nào cũng có, đăng ở bìa sau tạp chí. Tạp chí *Thiếu Nhi* thì dành chuyên mục về nấu ăn và nữ công gia chánh, thường đăng ở trang 17. Về phó mát chẳng hạn, xem Chu Minh Thụy bài viết "Tìm Hiểu phrô-ma" ở trang 12 Tạp chí *Thằng Bờm số 22* bộ mới [Năm thứ Tư] ra ngày 1-3-1973

giả ưa chuộng để có thêm nhiều người mua báo. Cũng thường khi là loại tạp chí đó bán chạy hơn những loại khác. Thứ hai, ở miền Nam, sách báo tạp chí được độc giả đón xem và được các chủ báo gầy dựng ra như là một chốn ẩn náu khỏi tình hình bi đát và rối ren của chiến cuộc chứ không phải để nhằm huy động, hô hào chiến tranh.

Một cơn lốc sách báo tạp chí xuất hiện một thời gian rồi mất tiêu vào cuối thập niên 1960 và đầu thập niên 1970: các tạp chí như *Bé Mai, Bé Thơ, Họa Mi, Thằng Còm, Tuổi Xanh*, và một số khác nữa vừa đến rồi chợt đi. Những tạp chí thanh thiếu nhi mà ta có thể điểm mặt và có tuổi thọ dài nhất là *Hồn Trẻ, Tuổi Hoa, Tuổi Thơ, Tinh Hoa, Ngàn Thông, Thiếu Nhi* và *Thằng Bờm*. Tôi sẽ bàn đến vài tạp chí ấy ở cuối chương này. Tủ sách Tuổi Hoa cũng lập ra Nhà xuất bản Tuổi Hoa, còn ký giả - giáo sư Lê Bá Kông, người biên tập Tủ sách Tuổi Hoa, cũng xuất bản một số sách cho thanh thiếu nhi qua Nhà xuất bản Ziên Hồng của ông, thêm ông Nguyễn Hùng Trương, một trong những những nhà sáng lập tạp chí Thiếu Nhi do Nhà xuất bản Khai Trí của ông ấn hành và xuất bản. Nhiều nhật báo bắt đầu phân bổ cả trang hoặc một góc trang dành riêng cho nội dung thanh thiếu nhi. Các báo này có *Chính Luận, Ngôn Luận* và *Xây Dựng*. Hơn nữa, nhiều trường trung, tiểu học cũng phát hành các ấn phẩm riêng của trường thường có tên gọi là *Giai Phẩm* nhất là vào mỗi dịp Tết Nguyên đán. Những ấn phẩm này cũng biểu lộ cho ta thấy thoáng qua các em bận tâm những gì cùng tâm tư vui buồn của đời học sinh, mà tôi sẽ bàn đến trong các chương sau.

Trong khi người ta thường lấy sách báo tạp chí làm diễn đàn, cơ quan ngôn luận nhằm diễn bày quan điểm chính trị thì tôi lại không hề tìm thấy bất kỳ văn hóa phẩm thanh thiếu nhi nào tập trung vào việc tố cộng. Quá rõ là ở đây cũng như trong lĩnh vực giáo dục, người lớn chống cộng không muốn thổi hơi thù hận vào lòng trẻ con. Trong khi đó, những kẻ phản chiến vẫn tha hồ nói thẳng quan điểm của họ ra. Dưới đây tôi sẽ khảo sát đến một số văn hóa phẩm thiếu nhi mà có đường lối của người lớn phản ảnh trong đó.

Thành phần thứ ba: Chống chính quyền ngoài vỏ, Thân Cộng trong ruột

Tạp chí đầu tiên thuộc phạm vi giai đoạn 10 năm mà chúng ta đang khảo sát là tờ Hồn Trẻ. Đó là tạp chí mà tôi đã có dẫn ở trên liên quan đến bức hí hoạ "người ta giết trẻ em như thế nào?". Hồn Trẻ ra mắt tháng 12-1964 do Hội Bạn trẻ em Việt Nam xuất bản và tự nó xác định là "tiếng nói chân thực của văn giới và giáo giới" như một tờ tạp chí của mọi nhà chuyên về "phụ huynh và con cái" [498]. Ngay trang nhất của số ra mắt vào ngày 15-12-1964, chúng tôi thấy tên của hai người: Bùi Chánh Thời, được ghi là Chủ nhiệm và Thiên Giang, tên thật là Trần Kim Bảng, là Thư ký Tòa soạn. Bùi Chánh Thời là một luật sư và là giáo sư Luật khoa tại Viện Đại học Huế. Một trong những học sinh của Thời nhớ lại, ông ta thường xuyên họp hành với một nhóm chính trị có tên là Thành phần Thứ ba. Ông ta có bạn bè là người của "Mặt trận Giải phóng" và các thành viên của một nhóm có danh xưng "Chính phủ lâm thời" [*] do MTGP lập ra năm 1969 để ngụy trang, che dấu đi cái thực chất là con đẻ của Cộng sản Bắc Việt nhằm chống chính phủ Nguyễn Văn Thiệu. Mặc dù có mối tương liên thân cộng như thế nhưng ông ta vẫn bị phủi bỏ hết mọi công lao và bị thất nghiệp sau khi chiến tranh kết thúc, cuối cùng phải di tản sang Úc Đại Lợi [499].

Thư ký Tòa soạn Trần Kim Bảng thậm chí còn được móc nối chặt hơn với phe cộng sản. Ông tham gia phong trào sinh viên ở Huế vào những năm 1920, năm 1930 gia nhập Đảng Cộng sản Đông Dương, sau đó bị Pháp bắt rồi được thả ra, rồi sang Pháp học về in ấn. Ông không chỉ là đồng sáng lập tờ Hồn Trẻ mà còn là tác giả viết bài đóng góp rất tích cực dưới các bút danh Dã Hoa, Trần Thiện Phong, và Thiên Giang. Người bạn đời của ông, Vân Trang, tên thật là Nguyễn Thị Trang, cũng viết bài cho tạp chí [500]. Dù nhờ các cá nhân khác chung tay vào đã tạo nên dấu ấn cho tờ tạp chí nhưng rốt cuộc phần lớn nó vẫn do cặp vợ chồng này lèo lái. Hơn nữa, bắt đầu từ số thứ nhì, cái tên Bùi Chánh Thời bỗng mất đâu mất, thay vào đó là Trần Kim Bảng được ghi là người chịu trách nhiệm nội dung và "Bà Ho Thi Tieu Sinh", một cái tên ảo dùng như bút danh, phụ trách tài vụ. Có nhiều khả năng cái tên người nói sau là Vân Trang, nhất là trước đây bà là người trông coi hiệu sách Tân Sinh có tiếng ở Sài Gòn, nơi hai vợ chồng này gặp nhau vào thập niên 1940 [**].

Trần Kim Bảng có một vai quan trọng trong Ban Trí Vận tham gia đấu tranh bảo vệ văn hóa dân tộc. Ban này khởi đầu xuất hiện vào năm 1947 để chống lại hệ tư tưởng thực dân Pháp. Đến năm 1956, nó được chính

---

498 "Gọi Đàn", 6; "Người ta giết trẻ em như thế nào" 4-5, 9
499 Trần Đình Sơn Cước, "Kỹ thuật Diễn đàn Pháp lý", bài viết, (Cleveland-San Jose 7/2015)".
[*] Chính phủ lâm thời Cộng hòa miền Nam Việt Nam, viết gọn lại, vì đây là 1 "chính phủ ma" do Hanoi vẽ ra]
500 Tiểu sử của ông ghi rằng, năm 1936 Trần Kim Bảng kết hôn với một người phụ nữ tên là Nguyễn Thị Thái. Tôi không biết cuộc đời bà ấy ra sao vì Tiểu sử lại đề cập đến Vân Trang với tư cách là vợ chồng với Trần Kim Bảng, ngoài đời cũng như trên trang văn.
[**] Bà Vân Trang là em út trong 4 chị em một nhà: Chị cả là vợ của học giả Hồ Hữu Tường (1910-1980) / Chị thứ hai: Bà Vân Sinh, là vợ ông chủ nhà sách Vân Sinh trên đường Đinh Tiên Hoàng, Đa Kao, Saigon / Chị thứ ba: Nữ sĩ Mộng Thu, vợ của giáo sư-nhạc sĩ Trần Văn Khê (1921-2015) / Em út: Vân Trang, vợ của Trần Kim Bảng].

thức thành lập với danh xưng Văn phòng Trí Vận quy tụ nhiều thành phần trí thức thiên cộng, và sau khi MTGP thành lập năm 1960, Văn phòng Trí Vận này trở thành bộ phận tối cần của nó [501]. Năm 1968, Trần Kim Bảng [từ Saigon] trốn vào mật khu cộng sản [cách Sài Gòn 80 km về hướng Bắc, một khu thuộc địa phận 2 tỉnh Tây Ninh-Bình Long giáp giới với Cambodge, thường được gọi bằng mật danh "R" hoặc "bưng"] và gia nhập một tổ chức [hữu danh vô thực] có danh xưng "Liên Minh Các Lực Lượng Dân Tộc, Dân Chủ và Hòa Bình" vốn lập ra hồi tháng 4 năm 1968, ngay sau cuộc tấn công Tết Mậu Thân, để sắp xếp lại các nhóm chống chính phủ VNCH vào làm một với MTGP.

Năm 1971, vì mắc bệnh, Trần Kim Bảng đi chữa bệnh ở Đức [được cộng sản Hanoi đưa đi Đông Đức chữa bệnh]. Sau đó, ông trở về Hà Nội và quay lại Sài Gòn ngày 2-5-1975 sau khi VNCH thất thủ. Tại đây, ông cùng với vợ Vân Trang cả hai được đưa vào làm ủy viên của Ủy ban Mặt trận Tổ quốc, một tổ chức ngoại vi của chính quyền cộng sản, gộp chung vào với Mặt trận này ở miền Bắc có cả "Mặt trận Giải phóng" cũ, và "Liên Minh Các Lực Lượng Dân Tộc, Dân Chủ và Hòa Bình" cũ [502].

Tờ *Hồn Trẻ* công khai bày tỏ tính đối lập cực lực chống chính phủ. Số báo nào cũng đăng một bài phê bình na ná như những mô tả trong bức hí hoạ "người ta giết trẻ em như thế nào?" Nó cũng lên lớp dạy đời yêu nước thì phải làm thế nào. Trong một bài ký bằng bút hiệu khác, Trần Kim Bảng lên tiếng rằng trong tình hình hiện nay chẳng có gì khó để thấy rằng lòng yêu nước đòi hỏi một người phải chống lại quân xâm lược và chính quyền áp bức để đòi tự do, hòa bình và có đủ cơm ăn áo mặc. Trần Kim Bảng cho rằng thiếu nhi miền Nam đang bị bỏ mặc, bị mất gốc và nếu có lòng yêu nước thực sự thì phải thực thi một nền giáo dục thực sự: đó là dạy cho trẻ biết chúng có một tổ quốc để yêu, một quốc gia để bảo vệ và chúng phải biết tương trợ nhau và học cách phục vụ tổ quốc đó và quốc gia đó [503].

Ta không thể đọc được trọn bài viết đó vì nó có một đoạn đã bị kiểm duyệt đục bỏ. Những gì lưỡi kéo kiểm duyệt nhận thấy không thể chấp nhận ta vẫn chưa biết được đó là gì. Còn một câu trước nữa nói rõ rằng, sau chính biến 1-11-1963, với việc mờ ám sát hại Ngô Đình Diệm, thì nay nhiều người đã phải đánh giá, suy xét lại những gì mình đã làm, cảm thấy một bầu không khí ngột ngạt khó thở xung quanh và nhất thiết phải thoát khỏi bầu khí đó. Dù không có cách gì khôi phục lại đoạn văn gốc còn thiếu nhưng ta có thể suy đoán rằng bằng cách nói thế này hay thế khác, nó đã gióng tiếng kêu gọi ủng hộ miền Bắc và phe cộng sản, bởi vì các đoạn khác không bị kiểm duyệt cắt bỏ là: kêu gọi chống lại quân xâm lược, rõ ràng ở

---

501 "Thành lập Hội Liên hiệp Giáo-chức Việt Nam bảo vệ Văn hoá dân tộc" 13. *Hồn Trẻ*, trang 62, số ra ngày 4-9-1966
502 Do Thi Thanh Nhan, "Thien Giang Tran Kim".
503 Trần Thiện Phong (Trần Kim Bảng), "Giáo dục là yêu nước", 2, 5

đây là người Mỹ chớ chẳng còn ai khác; gán cho chính phủ là chuyên chế áp bức; mô tả bầu khí xã hội là nặng nề khó thở. Trong lĩnh vực sách báo tạp chí dành cho thanh thiếu nhi, có lẽ *Hồn Trẻ* là một dẫn chứng điển hình cho lập trường sặc mùi chính trị đối lập nhất, nhất là nó là mẫu vật điển hình cho những gì Trần Kim Bảng đã viết cũng như cho cả sự nghiệp của ông ta. Thế mà tạp chí này vẫn sống được, chứng tỏ rằng, mặc dù có bàn tay kiểm duyệt, công dân Nam Việt Nam vẫn được hưởng một nền tự do tri thức đáng kinh ngạc khi đem so sánh với miền Bắc cộng sản. Tạp chí *Hồn Trẻ* còn tồn tại ít nhất được một năm rưỡi.

Trong số những tạp chí ra đời sau ủy thác của Mai Thọ Truyền có *Thằng Bờm* của Nguyễn Vỹ, ông vừa là một tác giả có sức sáng tác sung mãn vừa là chủ bút của các báo, tạp chí khác. Ông sinh trưởng ở tỉnh Quảng Ngãi, Trung Phần Việt Nam. Cuối thập niên 1940 đầu thập niên 1950 nơi đây là cái nôi của hoạt động Việt Minh chống Pháp, và có một lúc hồi thập niên 1960 là thành lũy của cộng sản. Ông lớn lên trong một gia đình đúng là ái quốc truyền đời: cả Cha và Chú của ông đều can trường chống Pháp. Sau khi theo học trung học Việt-Pháp tại Quy Nhơn được 3 năm từ năm 1924 đến 1927, Nguyễn Vỹ bỏ học để tham gia hoạt động chống thực dân. Sau đó, ông dời ra Hà Nội vừa nghiên cứu vừa dạy học. Ông vừa tham gia hoạt động báo chí vừa hoạt động cách mạng. Theo một trí thức miền Nam khác thuật lại thì hầu như tất cả các văn thi sĩ thời tiền chiến đều là bạn ông; trong số đó có cả Phạm Văn Đồng và Võ Nguyên Giáp [504]. Ông ra mắt tập thơ đầu tiên vào năm 1934 có tựa *Tập Thơ Đầu* - giản dị như để đánh một dấu mốc, với các thi phẩm bằng Việt văn và Pháp văn. Năm 1937, Nguyễn Vỹ thành lập một tờ báo có tên *Le Cygne*, bằng cả hai ấn bản Việt và Pháp văn. Trong đó, ông có đăng các bài viết chỉ trích ách cai trị của Pháp và vì thế, tờ báo bị cấm còn ông bị cầm tù 6 tháng.

Năm 1940, người Nhật bỏ tù ông vì ông chống họ chiếm đóng Việt Nam. Ông chỉ được thả ra năm 1945 khi chiến tranh kết thúc, sau đó ông vào sống hẳn ở miền Nam và vẫn một lập trường chống Pháp, sáng lập các tờ báo mới: đầu tiên là tờ báo Tổ Quốc ở Sài Gòn, và kế đó là tờ Dân Chủ ở Đà Lạt. Không tồn tại được bao lâu thì cả hai đều bị đình bản vì lập trường chỉ trích chính phủ do người Pháp lập ra ở Sài Gòn. Dẫu thời thế và quyền hành có chuyển biến đổi thay nhưng Nguyễn Vỹ vẫn là một kẻ bất mãn, không ngừng chỉ trích chính quyền. Tờ báo tiếp theo của ông, Dân Ta ra mắt năm 1953, nhưng lại bị Ngô Đình Diệm đóng cửa. Sau năm 1956, dù ông có được chính phủ [Ngô Đình Diệm] mời cộng tác nhưng ông hợp tác

---

504 Viet Nhan, "Thân thế và gia cảnh của nhà văn Nguyễn Vỹ", *Thằng Bờm* 86, 26-1-1972 trang 4. Phạm Văn Đồng và Võ Nguyên Giáp ngoi lên cao trong hàng ngũ đảng cộng sản rồi vào được ủy viên bộ Chính trị, người làm Thủ tướng, kẻ làm Bộ trưởng quốc phòng

không được bao lâu. Tháng 2-1964, ông xốc sửa cho mới lại tờ Dân Ta, nhưng rồi nó lại bị đình bản tiếp lần nữa vào tháng 6 năm đó. Sau đó, nó được phép tục bản rồi lại bị đình bản mãi đến khi ông qua đời vào tháng 12-1971, tính cả thảy được 105 số [505].

Được Mai Thọ Truyền khích lệ tinh thần, Nguyễn Vỹ thành lập tạp chí thiếu nhi Thằng Bờm vào năm 1970. Mai Thọ Truyền đòi được cấp phép xuất bản Thằng Bờm dưới sự bảo lãnh kín của ông Tổng trưởng Thông tin. Ông cam đoan với Tổng trưởng rằng Thằng Bờm là một tờ báo thuần giáo dục và sẽ chịu chăm nom và kiểm soát liên tục của Phủ Văn Hóa và của chính ông. Mai Thọ Truyền nói lý do mà Phủ Văn Hóa và cá nhân ông ủng hộ chương trình này của Nguyễn Vỹ là vì cả hai người đều muốn đem lại món ăn tinh thần lành mạnh cho thiếu nhi giữa lúc các em thiếu sách báo đọc "tới độ cứ đọc bừa bất cứ báo gì [sẵn có] toàn là có hại cho đầu óc của trẻ" [506]. Thằng Bờm phải được phát hành đến tất cả các trường tiểu học và trung học [507]. Không lâu sau thỉnh cầu vừa nói, Mai Thọ Truyền lại viết thư thúc dục ông Tổng trưởng Thông tin mau chóng cấp giấy phép để báo có thể phát hành đến các trường học ngay sau Tết [508]. Lượt ấn bản đầu tiên là 30.000 bản. Nguyễn Vỹ rất tin tưởng nhờ có hậu thuẫn của Mai Thọ Truyền khi lập tờ báo này [509]. Nhưng Thằng Bờm là một thất bại tài chính đến mức không đủ trả lương nhân viên. Tuy nhiên, hai người vợ của Nguyễn Vỹ, sống ở Đà Lạt, không ngừng quản ngại hậu thuẫn cho chồng. Vợ lớn làm Hiệu trưởng của một trường học, vợ bé là Giám đốc của một bệnh viện phụ sản. Họ hầu như không gặp chồng khi ông không chịu về sống ở Đà Lạt như họ mong mỏi, còn họ rất hiếm dịp về Sài Gòn thăm ông. Nhưng hễ khi nào cần thì chính họ cho ông vay tiền, những khoản vay không bao giờ hoàn lại [510]. Ngoài các hoạt động viết lách và xuất bản, Nguyễn Vỹ còn là Hội trưởng Hội Phật học Đà Lạt từ 1948 đến 1950, là Chủ tịch Hội đồng Tỉnh Đà Lạt từ năm 1952 đến 1954, và là thành viên Hội đồng Nhân sĩ [*]. Ông cũng có chân trong Ủy ban Tổ chức Giải thưởng Tổng thống Văn học Nghệ thuật Toàn quốc vào những năm 1967, 1969 và 1970. Ông bị thiệt mạng trong một tai nạn xe cộ vào ngày 14-12-1971. Nhiều tờ báo và giới chức trách Nam Việt Nam đều hết lời thương tiếc và ngưỡng mộ ông. Trịnh Quang Bình, Thứ trưởng Bộ Thông tin, cùng Xử lý

---

505 "Tiểu sử thi sĩ Nguyễn Vỹ", Thằng Bờm số 86 ra ngày 19-1-1972, 19–20
506 Mai Thọ Truyền, "Văn thơ kính gởi Ông Tổng-trưởng Thông-Tin", số 285, 31-12-1969, QVKDTVH (PTTg)/4331 (VNAII) trang 1
507 Sđd.
508 Sđd.
509 Nguyễn Vỹ, "Văn thơ kính gởi Ông Mai Thọ Truyền", 26-1-1970, QVKDTVH (PTTg)/433 trang 1 (VNAII)
510 Viet Nhan, "Thân thế và gia cảnh của nhà văn Nguyễn Vỹ", Thằng Bờm 86, 26-1-1972, trang 4–7; xem thêm trong Tin Điện, 1971, số 448–9, 451–2.

Thường vụ Chánh Sự Vụ Nha Thông Tin & Báo Chí tháp tùng đã đến chùa Xá Lợi, nơi quản linh cửu ông, để thành kính phân ưu và gắn huy chương với vòng hoa phúng viếng⁵¹¹. Đây là dòng chữ của một đồng nghiệp để kính viếng ông: 'Nguyễn Vỹ chưa phải là thi sĩ tài danh thực, cũng chưa phải là ký giả tài tình thực hay chính trị gia tài ba thực. Nhưng mặt khác, để cùng lúc vừa là ký giả, vừa làm thơ, vừa tham gia hoạt động chính trị - thì đó đúng là con người tài tuấn thực"⁵¹².

[* Hội đồng Nhân sĩ thành lập ngày 6-11-1963 -bởi một Sắc Lệnh của Hội đồng Quân nhân Cách mạng- và khai mạc phiên họp đầu tiên ngày 2-1-1964 tại Hội trường Diên Hồng. Tuy nhiên, chỉ 3 tháng sau đó, sau cú "chỉnh lý" của tướng Nguyễn Khánh, chính Nguyễn Khánh ra quyết định giải tán Hội đồng Nhân sĩ vào ngày 4 tháng 4 năm 1964]

Cả đời ông chỉ cốt chăm lo cho một mục đích, như được vắn tắt trong Cáo phó của ông, "vì chủ quyền quốc gia, thống nhất Bắc Nam một nhà, chấm dứt chiến tranh, và lập lại tình huynh đệ thủ túc 'như xưa'"⁵¹³. Lộ trình của ông là thiết lập và gìn giữ cho lâu bền công bằng xã hội⁵¹⁴. Ông công khai kêu gọi trả tự do cho tù chính trị và khôi phục chủ quyền quốc gia mà ông tin là đang bị Hoa Kỳ khuynh loát. Quan trọng hơn hết, ông muốn bảo tồn "Việt tính", mà theo ông thấy đang bị đe dọa bao lâu người Mỹ còn lưu lại Việt Nam; Vì lẽ đó, ông là người đeo đuổi chủ trương đòi người Mỹ rút đi.

Dựng một chốn trú ngụ an toàn giữa hai lần đạn

Trùng với *Thằng Bờm* được vài tháng và tuổi thọ dài hơn *Thằng Bờm*, là tờ tuần báo mới ra vào tháng 8-1971 có tên là *Thiếu Nhi*, kéo dài đến tháng 4-1975 mới chấm dứt. Ý tưởng thành lập tuần báo này là của ông Nguyễn Hùng Trương, người bỏ vốn và cũng là chủ nhân Nhà xuất bản Khai Trí. Là một NXB lớn nhất miền Nam lúc bấy giờ, Khai Trí đã xuất bản hàng ngàn tựa sách, gồm sách giáo khoa, biên khảo, từ điển và tác phẩm văn chương của một loạt nhiều tác giả trải rộng nhiều lĩnh vực. Do quy mô và danh tiếng của NXB, Nguyễn Hùng Trương còn được gọi là Ông Khai Trí.

Nguyễn Hùng Trương, một người miền Nam, cựu học sinh Petrus Ký Sài Gòn, một trường trung học công lập của Pháp do chính quyền thực dân Pháp thành lập năm 1928. Cứ cuối tuần, ông đạp xe đạp về nhà rồi trở lại với số tiền chỉ đủ chi dụng trong một tuần. Nhưng ngay thời thơ ấu, ông đã ham đọc sách và đã dành phần lớn tiền túi cho sách. Hầu hết những sách ông có là sách đặt mua từ ngoại quốc, và đến năm 1940, ông đã sưu

---

511 "Nhà văn Nguyễn Vỹ được truy tặng Bội Tinh Tâm Lý Chiến đệ Nhất đẳng" *Thằng Bờm 86* trang 18, xem thêm báo *Tiếng Vang* ra ngày 19-12-1971
512 "Nguyễn Vỹ", *Thằng Bờm số 1* ra ngày 19-1-1972 trang 12
513 "Anh Nguyễn Vỹ đã mất", *Thằng Bờm 86* trang 10
514 Sđd.

tập được lượng sách đủ cho một thư viện khá lớn với nhiều tựa sách quý-hiếm. Năm 1952, ông mở một hiệu sách nhỏ kiêm phòng đọc sách có tên là Khai Trí. Đó là nhà sách đầu tiên ở Việt Nam nơi khách hàng có thể đến đọc sách mà không bắt buộc phải mua. Sự lạ này gây một thành công vang dội và ông mở rộng bề thế của nhà sách thành một nhà xuất bản. Năm 1976 chính quyền [cộng sản] tịch thu Khai Trí và ông bị bắt bỏ tù.

Nguyễn Hùng Trương cũng hào phóng nâng đỡ giới trí thức và văn nghệ sĩ những khi họ cần. Ông còn vô cùng yêu quý các bạn trẻ. Ông gợi ý với một nhà văn nổi tiếng là Nhật Tiến, là người bày tỏ ý kiến về kiểm duyệt mà tôi đã dẫn ở trước, thành lập một tạp chí dành cho thanh thiếu nhi có tên là *Thiếu Nhi*. Nguyễn Hùng Trương đảm đương chu cấp mọi nguồn cần thiết, còn Nhật Tiến lo phần nội dung cho tạp chí. Nghe vậy, Nhật Tiến vô cùng mừng rỡ và nhận lời ngay lập tức. Nhật Tiến sinh trưởng ở miền Bắc năm 1936 và di cư vào Nam năm 1954. Ông không phải là người Công giáo miền Bắc di cư mà đúng hơn là một thanh niên có chí phiêu lưu muốn mở rộng tầm mắt. Ông nghĩ rằng sau hai năm sẽ có tổng tuyển cử như đã định theo Hiệp định đình chiến Genève và đất nước sẽ thống nhất rồi ông sẽ hồi cố hương. Thế nhưng cuộc tổng tuyển cử đó không bao giờ diễn ra. Đồng thời, một sự thực hiển nhiên là người cộng sản đang củng cố quyền lực của họ và dẹp bỏ hết mọi mầm mống bất đồng chính kiến ở miền Bắc. Vừa không đồng tình với rắp tâm của cộng sản vừa muốn khỏi bị mang họa bầu khí đàn áp trí thức ở miền Bắc, Nhật Tiến ở lại miền Nam. Mặc dù chưa bao giờ chính thức trải qua giáo dục đại học nhưng ông đã trở thành một nhà văn đoạt giải nhất văn học toàn quốc với một trong những tiểu thuyết của ông vào năm 1962. Neil Jamieson tả Nhật Tiến như là một tiêu biểu của "những nhà văn Sài Gòn cao quý và khả kính nhất".[515] Hơn nữa, vì mưu sinh, Nhật Tiến còn đi dạy môn Vật lý và Hóa học tại một số trường trung học ở Sài Gòn. Là một nhà giáo, ông thấu hiểu những khó khăn thường nhật của giới trẻ. Ông quen biết nhiều nhà văn và nhà mô phạm khác, và họ đã cùng quy tụ lại thành một tập hợp cộng tác viên hỗ trợ cho tờ *Thiếu Nhi*.

Nhật Tiến rối bời vì một mâu thuẫn ngoại tại. Nếu phản đối miền Nam dồn sức đương cự chiến tranh thì chẳng khác nào cam chịu để đất nước rơi vào tay cộng sản, nhưng nếu tiếp tục ủng hộ chiến tranh thì cũng có nghĩa là ta phải tìm phương tự điều hòa với chính mình ra sao khi chứng kiến lửa chiến chinh sẽ thiêu rụi đường sống đồng bào hai miền. Tình thế tiến thoái lưỡng nan này đã gây nỗi bất lực in sâu trong tâm khảm của giới trí thức miền Nam trong những năm cuối của cuộc chiến.[516] Cho dù Nhật Tiến và hội cộng tác viên của ông còn băn khoăn với những cảm xúc khó

---

515 Jamieson, *Understanding Vietnam*, 243
516 Thư riêng qua lại, Nhật Tiến.

xử trước chiến cuộc thì có một điều họ quả quyết - muốn hỗ trợ thanh thiếu nhi miền Nam trong thời buổi cam go này. Họ lập ra tờ tạp chí "để giáo dục và khuây khỏa" [517]. Trong khi *Thằng Bờm* đặt nặng văn hóa và truyền thống Việt Nam, thì *Thiếu Nhi* dành nhiều không gian hơn cho các tinh hoa lịch sử và văn hóa thế giới, cho những giảng giải các hiện tượng thiên nhiên và giảng dạy các nghề thủ công; Nó nhắm mục đích hun đúc cho người Việt trẻ một nhân sinh quan rộng hơn ngõ hầu bắt nhịp được với thế giới bên ngoài.

Giống như *Thằng Bờm*, *Thiếu Nhi* cũng đặt nặng nội dung vào văn hóa và sử ký nước nhà. *Thiếu Nhi* riêng chú trọng phát huy tâm thế mạnh dạn góp phần vào những nỗ lực tiến bộ chung toàn cầu của nhân loại. Tờ báo có các chuyên mục về các tiến bộ khoa học, tả những chốn xa lạ nổi tiếng như Tháp Eiffel và Kim tự tháp Ai Cập, có mục dịch thuật các tác phẩm văn chương phương Tây và hành trạng của những kỳ sĩ phương Tây lừng danh vì gương nhẫn nại vượt khó.

Do tình hình tài chính vật giá khó khăn, bắt đầu từ năm 1973, tạp chí phải tăng giá bán từ 40 đồng vào 1971 lên 80 đồng vào năm 1975. *Thiếu Nhi* cũng phải giảm bớt số trang báo và tờ báo còn mỏng hơn. Lượng ấn bản cũng giảm từ 5.000 lúc ban đầu xuống còn có 3.000. Chỉ có số ít chừng hơn 2.000 độc giả đặt mua thường xuyên tạp chí [518]. Các khó khăn kinh tế và áp lực của thị trường văn hóa phẩm đã gây nhiều thách thức lớn cho các chuyên san, tạp chí định kỳ trong những năm cuối của Việt Nam Cộng Hòa.

Bảo tồn các Tín niệm Công giáo

Các hội đoàn tôn giáo cũng chăm lo việc bồi đắp vững nền móng tín niệm cho thế hệ trẻ. Một đơn cử rất quan trọng và cũng là một trong những tạp chí nổi tiếng nhất, là *Tuổi Hoa*. Tạp chí *Tuổi Hoa*, chuyên dành cho những bạn trẻ trong độ tuổi từ 7 đến 18, phát huy các tín lý Công giáo và nền móng đạo đức của con người. Lượng ấn bản phát hành của *Tuổi Hoa* khá cao so với nhiều ấn phẩm khác vào thời đó: tăng trong khoảng từ 20.000 - 25.000 bản trong những năm 1964-1965 lên đến 40.000 bản do được Giáo hội Công giáo tài trợ và giúp phát hành tạp chí. Có lẽ *Tuổi Hoa* là tờ tạp chí thanh thiếu nhi sống còn lâu nhất ở Nam Việt Nam kéo dài từ năm 1964 đến mùa Xuân năm 1975.

Người sáng lập *Tuổi Hoa* là Cha Etienne *Chân Tín*, một linh mục thuộc Dòng Chúa Cứu Thế, đảm trách điều hành chung, và nhà văn Nguyễn Trường Sơn, phụ trách biên tập. Cha *Chân Tín* sinh trưởng ở Huế, rồi

---

517 'Thư chưa niêm gửi các em thiếu nhi", *Thiếu Nhi số 1*, ra ngày 15-8-1971, trang 1
518 Thư riêng qua lại, Nhật Tiến

chuyển ra Hà Nội và sau đó vào Sài Gòn năm 1954, tại đây ông trở thành một nhà hoạt động chính trị và giáo dục. Ông cũng sáng lập một số tạp chí và chuyên san, trong đó *Tuổi Hoa* là một, và lập thêm một nhà xuất bản mang cùng tên *Tuổi Hoa*, chuyên ấn loát các sách truyện cho ba nhóm tuổi khác nhau. Tạp chí *Tuổi Hoa* hướng thiếu nhi phát triển các phẩm chất đạo đức trong khuôn khổ giới luật Công giáo, ngoài ra còn dìu dắt các em đến các tư duy bình hòa. Điều đó phản ảnh rõ qua lập trường mạnh mẽ chống chiến tranh của Cha *Chân Tín* kể cả phản đối sự hiện diện của Mỹ ở miền Nam Việt Nam. Cha *Chân Tín* là một trong những người lớn tiếng chỉ trích Tổng Thống Nguyễn Văn Thiệu, nhất là trong đấu tranh đòi trả tự do cho tù chính trị.[519] Ở *Tuổi Hoa*, quan điểm chính trị của ông hẳn nhiên là không lấn át như đã biểu tỏ trong một tạp chí khác có tên là *Đối Diện* do ông sáng lập năm 1969 dành cho người lớn. Ông và nhóm đồng sự hết sức tránh bàn chuyện chính trị với trẻ con mà thay vào đó là chuyên chú tài bồi đạo đức cho các em.

Người chăm lo bài vở trên tạp chí là Nguyễn Trường Sơn, bút danh của Simon Nguyễn Bích Vân, một người Công giáo miền Bắc, theo học tại Trường Quốc Gia Cao Đẳng Mỹ Thuật Hà Nội vào thập niên 1930. Cho đến năm 1954, ông bỏ chạy khỏi miền Bắc vào Nam và được nhiều người biết tiếng như một họa sĩ, nhà báo và là nhà văn viết nhiều và khỏe, ông dồn hết tâm lực sáng tác và xuất bản sách truyện cho thanh thiếu nhi. Không chỉ là Chủ bút của tạp chí *Tuổi Hoa*, ông còn là người đồng sáng lập nhà xuất bản mang cùng tên *Tuổi Hoa* chuyên dành cho văn học thiếu nhi mà vào 1967 đã ra được tựa sách đầu tiên. Nguyễn Trường Sơn với chiếc xe đạp cọc cạch đã từng đích thân đi giao báo cho nhiều nhà sách khác nhau. Sau chiến tranh, Nguyễn Trường Sơn di tản sang Pháp.

Ngoài hoạt động riêng, ông còn là minh Sư của nhiều người về sau là nhà văn và họa sĩ trong đó có Quyên Di, tên thật là Bùi Văn Chúc, hiện đang giảng dạy khoa Ngôn ngữ và Văn hóa Việt Nam tại Đại học California ở Los Angeles. Quyên Di sinh ra ở Hà Nội và giống như thầy mình, ông đã cùng gia đình bỏ chạy vào Sài Gòn năm 1954. Ông những mong thành một linh mục Công giáo. Nhưng khi mới 15 tuổi thì thân phụ ông qua đời, và thay vì vào chủng viện như ước vọng ban đầu, ông đành ở nhà để đỡ đần Mẹ.

Ông rất ham đọc và viết. Khi mới 11 tuổi, ông đã sáng tác một truyện đầu đời và gửi đăng báo. Hầu hết các báo người lớn đều có dành trang đặc biệt thiếu nhi hoặc "góc" thiếu nhi và có khi họ đăng bài của người lớn viết cho trẻ cũng có khi đăng bài của chính trẻ viết ở góc đó. Vậy mà khi Thầy, Mẹ, bạn bè chưa ai biết cả thì cậu bé Chúc cứ gửi truyện đầu tay của mình

---

519 "The Leaderboard: Father Etienne Chan Tin", *cogitASIA*, December 11, 2012.

đi và đã được đăng. Lúc đó, ông đâu biết rồi đời mình sẽ gắn chặt với sách vở, văn hóa phẩm. Năm 1964, vừa 16 tuổi, ông được thầy Nguyễn Trường Sơn dọ hỏi có muốn tham gia ban biên tập không. Câu hỏi đầu tiên ông được hỏi là: "có làm thơ không?". Ông đáp: "thưa không". "nhưng có thích đọc thơ không?". "Thưa có" Thế là từ đó, con đường làm báo của ông bắt đầu, và ông khoác lấy một bút danh là Quyên Di. Lúc đầu, phận sự của ông là tuyển chọn thơ để đăng. Có tới hàng trăm bài thơ được gửi đến tạp chí do nhiều bạn đọc trẻ, phần nhiều là trên 17 tuổi, nhất là từ Huế và Đà Lạt. Đến năm 1966, khi 18 tuổi, ông được giao phụ trách chuyên mục có tên là Dzic-Dzac chuyên đăng các câu đố. Ngoài ra, ông còn viết truyện và bài cho báo, làm giáo viên dạy học và theo học đại học. Sau đó, ông rời *Tuổi Hoa* để lập ra một tạp chí mới [520].

Quyên Di trở thành chủ bút của một tạp chí văn học mới có tên là Ngàn Thông, số đầu tiên ra ngày 5-5-1971. Khác với Tuổi Hoa, Ngàn Thông nhắm đến độc giả lớn tuổi hơn, từ 16 tuổi trở lên, và không được một cộng đồng hội đoàn có quy củ nào hỗ trợ. Vì thế lượng ấn bản nhỏ hơn nhiều (khoảng 11.000 bản) và đến cuối tháng 12-1972 cũng chỉ ra được 40 số. Ngàn Thông còn có một "đối thủ" cạnh tranh lúc mới thành lập, là một tờ tạp chí [tuần báo] có tên Tuổi Ngọc do Duyên Anh bảo trợ. Năm thành lập tuần báo Tuổi Ngọc là 1969, Duyên Anh, cũng là một người Bắc, đã là một nhà văn nổi tiếng vừa 34 tuổi, đã có nhiều tác phẩm viết về tuổi trẻ. Chính Tuổi Ngọc tự xác định là tuần báo của yêu thương dành cho người vừa lớn, nhưng để thông dụng hơn trong Anh ngữ có lẽ nên được dịch là "young adults". Tuổi Ngọc cũng nhắm hướng đến bạn đọc trên 17 tuổi, nhưng nhiều bạn nhỏ hơn vẫn thấy thích. Một số người tôi gặp phỏng vấn có nói họ bắt đầu đọc Tuổi Ngọc khi mới 12 tuổi. Thật vậy, có lẽ nhờ Tuổi Ngọc bao trùm một loạt các đề tài khác nhau, không chỉ nói đến chủ đề đạo đức mà còn tập trung vào nhiều chuyện khác thiết cận với bao nỗi vui buồn cụ thể của tuổi mới lớn. Tuần báo Tuổi Ngọc rất được nhiều độc giả đón nhận và ưa chuộng. Nhiều văn, thi sĩ và nhạc sĩ tiếng tăm nhất bấy giờ đều có đăng bài, tác phẩm trên báo. Tuổi Ngọc hiện diện từ tháng 7-1969 đến cuối tháng 3-1975, và tôi đã tìm được số cuối cùng.

Ngay cả có được một đội ngũ xuất sắc như vậy, đáp ứng thành công với tâm tư tình tự của giới trẻ, mà *Tuổi Ngọc* vẫn phải vật lộn với các khó khăn tài chánh, phải liên tục tăng giá (xem Hình 3.3). Trong vòng chưa đầy 6 năm, từ tháng 7-1969 đến tháng 3-1975, giá bán của báo đã tăng 12,5 lần, từ 20 đến 250 đồng. Tình hình tài chính vô cùng ảm đạm vào năm 1973, khi Hoa Kỳ rút hết khỏi Nam Việt Nam vào tháng 3, và cuộc khủng hoảng dầu mỏ năm đó đã gây cú sốc lớn cho kinh tế toàn cầu vào tháng 10, gây ra lạm phát cực kỳ nghiêm trọng. Tình hình đó sinh ra không chỉ giá bán

---

520 Phỏng vấn và thư riêng với Quyên Di Bùi Văn Chúc

của tờ báo đã phải tăng hơn bốn lần trong hai năm, từ 60 lên thành 250 đồng, mà còn tăng tiếp vào đầu năm 1973 dù báo tiếp tục xưng là tuần báo nhưng trên thực tế chỉ ra được không quá hai hoặc hiếm khi ba số trong một tháng, và dù có tăng trang lên khoảng 25%.

Hình 3.3. Biểu đồ giá bán của tuần báo Tuổi Ngọc từ 1969 - 1975

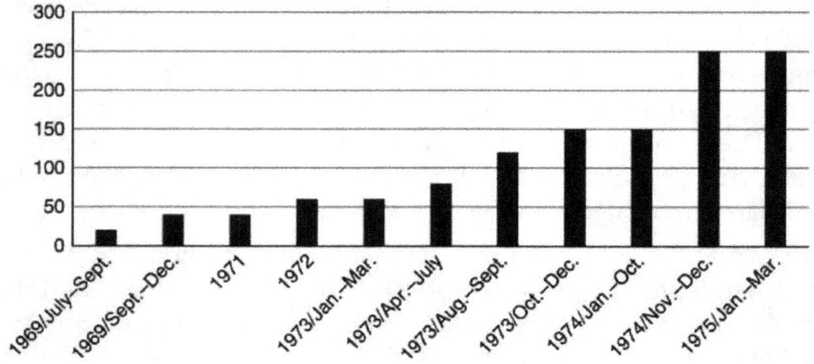

Chúng ta có thể so sánh giá của tờ báo với giá của một tô phở để minh họa tác động của lạm phát. Năm 1969, một tờ báo *Tuổi Ngọc* có giá bán 20 đồng và một tô phở giá 80 đồng. Mức lương trung bình của một giáo chức khoảng từ 90 đến 100 đồng / một giờ; thường thì một nhà giáo dạy 40 giờ mỗi tuần, tức là sẽ đạt mức lương từ 3.600 đến 4.000 đồng / một tuần. Như vậy, để mua bốn tuần báo *Tuổi Ngọc* thì phải chi số tiền bằng một tô phở, hay nói cách khác một tờ *Tuổi Ngọc* bằng một phần tư tô phở, tương đương với lương của khoảng 13 phút dạy học của thầy giáo. Đến năm 1974 - 1975, giá một tờ *Tuổi Ngọc* lên thành 250 đồng, trong khi giá một tô phở là 160 đồng, và một giờ tiền lương của giáo chức lên thành 150 đồng. Bây giờ thì giá của một tờ *Tuổi Ngọc* gấp 1,5 giá một tô phở, đó quả là một sự khác biệt lớn lao, bởi vì thường người ta chỉ dùng một tô phở trong ngày. Giờ đây, để mua được một tờ *Tuổi Ngọc* cho con trẻ, các giáo chức phải dạy không chỉ 13 phút như năm 1969 mà phải là 1 giờ 40 phút. Do đủ thứ vật giá khác nữa cũng tăng vọt, nên việc in ấn và xuất bản ngày càng gặp nhiều khó khăn. Hiển nhiên, tình trạng lạm phát này đã khiến giá sách báo vượt quá tầm với của nhiều người hơn và khiến lượng độc giả siêng đọc sách ngày nào nay bị giảm sút đi khá nhiều.

Sách giáo khoa

Cũng như ở VNDCCH, VNCH có nhận được hỗ trợ từ các nước đồng minh. Tháng 5-1955, tiểu bang Michigan đã gửi các học giả và cố vấn qua hỗ trợ các chương trình Kiến thiết Quốc gia của VNCH. Năm 1959, Bộ Giáo dục VNCH đã đạt được một thỏa ước với Cơ quan Truyền thông Quốc tế Hoa Kỳ (USICA), một trong những tiền thân của Cơ quan Phát triển Quốc tế Hoa Kỳ (USAID) thành lập năm 1961. Thông qua thỏa ước này, một số chuyên viên giáo dục của Mỹ nhất là từ Đại học Nam Illinois, Đại học Ohio và Đại học Wisconsin, đã sang làm việc với người Việt để phát triển các chương trình giáo dục và tu nghiệp cho nhà giáo cả ở Việt Nam lẫn ở Hoa Kỳ [521].

Chương trình giáo dục áp dụng cho học đường chỉ có qua ngả sách giáo khoa. Cơ quan xuất bản chính của sách giáo khoa là Bộ Giáo dục và những nhiệm chức kế nhiệm. Năm 1968, USAID lắp đặt một dòng máy ấn loát mới, đó là "Intertype Footsetter" giúp tăng đáng kể khả năng xuất bản của Bộ Giáo dục [522]. Ngoài ra, các quốc gia gồm Hoa Kỳ, Úc Đại Lợi, Gia Nã Đại, Trung Hoa Dân quốc, Pháp, Đức và Vương quốc Anh cũng chia nhau in sách. Năm 1970, các quốc gia này đã viện trợ ấn loát khoảng từ 2 triệu đến hơn 14 triệu sách giáo khoa dùng cho bậc tiểu học [523]. Cho dù sách được quốc gia nào in giúp thì ngoài bìa cũng định danh là do Bộ Giáo dục. Có một số sách giáo khoa ghi rõ công nhận là viện trợ của Hoa Kỳ với dòng chữ: "Nhân dân Hoa Kỳ với sự hợp tác của Bộ Quốc gia Giáo dục Việt Nam Cộng Hòa thân tặng các trường sở tại Việt Nam" [524].

Không như ở miền Bắc mọi sách giáo khoa đều được xuất bản chỉ bởi một cửa ngõ xuất bản nhà nước, ở miền Nam có hàng chục nhà xuất bản tư nhân in sách giáo khoa. Kiểm xem trong số 87 cuốn sách giáo khoa mà tôi có được về các môn Quốc văn, Sử ký và Công dân Giáo dục tôi thấy có đến từ 22 nhà xuất bản khác nhau. Nhiều nhà xuất bản mang màu sắc khác

---

521 Về Phái đoàn tiểu bang Michigan và bản lượng định VNCH, xem Lindholm, *Viet-Nam*; Montgomery, *The Politics of Foreign Aid*; Ernst, *Forging a Fateful Alliance*. Về viện trợ giáo dục đặc biệt xem Purdy, Ralph D., *Kiểm Thảo và hoạch định nền GD trung học tại miền Nam Việt Nam* (San Francisco: USAID and Ohio University, 1971)

522 "Textbook Production Aid", *Viet Nam Bulletin*, 3 (14–15) (December 1-15, 1968) trang 9

523 Nguyễn Văn Hải, *Education in Vietnam. A Study in the light of Objectives of Permanent Education* (Hue: Viện Đại học Huế, 1970), trang 137

524 *Em Học Vần* Lớp năm (Saigon: Bộ Văn hoá Giáo dục, 1969); *Em Học Việt Ngữ* Lớp tư (Saigon: Bộ Văn hoá Giáo dục, 1969)

[*] G.I.: do viết tắt các chữ đầu (quán thủ) của "Government Issue" hoặc "General Issue" là một thuật ngữ ban đầu được dùng để chỉ năng lực cần vụ của quân đội Mỹ, về sau được dùng để chỉ lính Mỹ nói chung

nhau cũng làm nội dung sách giáo khoa có khác nhau, tuy nhiên tất cả đều được biên soạn theo khuôn khổ chương trình hiện hành của Bộ Giáo dục. Còn một sự trái ngược khác nữa so với miền Bắc là việc cung cấp và phát hành sách giáo khoa. Trong khi ở miền Bắc, hệ thống bao cấp và độc quyền quy về một mối dành quyền cung cấp sách giáo khoa cho các trường học dẫu không phải lúc nào cũng đáp ứng đủ, thì ở miền Nam sự thiếu vắng của hệ thống độc quyền như thế thường dẫn đến việc thiếu sách giáo khoa nghiêm trọng, và do đó, trong dạy và học, trí nhớ - học thuộc nằm lòng có vai trò vô cùng đáng kể.

KẾT LUẬN

Toàn cảnh xuất bản ở VNDCCH và VNCH khác nhau đến thế là cùng. Ở VNDCCH, văn học thì phải theo hiện thực xã hội chủ nghĩa của Sô Viết, tập trung vào đấu tranh giai cấp và xây dựng chủ nghĩa xã hội. Các trọng tâm khác, như các sách vở tài liệu về Hồ Chí Minh và chiến tranh chống Mỹ thì nhằm quân sự hóa và huy động giới trẻ, còn ngoài ra chẳng có gì hơn ngoài cái đích nhắm thu đạt cho bằng được mục tiêu cuối cùng của Đảng: xây dựng nhà nước xã hội chủ nghĩa khi thống nhất Nam Bắc vào làm một. Bằng lối khống chế và bao cấp, nhà nước quy định hết nội dung của mọi thứ in ấn phát hành. Còn các cửa ngõ xuất bản cũng không phải lo lắng gì đến chuyện được thua mất còn về tài chánh thương mại, đã và phải tập trung mỗi việc truyền tải hệ giáo điều của Đảng và nhà nước.

Ở VNCH, bối cảnh văn chương chữ nghĩa chịu một mức độ ảnh hưởng khá đáng kể nền văn học và tư tưởng từ thế giới bên ngoài, trong trường hợp này là ảnh hưởng phương Tây ngược hẳn với ảnh hưởng của khối Sô Viết, tuy nhiên, khác hẳn ở VNDCCH, cả chính phủ lẫn tư nhân đều không chủ trương hô hào chuyện đánh nhau. Hai mục tiêu chính trong mọi tài liệu sách vở dành cho độc giả chỉ cốt mang lại một tâm trạng bình thường bằng cách tránh chuyện chiến tranh, và trong giáo dục cũng thế, chỉ nhắm mạnh mẽ thúc đẩy việc chống lại ảnh hưởng văn hóa ngoại lai, nhất là bắt đầu từ giữa thập niên 1960 khi đoàn các chú GI [*] đổ bộ và xứ sở bị phong khí phương Tây tràn ngập. Không phải chịu một nền kinh tế chỉ huy như đã tồn tại ở VNDCCH, những ai muốn in sách và dạy dỗ thế hệ trẻ ở miền Nam phải mang cùng một lúc hai trách vụ - vừa bảo đảm khả năng sống còn thương mại cho nhà xuất bản, vừa quảng bá lập trường tư tưởng của mình tới bạn đọc trẻ. Các lập trường đa dạng muôn màu trong ấn loạt phẩm như thế đã phản ánh mối phức hợp và đa chiều của xã hội Nam Việt Nam.

Dẫu với những khác biệt ấy, vẫn có điều khá đáng nói là các tác giả viết cho thanh thiếu niên ở VNDCCH và VNCH đều có chung một điểm tương đồng. Các tác giả ở cả hai miền đã đem hết sức cống hiến cho công việc và sự nghiệp mỗi bên. Tạm gác Harry Potter và một số sách khác sang một bên, thì Văn học thiếu nhi thường không phải là tác phẩm mà các tác giả mong cầu chi chút tiếng tăm hay lợi lộc. Khi tôi bắt đầu thực hiện dự án này, nhiều người từng làm và vẫn còn làm việc trong lĩnh vực xuất bản sách thiếu nhi đã tỏ ra ngạc nhiên và cảm kích việc tôi để ý đến lĩnh vực mà chẳng mấy ai coi trọng.

Cho dẫu việc thành bại thương mại ở VNDCCH chẳng phải là yếu tố quyết định, nhưng những ai chịu đồng hành với lĩnh vực chữ nghĩa vẫn có ý nghĩa quyết định. Người viết cho trẻ em và thanh thiếu niên đã chẳng màng tới chuyện tưởng chừng nhỏ nhặt này là bởi tình yêu họ dành cho trẻ và vì cái chủ ý nuôi dạy chúng khi Đảng và nhà nước đòi phải xuất lò cho được các thế hệ mới. Sự cung phụng đó thật đáng nói khi họ phải viết và xuất bản dưới mưa bom, trên đường chạy di tản từ cơ sở xuất bản đến các vùng địa phương tản cư.

Ở VNCH, chọn lối hòa vào thế giới văn hóa phẩm thanh thiếu nhi thậm chí còn khác biết bao. Một nhà văn hạ bút sáng tác cho người lớn, nhất là thể loại tiêu khiển giải trí, thì còn mong có chút cơ hội được đền bù tài lực. Còn những ai mê mải hết mình cho lứa tuổi hoa niên thì đành cầm chắc cái bèo bọt trong một chừng mực thị trường quá bé giữa lòng một xứ sở bị chiến tranh dày xéo cùng hoàn cảnh kinh tế đầy khó khăn, lại không được chính phủ yểm trợ và cũng chẳng biết chắc trụ được lâu mau hay sẽ sống rày chết mai. Vậy mà bất chấp điều đó, và cũng trái ngược hẳn với thế giới xuất bản vững như bàn thạch ở miền Bắc, các ấn loát phẩm dành cho giới trẻ ở miền Nam vẫn trăm hoa đua nở trong bối cảnh chuyển đổi liên tục nảy sinh từ nhiều sáng kiến doanh vụ theo cùng một loạt đủ các khuynh hướng, quan niệm đa dạng khác.

CHƯƠNG 4:
CHÂN DUNG GIÁO DỤC VÀ XÃ HỘI QUA TÀI LIỆU VĂN BẢN CỦA BẮC VIỆT

Tất cả những gì viết cho và viết về thiếu niên nhi đồng ở VNDCCH là nguyên một khối thống nhất, nó phản ảnh chính sách nhà nước cộng với những ngôn từ công khai vẫn không ngớt loan truyền ở VNDCCH. Chúng nhắm mục đích cho ra lò những công dân trẻ nghe lời Đảng và nhà nước. Không kể các ví dụ đơn cử ở Chương 3, tất cả những bài viết dùng trong trường lớp như sách giáo khoa lẫn những gì viết cho thiếu niên nhi đồng trong các sách báo ở ngoài phạm vi trường lớp cũng đều tuân theo một dòng chảy này. Các thứ văn hóa phẩm này ngoài khía cạnh chủ chốt là tập trung yêu Bác yêu Đảng và tuân theo đường lối nhà nước đồng thời nuôi lòng căm thù địch để nuôi trồng một lớp tân binh, còn một khía cạnh quan trọng khác là đưa ra quan điểm cách mạng, chính trị và đấu tranh giai cấp, những thứ sẽ làm nền móng tư tưởng cho cả đời người dù trong thời chiến lẫn khi đã hòa bình.

VĂN, CHÍNH TRỊ VÀ LỊCH SỬ QUA NHỮNG LỜI CÔNG NHIÊN DẠY DỖ GIỚI TRẺ

Hồ Chí Minh và bộ máy chính quyền thường nhấn mạnh rằng Đại hội Đảng lần thứ 3 năm 1960 đã giao nhiệm vụ cho các trường học phải đào tạo thế hệ trẻ thành công nhân và đồng thời là người làm chủ đất nước với ý thức xã hội chủ nghĩa, văn hóa, hiểu biết về kỹ thuật và sức khỏe [525]. Môn học chính trị được đưa vào chương trình trung học cấp hai và cấp ba, trong đó chuẩn bị tinh thần cho học sinh hăng hái tham gia vào đoàn quân lao động [526]. Ngay từ năm lớp Bốn, sách cũng nói trước dứt khoát như thế với học sinh khi dạy chính trị, nó chiếm đến hơn một phần ba chương trình, tức 50 trên 134 trang sách giáo khoa, kể cả trong các môn địa lý, vệ sinh, kỹ thuật và nông nghiệp [527]. Ở trung học cấp hai, học sinh học chính sách của Đảng và nhà nước để xây dựng chủ nghĩa xã hội ở miền Bắc và giải phóng miền Nam, thống nhất Tổ quốc, chống thực dân cũ lẫn thực dân mới và đế quốc. Người ta dùng những chủ đề này với dụng ý nuôi dưỡng lòng yêu nước cho học trò. Ở trung học cấp ba, học sinh phải học các khái niệm cơ bản của chủ nghĩa Mác - Lênin làm nền tảng cho cách mạng, xây dựng chủ nghĩa xã hội ở miền Bắc và cuộc chiến ở miền Nam [528].

---

525 *Chuong trinh chinh tri*, 3–4
526 Sđd.
527 *Thường thức chính trị và khoa học- Lớp bốn*
528 *Chuong trinh chinh tri*, 3–4

Tuy vậy, việc chính trị hóa đã bắt đầu ngay từ năm lớp Một, nhất là thông qua các môn học như Văn, Sử. Trong ba lớp đầu tiên, Văn và Sử đã được dạy duy chỉ bằng với sách giáo khoa có tên *Bài tập đọc*. Người ta cũng cho rằng để trẻ học Sử tốt hơn cả không gì bằng thông qua những câu chuyện về người và sự kiện được soạn sao cho hấp dẫn, dễ nhớ. Sách giáo khoa Sử căn bản cho hai lớp đầu tiên là loại sách có tựa đề *Chuyện tranh minh họa* về cuộc đời Hồ Chí Minh, một loại tiểu sử linh động được soạn ra khoảng năm 1948, là loại mà tôi đã có dẫn ra ở một cuốn sách khác, rằng đó không phải và không nhằm mục đích đưa ra chính xác về một cái gì coi như là Sử, mà chẳng qua chỉ nhắm dạy tôn thờ Hồ Chí Minh và truyền đi một thâm ý về cách mạng dưới dạng giáo khoa và khẳng định chắc nịch [529].

Nhấn mạnh vào anh hùng tính và những việc làm anh hùng, họ dạy học sinh yêu và ngưỡng mộ anh hùng [530]. Ngoài chuyện về Hồ Chí Minh, học sinh còn phải học chuyện chiến sĩ thi đua và thiếu nhi anh hùng [531]. Bắt đầu từ lớp Bốn, Văn và Sử tách ra thành hai môn học riêng. Giáo án dành cho giáo viên dạy môn Sử lớp Bốn đã xác định mục tiêu là "Nuôi dưỡng lòng tôn sùng cách mạng cho học sinh trên cơ sở các kiến thức lịch sử vững chắc". Trường học là công cụ của chế độ chuyên chính vô sản, dùng để dạy đấu tranh giai cấp và cách mạng xã hội chủ nghĩa; nó cũng nhằm huy động thanh niên xung phong ra chiến trường chống Mỹ cứu nước [532]. Giáo viên được tập huấn rằng lịch sử phải được dùng để dạy học sinh gom vô hai thể loại chính: ngoài tôn thờ truyền thống dân tộc và chủ nghĩa anh hùng cách mạng, còn thêm căm thù sâu sắc bọn phong kiến và đế quốc nữa [533].

Các trường tiểu học thì dạy yêu Hồ Chí Minh, yêu Đảng, và sự nghiệp của nhà nước, đồng thời căm thù giai cấp tiểu tư sản không lao động, căm thù kẻ chống Đảng và quân xâm lược. Dựa vào những điều đó, chương trình giảng dạy trung học cấp hai tuyên bố thẳng rằng mục tiêu của việc dạy khoa học và xây dựng tư tưởng chính trị phải dựa trên cơ sở khoa học với thế giới quan cộng sản và tinh thần cách mạng [534]. Đây chính là cái gật đầu đồng tình với món quy luật chủ nghĩa cộng sản khoa học được dạy ở Liên Sô trong tất cả các trường, viện giáo dục đại học, tập trung vào quy luật khoa học về đấu tranh giai cấp, mở rộng chủ nghĩa xã hội và xây dựng chủ nghĩa cộng sản. Học sinh trung học cấp ba được kèm nghiêm ngặt về chủ nghĩa Mác - Lênin và duy vật lịch sử, rằng các sự kiện lịch sử không phải tự nhiên mà có, hoặc kết quả các việc làm cá nhân hoặc sức mạnh

---

529 Dror, "Traditions and Transformations in the Formation of Ho Chi Minh's Cult", The Journal of Asian Studies 75(2) (May 2016): 433–66.
530 *Tài liệu hướng dẫn. Lớp một va hai phổ thông*, 7
531 Sđd. 3-4
532 *Huong dan giang day lich su. Lop bon*, 6
533 Sđd. Trang 8-11, có lặp lại ở trang 18
534 *Huong dan giang day lich su. Cap II*, 6

siêu nhiên (như Chúa, Phật, thần linh, ma quỷ) cũng không tự có mà tất cả đều tuân thủ nghiêm ngặt quy luật phát triển duy vật [535]. Mục đích là để rao truyền tinh thần khoa học trên cơ sở chủ nghĩa Mác - Lênin cũng như trung thành với chủ nghĩa cộng sản và cách mạng cùng với thúc đẩy lòng yêu nước và căm thù địch. Học sinh trung học cấp ba phải đọc tài liệu lịch sử về các lãnh tụ cách mạng [536].

Việc dạy Văn và Sử cũng chuyên chú vào cùng một chủ đề như nhau. Văn cũng nhằm mục đích dạy chính trị và chống Mỹ cứu nước [537]. Cái khác duy nhất là nội dung học tác phẩm Văn chủ yếu do các lãnh tụ đảng hoặc cán bộ cộng sản viết ra. Học sinh cũng đã được cảnh báo rằng văn học không phải dành cho chuyện giải trí giết thì giờ, cho tính thẩm mỹ hay cho tôn giáo tín ngưỡng; mà nó sản sinh ra từ công lao động của giai cấp công nhân thông qua những câu chuyện dân gian và những bài hát ca tụng lao động. Học sinh cũng học những gì Maxim Gorky đã nói rằng lao động là nguồn gốc của tất cả tài sản vật chất cũng như tinh thần mà trong đó văn học là một. Vì văn học do lao động mà có nên nó phải quay lại phục vụ lao động để hỗ trợ tinh thần lao động và đấu tranh [538].

Để xử trí với các truyện tích và thánh thần xa xưa mà vốn chế độ cộng sản không thừa nhận, là những truyện vẫn còn lưu hành trong dân gian, thì người ta đưa ra ba thể loại truyện. *Thần thoại* là chuyện về những vị thần có sức mạnh siêu nhiên. *Truyền thuyết* vốn không dễ phân biệt với *Thần thoại*, nhưng theo một sách giáo khoa giải thích là "đã gắn liền với lịch sử mà vẫn giữ được tính cách phi thường". Nhân vật chính trong *Thần thoại* là một vị thần còn nơi *truyền thuyết* thì mang nhân dáng con người và có mối liên hệ với cuộc đấu tranh và đời sống xã hội. Thể loại thứ ba *truyện cổ tích*: đây là những chuyện viết lại đã thêm bớt pha tạp qua nhiều đời vào thời kỳ sau khi xã hội đã phân chia giai cấp và thánh thần không còn chi phối được thế giới nữa [539]. Đây là chuyện được phác họa nhằm giải thích tính thống nhất của Người Việt, chủ nghĩa anh hùng và căm thù quân xâm lược.

Người ta cũng dạy học sinh rằng, văn học thành hình dưới thời phong kiến là dành cho phần lớn giới mộ đạo Phật hay đạo Khổng, cả hai đều không hợp với một xứ đi theo xã hội chủ nghĩa. Người ta dạy học trò rằng Phật giáo hướng con người đến tánh ủy mỵ thụ động. Còn đạo Khổng Nho là hệ tư tưởng của giai cấp thống trị nhằm ngăn cản tự do và bình đẳng của quần chúng nhân dân. Tác phẩm nào có giá trị nhất từ thời kỳ đó đều được

---

535 *Huong dan giang day lich su. Cap III*, 15
536 Sđd. 24
537 *Tai lieu huong dan giang day Van hoc. Lop nam*. Tap I, 5
538 *Tai lieu huong dan giang day Van hoc. Lop tam pho thong*. Tap I, 48–9.
539 Sđd. 75-76

dựng lại qua một lăng kính yêu nước, chống xâm lược và áp bức [540]. Học sinh lớp Chín thì được học rằng nền văn học tiến bộ hình thành từ giữa thế kỷ XVIII đến giữa thế kỷ XIX là văn học tố cáo tính suy đồi của xã hội đương thời và mong muốn một xã hội tiến bộ hơn [541].

Văn học hiện đại tính đến năm 1945 được chia thành ba dòng, được xếp theo thứ tự giá trị như sau. Đầu tiên, và có giá nhất, là văn học cách mạng. Các tác giả thuộc nhóm này "dùng ngòi bút làm đòn xoay chế độ". Đại diện cho dòng này là các tên tuổi đầu lãnh của đảng: Hồ Chí Minh, Tố Hữu và Song Hong (bút danh của Trường Chinh, một tay tư tưởng Đảng).

Thứ hai là dòng văn học hiện thực phê phán, tả những cơ cực của bần dân lao động. Các tác giả của dòng này được xếp loại là tiểu tư sản có đồng cảm với quần chúng. Dòng này có thể xài được cho phong trào giải phóng nhưng vẫn bị những hạn chế vì chúng không chỉ ra được con đường cách mạng. Ngô Tất Tố, Nguyễn Công Hoan, Nguyên Hồng, Nam Cao và Tú Mỡ được kể tên đại diện cho dòng này.

Thứ ba, và kém giá trị nhất, là văn học lãng mạn chịu ảnh hưởng văn học Pháp thế kỷ thứ XVIII. Loại này được đưa đầu tiên ở lớp Mười, nhưng chỉ bàn có độ ba trang rưỡi trong số 261 trang sách giáo khoa. Nó bị xếp loại là văn phong ngôn từ của bọn tư bản. Nói chung, nó vô dụng và thậm chí gây hại cho đấu tranh cách mạng [542]. Nhất Linh, Khái Hưng, Hoàng Đạo và Thế Lữ đại diện cho thể loại này. Các tác giả ấy đã xuất bản và phát hành tác phẩm của họ chỉ cốt để kiếm tiền.

Và cũng rõ ràng nữa, là để khỏi gây lung lạc cho học sinh, đã không có một đoạn trích văn nào từ văn học lãng mạn được in trong sách giáo khoa. Nhưng chính học sinh phải đọc cho biết thể loại này qua một bài đọc trong sách giáo khoa có tựa "Bản chất của Văn học Lãng mạn Việt Nam là Uỷ mỵ và Nghèo nàn". Các tác giả bị chỉ trích vì không chịu ngó kỹ vào đề tài quan trọng nhất thời nay: chống chủ nghĩa đế quốc. Dù rằng cũng có một số tác giả văn học lãng mạn chiếu cố tới giai cấp công nhân, nông dân và bần cố nông nhưng rốt cuộc họ lại tả thành phần này là ngu dốt tối tăm. Chủ đề thường thấy nữa trong văn học lãng mạn, theo cách giải thích này, là quan niệm lý tưởng về hôn nhân đôi lứa dựa trên tình yêu đích thực, về điều này theo quan điểm của Đảng là có hại cho mục tiêu của cuộc vận động quan niệm con người mới xã hội chủ nghĩa. Các tác giả khác thì trốn tránh thực tại bằng cách tìm tới nào là hoài cổ, mơ mộng thần tiên, rồi nghệ thuật hoặc tôn giáo. Không chịu nhủ lòng mình phải đương đầu với đời thực rồi thấy tuyệt vọng và cô đơn, họ bèn lấy thơ để khóc gió than

---

540 *Trich giang Van hoc. Lop tam pho thong. Tap II*, 4–5
541 *Trich giang Van hoc. Lop chin pho thong. Tap I*, 5
542 *Trich giang Van hoc. Lop muoi pho thong. Tap I*, in năm 1965, trang 5–7; *in vào 1974*, trang 6–7.

mây. Họ không sao hiểu được đời sống của dân lao động hay tìm thấy cảm hứng gì trong đó cả.

Người ta cũng dạy học trò rằng Chủ nghĩa lãng mạn chỉ mê hoặc được một nhóm người trẻ nhất định nào đó thôi. Một số tác giả được tả là thuộc dòng giõi phong kiến và tư bản có đầu óc hẹp hòi, hoặc dòng tiểu tư sản, có một số thậm chí đã tham gia vào phong trào yêu nước. Nhưng họ bị quá khứ ám ảnh và buồn chán hiện tại. Ví dụ được dùng để minh họa cho điều này là một bài thơ có tựa đề "Nhớ Rừng" Thế Lữ:

Ta sống mãi trong tình thương nỗi nhớ,
Thủa tung hoành hống hách những ngày xưa.

Hoặc đoạn khác:

Nào đâu những đêm vàng bên bờ suối,
Ta say mồi đứng uống ánh trăng tan?

Những dòng kể trên được trích từ trong sách tài liệu hướng dẫn cho giáo viên chứ không tìm thấy trong sách giáo khoa cho học sinh. Học sinh chỉ được biết là có những ví dụ nêu ra như vậy thôi. Có mỗi một dòng từ một đơn cử cụ thể là đụng tới một bài thơ của Chế Lan Viên, nhà thơ được miêu tả là kẻ than tiếc đất nước Chiêm Thành đã bị tuyệt diệt. Ông được xem là có công vì hiểu được nỗi đau nhục của kẻ mất nước dù nỗi đau đó không được nhắc tới là do chính Đại Việt đã thôn tính Chiêm Thành và xóa luôn cái tên Chiêm Thành ra khỏi bản đồ thế giới. Nhưng dù muốn dù không, Chế Lan Viên vẫn bị chỉ trích vì tánh bi quan được minh họa qua hai câu thơ rút từ Tuyển tập thơ sầu bi của ông có tựa "Điêu Tàn" viết về xứ Chiêm Thành bị họa tận diệt:

Với tôi, tất cả như vô nghĩa
Tất cả không ngoài nghĩa khổ đau!

Thế Lữ và Chế Lan Viên đã viết những bài thơ đó khi họ hãy còn trẻ, vào những năm 1930. Sau năm 1954, cả hai đều trở thành những nhân vật dẫn đầu trong cảnh giới văn nghệ của VNDCCH. Thế Lữ làm Chủ tịch Hội Nghệ thuật Sân khấu còn Chế Lan Viên chiếm một trong những chức vụ khá to trong Hội Nhà văn; các tác phẩm cách mạng của họ đã tâng bốc tận mây xanh chế độ con người mới xã hội chủ nghĩa. Mà họ vẫn được nhắc đến trong sách giáo khoa như những ví dụ đơn cử cho thứ văn học lãng mạn đồi trụy để chứng minh rằng con người ta có thể được cải tạo, có thể thay đổi, có thể trở thành con người mới. Việc đó còn có vai trò như một lời nhắc nhở rằng lý lịch cá nhân của mỗi ai sẽ theo mãi người ấy bất kể sau này có thành tựu những gì, và đó là lý do tại sao những người trẻ tuổi hôm nay nên trân trọng cái cơ hội thả bước chân đầu tiên trên con đường trở thành người lớn bằng chân phải, một cơ hội chỉ có chế độ xã hội chủ nghĩa của VNDCCH cùng với tăng cường giác ngộ nền văn học hiện thực xã hội chủ nghĩa mới bảo đảm được cho họ.

Người hùng chính của hiện thực xã hội chủ nghĩa là con người mới hết mực chống chủ nghĩa hình thức và loại nghệ thuật vị nghệ thuật. Văn học, theo Lênin, là phải có tính Đảng. Sách giáo khoa lập luận rằng, với tinh thần dân chủ xã hội chủ nghĩa thì tự do sáng tác luôn có mặt trong văn nghệ xã hội chủ nghĩa, và sách còn trích lời nhà tư tưởng đảng Trường Chinh để tăng thêm tác dụng, là không ai có thể buộc nhà văn chọn chủ đề này hay chủ đề khác, nhưng không thể có tự do tùy ý vì không thể có tự do đi ngược lại lợi ích của nhân dân. Lợi ích của nhân dân cũng giống như lợi ích của Đảng. Một nhà văn thì không được xa rời nhân dân và Đảng.[543]

VUA HÙNG VÀ THỐNG NHẤT ĐẤT NƯỚC

Các vị vua Hùng như được biết đến ngày nay đã xuất hiện trong biên niên sử của Vương triều Đại Việt vào cuối thế kỷ XV, cũng như trong Tuyển tập thần thoại và truyền thuyết [544]. Theo các tài liệu này, 18 vị vua Hùng thuộc về Triều đại Hồng Bàng cai trị phần phía bắc của Việt Nam ngày nay từ năm 2879 đến năm 258 trước Công lịch. Tổ tiên của người Việt là Vua Lạc Long Quân nòi Rồng cùng mẫu hậu Âu Cơ giống Tiên sinh ra một bọc trăm trứng, nở ra trăm con. Lạc Long Quân sống dưới biển còn Âu Cơ sống trên núi, cho nên đàn con chia đôi, một nửa theo Cha xuống biển, một nửa theo Mẹ lên núi. Người con trai tài giỏi nhất trở thành Vua Hùng đầu tiên cai trị nước Văn Lang, là vương quốc của đàn con Rồng cháu Tiên và về sau hợp thành người Việt Nam. Kinh đô của thời Hùng Vương nằm ở tỉnh Phú Thọ hiện nay, cách Hà Nội không xa về phía tây bắc.

Truyền tích gốc này về sau được đưa vào nhiều Sử liệu, và cả các nhà Sử học người Việt lẫn không phải người Việt đều thừa nhận đó là khởi điểm để bàn về dân tộc tính của Việt tộc [545]. Trên núi Nghĩa Linh, ở miền trung du tỉnh Phú Thọ, có một ngôi đền trở thành trung tâm thờ phượng các vị vua Hùng, nơi có tổ chức lễ hội hàng năm từ ngày mồng 8 đến ngày 11 tháng Ba Âm lịch, thường nhằm vào tháng 4 hoặc đầu tháng 5 Dương lịch. Lễ kỷ niệm chính là vào ngày mồng 10 tháng Ba và được gọi là ngày *Giỗ Tổ Hùng Vương*.

Theo Anthony Smith, một học giả về dân tộc học và sắc tộc học,

---

543 *Bai giang van hoc. Lop muoi – cán bộ. Tap I*, 3–9
544 Ngô Sĩ Liên, Đại Việt Sử ký Toàn thư, vol. 1, 131–5; Vu Quynh, *Tan Dinh Linh nam Chich quai*, 41–52
545 Đơn cử, Phạm Cao Dương, "Comments", The Vietnam Forum 1 (Winter–Spring, 1983): trang 13; Whitmore, John K., "The Vietnamese Sense of the Past", The Vietnam Forum 1 (Winter–Spring, 1983) trang 4

"Truyền thuyết về nguồn gốc và dòng dõi cấu thành những yếu tố chính để cắt nghĩa các dòng sống riêng rẽ" của dân tộc; do đó, nhiệm vụ của các nhà sử học dân tộc thời hiện đại là phải định vị cho được hai đoàn người nguyên thủy theo diễn tiến thời gian cũng như mối tương quan giữa hai đoàn với nhau. Để nhắm vào mục đích đó thì việc có hay không có đấng thủy tổ hay đấng quốc phụ đã đi vào huyền sử không còn quan trọng lắm [546]. Các Sử liệu, tài liệu trích dẫn về nguồn gốc và thời đại của các vị vua Hùng đầy lủng củng bất nhất [547]. Nhưng cho dù Sử tích có thế nào đi nữa, các vua Hùng vẫn có một vai trò hệ trọng như một liều thuốc giải độc những ảnh hưởng của giáo dục thuộc địa.

Năm 1916, bộ *Sơ học An Nam Sử Lược* của Trần Trọng Kim là pho sử bản địa đầu tiên của Việt Nam bằng chữ Quốc ngữ. Bản chỉnh sửa sau đó có tên là *Việt Nam Sử Lược* xuất bản năm 1920, gồm thâu từ thời vua Hùng cho đến thời thuộc địa. Pho sách này tập trung hoàn toàn vào nước Việt và cũng chẳng mang hàm ý rằng người Việt với người Pháp có liên quan gì với nhau. Cho dẫu ông công nhận tính cách huyền sử của các vị vua Hùng và con Rồng cháu Tiên, như đã bàn vừa rồi, trong cả hai pho sách này, Trần Trọng Kim vẫn xác quyết các vua Hùng là bậc Tị Tổ của người Việt Nam cùng với *Nòi Rồng Giống Tiên* trong bản in năm 1916 và *Con Tiên Cháu Rồng* trong bản in 1920 [548].

Sau Cách mạng tháng Tám 1945, có một lễ kỷ niệm lớn được tổ chức để tôn vinh các vua Hùng tại đền thờ, nhưng sau đó các kỳ lễ kỷ niệm bị suy giảm dần. Do bị chủ nghĩa duy vật Marxist cầm lái, chính quyền đã ra sức định hình lại những tính cách Thần hóa phi duy vật vốn đã hiện diện trước đây, bằng cách dùng Sử viết lại, sửa lại cốt chuyện hoặc xóa bỏ hoàn toàn. Về các vua Hùng, dù không có đủ chứng liệu lịch sử là có thật, vẫn được ghi vào sử sách. Đảng và nhà nước cố hết sức tống xuất các đời Hùng Vương ra khỏi lãnh địa tôn giáo tín ngưỡng và viết lại Sử về họ, không chỉ để trưng ra một thực tế khác về sự hiện hữu của Hùng Vương, mà còn để xóa sạch các đời Hùng Vương khỏi mọi hình thức truy niệm mê tín. Điều này được coi là rất hệ trọng đến nỗi vào năm 1968, ngay ở đỉnh điểm của Chiến tranh Đông Dương lần thứ hai, VNDCCH đã thành lập Viện Khảo cổ với ưu tiên làm ra tài liệu khoa học về các đời Hùng Vương. Viện đã phát động các cuộc khai quật và tổ chức một loạt các hội nghị trong khoảng thời gian từ năm 1968 đến năm 1971 để bàn về việc truy nguyên và công bố các nghi thức. Dự án này được theo đuổi với sự hợp tác chặt

---

546 Smith, Anthony, *Myths and Memories of the Nation* (New York, 1999), 15, 13, 63–4
547 Xem Kelley, Liam C., "The Biography of the Hong Bang Clan as a Medieval Vietnamese Invented Tradition", *Journal of Vietnamese Studies* 7(2) 2012: 87–130
548 Trần Trọng Kim, *Sơ học An Nam Sử Lược*, vi; Trần Trọng Kim, *Việt Nam Sử Lược*, Hanoi: Trung Bắc Tân Văn, 1920 trang 11

chẽ giữa các nhà khảo cổ học, sử học, địa chất, ngôn ngữ học, nhà nghiên cứu dân gian và các nhà nghiên cứu khác [549]. Mục tiêu cốt để lấy huyền sử giải thích cho công cuộc xây dựng và chiến đấu, để truy nguyên nguồn gốc đất nước nằm sâu trong cổ Sử và để khẳng định các đời Hùng Vương đủ tư cách được xem là Thủy Tổ truyền đời của mọi người Việt Nam cả Nam lẫn Bắc. Nghị trình này nhằm xóa bỏ trang Sử rạn nứt của Đại Việt đã kinh qua nhiều thế kỷ nội chiến và chia cắt giữa Bắc Hà với Nam Hà và chỉ chấm dứt vào năm 1802 khi Vương triều Nam Hà Nguyễn Phúc Ánh chiếm được Bắc Hà và xưng đế hiệu là Gia Long Hoàng đế, lập ra triều đại quân chủ cuối cùng. Thống nhất mà Gia Long đạt được kéo dài vẹn vẹn có sáu chục năm rồi người Pháp đến chia cắt lại đất nước, lập ra Nam Kỳ thuộc địa (miền Nam), và hai xứ bảo hộ là An Nam (Trung Kỳ) và Bắc Kỳ (miền Bắc). Do đó, lập luận rằng tất cả người Việt Nam đều cùng trong một nước là cực kỳ hệ trọng với VNDCCH để huy động toàn dân chiến đấu thống nhất đất nước.

Tuy nhiên, việc viết lại Sử với tính chính thống về Lạc Long Quân nòi Rồng cùng Âu Cơ giống Tiên sinh ra bọc trăm trứng nở ra trăm con có vẻ đầy khó khăn. Câu chuyện này đã được giải thích là "gắn liền với lịch sử mà vẫn giữ được tính cách phi thường". Đây là một cú thỏa hiệp đáng kể giữa hai phạm trù huyền Sử và chính Sử; phải làm cho câu chuyện Rồng-Tiên-Trăm trứng vừa là một huyền thoại, vừa có yếu tố lịch sử chứ không phải thuần là sản phẩm của tưởng tượng [550]. Dù biết vậy nhưng người ta vẫn bảo các giáo viên không phân tích sâu câu chuyện mà chỉ đưa ý chính cho học sinh thôi - thay vì đào sâu tính kỳ bí của bọc trăm trứng thì chỉ việc lấy đó dạy cho học sinh tự hào về nguồn gốc mình khi mình là con Rồng cháu Tiên, một lối diễn giải mới xuất hiện lần đầu vào đầu thế kỷ XX, để tạo ra tính thống nhất của toàn dân Việt [551]. Đàn con theo Mẹ trở thành thủy Tổ của các sắc tộc sống ở vùng cao nguyên. Đàn con theo Cha thành thủy Tổ của các tộc người sống ở vùng đồng bằng và ven biển. Nhưng tất cả đều là anh em đoàn kết và yêu thương nhau [552].

Mặc cho ngày quốc lễ Giỗ Tổ Hùng Vương bị bỏ mặc không được tổ chức ở VNDCCH thì lối thuật chuyện bắt quàng vào Sử về Hùng Vương cứ thấm vào từng trang sách giáo khoa để nhồi dần vô đầu óc giới trẻ tính

---

549 Kim, Nam C., *The Origins of Ancient Vietnam* (New York: Oxford University Press, 2015), 270; *Hung Vuong*; Nguyen Khanh Toan, "Ve thoi ky bat dau dung nuoc ...", 19–30; Pham Van Kinh, "Ve thoi ky An Dương Vương va ...", 128–34
550 *Tai lieu huong dan giang day van hoc. Lop tam pho thong. Tap I*, 75–76
551 *Lich su. Lop bon pho thong*, 2–3. Về Sử tích của lối diễn giải này, xin xem Dror, "Foundational Myths in the Republic of Vietnam (1955–1975): "Harnessing" the Hùng Kings against Ngô Đình Diệm Communists, Cowboys, and Hippies for Unity, Peace, and Vietnameseness", *Journal of Social History*, 51(1), 2017: trang 128
552 *Tai lieu huong dan giang day tap doc. Lop ba pho thong*, 32–34

đoàn kết dân tộc và để có lý do chính đáng cho toan tính đưa VNCH với VNDCCH về chung một nhà, đó là một Việt Nam xã hội chủ nghĩa. Nhưng dù gì đi nữa, để lót đường cho dụng ý đó, vai trò của các bậc Tổ phụ dựng nước đã phải chịu hạ xuống hàng thấp kém vì Hùng Vương không phải là chất liệu tiêu biểu cho cái thiết yếu tính giai cấp - xã hội mà VNDCCH cần.

GIAI CẤP VÀ ĐẤU TRANH GIAI CẤP

Nhà nước xã hội chủ nghĩa là cái được lập ra và xây đắp lên nhờ vào việc lấy phân biệt giai cấp không chút khoan nhượng làm nền móng, để cuối cùng giai cấp sẽ không còn nữa trong một xã hội cộng sản không có giai cấp, khi mọi công dân đều đạt một trình độ ý thức mà chế độ cộng sản đòi hỏi đủ cho nó thành hình. Vì VNDCCH đang còn trong giai đoạn xây dựng chủ nghĩa xã hội, và chủ nghĩa cộng sản vẫn chỉ là mục tiêu hướng tới, nên giai cấp là khái niệm nòng cốt để nuôi trồng lớp trẻ ở VNDCCH. Với người cộng sản Việt Nam, chỉ có giai cấp mới quyết định ai đúng ai sai ai chánh ai tà trong lịch sử. Quốc tế vô sản kêu gọi vô sản tất cả các nước phải đoàn kết lại để chống bọn phản cách mạng, cho dù đó chính là đồng bào mình hay là người ngoại quốc. Cộng sản Việt Nam chính là đoàn người vừa trung thành đi theo vừa rao truyền ý tưởng này. Với họ, giai cấp vượt hết mọi biên giới quốc gia. Xa hơn, họ còn lấy khái niệm *dòng nòi* để trỏ không riêng gì con cháu Hùng Vương mà cả đại gia đình vô sản quốc tế dưới ngọn cờ của chủ nghĩa Mác – Lênin [553]. Mục tiêu của đại gia đình vô sản là xây dựng chủ nghĩa xã hội như một giai đoạn chuyển tiếp rồi sau đó sẽ chuyển sang chủ nghĩa cộng sản. Tính ưu việt của chủ nghĩa xã hội và xã hội-xã hội chủ nghĩa là một trong những phép luật chính, nếu không nói là một thứ Giáo luật Tối thượng, để dạy dỗ lớp người trẻ.

Hai ví dụ quan trọng và tiêu biểu trích từ các sách giáo khoa môn lịch sử đem dạy học sinh từ lớp Sáu đến lớp Tám là Trần Hưng Đạo tức Hưng Đạo Đại Vương Trần Quốc Tuấn và cũng là Đại Nguyên Soái binh đội nhà Trần đã hai lần đẩy lui cuộc xâm lăng của quân Nguyên- Mông vào thế kỷ XIII, và Nguyễn Trãi, một Nho sĩ và là nhà chính trị, với nhiều sự nghiệp khác nữa, đã viết Hịch kêu gọi chống quân xâm lăng nhà Minh bên Tàu hồi thế kỷ XV. Học sinh được học tiểu sử của hai vị cùng với hai áng hùng văn do hai vị soạn ra là: "Hịch Tướng Sĩ" của Hưng Đạo Đại Vương và "Bình Ngô Đại Cáo" của Nguyễn Trãi. Cả hai áng văn này đều kêu gọi chiến đấu chống giặc ngoại xâm. Trong "Hịch Tướng Sĩ", Hưng Đạo Vương lên lời hiểu dụ tướng sĩ trước khi giao chiến với quân Mông Cổ. Còn áng hùng văn của Nguyễn Trãi được người đời sau xem là bản Tuyên ngôn Độc lập khi Đại Việt thoát ách đô hộ của nhà Minh bên Tàu; bài Cáo Bình Ngô không chỉ khẳng định truyền thống chói ngời của dân tộc chống quân xâm

---

553 *Tai lieu huong dan giang day van hoc. Lop sau. Tap I*, 130–133

lăng phương Bắc mà còn đưa ra cương lĩnh cho một hệ thống công quyền chân chính, mà theo đạo Khổng Nho truyền đời là nhằm cho muôn dân được sống trong cảnh thái bình thịnh trị.

Các sách giáo khoa vừa kể dạy rằng "Hịch" của Hưng Đạo Vương phản ảnh mối tương quan giữa Tướng với Quân sĩ như "Chủ với Bầy tôi". Khi học về Trần Hưng Đạo, học sinh buộc phải ghi nhớ rằng hành trạng hào kiệt chống Nguyên-Mông của ông nẩy ra từ mối xung đột "vừa bảo vệ thái ấp của tầng lớp vương hầu khanh tướng và bổng lộc của Tướng lãnh, vừa để khỏi thẹn mặt là một vương triều đương quyền; lòng yêu nước [dưới thời Trần Hưng Đạo] không nẩy sinh từ mối chăm lo cho muôn dân; mà chẳng qua trước họa xâm lăng, mối lo tâm phúc của họ [lớp vương hầu khanh tướng] cũng cùng mối lo với muôn dân mà thôi [554]. Lối lý giải này lái học sinh chú ý bài "Hịch" tướng sĩ của Trần Hưng Đạo như một mẫu điển hình cho lòng căm thù chống giặc cứu nước. Các tác giả viết sách giáo khoa nhìn thấy hai điểm căn bản trong bài "Hịch" này là: mối tương quan giữa kẻ bị trị với vương quyền cai trị; và mối tương quan giữa quốc dân với nước nhà khi gặp cơn quốc biến. Trần Hưng Đạo tách mình và hàng khanh tướng ra khỏi muôn dân, mà theo tài liệu hướng dẫn cho giáo viên, là ai cũng thấy qua cái tập ngữ như vậy: "Ta và các ngươi". Cũng theo sách giáo khoa ấy, nhấn mạnh rằng mối gắn bó của Trần Hưng Đạo là gắn bó với hàng Võ tướng, những kẻ đồng cam cộng khổ với ông lúc gian nguy cũng như vui vầy an hưởng lúc thanh nhàn [555]. Trần Hưng Đạo đặt nặng mối tương quan giữa kẻ bị trị với vương quyền cai trị còn hơn cả tương quan giữa quốc dân với nước nhà. Người ta cũng dạy học trò rằng bài Hịch của Trần Hưng Đạo phản ảnh mối quan hệ giữa hàng khanh tướng với binh lính là tương quan "Chủ với Bầy tôi". Người ta cũng vẽ chân dung Trần Hưng Đạo là người nồng nàn yêu nước nhưng đó là thứ tình yêu phong kiến vì ông ta chỉ trung thành với quyền lợi của triều đại nhà Trần mà trong chừng mực nào đó nó tương đồng với quyền lợi của đất nước mà thôi [556]. May đâu cũng còn chút giá trị là bài Hịch cho thấy rằng lớp con cháu của Trần Hưng Đạo nhất thiết phải biết đeo theo Hồ Chí Minh và Đảng dẫn dắt để chống kẻ thù Mỹ xâm lược [557].

Lối dựa vào quan điểm đấu tranh giai cấp để lèo lái tư tưởng qua một đánh giá về Trần Hưng Đạo như thế chỉ là mới tương đối gần đây thôi; Năm 1928 và năm 1949, chính Hồ Chí Minh đã hết lời tán tụng chắc nịch

---

554 *Trich giang van hoc. Lop bay pho thong*, 1966, trang 4
555 *Tai lieu huong dan giang day van hoc. Lop bay pho thong. Tap I*, 1971, trang 13
556 *Tai lieu huong dan giang day van hoc. Lop tam pho thong. Tap I*, 13–14
557 *Tai lieu huong dan giang day van hoc. Lop sau. Tap I*, 102–10; 135–6; *Trich giang van hoc. Lop bay pho thong*, 1975, 11. Cũng bài Hịch này được đưa vào chương trình lớp Tám với cùng một luận điệu. Ông ta nồng nàn yêu nước nhưng đó là thứ tình yêu phong kiến. *Tai lieu huong dan giang day van hoc. Lop tam pho thong. Tap I*, 13–14

Trần Hưng Đạo như là vị cứu tinh của đất nước, đã lãnh đạo nhân dân chống lại kẻ thù xâm lược [558]. Nhưng khi lập nhà nước VNDCCH, thì một cái khuôn chính trị định hướng giai cấp liền được đan lồng vào hệ thống giáo dục và quan điểm giai cấp bắt buộc. Chuyện này cứ rót dần vào không chỉ để dùng cho các tài liệu văn bản về các sự kiện đương đại, cho việc phân loại hạng lao động thiện với hạng bóc lột ác, mà còn ra tay mổ xẻ các áng văn và Sử sách cận đại với con dao mổ đấu tranh giai cấp sắc lẹm. Hình ảnh Trần Hưng Đạo bỗng rơi lả tả sau khi ăn đủ các vết xẻ rạch nứt nẻ. Một mặt, hình ảnh ông cực kỳ có lợi khi cần khơi gợi truyền thống chiến đấu chống ngoại xâm; còn mặt khác, những gì bị người ta coi là bản chất phong kiến của ông thì ông phải chịu tội quyết không tha.

Cái mâu thuẫn lộ liễu này cứ phơi ra khi những diễn giải về hạn chế của Trần Hưng Đạo vẫn nằm trong sách giáo khoa, còn tại một số sách hướng dẫn để dùng kèm với sách giáo khoa trước đó thì lại hướng dẫn giáo viên nương nhẹ tay phần cái tội phong kiến của riêng con người Trần Hưng Đạo. Có một hướng dẫn giải thích rằng học sinh còn quá nhỏ không kịp phát hiện ra cái mâu thuẫn tinh tế đó cho nên giáo viên chỉ cần nói bóng gió phớt qua hai mặt đó là đủ, và thậm chí đây cũng là luận điệu chính khi đem dạy tác phẩm của Nguyễn Trãi [559]. Trường hợp Nguyễn Trãi, thì khác hẳn với Hưng Đạo Vương, không hồ nghi gì nữa đó là người hết lòng tận tụy như một bậc ái quốc thuộc dòng hào kiệt yêu nước thương nòi và đúng định hướng giai cấp luôn. Trong bài Cáo Bình Ngô, Nguyễn Trãi có nói tới mối quan hệ giữa người cai trị và kẻ bị trị theo một thuật ngữ Nho giáo có nghĩa gần gần như " Cha với con" [560].

Các áng cổ văn cũng được người ta phát hiện thấy có lợi khi đưa vào dạy học. Trong một sách giáo khoa Văn lớp Bảy, các tác giả đã chọn đưa vào một đoạn trích từ một kiệt tác thơ Việt Nam, một chuyển thể vào thế kỷ XIX từ một tác phẩm bên Tàu, đó là truyện Kim Vân Kiều của thi hào Nguyễn Du -và cũng là một nhà Nho. Có một cuốn sách giáo khoa kể ra tên mấy người yêu thích truyện Kiều thuộc các giai cấp khác nhau, gồm Vua Tự Đức thuộc bè lũ phong kiến áp bức ở thế kỷ XIX và các cá nhân cũng khác giai cấp ở thế kỷ XX như "tên làm tôi tớ cho thực dân" Phạm Quỳnh và một "kẻ tuẫn đạo cộng sản" Ly Tu Trong, khi bị cảnh sát Pháp cầm tù mà vẫn có trong tay một bản truyện Kim Vân Kiều [561].

Một nàng Kiều tài sắc vẹn toàn và một chàng Kim nho sinh phong nhã

---

558 Ho Chi Minh, *Tho toan tap*, 351. "Gui Truong", 2: 373–374
559 *Tai lieu huong dan giang day van hoc. Lop bay pho thong. Tap III*, trang 10
560 *Tai lieu huong dan giang day van hoc. Lop tam pho thong. Tap II*, 1971, trang 13–32. xin đối chiếu với *Tai lieu huong dan giang day van hoc. Lop bay pho thong. Tap I*, trang 8–27
561 *Tai lieu huong dan giang day van hoc. Lop chin. Tap I*, 1973, trang 57–58

hào hoa cùng gặp phải tiếng sét ái tình. Rồi một cái tang bên gia đình Kim khiến chàng phải tạm xa nàng. Trong lúc đó, một tai họa úp chụp xuống gia đình Kiều khi Cha và em trai nàng bị bầy sai nha vu oan giá họa để đòi một khoản đút lót. Phận làm con, Kiều quyết định bán mình chuộc Cha và em bằng cách chịu kết hôn với một kẻ xa lạ giả danh trí thức, hóa ra đó chỉ là một tên ma cô dắt mối đưa nàng vào một đoạn trường đầy khổ đau và tủi nhục. Nàng bị hắn hãm hiếp rồi đem bán cho một thanh lâu, bị bóc lột như nô lệ, rồi tìm đường trốn thoát, rồi bị bắt lại và đưa vào thanh lâu lần nữa, cuối cùng tại nơi này nàng gặp một chàng lãnh tụ nghĩa binh dấy loạn tên là Từ Hải. Hai người lấy nhau và cùng nhau hùng cứ một cõi biên thùy mà Từ Hải đã tạo dựng được trong mấy năm vẫy vùng ngang dọc. Sau Kiều bị một viên quan triều đình đánh lừa chiêu dụ về hàng, nàng bèn thuyết phục chồng ra hàng để đổi lấy vinh hoa. Ngờ đâu Từ Hải phải chết giữa trận tiền và Kiều trở về lại thân phận đọa đày: bị hãm hiếp rồi sau đó bị bán gả cho một tên thổ quan. Trong nỗi tuyệt vọng, nàng gieo mình xuống sông tự vẫn nhưng được một bà Vãi Phật giáo cứu sống, nhờ Vãi nàng tìm được an bình nơi cửa Thiền. Kiều hiểu ra chính cái ác nghiệp của nàng đã đưa đẩy nàng phải chịu cảnh bạc phận, còn bà Vãi thì trấn an nàng rằng ác nghiệp đã chấm dứt vì nàng đã chuộc tội bằng cả đời mình. Trong khi đó, chàng Kim, hiện đang ở trong hàng quan lại, đã lấy em gái của Kiều làm vợ theo đúng ủy thác của nàng khi trước, đã bỏ công kiếm tìm Kiều lưu lạc phương nao và cuối cùng tìm ra nàng đang ở cùng am thất của bà Vãi. Thế là Kiều về đoàn tụ dưới mái nhà xưa và do khẩn nài của Kim và Cha, nàng đồng ý hợp hôn với Kim, nhưng lấy tình cầm sắt đổi ra cầm kỳ, đến đây câu chuyện kết thúc.

Năm lớp bảy, học sinh được học một đoạn trích truyện Kiều tả cảnh bầy sai nha quan lại đến bắt Cha và em Kiều. Bài học không nhắm vào đạo hiếu của phận làm con của Kiều với đấng sinh thành nhờ đó đã khiến nàng chấp nhận một hy sinh vô bờ bến, mà xoáy vào những băng hoại của xã hội phong kiến đã đẩy người đàn bà cùng cả nhà rơi vào cảnh bi đát như vậy. Đúng y như cái tựa dùng cho đoạn trích "Cả nhà Kiều nếm mùi bất công", nó không chừa ra bất cứ chỗ nào để mà mơ hồ do dự về cái lời răn của bài học, cùng các câu hỏi dành cho người học nó chỉ nhắm dồn cho kỳ được đến mỗi một điểm ý thức hệ: "Em hãy tìm các chi tiết chứng minh những hành động cướp bóc tàn ác của bầy sai nha, qua đó chứng minh bản chất bất công và ngang ngược của luật lệ phong kiến" [562].

Năm lớp Chín, tính giai cấp của tác phẩm kinh điển này lại được nhấn mạnh trong một bài luận dài về Nguyễn Du và tác phẩm của ông. Dù thừa nhận Kim Vân Kiều là kiệt tác của văn học Việt Nam, sách giáo khoa vẫn điểm mặt chỉ tên rằng lý do duy nhất đẩy một người nữ trẻ tài sắc từ một

---

[562] *Trich giang van hoc. Lop bay pho thong*, 19–24

nếp nhà trâm anh thế phiệt rốt cuộc phải chịu sa chân vào cuộc đời khốn nạn như vậy là do bởi chế độ phong kiến đã hủy diệt những kiếp người lương thiện. Quy luật của đời sống vẫn không ngừng bảo rằng ở đâu có áp bức, ở đó có đấu tranh. Những thất bại của Kiều là ví dụ điển hình cho điều đó bởi vì nàng là nạn nhân cam chịu khổ ải đọa đày mà không chống lại được cái gốc rễ gây ra đau khổ. Tuy vậy, ít ra thì truyện cũng cho thấy bản chất xấu xa tội lỗi của chế độ phong kiến. Đem số phận, nghiệp chướng, ác nghiệp để giải thích nỗi tân khổ của Kiều là Nguyễn Du đã không chứng minh được thủ phạm thực sự: chế độ phong kiến [563]. Hơn nữa, theo tài liệu sổ tay Hướng dẫn giáo viên thì Nguyễn Du đã không hiểu được vì đâu mà gây ra đau khổ cho Kiều, và đó là lý do tại sao ông ta đem số phận, nghiệp chướng để giải thích nó "mặc dù bất cứ ai đọc truyện của Kiều cũng đều biết rằng đó là do bọn tham quan ô lại chuyên bóc bột hút máu dân lành, kết bè kéo cánh với nhau trong xã hội phong kiến áp bức" [564]. Xa hơn, các nhà làm giáo dục còn quở trách Nguyễn Du đã tìm những điểm tốt khi tả tính cách bọn kẻ thù của quần chúng bần cùng mà không chịu tả chúng hoàn toàn là ác quỷ. Chưa hết, họ còn nói cái thấp kém bất tài của Nguyễn Du chính là lối xử sự tùy tiện khinh suất với Từ Hải, hình ảnh con người này đã đem lại nguồn cảm hứng cho công cuộc giải phóng những phận người bị áp bức, và là tác nhân thực sự gây nên đổi thay trong xã hội phong kiến [565].

Nhưng vẫn có hai điểm đáng để đem vào chương trình dạy học. Thứ nhất, Truyện Kiều là một kiệt tác thơ không dễ gì có và còn lên tiếng tố cáo chế độ phong kiến tàn nhẫn áp bức bóc lột nhân dân; truyện cũng nói tới khát vọng đem lại tự do công bằng cho quần chúng bị áp bức dưới chế độ đồi bại, là cái vẫn còn nguyên tính thời sự hiện tại, nhưng nó vẫn chứa những mặt hạn chế lớn [566]. Thứ hai, Nguyễn Du là một thi hào bị giới hạn bởi giai cấp phong kiến. Ông không có khả năng nhận ra sự đồi trụy của xã hội đang sống. Đó là lý do tại sao khi muốn giải thích, ông ta thường rơi vào những sai lầm nghiêm trọng và có hại, đó là quy muôn sự tại Trời, hay đổ cho Nghiệp chẳng hạn [567].

Trong chuyện cổ tích nhiều người biết *Tấm Cám* chúng ta cũng thấy những suy diễn tương tự. Bản thân chuyện là phóng tác từ chuyện Cinderella-Cô bé Lọ Lem, nhưng rất sáng tạo. Trong phần đầu của chuyện, chúng ta gặp Tấm, cũng giống như nhân vật đồng dạng Lọ Lem bên châu

---

563 *Trich giang van hoc. Lop chin pho thong. Tap I*, 1966, trang 34–40; cũng có trong *Trich giang van hoc. Lop chin pho thong. Tap I*, 34, 37, 39–40, 43.
564 *Tai lieu huong dan giang day van hoc. Lop chin. Tap I*, 64.
565 Sđd. 65
566 *Trich giang van hoc. Lop chin pho thong. Tap I*, 33–65
567 Sđd., 34, 37, 39–40, 43; *Tai lieu huong dan giang day van hoc. Lop chin. Tap I*, 55, 60–1

Âu của Tấm, là cô con gái bị hắt hủi sống chung nhà với Dì ghẻ và cô em gái cùng Cha khác Mẹ tên là Cám, là con cưng trong nhà, còn Cha Tấm đã qua đời. Thay vì chỉ là dạng chuyện thần tiên cổ tích, truyện Việt Nam còn có một ông Bụt tìm đến an ủi cô Tấm tội nghiệp đang chịu nghịch cảnh trong đời. Thậm chí Bụt còn cho cô một con cá bống để nuôi làm bạn; niềm vui duy nhất của Tấm là chăm sóc chuyện trò với con cá bống. Nhưng niềm vui đó tan biến khi con cá bị bà Mẹ ghẻ độc ác bắt nấu cháo ăn. Tuy nhiên, ông Bụt hiện ra dặn Tấm gom xương cá đem đi chôn. Về sau chính những chiếc xương này sẽ hiện thành phép mầu biến hình cho Tấm, khi, cũng giống như Lọ Lem, Tấm đi dự một dạ tiệc của nhà Vua và giống như Lọ Lem, Tấm đánh mất chiếc giày. Cuối cùng, Tấm được Vua lấy làm vợ. Nhưng một "hạnh phúc viên mãn" không phải là phần kết trong câu chuyện Việt Nam.

Trong phần mở rộng đoạn sau của câu chuyện, Dì ghẻ của Tấm, rắp tâm làm cho nàng phải chết và theo lệ đã có từ lâu đời thì Cám, cô em gái cùng Cha khác Mẹ của Tấm, thay Tấm kế tục làm vợ Vua. Còn Tấm đầu thai thành một chim họa mi tuyệt đẹp và trú trong cung điện nhà Vua. Quá buồn khổ, Vua ngày đêm thương nhớ người vợ quá cố. Rồi một ngày kia, ông chợt nhận ra chim họa mi mang linh hồn Tấm và từ đó chỉ làm bạn với chim không thiết tới việc gì khác. Cám theo lời Mẹ dặn ra tay giết họa mi. Chim họa mi Tấm bị sát hại nay đầu thai làm một cội cây đẹp. Tiếp đó chuyện kể thêm một loạt các vụ giết hại khác do Cám gây ra và Tấm cứ thế liên tiếp đầu thai cho đến khi thành một cô gái trẻ được một bà lão nhận làm con nuôi. Trong một lần đi kinh lý, nhà Vua tình cờ ghé nhà bà lão. Ông được đãi một miếng trầu được têm rất tinh xảo. Ngay lập tức Vua nhận ra chỉ có Tấm mới là người têm trầu theo cách đó. Thế là đôi uyên ương lại đoàn tụ và vui vầy quay về hoàng cung.

Ở đây câu chuyện có một đoạn cao trào. Cám ghen tỵ không ngớt dò tìm xem nhờ bí quyết nào mà Tấm được xinh đẹp đến vậy. Tấm bèn mách bảo Cám nên lấy nước sôi mà tắm. Vì quá khao khát được xinh đẹp hơn nên Cám cứ làm theo lời Tấm và thế là bị luộc sống. Tấm chặt xác Cám ra thành từng khúc, lóc lấy thịt đem làm mắm và gửi hũ mắm cho Dì ghẻ. Dì ghẻ ăn món mắm đó và khen ngon. Nhưng một ngày nọ, có một con quạ báo cho bà hay rằng bà đang ăn thịt con gái của chính bà đó, nghe vậy bà quá đỗi sửng sốt choáng váng và chết.

Thật chẳng còn gì rõ hơn là khi đọc chuyện Tấm Cám ai cũng thấy nó gói đủ cái cảnh Mẹ ghẻ con chồng ở vào thời xưa cổ hủ lạc lậu. Còn với học sinh trong thời văn minh hiện đại thì chuyện đó chẳng dính dáng gì lắm đến họ. Thế vậy, trong sổ tay hướng dẫn cho giáo viên lại bảo rằng: "Để hiểu Tấm Cám theo *một chừng mực nào đó xa hơn là cách chung chung xưa nay* [nhấn mạnh là của tôi], chúng ta hãy nhìn câu chuyện như một phần ảnh sâu xa *hai bản chất giai cấp khác biệt nhau* [nhấn mạnh của nguyên bản]: người Mẹ ghẻ dụ cho giai cấp phú hào, cô Tấm dụ cho giai cấp công nhân lao động. Bọn chủ nô bóc lột sẽ chịu hình phạt và giai cấp công nhân cuối cùng sẽ được hưởng phúc. Người ta còn hướng dẫn giáo viên nói với học sinh lớp Sáu của mình rằng: Bọn chủ nô bóc lột thuộc về bất công, còn dân lao động thuộc về công bằng, công bằng luôn thắng bất công [568]. Câu chuyện còn tố cáo bản chất xấu xa độc ác của giai cấp bóc lột và phản ảnh đời sống xiết bao cơ cực bần khổ nhưng đầy phẩm chất cá biệt tốt đẹp của giai cấp công nhân. Trong cuộc đấu tranh giữa giai cấp công nhân với bọn bóc lột, bất chấp mọi chướng ngại và gian khổ, cuối cùng chiến thắng vẫn thuộc về dân lao động. Xa hơn, trong một mạch văn tương tự, người ta còn bảo cuộc đấu tranh chính nghĩa của nhân dân Việt Nam chống đế quốc Mỹ mặc dù phải chịu bao nhiêu gian khổ đi nữa nhưng rồi nhất định sẽ kết thúc thắng lợi [569]. Để quán triệt nhận thức cho đúng đường lối, chuyện Tấm Cám còn được nhắc lại cho học sinh lớp Mười để yêu cầu rút ra một kết luận cho ngay đường thẳng lối về cuộc đấu tranh của giai cấp bần cố nông chống bọn địa chủ bóc lột trong xã hội cũ [570].

Tính giai cấp được lấy làm trọng không chỉ khi phẩm bình các tác phẩm văn học Việt Nam mà còn cả của các nước khác được dịch sang Việt ngữ nữa. Các trích đoạn được đưa vào sách giáo khoa lấy từ các tác phẩm như *Người Mẹ* của Maxim Gorky, cha đẻ ra hiện thực xã hội chủ nghĩa Liên Sô và *A Q Chính Truyện* của nhà văn Quốc Dân Đảng Trung Hoa Lỗ Tấn. Hai tác phẩm này góp mặt với hai tính cách trái ngược nhau hoàn toàn, với Gorky thì cố chống đỡ tinh thần vô sản sau cú thất bại cách mạng Nga lần

---

568 *Tai lieu huong dan giang day van hoc. Lop sau. Tap I*, 41
569 Sdd. 46
570 *Van hoc. Lop muoi. Tap mot*, 1974, 55–61. Xin lưu ý, có một tài liệu hướng dẫn tương tự xuất bản năm 1970 thì có cách tiếp cận câu chuyện nhẹ hơn. Trong đó gợi ý chỉ xem chuyện như mối quan hệ Mẹ ghẻ con chồng trong xã hội cũ cũng như mối quan hệ giữa những chủ nô và giai cấp cu li (*Tai lieu huong dan giang ngày van hoc. Cap II*, 61 .4). Nguyễn Đổng Chi thì đưa ra một bản ở miền Bắc của chuyện Tấm Cám (gồm có hai phần) dựa trên bản của Do Than, *Une annamite du conte de Cendrillon*. 4: 395. Nghe đâu ở miền Nam, chuyện Tấm Cám không nói Tấm có những hành vi tàn ác hay đầu thai nhiều lần mà chỉ kể là Cám sau khi lỡ dại đến chết, có nhìn thấy hóa thân của chị mình trong hình dáng con chim rồi mới gieo mình xuống giếng sâu. Ở miền Nam cũng có in chuyện này. Xin xem thêm, đơn cử như Landes, *Contes et legends*, 52–57. Nguyen Duy, *Truyen co* viết lần đầu năm 1940. Đó là một tài liệu giáo khoa na ná như những gì đã xuất bản ở miền Bắc (do Viện Giáo Khoa). Chỉ phần đầu (từ trang 24 – 27) có kèm theo câu hỏi giáo khoa ("ai là kẻ độc ác trong chuyện?"), còn phần nhì (từ trang 28 – 30) thì không có bất cứ câu hỏi hay giảng giải gì, và cũng là phần duy nhất không có hướng dẫn kèm theo trong cuốn sách. Cũng có một bản gồm hai phần là Hoang Truc Ly, *Truyen co Viet Nam*, 71–78 nhưng không có phần nhận xét. Tấm Cám được NXB Kim Đồng in năm 1966 được 12.100 bản. Một ấn bản cuốn này của Vũ Ngọc Phan, xuất bản bên Thụy Điển là bản in màu với 400.000 bản.

đầu vào năm 1905 còn Lỗ Tấn thì châm biếm truyền thống Trung Hoa đã kìm hãm đà phát triển xã hội và khắc họa một "tên vô sản" A Q bằng thủ pháp lột tả trần truồng vào năm 1921. Kỳ thực, ngòi bút đồng điệu với Lỗ Tấn và trẻ hơn trong văn học Việt Nam là nhà văn Vũ Trọng Phụng, vào năm 1936 đã sáng tác một tiểu thuyết châm biếm, *Số Đỏ*, chế giễu xã hội Việt Nam thời Pháp thuộc cố bắt chước chạy đua theo lề thói phương Tây để chứng tỏ là văn minh, tân tiến. Dù Vũ Trọng Phụng viết tác phẩm này chỉ vì lòng yêu nước, muốn đưa ra lời cảnh tỉnh cho những ai mù quáng chạy theo trào lưu Âu hóa gạt bỏ không thương tiếc không chỉ các giá trị cổ truyền mà cả trong suy nghĩ và khuôn thước bình thường của xứ sở, vậy mà tác phẩm của ông lại bị cấm ở VNDCCH và cả về sau là CHXHCNVN mãi đến cuối thập niên 1980, vì vậy học trò không có cơ hội để mà phê phán các thế hệ đi trước từng cộng tác với chế độ thực dân khi xưa. Trong khi tác phẩm Lỗ Tấn, chỉ viết nhắm riêng tới người Trung Hoa, vẫn được đem dùng để chứng minh giới thượng lưu đã áp bức giai cấp hạ lưu như thế nào và thế là vừa ý chương trình của hệ thống giáo dục gom hết vào giai cấp.

Người ta cũng dạy học sinh rằng William Shakespeare đã gióng tiếng tố cáo không chỉ Giáo hội mà còn cả hệ tôn ti của phong kiến. Ông căm ghét bọn phong kiến muốn chia rẽ đất nước ông. Ông cũng nhìn thấy bản chất phi nhân của trào lưu tư bản mới nhú ở châu Âu và lên án nó [571]. Trên mặt tính giai cấp thì Hans Christian Andersen không được đánh giá cao như Shakespeare. Cú mất giá của người viết chuyện cổ châu Âu thế kỷ XIX này cũng tựa tựa như Nguyễn Du với Kim Vân Kiều. Khi giới thiệu bản dịch của Chu Linh *Chí Dũng Cảm* tác phẩm The Steadfast Tin Soldier của Andersen, NXB Kim Đồng lưu ý rằng dù bản chất văn học dân gian nằm trong nhiều tác phẩm của Andersen, kể những hành vi thiện ác, về cuộc đấu tranh của giới thợ thuyền chống áp bức bóc lột và ca tụng gương can đảm, tuy nhiên, Kim Đồng cũng điểm mặt những chuyện của Andersen không phải không bị những hạn chế về lập trường tư tưởng, chẳng hạn như tin vào phận số, hay rơi vào ngõ cụt tư tưởng trước xã hội tư bản Đan Mạch thời đó [572].

Có một pho sách dẫn đầu trong các ấn phẩm của VNDCCH: Hector Malot, *Không Gia Đình* đã nói ở phần trước (Sans Famille hay Nobody's Boy), sáng tác vào thế kỷ XIX. Có chỗ độc đáo là sách đã được cả 2 phía VNDCCH cũng như VNCH xuất bản và tái bản nhiều lần, và những người lớn lên ở cả hai miền đều nói với tôi họ xếp tác phẩm vào một trong những pho sách yêu thích nhất. Thiếu niên nhi đồng ở miền Bắc được phép đọc sách này, nhưng phải nghe lời người ta dạy cách cảm nhận về sách đó như thế nào. Trong phần giới thiệu bản dịch, người ta đã cảnh báo các độc giả

---

571 *Trich giang van hoc. Lop tam pho thong. Tap II*, 207
572 An-dec-xen, *Chu Linh Chí Dũng Cảm* "Loi noi dau".

trẻ rằng dù câu chuyện có những đoạn rất hay, tả ý chí sinh tồn của một cậu bé bị bắt cóc rồi gầy dựng lại đời mình từ những thương tích đã qua, nhưng nó chẳng phải là một "viên ngọc không tì vết". Do được viết bởi một "nhà văn tư bản" nên câu chuyện không vượt qua nổi những sai lầm của hệ tư tưởng và khái niệm nơi xã hội tư bản. Tác giả vẫn tôn sùng lớp phú hào và giai cấp có danh vọng địa vị. Dù Remi coi trọng dân lao động và những tấm lòng hảo tâm nhưng người mà cậu thực sự ngưỡng vọng vẫn là giới thượng lưu đài các. Cậu vẫn ham muốn chen vào hàng ngũ ấy và đây chính là chỗ giới hạn thực sự của cuốn tiểu thuyết. Một mặt, người dịch đòi hỏi độc giả cứ thưởng thức tác phẩm của Malot, mặt khác ông ta cũng muốn rằng họ sẽ hiểu ra được những hạn chế như thế để đời mình cũng như quá trình tự uốn nắn bản thân tránh bị sa chân vào cạm bẫy tương tự[573].

Có vẻ sách dịch từ Nga văn ít sinh sự hơn. Ví dụ, một trong những nhà văn khoa học giả tưởng hàng đầu Liên Sô, Alexander Belyaev, vào năm 1928 đã xuất bản một tiểu thuyết có tựa *Người Cá* (Amphibian Man) như đã đề cập ở chương 3, kể về một bác sĩ người Á Căn Đình tên là Salvator, vừa là một khoa học gia và bác sĩ phẫu thuật, ông đã chữa trị cho nhiều thổ dân Indians và cứu sống một cậu bé mắc một căn bệnh hiểm nghèo bằng cách cấy thành công vào người cậu một bộ mang cá mập. Salvator nói với cha mẹ cậu bé là đứa trẻ đã chết, rồi giữ đứa trẻ nuôi như con, đặt cho cậu cái tên là Icthyander (có nghĩa là Người + Cá trong tiếng Hy Lạp). Tuy vậy, Icthyander buộc phải vừa có lúc trên cạn vừa có lúc lặn xuống nước mới sống được. Chuyện kể tiếp Icthyander đem lòng yêu một cô gái là Guttiere, đã nhờ anh cứu thoát khỏi chết đuối, nhưng cô mặc dù vẫn thích anh mà lại không biết anh mới là người cứu sống mình, cô kết hôn với một tay sưu tập ngọc trai giàu có tên là Surita, kẻ đã nhận mạo là người cứu cô. Cuối cùng Surita bắt Icthyander phục dịch như nô lệ nhờ tài bơi lặn dưới nước phi thường của anh để buộc anh xuống biển mò ngọc trai cho y. Bị xích xiềng nhưng Icthyander vẫn trốn thoát được, rồi về sau bị bắt cùng với cha nuôi Salvator, ông bị buộc tội vì đã tiến hành các thí nghiệm nghịch thường với tự nhiên. Cuối cùng, để cứu Icthyander khỏi cái chết chắc trong nhà tù bởi bị tù thì làm sao anh trầm mình dưới nước được, thế là Salvator soạn sửa cú vượt ngục cho Icthyander và anh bơi đến một hòn đảo khác. Sau đó Salvator cũng mãn hạn tù. Guttiere bỏ Surita, lấy chồng khác và bỏ đi New York. Cha đẻ của Icthyander thì chết vì đau buồn khi mất đứa con trai.

Cuốn tiểu thuyết có cơ gây lưu tâm tới nhiều luận đề về tình cảm và đạo đức: tình yêu trai gái, tình cha mẹ với con cái, tính vô đạo khi dối lừa cha mẹ của Icthyander, tính chánh tà trong thực nghiệm khoa học, cũng như tả cảnh bắt người làm nô lệ và bóc lột mà tay phú hào Surita đã xử

---

573 Huynh Ly, "Loi gioi thieu", 4

với Icthyander. Dịch giả Le Phuong, trong phần giới thiệu tác phẩm, đã lấy khía cạnh giai cấp với quan điểm chắc nịch để lưu ý người đọc: Ở Á Căn Đình, đất nước của các giáo sĩ và thương gia, tư tưởng tiến bộ bị đàn áp và nền khoa học bị méo mó. Salvatore và Icthyander đã bị chế độ đó khủng bố. "Nhưng cảnh sát, tòa án và nhà tù tư bản không sao bẻ gãy được Giáo sư Salvatore, không thể buộc ông đánh mất dũng khí và từ bỏ những lý tưởng cao đẹp của mình" [574]. Một ví dụ khác là bản dịch một bài thơ của nhà thơ cách mạng Vladimir Mayakovsky, đưa ra hai hình ảnh song song đối lập, một cậu trai con nhà tư sản Peter béo mập, và một Octobrist Sima gầy còm. Cả ngày Peter chẳng làm gì chỉ ăn với ngủ. Khác với cậu, Sima là đội viên Thiếu nhi Octobrist tích cực giúp đỡ mọi người, học tập và lao động. Đoạn kết bài thơ rất kịch tính. Peter tọng vào quá nhiều kẹo đến nỗi cậu ta nổ tung. Có điều khá hay là đủ thứ kẹo, bánh mì, thịt và xúc xích mà Peter đã đẩy kềnh bụng giờ đây xổ tung ra như mưa rào lên Sima và các đồng chí Octobrist, cả bọn rất lấy làm hoan hỷ mà chén sạch các thứ ấy. Bài thơ kết thúc với một lời tuyên giáo nhắc thiếu nhi phải yêu lao động và:

Những ai muốn giữ mình khỏi bị tư sản vồ lấy
Thì phải lớn mạnh thành người cộng sản có sức mạnh vô địch như Hercules [575]

Gây dựng ý thức giai cấp là một đường lối buộc phải quán triệt, tuân theo và dự phần cùng công cuộc cách mạng đồng thời xuất nó đi vào miền Nam.

CÁCH MẠNG

Nhìn chung, khi chiếu cố tới tác phẩm được viết trong thế kỷ XX, người ta càng ngày càng quy ý nghĩa cách mạng cho các sáng tác ấy mà họ cho là do dụng tâm trình bày của tác giả. Một câu chuyện Lỗ Ma Ni tả đời sống bằng vào những gì được thuật lại như là một gia đình Lỗ Ma Ni kiểu mẫu. Mẹ đã qua đời còn Cha đang ở tù, chàng trai trẻ Traian cứ thả trôi đời mình trước khi tham gia cách mạng để lật đổ trật tự tư bản trong thời Đệ nhị Thế chiến. Người dịch ca ngợi tác giả đã miêu tả cuộc sống bần cùng cơ cực điển hình của giai cấp công nhân thợ thuyền, rồi tiến tới lưu ý rằng cách tả về cuộc đấu tranh chưa đủ độ "sâu sắc và quyết tâm". Người dịch còn cho rằng cả tác phẩm dù bị hạn chế duy có định hướng cách mạng thì là đúng [576].

Cái Định hướng cách mạng chánh phẩm cũng không bỏ sót những sản phẩm viết về thất bại như chúng ta thấy trong *Bão táp ở Ham-buoc* (Autumn

---

574 Le Phuong, "Loi noi dau", 4
575 Mai-a-cop-xki, *Chuyen Pe-tơ*
576 Ho Nhat Hong, "Loi noi dau".

Storm over Hamburg), sáng tác năm 1954 của nhà văn Đông Đức Willi Meinck. Dù Meinck thành tác giả nổi tiếng ở GDR với rất nhiều tác phẩm về nhiều chủ đề khác nhau cho thiếu niên nhi đồng và thanh niên, hầu hết đều liên quan đến chủ đề thám hiểm, du hành, nhưng *Autumn Storm* là tác phẩm duy nhất của ông được dịch sang tiếng Việt. Cuốn *Autumn Storm* đoạt giải nhất thể loại văn học cho thanh thiếu niên ở GDR năm 1954. Có lẽ việc nó được nước cộng sản anh em cho qua cổng rào cũng đủ uy tín để người ta an tâm ra quyết định cho dịch nó cho độc giả trẻ Việt Nam, nội dung tác phẩm phải nói là không chê vào đâu được vì quá vừa vặn với cái đích nhắm giáo dục của VNDCCH. Sách kể cuộc nổi dậy dưới sự chỉ huy của Đảng Cộng sản và lãnh tụ Ernst Thälmann năm 1923. Cuộc nổi dậy kéo dài chưa đầy 24 giờ rồi bị đàn áp. NXB Kim Đồng đã viết giới thiệu kéo độc giả chú ý tới thực tế rằng mặc dù cuộc cách mạng tạm thời chịu thất bại, nhưng mọi người vẫn tin cuối cùng nó sẽ thắng lợi [577].

Nếu Cách mạng Đức 1923 thất bại thì có một đối trọng là Cách mạng Cuba thành công. Độc giả trẻ được giới thiệu những sách của Raul Castro tả những hành động anh hùng của người lính Cuba và quyết tâm của nhân dân trong vụ xâm lược Vịnh Con Heo năm 1961 đánh bại bọn tay sai đế quốc Mỹ để xây dựng một nhà nước xã hội chủ nghĩa, và không bao giờ quay trở lại cảnh nô lệ [578]. Người ta còn yêu cầu bạn đọc trẻ Việt Nam phải giữ lòng kiên trì đi tới thắng lợi cuối cùng trong cuộc chiến tranh này để rồi còn xây dựng một nước xã hội chủ nghĩa nữa.

Chủ nghĩa xã hội ưu việt thần thánh được người ta khẳng định chắc nịch không chỉ với một xã hội đầy rẫy những xung khắc giai cấp quyết liệt mà còn cả với các xã hội được cho là không có giai cấp. Một trong những sách giáo khoa bàn về thiên sử thi *The Odyssey* của Homer đã hết lời ca tụng Odysseus vì khôn ngoan can đảm, vì yêu nước yêu nhà. Theo sách giáo khoa, *The Odyssey* và một sử thi khác của Homer là *Iliad* đã phản ảnh trung thực đời sống, tư tưởng và nền đức lý của Hy Lạp thời quá khứ xa xưa, đã tả "một thời đại nhân ái nguyên sơ khi loài người chưa phân chia giai cấp" [579].

Khi đọc tới đoạn văn này, trong trí ta hẳn phải nảy ra vài điều thắc mắc. Trước nhất, các tác giả viết sách giáo khoa (hoặc bất kỳ ai khác nói tới chuyện đó) đã biết được những gì về đời sống ở cộng đồng kinh thành Mycenaean Cổ Hy Lạp từ thế kỷ XIII đến XII trước Công lịch được tả trong một tác phẩm mãi 4 đến 6 thế kỷ sau mới được viết ra, tức vào thế kỷ IX đến thế kỷ VIII trước Công lịch? Có biết những chủ đề, sự kiện mà sách gán cho đó nó được Homer diễn đạt trung thực ra sao và cái diễn đạt đó

---

577 Manh-co, *Bão táp ở Ham-buoc*
578 Cat-xco-ro, *Nhung nguoi*
579 *Trich giang Van hoc lop tam pho thong. Tap I*, 1974, 196–7, 202

nó như thế nào thì gọi là trung thực? Thứ nhì, sao sách giáo khoa dám nói đó là một xã hội không có giai cấp? Trong cả hai thiên sử thi, có đủ cả nào nô lệ, người làm công, nào lãnh tụ, vua chúa, nào chiến binh, công dân của thành và cả người ngoại xứ đến nữa. Hèn chi mà rất ít điều như thế xuất hiện trong đoạn trích nơi sách giáo khoa. Cũng theo sách giáo khoa, tác phẩm của Homer đã cho thấy một hình thái tổ chức xã hội thị tộc, trong đó không có kẻ quyền uy thống trị hay người chịu nô dịch phục tùng. Trong xã hội dân chủ và bình đẳng này, mọi người đều đạo đức, tài năng và dũng cảm tuyệt vời, có ý thức tự trọng và ngay thẳng, công tâm và kiên cường [580]. Nhưng ngay chính sách giáo khoa, trong phần giới thiệu, có nói rằng nàng Penelope, vợ của Odysseus đã bị một *bọn vương tôn công tử* [581] rập rình ve vãn. Chuyện đó đâu có đúng với thực chất của một xã hội không giai cấp, mà cả đạo đức cũng không. Sách giáo khoa đã tô hồng lý tưởng hóa xã hội Hy Lạp cổ đại để đi đến kết luận rằng Homer đã tạo ra hình ảnh tuyệt vời về "một thời đại nhân ái nguyên sơ khi loài người chưa phân chia giai cấp". Trời đất! Sao dám nói vậy chứ? Rõ ràng là để khẳng định rằng những gì cộng sản đang ra sức tạo ra ở Việt Nam thậm chí còn tốt hơn xã hội không tưởng cổ đại; rồi sách giáo khoa kết luận: "Xã hội-xã hội chủ nghĩa của chúng ta đang phục hồi giá trị đích thực cho con người, với mức độ rộng và sâu hơn nhiều" [582]. Dựa vào lý thuyết về chủ nghĩa cộng sản nguyên thủy của Marxist để tuyên bố *The Odyssey* là bức chân dung trung thực của một xã hội nhân ái và không giai cấp để nhân cơ hội chứng minh tính ưu việt thần thánh của chủ nghĩa xã hội hiện đại không chỉ với các xã hội phân chia giai cấp mà còn trùm lên cả xã hội không giai cấp thời cổ đại luôn.

Đảng là kẻ cầm lái. Các tổ chức đoàn hội đã bàn trong chương trước cũng như các sách vở tài liệu dành cho thiếu niên nhi đồng đã trình bày nó như là lực lượng dẫn dắt toàn dân tộc và được toàn thể nhân dân hết lòng tin yêu. Sách hướng dẫn giảng dạy môn lịch sử lớp Năm buộc giáo viên phải dạy học trò yêu Đảng, giải thích rằng nếu không có Hồ Chí Minh và Đảng, thì cuộc cách mạng sẽ không gặt hái được những thành quả không tin nổi như vậy [583]. Sách giáo khoa cũng đưa ra cái cơ sở hợp lý để mà yêu Đảng. Người ta cũng hướng dẫn giáo viên môn Văn lớp Bảy dạy rằng cuộc sống của nhân dân đã đổi khác thế nào từ khi có Đảng. Trước khi có đảng, sách giáo khoa giải thích, "nhân dân ta phải chịu oằn mình dưới gót sắt bạo tàn". Nhưng nhờ Đảng nâng cao ngọn cờ cách mạng soi sáng dẫn đường đưa nhân dân đến một cuộc sống tươi đẹp hơn. Thời sau khi lập đảng thì

---

580 *Trich giang van hoc lop tam pho thong. Tap I*, 222
581 Sđd. 196–197, 202
582 Sđd.
583 *Huong dan giang day lich su. Cap II*, 10–11

có lá cờ đỏ làm biểu tượng: "Lá cờ đỏ chói như mặt trời lên buổi ban mai" [584].

Giáo viên cũng được cung cấp một phương pháp dạy sao cho gây được thật nhiều ấn tượng. Năm 1960, Hồ Chí Minh có bài phát biểu nhân kỷ niệm 30 năm thành lập Đảng. Ông hết lời tán dương Đảng và nhấn mạnh sự phát triển của đảng từ 5.000 vào thời Cách mạng đã lên đến 500.000 đảng viên cùng với 600.000 đoàn viên của đoàn Thanh niên Lao động tại thời điểm kỷ niệm [585]. Những con số nhằm chứng minh cho học sinh thấy ngày càng có nhiều người gia nhập Đảng. Ông nói: "Đảng ta thực vĩ đại". Bài phát biểu của ông đã lại thành một cơ sở chính để tiếp tục tuyên truyền tầm quan trọng của Đảng không chỉ trong hàng đảng viên hay người lớn nói chung mà xuống cả tới thiếu niên nhi đồng. Một đoạn trích bài phát biểu này được đem dạy học sinh lớp 6, mô tả cuộc "tranh đấu vinh quang" của Đảng trong suốt 30 năm từ 1930 đến 1960 với 14 thành viên của Trung ương đảng bị xử tử, và 31 đồng chí đã được "ban cho" tổng cộng 222 năm tù. Người ta cũng hướng dẫn giáo viên phải cao giọng tự hào mỗi khi giảng bài. Điểm chính yếu, như được xác định trong tài liệu hướng dẫn, là "Để khẳng định một sự thật: Đảng ta thật là vĩ đại". Phải "dạy học trò biết ơn Đảng và hết lòng thần phục tư tưởng Đảng". Biến tình yêu Đảng thành một ý thức hiếu thuận, các giáo viên phải nhồi lòng sùng tín ăn sâu vào đầu óc học trò về sự vĩ đại không sao chối cãi được của Đảng.

Hướng dẫn dạy học dành cho giáo viên dặn kỹ việc dùng lời ca tụng Đảng như là nội dung của phép hành văn có tính lượng giá hẳn hòi chớ không phải là khẩu hiệu. Chẳng hạn, lời tuyên bố "Đảng ta thực là vĩ đại" hiện ra ngày ở phần đầu của đoạn trích bài phát biểu nói trên đã đưa ra một sự thật cần phải có dẫn chứng. Câu kết luận của đoạn trích là "thật vậy, Đảng ta rất vĩ đại" là một khẳng định chắc nịch sự thật này vì nó đã được chứng minh ở phần thân bài. Các phép hành văn lượng giá khác mà giáo viên dùng với học trò gồm các câu như "Quả thật, Đảng ta thực là vĩ đại" và "Sự thật là Đảng ta rất vĩ đại", theo tài liệu hướng dẫn, những cái đó có tác dụng chống lại bất kỳ lý lẽ nào bảo rằng Đảng không vĩ đại. Tài liệu còn hướng dẫn giáo viên cùng với học sinh suy xét câu "Đảng ta vĩ đại, [và đó] là chuyện có thật" như là một cấu trúc câu cú đã được xác quyết là có thật [chớ không phải là bịa đặt] của lời tuyên bố [586]. Tôi chưa gặp được ở đâu mà có nhiều phân tích tỉ mỉ về cấu trúc câu cú như vậy trong sách giáo khoa. Thật là rõ ràng, bề ngoài ra vẻ là giới thiệu cho học sinh các hình thức hành văn

---

584 *Tai lieu ... van hoc. Lop bay pho thong. Tap II*, 18. xem thêm *Tai lieu huong dan giang day van hoc. Lop sau. Tap I*, 130-3.
585 *Trich giang van hoc. Lop bay pho thong. Tap II*, 6.
586 *Tai lieu huong dan giang day van hoc. Lop sau. Tap I*, 130-133

lượng giá khác nhau, thực ra đó chỉ là một tiểu xảo nhắc đi nhắc lại cho thuộc lòng cốt để đẻ ra lòng sùng bái Đảng.

Người ta cũng hướng dẫn giáo viên dùng phép điều tiết giọng nói trầm bổng sao cho tạo dấu ấn lớn nhất có thể ăn sâu vào đầu học sinh khi dạy bài văn kiện Đại hội đảng lần thứ ba năm 1960. Các giáo viên phải phân tích cho học sinh chỗ đoạn văn lặp đi lặp lại lời tôn vinh Đảng và Đại hội là tim óc của cách mạng Việt Nam và đất nước trong cuộc kháng chiến - đồng thời Đại hội gồm toàn những cá nhân giản dị và gần gũi với nhân dân. Theo bản hướng dẫn, làm thế là cốt để chứng minh cho học sinh thấy sự vĩ đại của Bác và Đảng. Đảng được đúc vào làm một với Hồ Chí Minh, là người mà trẻ em đã được dạy phải yêu từ khi còn rất bé [587]. Để đạt hiệu quả hơn trong việc dạy học trò tin tưởng, nhớ ơn và yêu Đảng cùng với lòng đời đời nhớ ơn Hồ Chí Minh, văn kiện được chia ra thành nhiều phần kèm những chỉ định tỉ mỉ cho giáo viên như: trong đó phần nào giãn giọng thoải mái, phần nào lấy giọng trang trọng và phần nào diễn cảm với cả niềm háo hức say mê, và còn phải biết lặp đi lặp lại để tạo một vết hằn sâu đặc biệt [588].

Đảng cũng được ca tụng tương tự trên tờ báo thiếu nhi *Tiền phong* năm 1965 để kỷ niệm 30 năm ngày thành lập Đảng, người ta viết rằng Đảng đã cho em tiếng nói, cho em bài ca và nuôi dưỡng chúng em. Một bài thơ tán dương những người đã hy sinh trong cuộc đấu tranh đã nhấn mạnh rằng "Chính khi chết đi là khi được Đảng cho lại sự sống đời đời". Bài thơ cũng kêu gọi giới trẻ đừng nản lòng trước những gian khổ, mà phải:

Phải nhớ rằng để được sống đến hôm nay
Là chúng ta mang ơn Đảng vô cùng sâu nặng [589]

Hễ học sinh viết ra cái gì về tâm tình dâng Đảng thì đều được chọn đăng báo. Nhưng cũng khó xác thực trong nhiều trường hợp, không biết tác phẩm văn thơ gì đấy được gán cho trẻ có thực sự do chính em đấy viết ra không; có một số bảo là của trẻ nhưng kỳ thực là do người lớn viết. Sao cũng được miễn cái quan trọng là những giọng lời mang cái vẻ là của trẻ, chính những cái ấy hay ngôn từ được viết ra thay trẻ rồi sẽ chiếu dội lại lên chính trẻ. Tôi tìm thấy trong một tập thơ thiếu nhi một bài thơ của một đội viên thiếu niên tiền phong học lớp Bảy tên là Duong Hien, đầy ắp tình yêu Đảng:

Khăn quàng đỏ em mang,
Em tự do hạnh phúc,
Đủ cơm ăn áo mặc,

---

587 Sđd. 95
588 Sđd.
589 Ba Dung, "Gui em nhan ngay sinh nhat Đảng", *Tien phong*, 22-1-1965

Thảy là nhờ Đảng chăm.
Đảng ngọn gió đêm ngày,
Nâng cánh diều em bay [590].

Năm lớp Chín, tuổi suýt soát được gia nhập Đảng, học sinh học bài thơ có tựa là "Kết nạp Đảng trên quê mẹ" của thi sĩ Chế Lan Viên. Bài thơ tả một người trẻ xiết bao phấn khởi khi được vào Đảng. Đó là sự kiện hệ trọng với cậu ấy! Mẹ cậu từng vào Đảng và lăn mình vào kháng chiến chống Pháp và giờ đến lượt cậu! Cậu trai thốt lên:

Tôi đứng trước Đảng kỳ, rưng mắt lệ
Phút mơ ước, sao thiếu hình bóng mẹ?

Dù Mẹ không ở đó nhưng lá cờ là hình tượng Mẹ đến với chàng trai trẻ trong khoảnh khắc tuyệt vời này, khi anh được vào Đảng và lần đầu được gọi là đồng chí.

Tôi đứng dưới cờ, đưa tay tuyên thệ
Trên đất quê hương mang hình bóng mẹ
Ngỡ chừng như vừa sinh lại lần đầu
Đảng trở thành nơi cắt rốn chôn rau [591]

Một thi sĩ người lớn, Nguyễn Xuân Sanh [*] đã viết 3 bài thơ bằng giọng một đứa trẻ có tựa "Em yêu Đảng", "Em yêu đất nước", "Em yêu cô chú". Bài thơ đầu thì xứng hoàn toàn với cái tựa rồi, còn hai bài sau cũng thế, Đảng vẫn là hình mẫu trung tâm. Riêng bài thứ ba có chút điểm xuyết là Sanh mong sao người thân của mình phải chắc khỏe như cây cối để có sức lao động sinh lợi cho Đảng [592].

Đường lối nhồi sọ tình yêu Đảng bắt đầu áp lên mỗi trẻ ngay khi còn ấu nhi và cứ thế tiếp diễn cho đến trọn đời. Chỉ mới là ấu nhi làm sao hiểu Đảng là cái gì, nó đại diện cho chuyện gì và em bé liên quan đến nó thế nào. Người ta đưa lời mở đầu về Đảng bằng một bài thơ gộp vào bài phát biểu của Hồ Chí Minh đem dạy học sinh như sau:

"Đảng ta vĩ đại như biển rộng, như núi cao,
Ba mươi năm phấn đấu và thắng lợi biết bao nhiêu tình.
Đảng ta là đạo đức, là văn minh,
Là thống nhất, độc lập là hòa bình ấm no" [593]

---

590 Duong Hien, "Đời em", trong tập *Tho tam long*, trang 8
591 *Trich giang Van hoc. Lop chin pho thong. Tap I*, 191–192
592 Nguyễn Xuân Sanh, "Em yêu đảng", "Em yêu đất nước", "Em yêu cô, chú". [*]: Trước khi Việt Minh cướp chính quyền vào 1945 rồi thành lập nhà nước cộng sản VNDCCH ở miền Bắc 1954, thì một số văn nghệ sĩ tiền chiến đã thành lập Nhóm *Xuân Thu Nhã Tập* vào năm 1939, gồm thi sĩ, nhạc sĩ, họa sĩ, đó là Phạm Văn Hạnh, Đoàn Phú Tứ, Nguyễn Xuân Sanh, Nguyễn Xuân Khoát, Nguyễn Đỗ Cung, Nguyễn Lương Ngọc. Đây là nhóm văn nghệ sĩ ưu tú đa tài.
593 *Trich giang Van hoc. Lop bay pho thong. Tap II*, 7

Khi đọc bài thơ này, người ta hỏi học sinh tại sao Hồ Chí Minh nói Đảng là vĩ đại. Thì câu trả lời đã nằm chình ình nơi bài phát biểu của Hồ Chí Minh với bài thơ kia rồi. Rồi trong sách giáo khoa lại một câu hỏi khác nữa được đặt ra cho học sinh, lần này có lẽ phức tạp hơn. Học sinh luôn được dạy là phải khiêm tốn. Khiêm tốn là một trong những điều dạy của Hồ Chí Minh mà tất cả các em phải học từ khi mới chập chững. Tới giờ có lẽ các em phải đối mặt với một thách thức đặt ra trong sách giáo khoa: tại sao nói Đảng vĩ đại mà vẫn cứ là khiêm tốn? [594] Học sinh lớp Sáu cũng phải vật lộn đến khổ với chuyện tương tự như vậy. Ban đầu, có vẻ tuyên truyền Đảng và tuyên truyền Hồ Chí Minh là hai chuyện riêng biệt. Tài liệu hướng dẫn ra lệnh cho các giáo viên phải khẳng định rằng thiệt tình Bác rất khiêm tốn. Lại nữa, mặc cho cái khiêm tốn đó, ông còn bảo: "Đảng ta thực là vĩ đại", thế là đã chứng thật cả hai, ông khiêm tốn và Đảng vĩ đại [595]. Lối người ta giải thích như thế thừa nhận họ e là học sinh có thể nghĩ Hồ Chí Minh là trơ tráo vô liêm sỉ khi ca ngợi Đảng vì như vậy chẳng khác nào ông đã tự ca ngợi mình bởi vì với các em học trò, Hồ Chí Minh là người dẫn dắt Đảng và đại diện Đảng. Ông và Đảng là như nhau - ông là cây cầu bắc qua cửa Đảng.

HỒ CHÍ MINH

Nuôi dạy trẻ trung thành và tuân phục đường lối của Đảng là một yêu cầu tối thượng, nhưng đem những ý về Đảng nói với trẻ thì mơ hồ xa vợi quá. Dạy trẻ yêu Hồ Chí Minh, một người bằng xương bằng thịt rành rành, thì dễ hơn nhiều dạy trẻ yêu Đảng. Về sau, chuyện trẻ yêu Hồ Chí Minh sẽ lại chuyển thành trung với Đảng chớ lo gì.

Chuyện Hồ Chí Minh với trẻ yêu qua yêu lại như thế, lại được người lớn truyền tới tụng lui, chính là cái nền định hình các lớp trẻ sinh sôi tiếp nối nhau, là điều nhất định ảnh hưởng đến nhân dáng của chính trẻ một mai khi lớn lên thành người. Nguyên một diễn trình thít chặt sợi dây buộc trói Hồ Chí Minh vô với trẻ đã đánh dấu một bước chuyển ở Bắc Việt từ ngày hôm qua sang ngày sẽ tới với thang giá trị đã bị đổi thay và những khuôn đúc mới đẻ ra góp mặt. Trước Cách mạng Tháng Tám, nhiều vị Phật, Thần, Thánh thiêng ngự trị cõi miền tâm thức cộng đồng nước Việt đóng vai trò gìn giữ giềng mối xã hội, phù hộ độ trì đôi ngả Thánh Phàm và khuyến tấn dân chúng không lạc lối khỏi những quy tắc đối nhân xử thế thường hằng. Thế nhưng giờ đây cõi Thánh thiêng ấy đã rơi vào tay chính quyền cộng sản sơ sinh còn đỏ hỏn ở miền Bắc.

Như nhà trị liệu tâm lý, nhà thần bí học người Thụy Sĩ Carl Jung đã viết vào 1958: "Nếu con người bị tước đi vị Thánh này thì thế nào cũng có

---

594 Sđd.
595 *Tai lieu huong dan giang day van hoc. Lop sau. Tap I*, 130–133

vị Thánh khác bước vào thế chỗ"⁵⁹⁶. Thật vậy, đây đúng là những gì chính quyền cộng sản cố xoay xở đạt cho bằng được. Chẳng khác chi bất cứ quốc gia nào mà Cộng sản lên nắm quyền, cộng sản Việt Nam cũng cần loại bỏ hết mọi giá trị Thánh thiêng Phật, Chúa đã có từ trước vì những giá trị đó đi ngược lại đường lối của họ. Người ta tin rằng khi cõi trần được các đấng Phật Thần ngự trị thì con người sẽ được bảo an, vô úy. Cõi bị tiếm vị xưa giờ đây bị thay bằng một cõi Trời mới toanh do Đảng định nghĩa. Thay cho các đấng Thánh thần là một thứ cõi Trời mới để nằm ngay nơi những con người cụ thể xứng được noi theo. Sigmund Freud, là Thầy –và rồi quay ra đối nghịch- của Jung, từng diễn điều đó y như vậy vào năm 1927: "Chẳng qua chỉ là lấy uy thế áp đảo của cá nhân nặn ra một hình mẫu và được quần chúng nhận làm lãnh tụ rồi xui khiến họ làm việc và chịu chấp nhận hy sinh để nhờ đó mới có được nền văn minh"⁵⁹⁷.

Những mẫu hình tôn thờ xưa cũng như nay đều nhập hết vào cõi Trời cộng sản đang còn oe oe, nhưng hết thảy đều phải chịu lép vế nằm dưới cái siêu quyền lực tập trung của Đảng và tôn thờ Đảng. Để cái quyền lực đó có tính người hơn, đưa xuống gần dân hơn, và sau hết là để trói chặt dân vào Đảng, thì nhất thiết sự sùng bái tôn thờ Đảng phải quy vào chỉ một cá nhân hiện thân thôi là Hồ Chí Minh. Sự sùng bái cá nhân ông ta bắt đầu đâu khoảng đầu năm 1945 và liên tục không nghỉ không chỉ suốt lúc còn sống mà còn nâng cấp lên một nấc mới ngay khi ông ta chết năm 1969. Nếu việc xóa sổ một hình thái Thánh thiêng lưu truyền trong cộng đồng dân cư và đem thay thế bằng một hình thái khác là hiện thân của cái phẩy tay đoạn tuyệt dứt khoát đi cùng với dòng chảy không ngừng nghỉ của văn hóa-xã hội thu đạt được bằng cách ép uổng cưỡng bức, thì sự bức ép này dần dà lại trở thành được thừa nhận một cách vô thức như là phần không thể thiếu của xã hội mới và thậm chí hóa thành một cảm xúc yêu thương rất thật được duy trì và truyền đời từ thế hệ này sang thế hệ khác, tất cả làm thành cái cỗ xe chủ lực quay vòng chuỗi trung thành sắt son tuần hoàn.

Mối liên hệ giữa trẻ con và Hồ Chí Minh đã minh họa những đổi thay này. Trẻ con là phần tử dễ bị tổn thương nhất trong xã hội. Các em cần được bảo vệ và dìu dắt, và cần như thế nhất khi phải khứng chịu nỗi thống khổ quá lớn do bị cuốn vào cái sắt máu của chiến tranh và cách mạng bắt đầu từ thập niên 1940 và tiếp tục nhiều thập niên sau đó. Hồ Chí Minh trở thành mẫu hình của bậc cha chú bảo vệ dìu dắt đó. Mà đâu chỉ là bác, ông là nhà lãnh tụ và bảo vệ cả một đất nước chớ không chỉ riêng cho một nhà nào. Cái bề ngoài giả hiệu đó của Hồ Chí Minh đã đi từ cái nghĩa của

---

596 Jung, Carl G., *The Undiscovered Self*, bản dịch sang Anh ngữ của R.F.C. Hull, (London: Routledge & K. Paul, 1958) trang 63

597 Freud, *The Future of an Illusion*, bản dịch của James Strachey (New York: W.W. Norton & Company, 1961) trang 8.

chức danh chủ tịch lấn sang thành một vị Á Thánh, nếu không bảo là chính Thánh, đấng bảo vệ nhà nước; đồng thời, ông là nhà lãnh đạo toàn diện, toàn tri và toàn năng mà trẻ con cứ theo thứ bậc gia tộc để xem mình là cháu của bác.

Việc tạo ra một ông bác như thế khiến trẻ em thấy an tâm hơn và dễ sanh lòng yêu ông ta hơn. Người ta cũng đâu có giáo huấn trẻ vì mục đích bảo bọc và nhắm vào hạnh phúc của riêng trẻ; trẻ rất quan trọng vì trẻ là tương lai của đất nước. Đây là cái chiếu cố và mục tiêu chính mà Hồ Chí Minh đã xác định trong thư gửi cán bộ phụ trách công tác nhi đồng vào tháng 11-1949. Ông viết: "Hôm nay chúng là trẻ nít. Từ 10 tuổi trở đi, chúng sẽ là công dân vừa là cán bộ. Đó là lý do tại sao chính quyền, các đoàn hội khác và toàn thể đồng bào ta có trách nhiệm đem hết sức mình ra mà dạy trẻ" [598].

Chủ đề yêu Hồ Chí Minh trở thành nền tảng và là trụ cột của việc guồng máy hóa trẻ con. Tháng 12-1945, người soạn nhạc thiếu nhi nổi tiếng nhất, Phong Nha, đã sáng tác một bài hát nhấn mạnh tình yêu của trẻ dành cho Hồ Chí Minh bằng lối hỏi hoa mỹ: "Ai yêu Bác Hồ Chí Minh hơn các em nhi đồng?" Năm 1952, Hồ Chí Minh nhại lại dòng này trong bài thơ chúc Tết Trung Thu hàng năm, một ngày hội truyền thống riêng dành cho trẻ: "Ai yêu nhi đồng bằng Bác Hồ Chí Minh?" [599]. Thế là kết cục cặp câu kia cũng kiếm được lối vào bài nhạc Phan Huỳnh Điểu năm 1959:

Ai yêu nhi đồng bằng Bác Hồ Chí Minh?
Ai yêu Bác Hồ Chí Minh bằng các em nhi đồng?

Cái việc yêu Hồ Chí Minh vừa đẩy ông ta lên hàng lãnh tụ tối cao, mà cũng vừa lợi dụng đó để đưa "chân dung người" vào các cơ quan quản lý - Đảng và nhà nước - để trẻ dễ nhìn thấy người và yêu người bất cứ nơi nào. Chẳng hạn, chúng ta có thể thấy việc đúc Đảng với Hồ Chí Minh vào làm một trong một bài thơ do một em học sinh lớp bốn nào đó tên là Nguyen Bach Dang viết:

Nếu ai hỏi: Vì sao em yêu Đảng?
Em sẽ chỉ vào khăn quàng đỏ màu cờ.
Nếu ai hỏi: Vì sao em sùng bái Bác Hồ?
(Em sẽ trả lời) Vì có người em mới có cơm ăn áo mặc.
Nếu ai hỏi: Vì sao em tin Đảng?
(Em sẽ trả lời) Vì có Đảng em mới có tự do [600].

Sự sùng bái Hồ Chí Minh bắt đầu vào năm 1945, và nếu trên mặt nhà nước ông ta càng mất dần thực quyền thì trên mặt đại chúng ông càng

---

598 Ho Chi Minh, "Thu gui Hoi nghi can bo phu trach nhi dong".
599 Ho Chi Minh, "Thu Trung Thu nam 1952".
600 Nguyen Bach Dang, "Neu ai hoi", 19

được tôn sùng nhất là giữa lòng thế hệ trẻ, và khi chết, ông lại được nâng lên hàng thánh.

Thật khó mà thẩm định hết vai trò và tầm ý nghĩa của Hồ Chí Minh trong việc guồng máy hóa thế hệ trẻ trong thời chiến. Việc tạo ra hình bóng một bậc Cha Chú là phương tiện hiệu quả để khiến trẻ thấy an tâm hơn và nhờ đó chăm bón cho lòng trung thành của trẻ với Hồ Chí Minh tức cũng là hình ảnh biểu trưng cho Đảng. Hồ Chí Minh có uy hơn Cha Mẹ nhiều - ông là nhà lãnh tụ của cả một đất nước chớ đâu chỉ riêng cho một nhà nào. Hồ Chí Minh đã tự mình định vị là người chủ của mọi nhà trong nước từ hồi 1947 rồi, khi ông viết: "... Tôi không có gia đình, và cũng không có con. Việt Nam là đại gia đình của tôi. Tất cả mọi người trẻ Việt Nam thảy đều là con tôi" [601].

Là bậc trưởng thượng của mọi nhà có con cháu trẻ em, nên từ lời nói cho đến chỉ thị của Hồ Chí Minh trở thành thiêng liêng với trẻ con Bắc Việt. Người ta cũng khuyến khích trẻ phải thấy đời trẻ đan chặt vào Hồ Chí Minh như thế nào. Chẳng hạn, Trần Đăng Khoa, năm 11 tuổi, khi đi thăm Hà Nội vào mùa hè 1969, ngay trước khi Hồ Chí Minh qua đời, đã viết: "mỗi ngày chúng em mong Bác vui và hạnh phúc, vì có thế lòng chúng em mới vui" [602]. Những dòng chữ đó chứng tỏ người lớn đã thành công như thế nào khi dựng được mối liên hệ giữa Hồ Chí Minh vào với trẻ, đến mức trẻ nhận hạnh phúc của bản thân mình là tùy hết vào hạnh phúc của Bác.

Một nhà nhi đồng thơ khác, Nguyen Hong Kien, đã viết ít nhất bốn bài thơ sau khi Hồ Chí Minh chết. Nhận thức của Kien về Hồ Chí Minh kết hợp trong một cái nhìn trừu tượng về lãnh tụ chung của dân tộc với cái nhìn riêng về một ông bác trong nhà:

Bác đã chết thật sao? Không, bác Hồ đâu có chết.
Bên ảnh Marx, Lenin, Bác vẫn cười với em,
Dạy em từng chút một:
Là nhi đồng, phải chăm học đêm ngày;
Yêu tổ quốc, đồng bào;
Quét nhà chăm vườn rau;
Đôi bàn tay em đẹp,
Nhớ siêng rửa mỗi ngày [603].

Ngay cả khi chết rồi Hồ Chí Minh vẫn là một phần đời của trẻ, là người dẫn đường và bảo vệ trẻ. Tuy nhiên, tôi rất vui khi khám phá ra, trong những buổi chuyện trò trao đổi của tôi với những người lớn lên vào thời

---

601 Ho Chi Minh, "Gui bac si", 26
602 Tran Dang Khoa, "Đất Trời", 31
603 Nguyen Hong Kien, "Bac vẫn cười nhìn em", trong tập thơ Nguyen Hong Kien *Em kể chuyện này* trang 17–18

đó, kể cả Nguyen Hong Kien, họ bảo rằng mặc cho những lời hoa mỹ đó họ vẫn yêu Cha Mẹ hơn là yêu Bác Hồ. Điều đó cho thấy chiều kích nhân bản vẫn tìm cách vượt thoát cả một diễn trình "Vô Gia Đình" mà nhà cầm quyền đã phát động. [một trong "Tam Vô" của cộng sản: Vô Tổ Quốc; Vô Gia Đình; Vô Thần]

TÌNH YÊU VÀ GIA ĐÌNH

Cùng với sự đề cao Đảng và Hồ Chí Minh, những quan niệm về tình yêu cá nhân và tình yêu gia đình cũng bị chuyển đổi. Như trong các nghiên cứu của David Marr và Hue-Tam Ho Tai đã quan sát thấy rằng, người cộng sản đã cố cải tạo xã hội Việt Nam sao cho thoát khỏi quan niệm lấy gia đình làm gốc đã có từ nghìn xưa [604]. Để thay thế tầm quan trọng của gia đình bằng các khái niệm về cách mạng và Tổ quốc, bước đầu tiên là đem đổ đầy dần vào trẻ nhỏ tình yêu Hồ Chí Minh và Đảng. Nhưng điều quan trọng không kém là phải nuôi dạy trẻ nhận thức đúng đắn về đạo sống cá nhân và ý nghĩa của tình yêu. Lê Duẩn, Tổng Bí thư Đảng, đã dạy lớp trẻ rằng: "Tình yêu chỉ là thứ thỏa mãn đam mê riêng giữa hai người; còn với cách mạng, nó phải thỏa đam mê cho hàng chục triệu người". Thể theo điều này, một bài viết trên tạp chí *Thanh Niên* bàn về khái niệm tình yêu và hôn nhân nhấn mạnh rằng giới trẻ trong thời đại cách mạng không bao giờ đặt tình yêu lãng mạn có giá trị cao nhất cho đời mình [605]. Một điển hình rõ nhất cho quan điểm đó là chính Hồ Chí Minh, người tự nhận là chưa bao giờ có vợ, thể hiến mình cho nhân dân và cách mạng. Mà gia đình cũng không hẳn đã được yên thân. Sách giáo khoa cho học sinh lớp Một có một bài học tên là "Gia đình".

Có một bài ca dao là *Tình cảm Gia đình* tôn vinh công lao Cha Mẹ với con cái, xem công Cha như Núi Thái sơn, một trong những ngọn núi cao nhất ở Trung Hoa, và xem nghĩa Mẹ như nước trong nguồn chảy ra. Bài ca dao dạy con cái xem trọng việc Cha Mẹ nuôi dưỡng, phải nghe lời và biết ơn Cha Mẹ đã bảo bọc dìu dắt ta nên người [606]. Tuy vậy vẫn có một bài dài trong cùng chương "Gia đình" dạy đi dạy lại về những anh hùng cách mạng Việt Nam và thậm chí cả Lenin, gợi ý rằng các em cũng nên xem họ như là người trong gia đình [607].

Một số sách báo vẫn ca ngợi vai trò của Cha Mẹ, là những người hễ khi

---

604 Ho Tai Hue - Tam, *Radicalism and the Origins of the Vietnamese Revolution* (Cambridge, MA: Harvard University Press, 1996)196–198; Marr, *Vietnamese Tradition on Trial, 1920–1945* (Berkeley: University of California Press, 1984), 131–134
605 Thanh Van, "Xay Dung Quan Niem Dung Dan Trong Tinh Yeu va Hon Nhan", *Thanh Nien* (4) (1970): 27
606 *Tap Doc. Lop mot pho thong*, 57
607 Sdd. 65-68

nào cần thì Đảng hoặc nhà nước mới nhắc đến để nhắc họ trách nhiệm nuôi dưỡng một thế hệ con người mới xã hội chủ nghĩa. Nhưng mặt khác, người ta lại dạy trẻ rằng lòng biết ơn Cha Mẹ chỉ vào hàng thứ yếu so với biết ơn những ai nâng đỡ bảo vệ các em đúng nghĩa nhất, như được giải thích trong một cuốn sách có tựa đề *Hãy xứng đáng là người kế tục sự nghiệp vẻ vang của Đảng của Đoàn*, do NXB Kim Đồng in năm 1966: "Dù biết ơn Cha Mẹ và thầy cô, nhưng chúng em thậm chí còn biết ơn Đảng, Bác Hồ và chế độ [xã hội chủ nghĩa] của chúng em nhiều hơn. Chúng em quý trọng Cha Mẹ và thầy cô nhưng quý trọng Đoàn Thanh niên Lao động còn nhiều hơn thế nữa [608].

Người ta cũng chỉ thị cho giáo viên dạy học trò biết đặt cho đúng tình yêu ưu tiên ở đâu: "đặt tình nước trước tình nhà" [609]. Họ minh họa ý tưởng này bằng một điển cố sinh động từ thời Bách Việt cổ. Tỉ dụ, một trang huyền Sử nổi tiếng có lẽ liên quan đến nhiều Sử tích hồi thế kỷ III trước Công lịch, sau khi đánh bại vị Hùng Vương cuối cùng, thì An Dương Vương, nhân vật chính với nhiều tình tiết huyền Sử Việt Nam, muốn xây một pháo lũy phòng thủ. Nhưng ông không sao làm cho xong vì những oan hồn báo oán của triều đại bị phế truất vẫn còn vất vưởng cản trở công trình. An Dương Vương bèn lập đàn cầu nguyện, và đã được ứng nghiệm khi Thần Kim Quy hiện ra trao cho nhà Vua cái móng rùa để dùng làm nỏ thần sẽ giúp ông bách chiến bách thắng.

Triệu Đà, một Võ tướng từ phương Bắc, đem quân xuôi Nam chinh phục kinh thành Cổ Loa của vương quốc Âu Lạc của An Dương Vương. Bị đại bại trong trận chiến đó, Triệu Đà bèn đưa con trai là Trọng Thủy sang cầu hôn công chúa Mỵ Châu, con gái An Dương Vương. Hai người yêu nhau và được An Dương Vương chấp thuận cho kết duyên vợ chồng. Trọng Thủy cất công dò tìm về bí mật nỏ thần và thuyết phục vợ cho chàng xem chiếc nỏ. Chàng lén đánh tráo một nỏ giả rồi đem nỏ thật về cho Cha, nhờ đó Triệu Đà đã chinh phục được Âu Lạc. Khi nhận ra nỏ thần hết linh nghiệm, An Dương Vương bèn chạy trốn mang theo con gái Mỵ Châu, trên đường chạy, nàng đã rắc lông ngỗng để chỉ đường cho chồng biết lối đi tìm nàng. Khi đến bờ biển, Thần Kim Quy hiện ra báo cho Vua biết chính công chúa là người làm lộ bí mật nỏ thần của ông. Nổi giận, An Dương Vương chém đầu Mỵ Châu. Trọng Thủy chạy theo truy tìm người vợ yêu. Lần theo vết lông ngỗng, chàng tìm được xác không đầu của Mỵ Châu bên bờ biển. Vì quá đau buồn và hối hận, Trọng Thủy bèn gieo mình xuống giếng mà chết.

Câu chuyện bi ai này đã hiện diện trong các tài liệu Trung Hoa vào thế kỷ thứ XV và cũng hòa lẫn vào các Sử tích Đại Việt vài thế kỷ sau. Ở

---

608 Ho Truc, *Hay xung dang*, 36–7.
609 *Tai lieu huong niang day van hoc. Lop Chin. Tap I*, 214.

VNDCCH người ta cũng dùng câu chuyện để dạy học sinh cái cơ bản của tình yêu. Một sách giáo khoa thuật chuyện này yêu cầu học sinh xem xét những mâu thuẫn tình cảm được trình bày trong chuyện (tình yêu nước, tình Phụ Tử, tình vợ chồng). Rồi sách yêu cầu học sinh trả lời câu hỏi: "Câu chuyện này dạy chúng ta cái tinh thần thận trọng cảnh giác chính trị như thế nào?". Câu trả lời đúng được tìm thấy trong giáo án của giáo viên xuất bản trong thời chiến; trong đó bảo họ phải dạy học trò rằng: "Phải lấy ý thức chính trị và lợi ích của Tổ quốc làm cái gốc cho Tình vợ chồng. Vì thiếu cảnh giác, Mỵ Châu đã vô tình thành kẻ phản quốc và phải nhận lãnh hậu quả đau thương" [610].

Một ví dụ điển hình cho điều này được chúng tôi tìm thấy trong chuyện về Phan Thị Quyên, vợ của Nguyễn Văn Trỗi, người liều mạng sống rắp tâm ám sát Bộ trưởng Quốc phòng Hoa Kỳ Robert McNamara trong chuyến thăm Nam Việt Nam năm 1963. "Tình yêu và lòng chung thủy của Nguyễn Văn Trỗi đã biến Quyên từ một thiếu nữ trẻ người non dạ thành một con người tận hiến cho lý tưởng cách mạng" [611]. Khi bị giam, các cai tù cố thuyết phục Trỗi hợp tác bằng cách nhắc tới người vợ trẻ và ngày hôn lễ của hai người. Nhưng Trỗi kiên quyết từ chối những cố gắng đó, và bảo rằng anh sẽ không vì vợ mà gạt đi Tổ quốc [612]. Sách giáo khoa còn nói toẹt ra lệnh cho học sinh hiểu hành vi của Trỗi và phản ứng của anh với các cai tù rằng: "Phe cách mạng thì đặt Tổ quốc lên trên hết. Phe phản cách mạng thì đặt 'vợ lên trên Tổ quốc' và đặt "hạnh phúc cá nhân lên trên hạnh phúc của toàn dân."" Hai mặt sáng tối, trắng đen rành rành hết ở chỗ này. Sau đó, người ta hỏi học sinh suy nghĩ thế nào để vận dụng cặp tương phản này để nhận ra đâu mới là tinh thần cách mạng của một anh hùng [613].

Hạ tình riêng xuống hàng thứ yếu là việc phải chiếm phần quan trọng trong công trình huy động giới trẻ đi vào cuộc binh lửa.

CĂM THÙ ĐỊCH

Việc yêu Hồ Chí Minh và anh hùng cộng sản đã được nhồi sọ rồi thì lòng căm thù kẻ địch cũng chẳng khác gì. Vào Tết Trung Thu nhằm ngày 12-9-1951, Hồ Chí Minh viết thư cho nhi đồng, tả tình hình thời chiến và vai trò của người lớn đang chiến đấu ngoài mặt trận vì độc lập dân tộc. Ông cũng căn dặn trẻ 5 điều, trong đó điều đầu tiên là xách động lòng căm thù của trẻ: "Hỡi các cháu nhi đồng, các cháu phải biết *căm thù* [nhấn mạnh trong nguyên bản], ghét cay ghét đắng bọn thực dân, bọn sen đầm quốc

---

610 *Trich giang van hoc. Lop tam pho thong.* Tap I, 1966, 28; *Tap giao an giang van. Cap III – Pho thong*, 16
611 *Phu luc trich giang van hoc. Lop muoi pho thong*, 52
612 Sđd. 57
613 Sđd. 58

tế Mỹ, bọn phản quốc, bọn bù nhìn. Vì bọn chúng mà chúng ta phải chịu nhiều gian khổ" ⁶¹⁴. Hồ Chí Minh viết thư này khi đang giữa cuộc chiến chống Pháp. Hiển nhiên là ông thấy điều quan trọng và cấp thiết phải biến lòng căm thù thành một cưỡng thúc không có quyền chọn lựa, từ đó lái trẻ vào không chỉ nơi hành động mà còn trong tình cảm. Thực tế thì nhồi sọ được đúng cái cảm xúc gì sẽ sinh ra đúng cái hành động đó. Trong việc này không có gì ưu việt hơn lòng Hận thù.

Việc nuôi lòng căm thù Mỹ có liên quan đến cuộc chiến tranh Triều Tiên. Thư Hồ Chí Minh gửi nhi đồng phản ảnh chủ trương tuyên truyền đã đăng trên cùng tờ báo Việt Minh 4 tháng trước, vào tháng 5 năm 1951. Tờ báo tôn sùng Mao Trạch Đông, là người, theo tờ báo, đã dẫn đầu cuộc chiến chống đế quốc Mỹ, bọn đã giết cả triệu trẻ em và phụ nữ Triều Tiên. Bài báo còn ca ngợi Stalin, người lãnh đạo cuộc đấu tranh chống bọn phát xít Đức, Ý, Nhật và tuyên bố rằng đế quốc Mỹ chính là tên đầu sỏ khơi mào cho một cuộc chiến tranh tân phát xít ⁶¹⁵. Tờ báo cũng tỏ rõ quan điểm về thiện ác trên thế giới: bên phe thiện thì Mao nhận được chiếc đũa thần Cứu Rỗi từ Stalin. Phe ác thì bọn Mỹ đã thế chỗ bọn phát xít.

Khi chiến tranh leo thang, với việc miền Bắc phát động một cuộc chiến tranh vũ trang ở Nam Việt Nam và cùng với sự can thiệp trực tiếp của Mỹ, thì việc nuôi trồng một thế hệ binh lính cầm súng chiến đấu để đạt được mục tiêu của Đảng là một mệnh lệnh. Quân chính quy Bắc Việt cần một nguồn cung cấp tân binh liên tục, và việc giảng dạy lòng thù hận được tăng lên cao độ. Giáo viên lớp Bốn cho các học sinh xem những bức ảnh chụp sự tàn bạo mà bọn Mỹ ở miền Nam đã phạm ⁶¹⁶. Học sinh phải học thuộc lòng những tàn bạo của bọn Mỹ và những hành động dũng cảm của các anh hùng ⁶¹⁷. Câu chuyện về Tấm, Cô bé Lọ Lem Việt Nam, đã lấy thịt của cô em cùng Cha khác Mẹ làm mắm rồi gửi cho bà Dì ghẻ ăn đã được đem làm trường hợp điển hình để học tập như một bài học về lòng căm thù cho học sinh lớp Sáu, các em được dạy rằng người Mẹ ăn mắm thịt Cám, con gái bà, cho thấy kẻ thù của Tấm đã bị trừng trị đích đáng. Điều đó chẳng có gì trái nghịch với bản chất lương thiện tốt đẹp của Tấm bởi vì cái chết của Cám và Mẹ nó là cái trả giá bằng máu ⁶¹⁸. Người ta cũng lệnh cho các giáo viên dạy học sinh rằng: "Nhắm khai thác triệt để sự bất công, những

---

614 Điểm thứ hai, Hồ Chí Minh buộc trẻ phải yêu Tổ quốc, yêu lao động và đồng bào. Ba điểm còn lại yêu cầu ra sức giúp đỡ bộ đội cùng gia đình những người đang cầm súng chiến đấu và chăm học; đoàn kết một lòng với các nước khác, ở đây có lẽ là với giai cấp vô sản, và thi đua làm bất cứ việc gì cho Chiến tranh cứu quốc (báo *Cứu quốc*, ngày 12-9-1951; *Làm theo lời Bác*, 36–37).

615 "Chu tich Ho Chi Minh".

616 *Huong dan giang day lich su. Lop bon*, 65

617 *Lich su. Lop bon pho thong toan tap*, 50

618 *Tai lieu huong dan giang day van hoc. Lop sau. Tap I*, 42

ai thuộc giai cấp công nhân đều đại diện cho công bằng, công bằng luôn ưu thắng trước bất công. Sự thật này cũng có một ý nghĩa *nóng hổi* đối với cuộc đấu tranh hiện tại của nước ta chống bọn đế quốc Mỹ" [619]. Ngoài ra, còn thêm rằng: "Cám chết một cái chết ngang xương đáng kiếp (như chó chết), Mẹ nó thì lăn đùng ra chết khi ăn thịt con gái". Đây là hình phạt mà họ phải chịu vì những áp bức đã trút lên Tấm. Tấm không thể nào tha thứ cho họ được. "Điều đó chứng tỏ, nhân dân ta từ xa xưa đã tỏ thái độ rõ ràng dứt khoát với những kẻ phản bội" [620]. Người ta đem khía cạnh giai cấp của câu chuyện để ngầm làm một kêu gọi chống Mỹ: trong cuộc đấu tranh giữa giai cấp công nhân và bọn bóc lột, chiến thắng sẽ thuộc về công nhân, đúng y như cuộc đấu tranh chính nghĩa chống bọn đế quốc Mỹ sẽ kết thúc thắng lợi như vậy [621].

Nợ máu cũng được đem bàn đến trong một truyện của Bui Hien, lần đầu tiên đăng báo *Nhân Dân* vào ngày 2-3-1966, về vụ bom Mỹ giết chết và làm bị thương hàng chục học sinh và giáo viên khi đang học ở trường, diễn ra vào ngày 9-2-1966, tại làng Huong Phuc. Trong truyện, Bui Hien kể bằng hình vẽ sự tàn bạo của Mỹ và khẳng định rằng học sinh, nhân dân và bộ đội ta phải quyết tâm đòi lại món nợ máu này. Vụ đó cũng được đem dạy học ở trường cấp hai và một tài liệu hướng dẫn giáo viên chỉ thị rằng nó phải được đem dùng để dạy lòng căm thù Mỹ, quyết tâm học tập chăm chỉ và tham gia cuộc chiến chống Mỹ. Tài liệu cũng lệnh cho việc dạy thiếu niên nhi đồng nhất thiết phải bàn về ý nghĩa của nợ máu nghĩa là một tội ác tàn bạo phải bị trả giá [622]. Hướng dẫn này còn chỉ cách đọc và phát âm các tập ngữ chuyên trong truyện để nói lên thế nào là yêu, là đau, là căm thù [623].

Nhắn nhủ tương tự như vậy cũng được truyền qua các hình vẽ in trong sách báo chẳng hạn như tờ *TNTP*.

Cảnh hoạt họa trong hình 4.1 với hàng tựa "Bánh đầu Xuân: 'tặng' xâm lược Mỹ". Mỗi hình vẽ gợi lên một món bánh truyền thống thường được chuẩn bị để đón Tết Nguyên Đán. Bắt đầu từ hàng trên, từ trái sang, trẻ đọc thấy dòng chú thích Bánh 'gai', nghĩa là "bánh gạo nếp đem nhuộm đen". Tuy nhiên, chữ "gai" tự nó có nghĩa là "cây gai hoặc cây kế có gai nhọn", và bắt nguồn từ chữ dùng đặc tả cảnh một tên Mỹ bị chông đâm. Chú thích tiếp theo, 'Bánh nướng' chỉ một loại "bánh được cho nhiều nhân vào bên trong rồi đem nướng". Chữ "nướng" đứng riêng một mình nghĩa là "nướng vĩ hoặc hun khói" giờ đây đã tìm được đường vào hình vẽ máy bay bị đốt

---

619 Sđd. 41
620 Sđd. 47
621 *Tai lieu huong dan giang day van hoc. Lop sau. Tap I*, 4
622 *Tai lieu huong dan giang day van hoc. Cap II*, 70
623 Sđd. 72

cháy mà phi công vẫn còn bên trong. Tiếp theo "Bánh 'nướng'" là "Bánh 'cuốn', một loại "bánh gạo hấp với thịt lợn và nhiều thứ nhân khác nữa rồi cuộn lại với nhau", đó là hình ảnh hai tên Mỹ bị trói vào một thân cây, chữ cuốn ám chỉ cho: cuộn hoặc gói lại. Tiếp theo đến "bánh 'dẻo'", một chiếc bánh bột gạo với nhân trái cây và mỡ lợn. Hình ảnh một tên Mỹ với đủ tứ chi, xin được tha chết, làm tỏ ý nghĩa của chữ "dẻo", "mềm nhũn hoặc ngoan ngoãn dễ bảo". "Bánh 'khúc'", một loại bánh nếp trộn với nhiều thứ lá cây, nghĩa gốc của chữ "khúc", "một phần hoặc một cơ phận", cho thấy chẳng chút nghi ngờ gì về lý do tại sao chữ này được chọn cho hình vẽ cưa chân một tên Mỹ. Cuối cùng là hai tên Mỹ bị tọng vô bao, cái bao có đề chữ "bao đựng xác chết", cũng tức là quà tặng cuối cùng, "Bánh bao", "Bánh hấp" [624]. Những cảnh hoạt họa như thế này tận dụng tác động dễ nhìn thấy của các đòn tấn công để làm giàu thêm từ ngữ cho trẻ và để chứng minh rằng giết bọn Mỹ phải là một phần của ngày mừng Tết cổ truyền.

Hình 4.1. Văn Thanh: "Bánh đầu Xuân: 'tặng' xâm lược Mỹ", Thieu Nien Tien Phong, 20 tháng 02 năm 1968

Còn nhiều cách khác nữa dùng để khắc sâu lòng thù hận, gồm có các trò chơi đòi hỏi trẻ phải nhiệt tình tham gia. Ví dụ, vào năm 1966, tờ báo *TNTP* đã hướng dẫn các trường học đưa vào một trò chơi có tên là "Vạch trần Tội ác Johnson". Luật chơi được một người có bút hiệu là Anh Vui giải nghĩa rõ. Trò chơi bố trí cho các em từ 10 đến 15 tuổi tham gia, có một bạn lớn hơn giám sát. Trò chơi cần phải có một hình nộm của Johnson được làm từ gốc cây hoặc một khúc gỗ kèm với một cây gậy dài khoảng 20 inches. Người chơi phải xếp thành hàng cách hình nộm khoảng 16 feet. Người điều khiển trò chơi liệt kê nhiều tội ác của Johnson và rồi kêu gọi

---

624 Van Thanh, "Banh dau xuan".

người chơi vạch trần tội ác của Johnson. Theo luật chơi, người tham gia trò chơi lần lượt tiến tới hình nộm Johnson với câu hỏi, chẳng hạn như: "Tại sao mầy lại thả bom vào trường Huong Phuc" (một trường tiểu học ở tỉnh Hà Tĩnh)? Hình nộm Johnson không trả lời, người chơi sẽ cầm gậy và quất vào mặt hình nộm, quát lớn: "Mầy cứng đầu hả, có phải không? Tao báo cho mầy biết mầy đã bị kết án tử hình". Người chơi phải dùng đại danh từ "mầy" là chữ thường dùng khi xưng hô với ai thuộc hàng bề dưới của người nói. Người này xong thì tới người kế tiếp lần lượt theo vòng. Luật chơi cảnh báo rằng không ai được phép lặp lại tội ác nào do người chơi trước đã kể ra bởi vì sự tàn bạo của bọn Mỹ là quá nhiều đếm không hết cho nên cứ việc thoải mái kể ra các tội ác mới. Mỗi người chơi được hỏi Johnson hai câu và quất vào mặt hình nộm hai lần. Bất kỳ ai tố cáo được tội ác mới của Johnson mà trước đó chưa có người tố và quất gậy vào mặt hình nộm Johnson thì nhận được danh hiệu "Dũng sĩ Diệt Mỹ", danh hiệu thường được trao cho bộ đội lập được chiến công [625].

  Ban đầu tôi thiên về ý nghĩ rằng có lẽ trò chơi này là một cách để cho những em nhỏ giải tỏa nỗi tức giận, nản lòng hay sợ hãi. Nhưng yêu cầu người chơi phải quất vào mặt hình nộm Johnson, và rằng họ không được phép "đánh cắp" tội ác của Johnson mà người khác đã tố, cứ như vậy nếu ai thỏa được hai điều kiện này thì sẽ nhận được danh hiệu "Dũng sĩ Diệt Mỹ" đã làm tôi kết luận rằng trò chơi này nhằm mục đích hằn sâu thêm lòng thù hận chớ không phải để giải tỏa lo âu sợ hãi. Hơn nữa, trong khi Tổng thống Johnson và Bộ trưởng Quốc phòng McNamara thường xuyên là cái bia hứng những mũi tên bắn công kích cá nhân và là chỗ để trút lòng căm thù, thì nơi một chế độ bầy đàn như thế, hình ảnh những người lính Mỹ vô danh cũng chẳng khá gì hơn, bị bóp méo xuyên tạc thành một bọn vô nhân đạo và thường xuyên bị đánh đồng với khỉ đột đười ươi không chỉ về mặt mũi tay chân mà còn cả trong đầu óc nữa.

  Lính Mỹ còn bị hạ xuống hàng đem làm nhân vật, chi tiết nơi các bài toán pháp và câu đố. Một ví dụ từ tờ báo *TNTP*, mục "Đố Vui" có hai học sinh: Tam hỏi Bình: "Bạn có biết số lính Mỹ chết trong các trận đánh gần đây không? Nói tôi biết để tôi viết bản tin" Bình trả lời ngay lập tức: "Cứ viết xuống đi: con số hàng trăm bằng một phần ba số hàng đơn vị. Số hàng ngàn bằng một phần ba số hàng trăm. Số hàng chục nhỏ hơn số hàng đơn vị một"[626]. Tam suy nghĩ một lúc và ghi ra con số đúng. Bài báo cũng dục bạn đọc báo *TNTP* tìm ra câu trả lời đúng.

---

625 Anh Vui, "Kể tội Gion-xon"
626 Con số gồm có số hàng ngàn, hàng trăm, hàng chục và hàng đơn vị. Con số hàng chục không thể lớn hơn 9, nếu không nó sẽ thành số hàng trăm. Con số hàng đơn vị không thể lớn hơn 9, nếu không, nó sẽ thành số hàng chục. Hơn nữa, con số này phải được chia cho 9, trước hết chia cho 3 để cho ra con số hàng trăm, sau đó lại chia cho 3 để

Sau đó, trên cùng mục đó có một bài toán pháp khác, lần này có nhiều hình vẽ và câu đố có tính toán học hơn: 10 tên Mỹ và 30 tên bù nhìn đã làm một trận càn. Khi màn đêm buông xuống, bọn lính này quây thành vòng tròn cho đỡ sợ để bảo vệ lẫn nhau, trong vòng đó cứ đến tên thứ tư là 1 tên Mỹ. Các bác-du kích trong miền Nam đã bao vây chúng. Các bác-du kích mới quyết định đếm bọn địch và trong quá trình cứ bắn từng tên thứ 12 một để giết chết 10 tên Mỹ trước và sau đó bắt sống 30 tên lính ngụy. Một bác du kích lãnh nhiệm vụ này. Bài toán mời độc giả tìm xem tên địch nào mà bác du kích bắt đầu đếm.

Những câu đố nhận dạng kẻ địch như thế này không chỉ dành cho quân ngoại quốc mà cho cả người Việt đang chiến đấu chống cộng sản, mà theo lối nói ở Bắc Việt thường gọi họ là "ngụy" hay "bù nhìn". Những xú danh này dành cho người đồng bào mình chứng tỏ rằng bản chất của mối tương xung Nam Bắc là có tính chính trị chứ không phải là tính quốc gia. Những ai không ủng hộ đường lối cộng sản liền bị hạ xuống hàng phe địch. Điều này càng trở nên rõ ràng hơn sau khi Hoa Kỳ rút quân vào năm 1973. Trong các bài nói, diễn văn cộng sản, người Việt chống cộng vẫn còn là "ngụy" như ta thấy, ví dụ, từ câu đố dưới dạng hình vẽ như trong Hình 4.2 xuất hiện năm 1974 và người ta định lấy đó phát triển khiếu quan sát cho trẻ em.

Tranh Đậu Khắc Bình [627]

tìm con số hàng ngàn. Như thế thì chỉ có thể có một số duy nhất cho số hàng đơn vị là 9 và vậy là số hàng chục là số 8. Nếu số hàng đơn vị là 9, thì số hàng trăm bằng 3 (1/3 của 9) và số hàng nghìn là số 1 (1/3 của 3), vậy là cho ra một nghìn, ba trăm, tám chục và chín đơn vị, tức là 1389.

627 Đậu khắc Bình, "tranh đố"

NXB Kim Đồng thậm chí còn xuất ra một loại sách đặc biệt, có tựa đề *Dùng mưu giết giặc*, một tập truyện dùng cách tả dí dỏm để trừ khử kẻ thù. Chúng ta sẽ tìm thấy dụng tâm xách động Lòng căm thù Mỹ trong Chương trình dạy học qua cách trẻ viết ra. Một học sinh 10 tuổi học lớp 5, Hoang Hieu Nhan ở tỉnh Quảng Bình, đã viết một bài thơ có tựa đề là "Thằng Nixon", gợi ta nhớ ngay tới những gì người lớn viết, kể cả lối tả "trò chơi Johnson" vừa nói ở đoạn trước.

Có một cậu bé muốn nặn đất sét thành hình Nixon:

Này đầu nó như trái đấu,
Thêm cái bụng như quả hồng,
Này cặp giò nó như que diêm,
Chưa đứng lên đã đổ sụm.
Tai nó luôn nghe những lời rủa rả,
Chúng vểnh lên như tai voi.
Mũi nó để ngửi chất độc.
Và dài ra như mũi voi.

Rồi Nhân viết tiếp:

Tôi đi kiếm mực đỏ,
Tấp từ cằm lên miệng nó;
Tên ác ôn sợ rúm người
Đã uống máu trẻ em.

Rồi cậu vô gọi Bà ra xem tác phẩm của cậu có giống hệt nguyên bản không và được Bà khen như sau:

Nếu đem đặt ra đường
Ai chẳng đòi vặn cổ [628].

Bằng cách nâng lên cao độ lòng thù hận để tổ chức thiếu niên nhi đồng thành một thứ xã hội trại lính như thế là nhằm phục vụ cho một mục tiêu cực kỳ quan trọng. Nó nuôi cảm thức gắn bó thành một hàng ngũ, đứng cùng một trận tuyến với nhà nước. Và, về lâu dài, nó có tác dụng chuẩn bị cho thiếu niên nhi đồng hăng hái xung phong đi bộ đội. Phụ thêm vào việc tăng trưởng lòng căm thù là liên tục mở thêm những tượng đài anh hùng chống ngoại xâm, để xách động thiếu niên nhi đồng, toàn diện hoặc triệt để, tranh đua với họ. Điều này đã trừ khử hết hoặc giảm đáng kể mọi sự do dự lừng khừng có thể có với chuyện thanh niên có háo hức hay không khi đến tuổi gia nhập quân đội giết thù như từng biểu tỏ trong câu chuyện tếu trong miền Nam kể một học sinh mong sao tránh khỏi phải đi quân dịch. Một nhi đồng thơ nổi tiếng nhất miền Bắc Việt Nam, Trần Đăng Khoa, lúc mới 10 tuổi, năm 1968, đã làm một bài thơ tả vụ một máy bay Mỹ bị bắn

---

628 Hoang Hieu Nhan, "Thằng Ních-xơn" 17

hạ. Phi công nhảy ra từ máy bay cháy và đáp xuống cánh đồng. Tất cả dân làng đổ xô đến nơi:

Bố em cầm đòn càn
Mẹ em mang đòn gánh
Chị em mang khẩu súng
Bé Giang mang que cời
Con chó Vàng mang hàm răng nhọn hoắt
Em không biết mang gì
Vớ ngay hòn đá

Trần Đăng Khoa không biết phải mang theo gì nên nhặt một hòn đá và bắt đầu chạy - chân cậu bé ngắn quá mà không muốn bị trễ. Nhưng khi đến nơi thì người phi công đã ngã xuống, kẻ thù đã chết.

Hàm răng nó rơi ra,
Ngực nó bị bể toác,
Ô, nó cũng giống người
Mà sao ở trên trời
Nó ác thế!

Trước cảnh buồn này, Trần Đăng Khoa tả chú chó sống động:

Chó Vàng trông hạnh phúc,
Nó sủa vang như cười:
Ah! Thằng Mĩ đến Việt Nam,
Nó đến, và giờ nó ở lại đây! [629]

Không chỉ người lớn và trẻ em vui mừng trước cái chết của phi công Mỹ, ngay cả con chó cũng cười vui tỏ vẻ oán thù. Rõ ràng là ở miền Bắc, không chỉ trẻ em mà ngay cả loài chó cũng nhận mặt được kẻ thù và ý thức được đầy đủ nguyên cớ chiến tranh. Chính việc nuôi lòng thù hận và bỏ ngoài tai những cảm tình phức tạp khác đã giúp biến trẻ em một mai khi lớn lên thành những chiến binh và sẽ không còn phải gặp chút do dự lừng khừng nào khi lâm chiến thực sự.

NGỤY TẠO NHỮNG CÂU CHUYỆN ANH HÙNG

Yêu thương và hận thù kết hợp lại thế nào cũng sản sinh ra những mẫu anh hùng tuổi đời vừa lớn. Nếu Hồ Chí Minh đã là siêu anh hùng, thì vẫn còn nhiều mẫu anh hùng khác đưa vào dạy trẻ học qua môn lịch sử và được loan truyền rộng rãi qua thông tin đại chúng, qua sách giáo khoa và đủ thứ sách báo khác để thôi thúc các em noi theo các mẫu anh hùng khác nhau chứa trong đó. Những mẫu anh hùng tuổi nhỏ, đồng trang lứa với thiếu niên nhi đồng hơn cả, đã góp phần hết sức quan trọng.

---

629 Nguyen Hong Kien, Cam Tho, và Tran Dang Khoa, *Em ke chuyen nay*, 130–131

Ngay khi mới thành lập VNDCCH, người ta đã tung ra tuyên truyền hình ảnh anh hùng tuổi nhỏ. Người lớn tạo ra những câu chuyện kể những em tuổi nhỏ chiến đấu chống Pháp để về lâu về dài hô hào huy động thanh niên dự phần vào việc nước. Chúng ta thử xét một trong những mẫu chuyện kể nhiều tiếng tăm nhất mà người ta đã tạo ra, đó là chuyện Lê Văn Tám, được xem như một kẻ tuẫn đạo cách mạng, đã liều chết khi mới 13 tuổi trong kháng chiến chống Pháp.

Chuyện như vầy: Lê Văn Tám sống với Mẹ ở Sài Gòn sau khi Cha tham gia cuộc nổi dậy Nam Kỳ (1940), bị Pháp bắt, tra tấn và ném xuống biển. Tám quyết trả thù cho Cha. Bà Mẹ chỉ có mỗi Tám là con trai duy nhất nhưng vẫn giục con đi làm dọ thám quân Pháp cho cách mạng. Nghe vậy, Tám khá là miễn cưỡng vì cậu sợ người ta nghĩ mình là Việt gian, đây là một chữ do phe theo Việt Minh dùng trỏ những ai mà họ gán là về phe Pháp, và mang tiếng xấu cho Cha [630]. Rồi có một ông bác theo cách mạng khuyến khích Tám cứ làm thử. Quá trình dọ thám, Tám phát hiện một kho xăng. Cậu bèn lên kế hoạch phóng hỏa đốt nó, nhưng ông bác nhất quyết cấm cậu làm thế. Khi các lực lượng cách mạng bị đánh bật khỏi Sài Gòn, cậu càng tăng quyết tâm báo thù cho Cha. Vào ngày 1-1-1946, Tám tẩm xăng lên mình rồi bật một que diêm biến mình thành một ngọn đuốc sống (Hình 4.3). Cậu đã biến những thùng xăng thành ngọn núi lửa khổng lồ, như thể thổi bùng ngòi nổ cho cuộc Kháng chiến ở miền Nam Việt Nam [631].

Hình 4.3 Tranh vẽ Lê Văn Tám trích trong Tuổi Nhỏ Anh Hùng (Hanoi, Kim Đồng 1965, trang 72)

Lửa ở ngọn đuốc sống đã táp ngay vào dòng xăng

---

630 Lê Văn Tám, "Ngọn đuốc sống", 60-64.
631 Sđd.

Thế là tên Tám được lấy đặt cho nhiều trường học, biệt đội tiên phong, công viên, và các tổ chức đoàn, hội và nhiều nơi chốn khác. Cậu trở thành biểu tượng của anh hùng tuổi nhỏ, xuất hiện đầy dẫy trong sách giáo khoa, trong văn học cũng như các diễn văn, bài phát biểu.

Năm 2005, (cố) Giáo sư Phan Huy Lê, Chủ tịch Hội Khoa học Lịch sử Việt Nam, trong một bài báo đã bạch hóa câu chuyện, rằng ông mắc một cái nợ "chưa trả" cho Trần Huy Liệu, người sau Cách mạng Tháng Tám là Bộ trưởng Bộ Tuyên truyền. Đầu thập niên 1960, khi Trần Huy Liệu làm Viện trưởng Viện Sử học, ông đã thổ lộ với Phan Huy Lê rằng trong thời làm bộ trưởng, nhằm mục đích tuyên truyền, chính ông đã tạo ra một câu chuyện về một cậu nhỏ tẩm xăng vào người và chạy bay vào kho xăng của Pháp. Ông còn lặp lại chuyện như đã thổ lộ với Phan Huy Lê cho hai nhà sử học khác mấy lần trước khi chết vào năm 1969. Theo Phan Huy Lê, Trần Huy Liệu còn yêu cầu rằng khi cuối cùng đất nước đã có hòa bình và ổn định thì các nhà sử học nên tiết lộ sự thật này cho nhân dân biết. 30 năm sau cái chết của Trần Huy Liệu và thêm 30 năm nữa sau chiến tranh, Phan Huy Lê mới thực hiện lời yêu cầu của Trần Huy Liệu [632]. Từ trước nữa đã có nhiều bàn cãi thắc mắc về tính thực hư của câu chuyện Lê Văn Tám, nhưng Phan Huy Lê, với tư cách là một nhà sử học, lần đầu tiên khẳng định chuyện ấy đã được dựng ra [633].

Thế nhưng, điều đó không có nghĩa toàn bộ câu chuyện là hoàn toàn bịa đặt. Hồi tháng 10-1945, có một kho xăng của Pháp đã bị cháy rụi mà diễn tiến vụ đó vẫn còn chưa biết đích xác thế nào [634]. Trần Huy Liệu lấy sự kiện này dựng lại, đổi lại trình tự thời gian, thêm mắm thêm muối cho chi tiết vào và đưa nó vào làm tuyên truyền. Ông muốn tạo ra một phiên bản anh hùng Thánh Gióng thời hiện đại mà vốn câu chuyện xuất hiện lần đầu vào thế kỷ XV cùng với chuyện các đời Hùng Vương. Thánh Gióng là một cậu bé lúc lên 5 còn chưa biết nói biết đi. Nhưng, khi quân xâm lược đến và đất nước cần cậu thì cậu vươn mình lớn dậy thành một kỵ sỹ thần kỳ leo lên lưng ngựa sắt và phá tan quân địch rồi cỡi ngựa phi về Trời.

Phan Huy Lê nói, ông với các nhà khoa học đã bàn về chuyện Tám có hợp lý không khi chạy một đoạn đường khá xa khi xăng tẩm trên mình bốc cháy lửa ngọn như thế. Nhưng Trần Huy Liệu không cần biết chuyện đó.

---

632 Khoi Nguyen, "Giao su Phan Huy Lê" Sau đó, những quan điểm của Phan Huy Lê đã phổ biến trên nhiều sách báo. Xin xem Phan Huy Lê "Ve cau chuyen Lê Văn Tám" tạp chí *Xưa và Nay* 340, tháng 10-2009"; "GS Phan Huy Lê: Trả lại sự thật hình tượng Lê Văn Tám"

633 Nguyen Que Lam, "Doc hoi ky Duong Quang Dong tron doi tan trung voi Dang, tan hieu voi dan", *Xưa và Nay*, 154 (tháng 12-2003): 9; Quang Hung, "Nghi ve hinh tuong Le Van Tam", *The Gioi* 39(154) (27-9-2004)

634 Xin xem, đơn cử như, "GS Phan Huy Lê: Trả lại sự thật hình tượng Lê Văn Tám"

Vì như ông ta viện dẫn là đã lấy cảm hứng từ truyền thuyết Thánh Gióng, thì câu chuyện của Trần Huy Liệu đâu có gì khó hiểu hơn chuyện Thánh Gióng vươn mình lớn dậy thành một kỵ sỹ cưỡi ngựa sắt phá cường địch rồi bay về Trời. Với chuyện Tám thì Trần Huy Liệu đã noi theo huyền thoại Thánh Gióng không ai không biết, chẳng qua đã lùi xa về quá khứ so với thời nay – để bắc một nhịp cầu nối hiện tại với quá khứ bằng cái tên Tám, cũng có nghĩa là số 8, tượng trưng cho tháng Tám cách mạng [635].

Cũng trong khoảng cùng thời, có câu chuyện kể anh hùng khác đã bùng lên thành một biểu tượng thần kỳ - là Kim Đồng, mà chúng ta đã gặp nhiều lần trong tập sách này. Hai người chuyên lấy hình ảnh Kim Đồng để cổ động - là nhà văn Tô Hoài và nhạc sĩ Phong Nha, cả hai đều là người dẫn đầu công cuộc sinh ra và xuất bản sách truyện cho thiếu niên nhi đồng sau cách mạng. Tôi có chuyện trò với từng người về tính thực hư của Kim Đồng khi thử gợi ý có thể nào hình ảnh của cậu ấy lại cũng được dựng ra. Cả hai đều xác quyết rằng Kim Đồng là một anh hùng tuổi vị thành niên có thật và trình bày chi tiết vai trò của hai người đã đưa hình ảnh cậu ấy đến với công chúng qua nhạc, truyện và kịch như thế nào đúng lúc mà giới trẻ cần có những gương anh dũng để noi theo.

Những chuyện kể trên và một số ví dụ tương tự khác không chỉ liên quan đến thời kháng chiến chống Pháp. Năm 1966, Nguyễn Văn Bé là một tên tuổi dẫn đầu sự chú ý của công luận về chuyện anh hùng. Anh bắt đầu tham gia các hoạt động cách mạng khi 16 tuổi. Là người sinh ra ở miền Nam năm 1946, anh gia nhập Quân giải phóng khi 19 tuổi [636]. Vào ngày 30-5-1966, anh cùng nhiều Việt Cộng khác trên chiếc xuồng tam bản chứa đầy vũ khí đạn dược đi tấn công lính Mỹ và Nam Việt Nam trên các xe bọc thép lội nước được. Anh đánh nhau với địch trong ba mươi phút cho đến khi hết đạn và tất cả đồng đội đều chết hết. Còn lại một mình và không còn cách gì để đánh tiếp, anh ta bị bắt. Anh đã vờ hợp tác với kẻ địch bắt giữ anh để nhặt một quả mìn và lao tới ném quá đầu bay ngay vào một xe bọc thép, giết chết 69 lính Mỹ và Nam Việt Nam. Lời cuối cùng của anh là: "Mặt trận Giải phóng muôn năm". Sau đó, anh được vinh danh và tuyên bố là anh hùng dân tộc. Tên anh được lấy đặt tên cho các trường học cũng như các đội tiền phong và Augustists. Hành động anh dũng của anh cũng được đưa vào sách giáo khoa và đủ thứ ấn phẩm khác [637].

Vào tháng 2-1967, Nguyễn Văn Bé được tìm thấy rõ ràng là còn sống lành lặn trong một trại tù. Tạp chí *Time* đã đăng bài khẳng định rằng sự thực là Nguyễn Văn Bé không chết mà còn sống và hiện là một tù binh ở Nam Việt Nam. Tờ *Time* đã cung cấp tường thuật chi tiết rất khác với câu

---

635 *Tap Doc lop mot. Tap I*, trang 46, 51–54
636 "Nguyễn Văn Bé, một Chiến sỹ Anh hùng".
637 Sđd.

chuyện ở trên về việc bắt giữ Bé: "Bị nhiều xe bọc thép lội nước bao vây, chiếc xuồng tam bản chao nghiêng và lật úp xuống nước. Chỉ có một người bị bắn hạ, còn các Việt Cộng khác đã nhảy ra khỏi xuồng và bơi vào bờ. Bé cũng nhảy xuống nước và cố trốn dưới mặt nước thì bị một lính miền Nam túm tóc anh ta lôi lên. Anh ta là người duy nhất bị bắt giam - và anh ta chưa hề bắn một phát súng nào". Cũng theo tờ *Time*, Nguyễn Văn Bé sẵn sàng hợp tác khi bị nhân viên thẩm vấn hỏi cung và anh ta hiểu rằng anh ta không còn cơ hội quay lại với hàng ngũ Việt Cộng vì đối với họ anh chỉ là cái họ cần có như một mẫu hình kẻ tuẫn đạo liều chết giết thù [638]. Bắc Việt cực lực phủ nhận những khẳng định này [639]. Tạp chí *Việt Nam Bulletin* cũng đăng một bài bác bỏ tư cách anh hùng của Nguyễn Văn Bé với ảnh chụp anh ta đang cầm trên tay tờ báo Bắc Việt *Tiền Phong* trên trang nhất đăng bức ảnh Bé (Hình 4.4).

Hình 4.4.

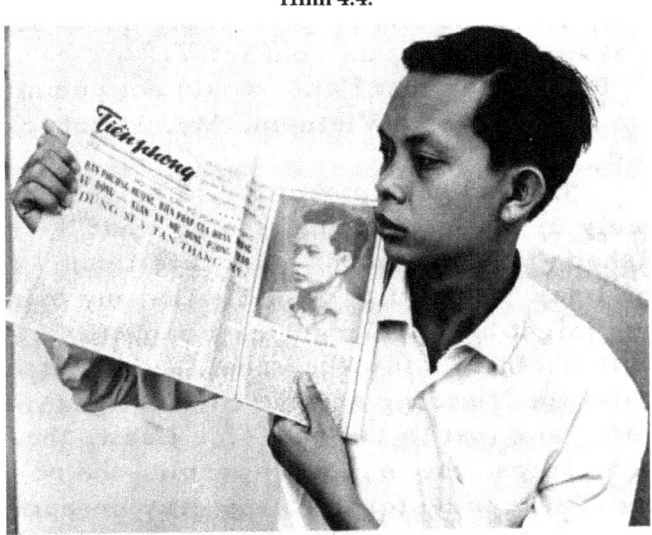

*Ảnh chụp Nguyễn Văn Bé với tờ báo Tiền phong của Bắc Việt, trên đó tả anh đã anh dũng chiến đấu và đã hy sinh. Ảnh trích từ bài "Anh hùng Việt cộng đã Hy sinh hiện **Còn Sống**",* **đăng trong Tạp chí** *Viet Nam Bulletin của Tòa Đại Sứ Hoa Kỳ tại Saigon số 1 (6) ra tháng 6-1967, trang 121.*

638 "The Hero", tạp chí *Time*, 17-3-1967: 40; "Sự Thật về liệt sĩ Nguyễn văn Bé (Hy sinh năm 1966 – Từ trần năm 2002", 26-7-2013"; Friedman, Herbert A., "The Strange Case of the Vietnamese 'Late Hero' Nguyen Van Be". > www.psywarrior.com/BeNguyen.html

639 Xin xem, đơn cử như, Hong Chau, "Trai min cua nguoi du kich. Bai tu mien Nam gui ra", báo *Nhân Dân* 21–28-5-1967; Thomas W., "Nguyen Van Be as Propaganda Hero of the North and South Vietnamese Governments", và "A Dirty Psychological Warfare Trick". [Trò lừa Chiến tranh Tâm lý bẩn thỉu] *The Southern Speech Communication Journal* 40 (1974): 63–80

Theo *Việt Nam Bulletin*, Nguyễn Văn Bé là tù binh của chính quyền Việt Nam và đã được cho về đoàn tụ với gia đình, kèm trích dẫn câu nói của Bé: "Tôi bị bắt sau khi nhảy xuống sông. Tôi chẳng hề làm bất cứ chuyện gì mà người ta nói là tôi đã làm" [640]

Một ví dụ khác là bức ảnh nổi tiếng cảnh một phi công Mỹ bị bắt và được một cô gái cầm súng trường áp giải. Vào ngày 20-9-1965, lực lượng phòng không Bắc Việt đã bắn rơi một máy bay trực thăng Mỹ cùng bốn người trong phi hành đoàn, một đó có một phi công 22 tuổi tên William Andrew Robinson [641]. Robinson và hai viên phi công khác phải chịu gần bảy năm rưỡi tù trong nhiều trại tù khác nhau ở Bắc Việt. Cuối cùng, họ được trao trả vào ngày 12-2-1973, trở thành những tù binh bị giam giữ lâu nhất trong lịch sử Hoa Kỳ [642].

Nhưng Robinson cũng nổi danh khi anh là một trong hai người có mặt trong một bức ảnh mang tính hình tượng, được chụp vào ngày anh bị bắt, do một nhân viên chụp ảnh của Thông tấn xã Bắc Việt tên là Phan Thoan, bức ảnh với chú thích là "cô du kích nhỏ". Cái chú thích muốn lột tả vóc dáng bé nhỏ của cô du kích trẻ Nguyễn Thị Kim Lai. Với khẩu súng trên tay, nữ du kích 19 tuổi đường bệ áp giải một người Mỹ cao to đang cúi đầu. Dù cả hai chỉ sai biệt nhau có 3 tuổi, nhưng sự tương phản thật là ấn tượng. Nguyễn Thị Kim Lai trông trẻ hơn nhiều so với Robinson, và cái vóc mỏng mảnh của cô làm nổi bật một Robinson cao lớn to bự. Theo Nguyễn Thị Kim Lai, khi đó cô chỉ cao có 1,48 mét (4 feet 10 inches) còn Robinson cao tới 2,2 mét (gần 7 feet 3 inches); và cô cũng bảo cô chỉ cân nặng có 37 kg (81,5 pounds) so với Robinson 125 kg (275,6 pounds) [643]. Tấm ảnh của Phan Thoan được trưng bày tại một Triển lãm ảnh năm 1966, nơi này nhà thơ và thành viên Bộ Chính trị Tố Hữu đã nhìn thấy ảnh và nó được Tố Hữu lấy cảm hứng để viết bài thơ như sau:

O du kích nhỏ giương cao súng
Thằng Mỹ lênh khênh bước cúi đầu
Ra thế! To gan hơn béo bụng
Anh hùng đâu cứ phải mày râu!

Bức ảnh của Phan Thoan và bài thơ của Tố Hữu gây âm vang đánh động khắp hang cùng ngõ hẻm ở Bắc Việt, bài thơ thì được học thuộc đến nhập tâm ở trường học, ngay cả sau khi người Mỹ đã rút khỏi Việt Nam

---

640 "Viet-Cong Dead Hero is Alive". [Việt cộng đã Hy sinh hiện Còn Sống] *Viet Nam Bulletin* 1(6) (June 1967): 121
641 "Robinson William Andrew". > www.pownetwork.org/bios/r/r041.htm
642 Robins, Glenn, *The Longest Rescue: The Life and Legacy of Vietnam POW William A. Robinson* (Lexington: University of Kentucky Press, 2015)
643 Văn Định, "Ký ức cuả 'o du kích nhỏ,'" *báo Tuổi trẻ*, 24-4-2014

⁶⁴⁴. Bức ảnh truyền đi cái tinh thần chiến đấu của thanh niên Việt Nam, nhờ đó làm cho một cô gái Việt nhỏ bé trở nên ưu việt trước một người Mỹ khổng lồ. Người ta cứ ngỡ các nhiếp ảnh gia VNDCCH, cũng giống như nhiều trí thức khác, đã sản sinh ra được những hình ảnh có sức tuyên truyền, ⁶⁴⁵ mà rồi hóa ra bức ảnh lại không chính xác y như cái vẻ của nó.

Năm 1995, NHK, Hãng Thông Tấn Nhật Bản, đã tổ chức một cuộc hội ngộ tại Việt Nam giữa Nguyen Thi Kim Lai và William Robinson để làm một cuốn phim tài liệu và cũng để khám phá tính lịch sử của bức ảnh mang tính hình tượng ấy. Nhà sử học Glenn Robins đã bỏ công nghiên cứu về đời binh nghiệp của William Robinson và đã viết một cuốn sách về chuyện đó. Theo tài liệu của Glenn Robins thuật tả lại thì người trưởng nhóm bắt được Robinson đã tuyên bố trong một cuộc phỏng vấn rằng Nguyễn Thị Kim Lai có tham gia nhiệm vụ lùng tìm nhưng trên thực tế lại không có tham gia vụ bắt giữ. Bản thân Robinson thì nhớ lại Nguyễn Thị Kim Lai cùng "cả trăm đồng đội trang bị bất cứ thứ gì từ dao rựa đến súng máy". Theo tài liệu đó thì, về bức ảnh chụp, Phan Thoan bảo lúc đó dân chúng trong vùng xúm lại rất đông nhưng anh ta đã tìm được một góc máy để chỉ có hai người lọt vô trong khung ảnh thôi. Cũng theo tài liệu thì Tố Hữu, người viết bài thơ nổi tiếng kia cũng tiết lộ rằng Nguyễn Thị Kim Lai được chọn để chụp ảnh vì cô là người trẻ nhất và nhỏ thó nhất làng ⁶⁴⁶. Lời khai của chính Nguyen Thi Kim Lai không không khác những gì vừa kể. Cô xác nhận vì cô là người nhỏ con nhất nên cô đã được tuyển lựa trong số các đội viên của đội du kích giữ ấp để cho diễn cảnh áp giải Robinson với tư cách là người đã tìm ra anh ta trước nhất. Trong lúc đó thì nhà báo Phan Thoan bấm máy ghi lại được khoảnh khắc lịch sử này ⁶⁴⁷.

Người ta đã dàn dựng bức ảnh mang tính hình tượng này; việc hai vóc dáng nhỏ lớn đứng kề nhau có vai trò đáng kể, nếu không muốn nói là quan trọng nhất, trong việc xem kỹ để tuyển lựa người áp giải tù binh Mỹ. Chẳng có nguy cơ anh ta trốn thoát hoặc làm hại cô gái vì có quá nhiều người xung quanh đủ để ngăn chặn điều đó. Năm 1967, có hai con tem bưu chính để ghi nhớ, một cho Nguyễn Văn Bé và một cho Nguyễn Thị Kim Lai áp giải Robinson, được phát hành để tôn vinh những hành vi anh dũng của thanh niên Việt Nam.

Mặc dù trong hai đơn cử sau cùng vừa nêu trên, các anh hùng tuổi nhỏ không cứ phải hoàn toàn là trẻ vị thành niên, nhưng chỉ sau một hoặc hai năm, hai hình tượng đó vẫn còn rất gắn bó với tuổi thiếu niên nhi đồng

---

644 *Lich su. Lop bay*, 180
645 Schwenkel, Christina, *The American War in Contemporary Vietnam: Transnational Remembrance and Representation* (Bloomington: Indiana University Press, 2009), 58
646 Robins, Glenn, *The Longest Rescue ....*, 195–198.
647 Văn Định, "Ký ức cuả 'o du kích nhỏ,"

nhằm làm những cụ thể gương mẫu để các em noi theo. Việc dựng các chuyện kể góp phần quan trọng tạo ra mẫu tượng đài những anh hùng tuổi nhỏ đã minh họa vì đâu giới trẻ Việt Nam tiếp nối nhau làm thành dòng anh hùng.

CHIẾC ĐŨA THẦN ANH HÙNG TÍNH

Kỳ họp Quốc hội lần thứ ba vào tháng 4-1965, trong khi thảo luận về các nhiệm vụ liên quan đến mục tiêu chống Mỹ trước mắt, Thủ tướng Phạm Văn Đồng đã nêu tên phân nhiệm nhiều nhóm khác nhau trong quần chúng phải dũng cảm đối địch, còn Hồ Chí Minh thì để nghị rằng thiếu niên nhi đồng cũng cần phải được liệt kê vô những nhóm anh hùng đó [648]. Nhiều tài liệu, văn bản để cao anh hùng tính không chỉ với người lớn mà ngay cả chiếu cố phần nhiều tới lớp tuổi nhỏ độc giả đó.

Tháng 5-1946, Hồ Chí Minh viết trong bài "Thơ tặng các cháu" bày tỏ hy vọng rằng "các cháu sẽ gánh vác trọng trách lâu dài bảo vệ đất nước của Lạc Long [649]." Như chúng ta đã thấy biết, trong văn hóa dân gian truyền khẩu Việt Nam cũng như trong các biên niên sử, thì Cha Lạc Long Quân, cùng với người phối ngẫu, là Mẹ Âu Cơ, là Thủy tổ của nòi giống Việt và là biểu tượng của Việt tộc. Tuy nhiên, Sử tích này đã bắt đầu chuyển đổi ngay sau đó. Cuối bài thơ "Thư Tết Trung Thu" của ông năm 1952, Hồ Chí Minh khuyên nhủ trẻ "phải xứng đáng là ngoan của Bác Hồ", [650] cũng tức có nghĩa là ông đã thay thế hình ảnh Lạc Long mà ông viết từ mấy năm trước bằng hình ảnh của chính mình, con người bằng xương bằng thịt ở ngay hôm nay. Việc tham bác huyền Sử Lạc Long đã phải ngồi xuống để nhường chỗ cho một mối liên hệ mới đứng lên giữa Hồ Chí Minh và lớp tuổi nhỏ, Bác bác Cháu cháu.

Trong khi đôi giày Lạc Long mới của Hồ Chí Minh cạnh đôi giày nữ của người phối ngẫu Âu Cơ vẫn còn bị bỏ trống, thì cái danh xưng nổi lên lấp đầy đôi giày còn trống Âu Cơ bây giờ là *Tổ Quốc*, nghĩa đen là "lãnh thổ Cha Ông", trong Anh ngữ thường được gọi là Fatherland như Tổ Quốc trong Việt ngữ, biểu hiện này không có giới tính, nhưng theo truyền thống nó có nghĩa là đất tổ của nam giới. Nhưng có lúc trong Việt ngữ vẫn chấp nhận một đặc tính phân biệt giới tính khi chữ đó được kết hợp với chữ Mẹ, từ đó sinh ra tập ngữ *Mẹ Tổ Quốc* hay Đất Mẹ - Motherland.

Ý tưởng về Tổ quốc đã trở thành cả cứu cánh lẫn phương tiện nhằm tập thể hóa lớp người trẻ, và Tổ Quốc đã được cá nhân hóa cụ thể để dẫn đầu cuộc tranh đấu của dân tộc. Những anh hùng khác tham gia cùng Bà

---

648 "Ky hop lich su".
649 Ho Chi Minh, "Thơ tặng", 48
650 Ho Chi Minh, "Thư Trung Thu nam 1952", trang 10; cũng xem thêm Ho Chi Minh, *Ban ve cong tac giao duc*, trang 38-39, và hàng chục ấn phẩm khác.

Âu Cơ trong cuộc đấu tranh này tạo ra một chuyển tiếp qua chiếc đũa thần anh hùng tính và ái quốc tính từ thế hệ này sang thế hệ khác. Trong cuộc chuyển tiếp đó, tất cả những nhân tố này không chỉ đơn giản là những cá nhân lẻ mà họ tạo thành hàng ngũ cứu quốc không ngừng mở rộng, đơn cử qua vở kịch *Họp Mặt Thiếu Niên Anh Hùng*; sáng tác của nhà thơ Huy Cận, người cũng là Bộ trưởng Bộ Văn hóa và sau đó phụ trách công tác tuyên truyền. Trong vở kịch này, Âu Cơ được cụ thể hóa là bậc Quốc Mẫu: "Mẹ chúng con bốn nghìn năm tuổi vẫn trẻ", bốn nghìn năm tính từ thuở xa xưa là thời gian tuổi vẫn quy cho thời Âu Cơ hiện diện với tư cách là thủy tổ của giống nòi Việt tộc. Trong vở kịch này, Đất Mẹ trẻ bốn nghìn tuổi dẫn dắt các anh hùng tuổi nhỏ chống lại kẻ thù Mỹ y như khi Người đã dẫn dắt chúng con chống lại mọi kẻ thù và vượt qua bao trang Sử đen tối trước kia [651]. Đơn cử cho sự có mặt trước nhất về truyện anh hùng tuổi nhỏ do Huy Cận sáng tác là Thánh Gióng, một cậu bé vào thời các đời Hùng Vương cổ đại, như chúng ta đã có nói tới rồi, đã phá tan quân xâm lược và sau đó thăng thiên về Trời. Truyện Thánh Gióng có đông độc giả đến dậy sóng với toàn thể người miền Bắc vào cuối thập niên 1960 và cả thập niên 1970 khi gần như năm nào cũng được tái bản [652].

Một anh hùng tuổi nhỏ khác trong truyện Huy Cận, là Lý Tự Trọng, sinh năm 1914 tại Thái Lan, có Cha Mẹ là người Việt ngụ cư tại đó, và được gửi sang Trung Quốc năm lên 10 để theo làm đệ tử Hồ Chí Minh. Sau đó, anh về Việt Nam với công tác thành lập Đảng Cộng sản Đông Dương vào năm 1930. Năm 1931, anh bắn một sĩ quan cao cấp người Pháp, rồi bị bắt và bị xử tử. Sau đó, anh được vinh danh là liệt sĩ cách mạng tuổi vị thành niên.

Vở kịch *Tiếp bước anh* của nhà văn Nghiem Da Van ca ngợi cái chết tuẫn đạo của Lý Tự Trọng và nói đến anh như là người "đã với tới tầm Thánh Gióng nhận cây đũa thần cứu quốc". Lý Tự Trọng có mối liên hệ mật thiết không chỉ với Tổ quốc và Thánh Gióng mà còn với "Cha già" dân tộc, Hồ Chí Minh:

Bác Hồ đã dạy anh từ thời thơ ấu,
Chiến đấu dưới khẩu hiệu Bác Hồ, anh trở thành bất tử.

Nghiem Da Van khẳng định Lý Tự Trọng sẽ tiếp tục là tấm gương cho các thế hệ thanh niên, dạy trẻ con cách xứng đáng là cháu ngoan Bác Hồ [653].

---

651 Huy Cận, *Họp Mặt Thiếu Niên Anh Hùng* (Hanoi: Kim Đồng, 1973). (50,300 ấn bản)
652 Xin xem, đơn cử như, *Cau be lang Gong*; Huy Can, *Phu Dong*; Cao và Nguyen, *Chú Bé*; To Hoai, *Chuyện Ông Gióng*; Duc Lan, *Doi dung*; Thep Moi, *Chuyen Anh Ly Tu Trong*; To Hoai, *Vu A Dinh* (sách); To Hoai, *Kim Dong*; To Hoai, *Vu A Dinh* (Kịch); Nguyen Anh and Nguyen Thanh, *Kim Dong* (Kịch); Lam Phuong, *Ho Van Men* (Kịch).
653 Nghiem Da Van, "*Tiep buoc anh*", 16

Những liệt sĩ tí hon từ thời kháng chiến chống Pháp không chỉ xuất hiện trong vở kịch của Huy Cận mà còn trong nhiều tác phẩm của các nhà văn khác, nổi tiếng nhất là Lê Văn Tám, được cho là đã tự biến mình thành đuốc sống để phá hủy kho xăng của Pháp vào năm 1946, và Kim Đồng, một cậu bé người sắc tộc thiểu số Nùng, như đã nói ở trên, mang theo mình tài liệu bí mật quân sự và bị Pháp giết chết vào năm 1943 [654]. Những anh hùng tuổi nhỏ trong cuộc chiến chống Mỹ cũng được đưa vào truyện Huy Cận: trong đó có Kpa Ko-Long và Hồ Văn Mên.

Hồ Văn Mên, một cậu bé 13 tuổi, là một gương anh dũng được công bố rộng rãi trong các tài liệu và sách giáo khoa về chiến sĩ nhi đồng ở miền Nam, cùng với Kpa Ko-Long, một cậu bé sắc tộc thiểu số Jarai và tên cậu được đặt cho nhiều đội thiếu nhi tiền phong cũng như các trường học [655]. Một nhà văn khác, Lâm Phương, viết sách có tựa là *Hồ Văn* Mên - *Dũng Sĩ Diệt Mỹ* tả cậu bé Mên là một trẻ mồ côi, sống với bà ngoại. Từ thời còn ấu nhi, Mên đã nghe Bà kể chuyện những gương anh dũng trong kháng chiến chống Pháp và về sự tàn bạo của Mỹ và bọn bù nhìn đã phạm. Mên muốn vào du kích nhưng người nhà cậu kể cả ông chú du kích của cậu không cho vì tuổi cậu còn nhỏ quá. Mên và người bạn tên Thu đã tự mình mạo hiểm hành động nhiều lần và cuối cùng cũng được cho vào du kích. Mên và Thu đã anh dũng chiến đấu, quẳng lựu đạn giết bọn Mỹ, phá sòng bài giết bọn bù nhìn. Kẻ thù đã bắt được Mên, nhưng cậu lại trốn thoát và tiếp tục đấu tranh.

Một sách thiếu nhi khác, *Chiếc khăn quàng Ngô Mây* của Xuan Phuong, đã tả một cách chi tiết và sống động một trong những hành động anh hùng của Mên: "Ngày 8-5-1966, một chiếc xe nhà binh GMC vào làng Mên. Trong xe có hai tên Mỹ và một tên bù nhìn. Mên mừng như bắt được của: đã lâu lắm, anh mong sao chính tay mình giết được kẻ thù mới hả dạ. Anh lấy một quả lựu đạn ném vào xe. Chiếc xe nổ tung, cả ba tên trong xe đều chết [656]. Vài tháng sau, chính Mên tự sáng chói với chiến công giết hàng chục tên địch. Truyện tiếp tục kể bằng cách mô tả nhiều tình tiết Mên giết thù cùng việc điểm đầu lượng nạn nhân tăng dần: "làm xong vụ giết sạch một tốp quân địch, Mên chạy như bay và cười rú lên lăn lộn. Ông chú ôm

---

654 Le Van, "Ngon duoc", 56–75. Truyền sử về Lê Văn Tám đã bị nghi ngờ là không có thật; Tôi còn khảo sát chủ đề này qua nhiều tài liệu khác nữa, như Nguyen Hong, *Duoi chan Cau May*; Nguyen Thu và Le Cong Thanh, *Kim Dong*; To Hoai, *Kim Dong*; To Hoai, *Vu A Dinh*; Nguyen Anh và Nguyen Thanh, *Kim Dong*; Lâm Phương, *Hồ Văn Mên - Dũng Sĩ Diệt Mỹ*
655 Nguyen Dac Vinh, Phan Van Mai, and Nguyen Manh Dung. *Lich su Doan thanh nien cong san Ho Chi Minh va phong trao thanh nien Viet Nam (1925–2012)*, 394
656 Xuan Phuong, *Chiec khan quang Ngo May*, trang 12

chầm lấy Mên. Trong đám đông vây quanh có người nói đùa rằng: 'thằng bé nhóc này đã tranh hết phần giết thù của tôi rồi!' [657]

Theo Lâm Phương, Hồ Văn Mên nhận được cả ba danh hiệu cao quý của Mặt trận Giải phóng: "Dũng sĩ diệt Mỹ", "Dũng sĩ diệt xe cơ giới" và "Dũng sĩ diệt xe cơ giới cấp ưu tú". Trong một sách khác về Mên xuất bản năm 1969, cậu được vinh danh cùng với đồng đội khác như sau: "Mên 13 tuổi, Thu 14 tuổi, và Dien [một dũng sĩ trẻ khác] là 15. Số tuổi của ba đồng đội này cộng lại là 45 [sic], ít hơn số bọn sĩ quan và lính bù nhìn và những thằng ác ôn khác mà 3 người đã hạ gục: 30 tên chết, 29 bị thương, trong đó có 3 tên chết và 10 tên bị thương là Cán bộ 'bình định'" [658]. Cuốn sách tường thuật rằng Mên được đưa đi dự Đại hội chiến sĩ thi đua toàn miền Nam. Và rằng Mên chưa chịu thỏa mãn với chiến công đã làm được mà còn sẽ chiến đấu nhiều hơn nữa; vào lúc sách này xuất bản, Mên đã giết khoảng 80 tên địch, trong khi các đồng chí người lớn có trang bị vũ khí của cậu đã giết chết 400 tên địch [659].

Truyện của Xuan Phuong thì thuật rằng Hồ Văn Mên nhận được một khăn quàng đỏ có đánh dấu riêng, loại đã được trao cho anh hùng liệt sĩ Ngô Mây, một anh hùng tuổi nhỏ của Lực lượng Vũ trang, đã hy sinh năm 1947 trong Kháng chiến chống Pháp [660]. Hồ Văn Mên được tung hô rất rộng và kéo dài. Sách của Lâm Phương và Xuan Phuong được xuất bản gần như cùng lúc vào năm 1969 với tổng cộng 75.400 ấn bản. Năm 1972, một đợt xuất bản khác cuốn sách của Lâm Phương lên tới 30.300 bản, theo đó hình ảnh Hồ Văn Mên lan rộng trong hơn 100.000 bản in của riêng loại sách này [661].

Những anh hùng tuổi nhỏ trong cuộc chiến chống Mỹ cũng được đưa vào truyện Huy Cận. Kpa Klong hoặc Kpa Ko-Long, một thiếu niên Giarai ở tỉnh Kon Tum, sinh năm 1948 trong một gia đình nghèo. Năm 1967, NXB Quân đội in tiểu sử của cậu trong loại sách người lớn, cũng bảo Kpa Ko-Long sinh năm 1948. Vì còn nhỏ, cậu chưa được vào du kích khi mới 15 tuổi. Vì vậy, cậu tự mình mở chiến dịch chống thù, làm bẫy và tiêu diệt lính biệt kích. Năm 1965, khi bước qua tuổi 17, cậu vào quân du kích địa phương, tham gia 39 trận đánh và giết hàng trăm tên địch, trong đó có 6 tên Mỹ. Cậu được trao tặng danh hiệu cao quý nhất của Quân Giải phóng và được mời dự Đại hội chiến sĩ thi đua toàn miền Nam lần thứ hai, ngay

---

657 Sđd. 28
658 Lâm Phương, *Hồ Văn Mên - Dũng Sĩ Diệt Mỹ* trang 38
659 Sđd. trang 80
660 Xuan Phuong, *Chiec khan quang Ngo May*, trang 2
661 Lâm Phương, *Hồ Văn Mên - Dũng Sĩ Diệt Mỹ* trang 72

sau Đại hội, việc này được công bố trong một tập sách đặc biệt của NXB Quân đội, và những thông tin trên đây được tôi rút ra từ đó [662].

Năm 1969, NXB Kim Đồng xuất bản một tập truyện Tuổi nhỏ miền Nam, qua đó cũng đã lan truyền hình ảnh của Kpa Ko-Long đến những độc giả tuổi nhỏ và gọi cậu ta là "anh hùng tuổi nhỏ vĩ đại từ Tây Nguyên". Tập sách còn thêm nhiều chi tiết như Kpa Ko-Long xoay xở thế nào để đạt cái đích là được vào du kích: cậu vót chông rồi đào hố đặt bẫy và đã giết được 3 tên biệt kích địch; rồi sau đó dùng cung nỏ giết thêm 3 tên nữa. Khác với bản sách cho người lớn đã nói ở trước do NXB Quân đội Nhân dân xuất bản, cuốn sách dành cho trẻ em này cho rằng Kpa Ko-Long chỉ mới 14 tuổi khi được kết nạp Đảng, có lẽ lấy cách tính tuổi vì lối chiến đấu độc lập của cậu [663]. Trong đơn xin gia nhập Quân giải phóng, Kpa Ko-Long viết bằng ngôn ngữ Giarai: "Tôi là du kích từ năm 14 tuổi. Tôi đã giết 124 tên Mỹ và bù nhìn, và đã phá hủy 8 xe bọc thép. Năm nay tôi đã thành người lớn và xin được chấp thuận cho vào Quân Giải phóng" [664]. Kpa Ko-Long, Hồ Văn Mên và nhiều trẻ khác là những gương anh hùng tuổi nhỏ dùng để cổ động, truyền lửa háo hức tham gia chống thù [665].

Những sách truyện này vừa dạy giới trẻ rằng anh hùng tính không phải chỉ ưu tiên dành cho người lớn vừa chuẩn bị cho họ sẵn sàng chống địch khi đến lượt, bất kể tuổi tác. Như Sổ tay Đội thiếu nhi tiền phong đã cổ động rằng:

Chúng ta thấy Kim Đồng, Lê Văn Tám, Lý Tự Trọng, Võ Thị Sáu ... tham gia cách mạng ở tuổi nào? Thật đấy, chỉ cỡ tuổi của em mà thôi. Đây là lý do tại sao em không nên mặc cảm tự coi mình còn con nít chưa phải là người có khả năng làm những việc lớn, mà hãy tích cực cố gắng chuẩn bị, khi em đeo khăn quàng đỏ lên vai, thì ngay tức khắc em đã khoác lên mình huy hiệu và hình ảnh biểu tượng rằng: Đã có cờ đỏ với sao vàng trên tay, hãy tiến bước [666].

Chủ trương của kẻ cầm quyền là khiến thiếu niên nhi đồng phải khao khát trở thành những Kpa Ko-Long hoặc Hồ Văn Mên khác và tiếp tục truyền thống Thánh Gióng, Lý Tự Trọng, Kim Đồng và Lê Văn Tám mà họ đã dựng nên, ngầm giục các em phải cố dành cho được chiếc khăn quàng của Ngô Mây đã truyền cho Hồ Văn Mên. Hơn nữa, với khát vọng trở thành bộ đội lập công, những anh hùng tuổi nhỏ đầy khát khao cũng cố

---

662 *Dai hoi quyet chien quyet thang giac My. Dai hoi anh hung, chien si thi dua, dung si cac luc luong vo trang nhan dan giai phong mien Nam lan thu hai – nam 1967*, 141–142
663 Nguyen Trung Thanh và cộng sự., *Dũng sĩ*, trang 5
664 Sđd. trang 15
665 Xem thêm *Tuoi nho chong My cuu nuoc*, một tuyển tập gương anh hùng thiếu niên nhi đồng, Tran Thanh Dich, *Dũng Sĩ 13 tuổi*, và còn nhiều sách khác nữa.
666 Sổ Tay 203

xứng đáng là cháu ngoan Bác Hồ [667]. Sách tập đọc lớp Một và lớp Hai gồm có 3 phần: chuyện cuộc đời Bác Hồ, gương anh hùng người lớn và chuyện anh hùng tí hon [668].

Năm 1967, tại Đại hội chiến sĩ thi đua, Kpa Ko-Long được công nhận là chiến sĩ thi đua còn Hồ Văn Mên nhận được hai danh hiệu cao hơn có tên là "dũng sĩ kiên cường hạng nhất" và "dũng sĩ diệt Mỹ hạng ba" [669].

Một trẻ nhỏ khác, người miền Nam 12 tuổi tên là Bùi Trung ngoài Đà Nẵng, cũng được đem làm gương thi đua. Tạp chí có tên *Vui hè, thắng Mỹ* năm 1969, trong mục "Học tập và Làm theo Gương Người tốt Việc tốt", đã in một hình vẽ (Hình 4.5) mô tả việc làm anh hùng của cậu bé Bùi Trung, ca ngợi cậu một mình giết được 12 tên địch và 102 lần làm việc chung với anh hùng thiếu nhi 14 tuổi Vo Pho vào cuối năm 1967 [670].

Hình 4.5:

Trinh Duong và Ha Quang Phuong, "Em Bùi Trung",
Vui hè thắng Mỹ (Hanoi: NXB Kim Dong, 1969), trang 13.

Lời lẽ dành cho trẻ vẫn tràn trề như những ví dụ tương tự nêu trên. Thế nhưng việc biểu dương anh hùng tính cật lực như thế mà vẫn gặp rắc rối. Thiếu niên nhi đồng trong khi chờ đợi đến lúc có thể đi bộ đội được, thì các em đã chẳng có được bao nhiêu cơ may sống một đời lý thú hiếu động của thời thơ dại đang độ tuổi tiểu học vốn chỉ phải lo giữ vệ sinh, giúp việc đồng áng và đi học.

Những việc thường nhật đó tuy quan trọng nhưng quá tầm thường, nếu không nói là nhàm chán, nhất là khi đem so với cuộc sống hào hùng

---

667 Nghiem Da Van, "Tiep buoc anh", 20
668 *Tai lieu huong dan giang day tap doc. Lop Một và Hai phổ thông,* 1971, 3–4
669 *Dai hoi quyet chien quyet thang giac My. Dai hoi anh hung, chien si thi dua, dung si cac luc luong vo trang nhan dan giai phong mien Nam lan thu hai – nam 1967,* 141–142
670 Trinh Duong và Ha Quang Phuong, "Em Bui Trung", 13

nơi những gương thiếu niên nhi đồng mà người ta vẫn không ngừng cổ động khuyến khích thi đua ngoài kia. Trẻ em khó thể tập trung vào việc học, hay chăn trâu bò, nuôi gà vịt, hay giữ vệ sinh khi các em biết rằng có những bạn cùng tuổi mình đang tích cực tham gia giết thù, bọn người mà các em đã thuộc bài là phải hờn căm. Khi nhận ra điều đó, người ta bèn bày ra rất nhiều cuộc thi đua và phong trào xoay quanh chủ đề công việc thường ngày như "Diệt … … như diệt Mỹ", hay "Diệt … … là diệt Mỹ", hoặc ít xúi dục bạo lực hơn, như "chống … … là chống Mỹ".

Một phong trào rầm rộ có tên gọi là: "Diệt Sâu như diệt Mỹ". Khi có sâu bọ ăn lúa ở một làng quê thuộc tỉnh Hà Bắc đe dọa mùa màng, liền có 60 đội viên thiếu nhi Tiền phong trong làng có mặt ngay trên đồng với đủ thứ chai lọ, ống tre và gậy gộc. Trong vòng một tuần thi đua diệt sâu bọ, toán đội viên đã diệt hết loài sâu gây hại này như "Diệt Sâu Mỹ"! [671] Báo cáo về các cuộc thi như vậy trên báo đã kích thích các em bắt chước và phong trào bỗng mở rộng.

Học sinh của một biệt đội thiếu nhi Tiền phong có tên được đặt theo tên anh hùng cộng sản Lý Tự Trọng tại một trường tiểu học ở tỉnh Nam Hà đã tổ chức một cuộc thi đua diệt ruồi mà họ gọi là "Diệt Ruồi là Diệt Mỹ." [672] Có 264 trẻ đã tham gia cuộc thi đua. Các em được tùy ý sử dụng bất kỳ phương tiện nào để diệt ruồi, như vĩ đập, bẫy, rắc vôi hoặc tưới nước sôi vào ổ trứng [673].

Cuộc thi đua được hưởng ứng và lan rộng - chỉ vài tháng sau, một trường học khác ở tỉnh Hưng Yên công bố một chiến dịch tương tự: "Diệt Mỹ như Diệt Ruồi". Chiến dịch vượt quá quy mô của đợt trước. Tờ báo cho biết trẻ em đã tạo ra 1.200 dụng cụ bắt ruồi và hàng trăm bẫy ruồi. Từ kỷ lục 10.000 con mỗi ngày, con số đã tăng lên 13.000 mỗi ngày. Có một trẻ đã lập kỷ lục diệt 1.360 con ruồi và nhận được danh hiệu là "Dũng sĩ diệt Ruồi," nhại theo danh hiệu "Dũng sĩ diệt Mỹ." [674]

Nhiệm vụ diệt ruồi và đếm số không nhất thiết để nhằm lôi cuốn trẻ cho mục đích đó. Nhưng tạo cái nền cảm tính chống Mỹ cho công tác diệt ruồi đã gây được tác dụng kép: nó nhấn mạnh sự cần thiết phải thù và diệt Mỹ, nhờ đó đã huy động trẻ cho các hoạt động hữu ích khác bởi nếu không thì có thể các em sẽ thấy nhàm chán khi so với việc làm anh hùng của những người trực tiếp tham gia chiến tranh. Chiến dịch đã đưa trẻ nhập vào quỹ đạo chống Mỹ và cũng huy động trẻ luôn ở tư thế năng động cho khỏi nhàm chán.

---

671 "Diệt sâu như diệt Mỹ".
672 "Diệt ruồi là diệt Mỹ".
673 Sđd.
674 "Diệt ruồi như diệt Mỹ".

"Chống Mỹ" là khẩu hiệu phải được thường xuyên áp dụng trong mọi công tác hằng ngày. Đơn cử, một câu chuyện, một em gái tên Thảo được Cha khuyên phải ăn sáng trước khi lao động ngoài đồng ruộng: "Nếu con cứ bỏ lơ không ăn sáng, thì làm sao mà đủ sức tập trung cấy lúa và con sẽ bị giảm năng xuất. Vậy là có lỗi lớn! Còn ăn sáng trước khi đi làm thì năng xuất vụ Đông Xuân mới cao để mà chống Mỹ - con không thể lao động tốt trong tình trạng nửa mê nửa tỉnh được." [675] Có một bài hát thúc giục trẻ em tăng gia sản xuất nhiều luống rau "chống Mỹ." [676] Thế là, gương anh hùng, yêu thương và thù hận đã cùng trợ lực không chỉ trong chiến đấu mà còn phải đầy tràn trong các công việc tầm thường.

KẾT LUẬN

Trong chương này, tôi đã xem xét kỹ các tài liệu nguyên bản để thấy được quá trình tập thể hóa thiếu niên nhi đồng ở miền Bắc diễn ra như thế nào trong việc đổ vào đầu óc các em một nhận thức về thế giới khởi từ những quan điểm với ưu thế lấn át của Đảng và nhà nước và của bên ngoài mái nhà các em đang sống nói chung. Chắc chắn, mái nhà và thân bằng quyến thuộc vẫn có được một chỗ đứng trong quan điểm ấy, nhưng nó đã được hợp nhất thành một hệ thống phân cấp trong đó gồm yêu Hồ Chí Minh, yêu đấu tranh giai cấp và cách mạng, yêu Đảng và nhà nước, và yêu các anh hùng nhưng những cái yêu đó chỉ bằng, nếu không nói là lớn hơn, tình yêu gia đình. Đồng thời, nuôi lòng căm thù địch: Người Mỹ và người Việt ở miền Nam đã chống lại Hồ Chí Minh và Đảng. Yêu - Ghét là một trong những cảm xúc căn bản nhất của con người; chúng có xu hướng chi phối Ý thức của một người để hoặc gắn bó hoặc ghê tởm với tất cả những ai, những gì người ấy chạm trán trong đời. Chúng là nền tảng căn cốt trong quá trình tập thể hóa con người, biến xứ sở thành một xã hội trại lính ở VNDCCH, nơi quy tụ hết vô một cái bệnh sùng tín nơi từng mái nhà riêng cho đến những kẻ có quyền lực dẫn đầu lẫn trong đường lối của Đảng. Trường lớp, học đường là nơi quy trình này thai nghén và sinh sôi đặng cho ra lò những thế hệ thanh niên mới, những con người luôn tuân lệnh và trung thành với nhà nước và bất cứ chính sách gì nó đề ra.

Mấu chốt của quá trình này là hình ảnh Hồ Chí Minh, người Bác kính yêu luôn nghĩ về các cháu ngoan, chăm sóc, bảo vệ và cho các cháu cái đích sống. Thật khó tưởng tượng cái quá trình tập thể hóa không lấy Bác Hồ làm tâm. Ông ta đã sung vào cho quyền lực toàn diện nhưng trừu tượng của Đảng và nhà nước một hình tượng cá nhân với khuôn mặt người dịu dàng khả kính cụ thể. Tình yêu sâu thẳm dành cho Bác và lòng căm thù

---

675 Nguyen The Kiem, "Nó đã thành tật rồi", trong *Lời ca chống Mỹ* (Ninh Binh: Ty Van hoa Thong tin Ninh Binh, 1965), trang 16
676 Van Ninh, "Hàng rau chống Mỹ", trang 6

địch tận xương tủy đã mở đường cho các thế hệ người Việt mới lớn ở Bắc Việt thủ đắc chiếc bánh lái điều hướng ra thế giới rộng lớn hơn bên ngoài, chiếc bánh lái sẽ tồn lưu mãi suốt đời họ. Căm thù địch và yêu Bác Hồ kết hợp lại làm thành yếu tố chủ lực trong việc tập thể hóa tình cảm của trẻ em [677].

Anh hùng hóa cũng dự phần đáng kể quá trình ấy, và được rút ra từ chuyện kể về cuộc kháng chiến chống ngoại xâm trong dòng Sử Việt. Với lớp trẻ thì nó được trình diện như một dòng liên tục những anh hùng: nào là kẻ tử đạo Lý Tự Trọng thời thực dân Pháp nhận chiếc đũa thần từ anh hùng Thánh Gióng đánh giặc thời cổ Sử Việt; nào là dũng sĩ chống Mỹ tuổi nhỏ Hồ Văn Mên nhận chiếc khăn quàng đỏ từ dũng sĩ chống Pháp Ngô Mây.

Học yêu, học ghét và học ngưỡng mộ anh hùng là phương tiện để có được một chốn an toàn trong lòng xã hội cộng sản Bắc Việt. Yêu và Ghét đúng đường lối đã cho phép thanh niên đánh đổi con đường lo âu sợ hãi từ chốn an toàn của gia đình và tôn giáo để lấy sự an toàn do Bác Hồ cung cấp, và rốt cuộc là do Đảng. Đây là một quá trình tập thể hóa để định nghĩa lại cá nhân và cũng để lược bỏ nốt vai trò cá nhân trong tình Yêu Ghét hợp với lẽ thường tình xưa nay.

---

677 On the emotional aspect of children's socialization, Frevert và cộng sự., *Learning How to Feel Children's Literature and Emotional Socialization* (Oxford: Oxford University Press, 2014)

CHƯƠNG 5:
CHÂN DUNG GIÁO DỤC & XÃ HỘI QUA TÀI LIỆU VĂN BẢN Ở VNCH

Năm 1967, hãng Thông tấn CBS mở một cuộc thăm dò dư luận xem người miền Nam cảm nhận thế nào về cuộc chiến và họ biết những gì về các bên tham chiến. Cuộc thăm dò thực hiện trên 1.413 người từ cả thành thị lẫn nông thôn ở nhiều vùng miền khác nhau trên lãnh thổ VNCH. Dù miền Nam đang giữa cuộc chiến tranh với Bắc Việt, nhưng chỉ có 58% trả lời chính xác kẻ lãnh đạo chính quyền Bắc Việt là Hồ Chí Minh hoặc Nguyễn Ái Quốc, một bí danh thời còn hoạt động của Hồ Chí Minh; 1% trả lời là Phạm Văn Đồng và 41% không biết là ai [678]. Một phần tư số người được hỏi không biết phe lâm chiến nào đang được Hoa Kỳ trợ lực, hoặc có người còn bảo đó là Bắc Việt [679]. Khi được hỏi nước nào hiếu chiến nhất, 5% trả lời là Hoa Kỳ, 48% trả lời là Trung Quốc và 43% không có ý kiến [680]. Qua cuộc thăm dò này, cho thấy rõ ràng nhiều người miền Nam không biết nhiều về miền Bắc và nhiều người còn có khuynh hướng coi Trung Quốc là thủ phạm gây ra chiến tranh. Thêm nữa, hiểu biết về Trung Quốc của người dự cuộc thăm dò hầu như cũng chẳng khá gì hơn. Khi được hỏi ai là lãnh tụ của Trung cộng, 58% trả lời là Mao trạch Đông, còn 23% trả lời là Tưởng Giới Thạch, và 19% trả lời là Hồ Chí Minh [681].

Có điều chúng tôi thấy ý kiến đa số áp đảo là mong muốn hòa bình của dân miền Nam. Khi được hỏi nguyện vọng cho bản thân và gia đình, 54% số người được hỏi trả lời quan trọng nhất là "công ăn việc làm, mức lợi tức và việc kinh doanh". Thứ đến là sức khỏe (9%) [682]. Khi được hỏi nguyện vọng gì cho đất nước, 81% trả lời là hòa bình, thứ đến là thắng cộng sản và độc lập (mỗi mục 4%). "Thống nhất" chỉ thu được có 2% ý kiến hậu thuẫn [683]. Nhưng khi hỏi về chủ đề Thống nhất bằng những câu hỏi theo cách khác cho rõ nghĩa hơn, thì Thống nhất nhận được tỉ lệ trả lời hậu thuẫn mạnh hơn, với 83% vô cùng khao khát hòa bình, 5% không muốn thống nhất, 1% "hơi muốn" thống nhất, 9% không có ý kiến hoặc ý kiến không thổ lộ ra [684].

---

[678] *The People of South Vietnam: How They Feel about the War. A CBS News Public Opinion Survey* (Princeton, NJ: Research Park, Opinion Research Corporation, March 13, 1967) trang 39
[679] Sđd. 29
[680] Sđd. 36
[681] Sđd. 28
[682] Sđd. 32
[683] Sđd. 32
[684] Sđd. 39

Quả thật không còn gì chối cãi là đề tài chấm dứt chiến tranh và làm sao cho hai miền được tái thống nhất còn quá mơ hồ đối với hầu hết mọi người. Khi người phỏng vấn hỏi ý kiến về việc bên nào sẽ thắng nếu nay mai chiến tranh kết thúc, 62% đáp là VNCH và đồng minh, 0% tức là không một ai chọn cộng sản, 34% không có ý kiến và 4% tin rằng không bên nào thắng cả [685]. Con số Tỷ lệ 83% tương đương với số tỷ lệ mong muốn hòa bình đã nói lên rằng nếu không còn chiến tranh nữa thì đời sống mọi người sẽ tốt đẹp hơn dưới chính thể VNCH; 0% tức là không một ai nghĩ rằng đời họ sẽ tốt hơn dưới chế độ cộng sản [686].

Căn cứ trên việc miền Nam cố ngăn chặn cuộc xâm lăng từ miền Bắc và cộng sản lăm le thôn tính miền Nam, và căn cứ trên đại thể miền Nam chẳng hề tuyên bố mục tiêu của mình là xâm lăng miền Bắc, mà cũng không cố làm thế, thì quả là quá khó để diễn giải thỏa đáng toàn dân miền Nam hiểu thế nào về chủ đề thống nhất xứ sở. Họ chẳng biết gì nhiều về kẻ thù phương Bắc; họ thích sống dưới chính thể Quốc gia miền Nam hơn là với chế độ cộng sản, nhưng đồng thời họ lại có khuynh hướng tin rằng thống nhất vẫn là nguyện vọng chung một khi chiến tranh chấm dứt. Chúng ta hãy khảo sát xem chủ đề này được xử trí thế nào trong những ngôn từ, lời lẽ hiện diện trong các ấn loát phẩm, văn hóa phẩm dành cho trẻ em và thanh thiếu nhi miền Nam.

TINH THẦN QUỐC GIA

Nếu miền Bắc lấy đấu tranh giai cấp làm ưu thế lấn át trong giáo dục, thì miền Nam lấy tinh thần quốc gia làm tôn chỉ trong việc huấn dưỡng trẻ em và thanh thiếu nhi. Ta hãy nghe Bộ Giáo dục VNDCCH nhạo báng tinh thần quốc gia của VNCH:

Dưới vỏ bọc "tinh thần quốc gia", chúng cổ súy việc đi theo những chiều hướng lạc hậu và bảo thủ nhất của đất nước. Tất cả đều là "quốc gia" như "bảo tồn dân tộc tính", "lẽ phải quốc gia", "lấy dân tộc tính để bảo tồn truyền thống lâu đời của quốc gia", "lấy quốc gia chủ nghĩa chống lại chủ nghĩa cộng sản để bảo vệ tinh hoa dân tộc». Chúng hô hào bảo tồn thuần phong mỹ tục của quốc gia và đề cao "hồn nước", chúng [tự gọi mình] là con Lạc cháu Hồng. Dựa vào nguyên lý này, Hồ Xuân Hương không còn chỗ nào nữa trong chương trình văn học của chúng, vì nữ sĩ này đã làm hại "thuần phong mỹ tục của quốc gia Việt Nam" [687].

Các cán bộ giáo dục VNDCCH đã đúng. Tôi không tìm thấy trong sách giáo khoa của VNCH bất kỳ tác phẩm nào của Hồ Xuân Hương, một

---

685 Sđd. 34
686 Sđd. 43
687 "Tong hop nhung net lon ve tinh hinh giao duc mien Nam tu 1954 den dau nam 1966", Dang doan Bo Giao duc, BGD [Bắc Việt] trang 7 (VNAIII)

nữ thi sĩ vào cuối thế kỷ XVIII đầu thế kỷ XIX đã mạnh dạn viết những vần thơ tục mà thanh, thanh mà tục với nhiều ám tả về tình dục. Nhưng những thi phẩm ấy cũng đâu có được dạy ở VNDCCH. Vậy thì hai miền Việt Nam quá giống nhau chuyện này. Cái mà họ thực sự khác nhau là cách xử trí với tinh thần quốc gia.

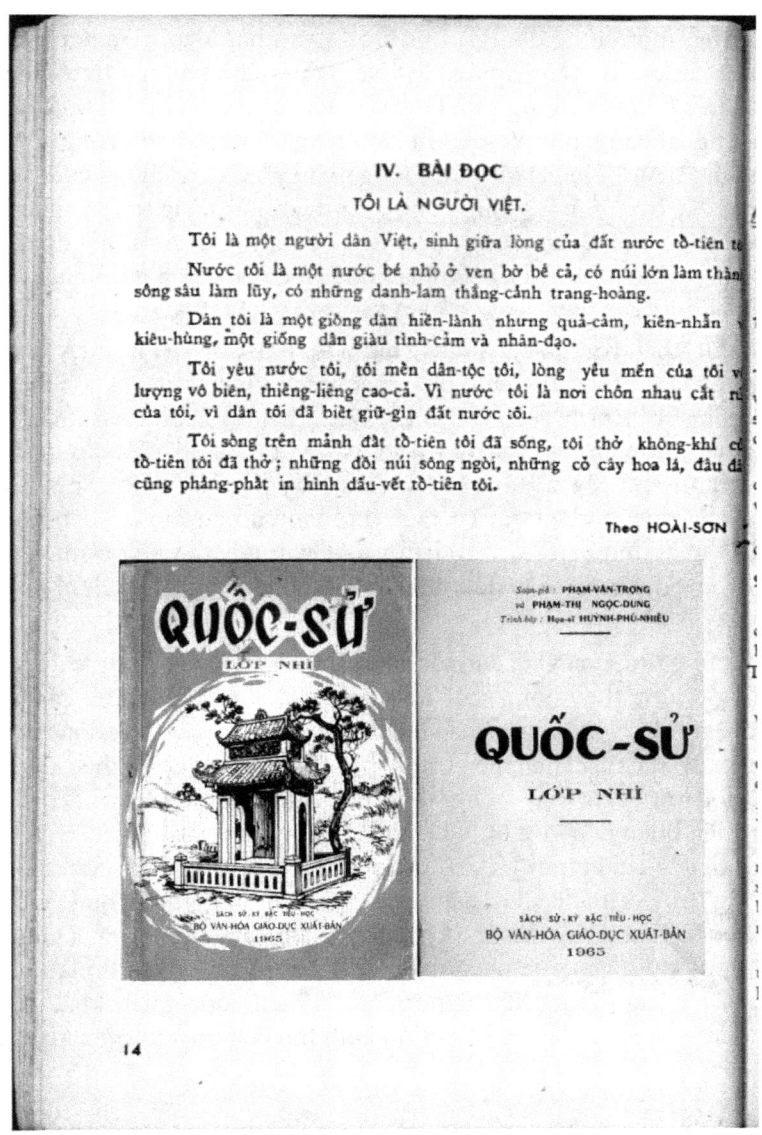

Photo by Le Tung Chau

Như đã bàn trong chương về giáo dục, Dân Tộc tính là một trong ba nguyên tắc cốt yếu cùng với Nhân Bản và Khai Phóng lập thành Tôn chỉ cho giáo dục miền Nam. Phải thấm thấu vào tâm hồn trẻ niềm hãnh diện làm người dân Việt là một trách vụ trọng yếu. Chẳng hạn, học sinh lớp Bốn phải học: "Tôi là một người dân Việt, sinh giữa lòng đất nước tổ tiên tôi ... Dân tôi là một giống dân hiền lành nhưng quả cảm, kiên nhẫn và kiêu hùng, một giống dân giàu tình cảm và nhân đạo." Trẻ em và thanh thiếu nhi được dạy rằng người Việt Nam được thừa hưởng từ tổ tiên một tinh thần bất khuất chống xâm lăng và cuối cùng đã vùng lên thoát ách đô hộ của ngoại bang, nhưng sau khi chống ngoại xâm thành công rồi, đáng buồn thay, người Việt lại quay ra chống nhau [688]. Câu trích sau của lời nhận xét trên đây trở tới mối tương xung giữa miền Bắc cộng sản và miền Nam chống cộng và rất quan trọng để hiểu được những điểm tương đồng và dị biệt giữa cách trình bày lịch sử nói chung và chiến tranh nói riêng ở cả hai miền đất nước.

Trước nhất, với cáo bạch "đáng buồn thay, người Việt lại quay ra chống nhau" tức là ít nhất cũng chịu phần nào trách nhiệm trong cuộc binh đao chứ không chỉ trút hết lên cho miền Bắc. Thái độ hoàn toàn miễn trách, chẳng hài tội miền Bắc, là trái ngược hẳn với ngoài Bắc thuần đổ hết lỗi chiến tranh cho Mỹ và tay sai. Ở miền Bắc, ý tưởng đấu tranh giai cấp không chấp nhận chừa bất cứ một chỗ nào cho sự mơ hồ dao động và không cho ai dự phần trách nhiệm vào việc nước. Ở miền Nam, ý tưởng tình đoàn kết dân tộc dẫn đến thái độ cùng nhau chia sẻ trách nhiệm việc quốc sự.

Ý tưởng tình đoàn kết dân tộc có phần lãng mạn và phi thực đó ở miền Nam đã nương theo dòng Sử Việt mà hun đúc nên một tính cách riêng biệt cho mình. Nội dung bộ sách giáo khoa Sử ký cho thấy dòng Sử Việt thường xuyên chịu cảnh chiến tranh, hết cuộc này tới cuộc khác. Đọc sách giáo khoa lớp Ba, ta thấy trong số hơn ba chục nhân vật lịch sử chỉ có 3 vị không liên quan đến việc binh bị, 22 vị là duy chỉ quân sự, và 5 vị khác có liên quan đến chiến tranh [689]. Nhưng không phải tất cả các cuộc chiến đều là chống ngoại xâm. Sau khi đất nước trở thành một vương quốc tách biệt với đế quốc Trung Hoa vào thế kỷ X, Việt Nam đã phải chịu rất ít cuộc xâm lăng tương đối ngắn của ngoại bang, mà hết phân nửa số đó là do quân Mông Cổ trong thế kỷ XIII. Nhưng còn nhiều cuộc chiến khác do Việt Nam đem quân xâm lấn và thôn tính lãnh thổ của các quốc gia khác, nhất

---

688 Phạm văn Trọng và Phạm thị Ngọc Dung *Quốc Sử Lớp Nhì*, trang 14 - Sách Sử Ký bậc Tiểu học, Bộ Văn hóa Giáo dục xuất bản, 1965
689 Phạm văn Trọng và Huỳnh văn Đồ *Quốc Sử Lớp Ba*, trang 58 – Tủ Sách Tiểu học, Bộ Văn hóa Giáo dục xuất bản, 1965

là vương quốc Chiêm Thành và Cao Miên, rồi thêm còn nhiều thế kỷ nội chiến giữa các tập đoàn thị tộc Việt gây nên cuộc Nam Bắc phân tranh nữa.

Tuy vậy, học sinh vẫn được dạy để coi nước Việt Nam là một, với vùng lãnh thổ trải dài từ biên giới với Trung Hoa đến Vịnh Thái lan. Theo sách giáo khoa lớp Chín, toàn thể lãnh thổ này thuộc quyền cai quản của VNCH, ngầm nói rằng phần lãnh thổ của VNDCCH là bị chế độ cộng sản chiếm đóng tạm thời [690]. Việc trình bày sự cai trị của cộng sản ở miền Bắc là tạm thời và bị áp đặt từ bên ngoài là để học sinh ghi nhớ nằm lòng khái niệm nước Việt Nam là một. Một sách giáo khoa lớp hai thậm chí còn có cả một bản đồ Việt Nam với quốc kỳ VNCH tung bay trên toàn quốc.

Nhưng đó là một ngoại lệ chứ không phải luật tắc bắt buộc. Người miền Nam vẫn nghĩ rằng họ không có tư cách gì để cưỡng thúc thống nhất đất nước bằng cách xua quân thôn tính miền Bắc. Người miền Nam hiểu rằng tất cả những gì có thể làm là chống lại mưu toan thâu tóm cả nước vào dưới sự cai trị của cộng sản. Nhưng không một ai chịu đi vào chi tiết để giải thích mối mâu thuẫn này cho trẻ em và thậm chí cho người lớn.

Bên dưới bức hình tấm bản đồ nói trên, có mấy câu thơ như sau:

Quê em là nước Việt Nam
Một dòng Sử bốn ngàn năm hào hùng
Giờ đây con Lạc cháu Hồng
Điểm tô thêm đẹp cơ đồ nước Nam [691]

Đoạn thơ này đưa chúng ta đến một điểm quan trọng: hình ảnh người Việt, và nhất là trẻ em Việt Nam là con Hồng cháu Lạc - vì sao họ lại được giao phó làm đẹp thêm cơ đồ Việt Nam?

Nguyễn Hiến Lê, một bậc thức giả, nhà văn, dịch giả, nhà xuất bản và nhà giáo dục, đã nói lên những suy tư về ảnh hưởng của người Mỹ lên xã hội và văn hóa Việt Nam như sau: *thoạt đầu, nhiều trí thức có thiện cảm với nền dân chủ Mỹ, lịch sử Hoa Kỳ và văn học Mỹ. Nhưng buổi trăng mật mang cái vẻ hào nhoáng trí thức kia kết thúc khá chóng vánh khi vào đầu thập niên 1960, ở miền Nam và nhất là ở Sài Gòn xuất hiện loại ciné cao bồi, nhạc jazz và tạp chí khiêu dâm như Playboy. Những thứ này ồ ạt xâm nhập vào nhiều tầng lớp dân chúng. Từ đầu năm 1966, một số trí thức trực nhận rằng người Mỹ càng ở đây lâu thì càng gây ảnh hưởng xấu*. Dù thừa nhận nền khoa học kỹ thuật vượt trội của Mỹ, Nguyễn Hiến Lê vẫn coi quan niệm luân lý đạo đức của người Mỹ không hợp với Việt Nam và ông chủ trương bảo vệ thanh thiếu nhi Việt thoát vòng ảnh hưởng đó bằng cách "về nguồn" dân tộc với một nhân sinh quan thời đại [692]. Một trong những hình tượng

---

690 Tran and Nguyen, *Công dân Giáo dục. Lớp* đệ Tứ, trang 9
691 Sdd. 43
692 Nguyễn Hiến Lê, "Sau 18 năm tiếp xúc với người Mĩ – *Vài Suy Tư về Phong Trào Về*

chính yếu của "nguồn" đó chính là các đời Hùng Vương, được xem là thủy tổ của Việt tộc mà tôi đã đề cập ở chương trước.

CÁC ĐỜI HÙNG VƯƠNG

Ở VNCH, các đời Hùng Vương đóng vai trò quan trọng đáng kể hơn nhiều so với ở VNDCCH. Trước hết, vì pho Việt Nam Sử Lược của Trần Trọng Kim, chưa từng được xuất bản ở VNDCCH, vẫn tiếp tục lưu hành và có tầm ảnh hưởng ở VNCH nơi hầu hết các sách giáo khoa môn Sử ký đều trích dẫn nguồn từ pho Sử đó [693]. Có thể thấy tầm ảnh hưởng này trong một sách giáo khoa xuất bản năm 1960, trong đó khẳng định rằng "nguồn gốc Tiên Rồng là nguồn cội vinh dự của dòng giống dân ta. Tuy nhiên, chúng ta phải nhận rằng có nhiều tính hoang đường về triều đại Hồng Bàng và chẳng có gì có thực trong đó." Một sách giáo khoa xuất bản năm 1963 đã gọi sự tích Hùng Vương là tục truyền, nhưng đồng thời cũng nêu lên rằng tích ấy có tính đặc trưng cho một giai đoạn lịch sử: "vào thời thượng cổ dân tộc ta gồm nhiều bộ lạc. Chỉ đến thời Hồng Bàng mới xuất hiện lần đầu tiên những pho sử với các huyền thoại cũng như mới cho ta khái niệm về một định chế quốc gia." [694] Năm 1965, một sách giáo khoa lớp Nhì [lớp Bốn] cũng nhìn nhận rằng sự tích Hùng Vương có vài việc hoang đường khó tin được. Hơn nữa, sách giáo khoa cũng đặt câu hỏi rằng, phải chăng người xưa đã cố tình thần thoại hóa nguồn gốc Việt tộc để con cháu về sau tự hào mà gắng sức cho xứng đáng với tổ tiên hay không.

Trong khi không nghi ngờ gì nữa điều này biểu tỏ nỗi hoài nghi về Hùng Vương, thì độc giả, nhất là người trẻ, có thể lấy làm lạ bởi phần thắc mắc liền tiếp theo sau đó. Sách giáo khoa nói rằng có khá nhiều di tích khai quật được cho ta biết cách sinh hoạt về thời đại Hồng Bàng. Ngoài ra, hiện nay tại địa phận tỉnh Phú Thọ vẫn còn đến thờ các Vua Hùng Vương, hằng năm đến ngày mồng mười tháng Ba Âm lịch có lễ Giỗ các Vua Hùng gọi là ngày Giỗ Tổ Hùng Vương [695]. Năm 1968, Bộ Giáo dục xuất bản một Sử liệu cổ có tựa *Hùng Vương Sự Tích Ngọc Phả Cổ Truyền*, trong đó cũng nêu rằng, mặc dù sự tích Hùng Vương không có căn cứ thực tế, tuy nhiên qua đó vẫn cho thấy "tinh hoa" dân tộc từ nghìn xưa còn lưu truyền lại [696]. Rõ ràng là các nhà giáo dục miền Nam đã lâm vào tình cảnh "Đôi hàng nước mắt, đôi làn sóng", một đẳng rất muốn tin vào huyền Sử cội nguồn dân tộc

---

Nguồn, Saigon, Tạp chí Bách Khoa số 361 – 362 ra ngày 1-/1 và 1-2-1972, trang 53-66
693 Phần này rút từ Dror, "Foundational Myths in the Republic of Vietnam (1955–1975)."..
694 Bui Quang Ly, *Việt Sử lớp Nhì* (Saigon: Nam Sơn xuất bản 1962) trang 6–9; Cao Văn Thái, *Việt Sử lớp Nhì*, trang 9–10 (Saigon: Thanh Đạm xuất bản, 1961); Bui Van Bao và Bui Van Than, *Việt Sử lớp Nhì*, trang 18–19 (Saigon: Sống Mới xuất bản, 1963?)
695 Phạm văn Trọng và Phạm thị Ngọc Dung *Quốc Sử Lớp Nhì*, trang 17–19
696 *Hùng Vương Sự Tích Ngọc Phả Cổ Truyền*, iii, do Hà-Ngọc-Xuyến dịch từ bản Hán tự, Trung Tâm Học Liệu – Bộ Giáo Dục VNCH xuất bản năm 1968

còn một đằng với tinh thần hoài nghi học thuật nên thấy khó tin, vì thế đành không thể có một lời khẳng quyết minh xác nào được đưa ra cả.

Sự tích vua Hùng Vương không được mấy chuộng thời Ngô Đình Diệm. Không có lễ Giỗ Tổ nào được quốc gia đứng ra bảo trợ dưới thời ông vì ông cho rằng đó không phải là Chính Sử. Nhưng sau khi ông qua đời năm 1963, tích Hùng Vương bắt đầu trở nên ngày càng thịnh trên mặt ngôn luận trong chính giới cũng như trí thức giới với quan niệm rằng các đời Hùng Vương có giá trị như là ký tích của dân tộc, và tập ngữ "con Rồng, cháu Tiên" trở nên một chất liệu thuật ngữ sung vào kho tu từ học đại chúng nhất là trong ngôn từ của giới trẻ. Nhưng sau vụ ám sát Diệm, không giống như trường hợp ở VNDCCH, Ngày Giỗ Tổ Hùng vương đã trở thành một trong bảy ngày Quốc lễ ở VNCH và mọi công sở đều nghỉ việc.[697]

Sự tích vua Hùng Vương có vị thế phụng sự một số mục đích chính trị ở VNCH, mà tôi đã có trình bày nơi các tác phẩm khác[698]. Khía cạnh liên quan thích đáng nhất nơi tập biên khảo này là mối liên hệ giữa các đời vua Hùng với giới trẻ. Sự hiện diện của người Mỹ kéo theo văn hóa phương Tây du nhập đã biến đổi toàn cảnh văn hóa Nam Việt Nam, và không đâu biến đổi rõ cho bằng nơi giới trẻ. Ảnh hưởng của văn hóa Mỹ đã lôi cuốn giới trẻ bớt chú ý đến chiến tranh. Đáp lại, chính phủ đã tìm cách vận động toàn dân tập hợp đằng sau Tổ Hùng Vương để chống cộng và đánh bại mưu toan của cộng sản. Nhờ nhiều cuộc phỏng vấn với những người trẻ tuổi thời đoạn đó, tôi mới được biết rằng có rất ít người hăng hái nhập ngũ, mặc dù việc này đã có khác đi phần nào vào năm 1968 khi cuộc tổng tấn công Tết Mậu Thân của cộng sản khiến nhiều người trẻ sẵn sàng tòng quân, như khẳng định trong một tuyên ngôn của chính phủ thời đó: "Thanh niên hãy hăng hái nhập ngũ diệt thù để xứng đáng với nòi giống con Lạc cháu Hồng."[699]

Năm 1965, chính phủ giao trách vụ cho Bộ Thanh niên và Thể thao tổ chức Ngày Lễ Giỗ Tổ Hùng Vương tại Sân vận động Cộng hòa[700]. Vào ngày 8-4-1967, một Ủy ban đặc biệt được thành lập chuyên trách Ngày Giỗ Tổ Hùng Vương cho thành phần tham dự đặc biệt là thanh niên và sinh viên học sinh, bởi vì "thế hệ trẻ không sao hiểu hết được Quốc Tổ Hùng Vương đã có công dựng nước và gìn giữ giống nòi".[701] Ủy ban đặt mục tiêu phát huy nhận thức truyền thống dân tộc trong lòng thế hệ trẻ và đã mở

---

[697] Xem thêm Dror, "Foundational Myths in the Republic of Vietnam (1955–1975…"..129–131

[698] Sđd. trong một số trang rải rác

[699] "Dự-thảo chương trình tổ chức ngày Giỗ Tổ Hùng Vương" (VNAII)

[700] "Giỗ Tổ Hùng Vương"; "chương trình Lễ Giỗ Tổ Hùng Vương" (VNAII).

[701] "Lời kêu gọi đồng bào tham gia ngày Giỗ Tổ" tháng 4-1967, PTTg/29716 (VNAII)

rộng thêm một chương trình riêng hướng đến giới trẻ với một Ban Nghi lễ và một Đêm Sinh hoạt Văn hóa và Văn nghệ. Các sự kiện được tổ chức trong khuôn viên Đại học Văn khoa Sài Gòn và rạp ciné Thống Nhất. Ủy ban tuyên bố rằng việc tham dự các sự kiện Giỗ Tổ Hùng Vương là nhiệm vụ của mỗi con dân Việt ở bất cứ nơi đâu, bất kể Đức tin tôn giáo hay lập trường chính trị nào [702].

Ngoài phần hoạt động của Ủy ban này, Bộ Giáo dục còn tổ chức các sự kiện thể thao trong tinh thần Giỗ Tổ Hùng Vương. Ngoài ra còn có Hội Cắm Trại đặc biệt, ví dụ, Trại Văn Lang trong Thảo Cầm Viên (Sở Thú) Saigon – nơi gần sát bên Đại học Văn Khoa là địa điểm hành lễ Giỗ Tổ, được tổ chức vài ngày trước và sau đó, "để tượng trưng cho nước Văn Lang thời Hùng Vương." Trại Văn Lang gồm có 15 tiểu trại tượng trưng cho 15 bộ Lạc Tướng, Lạc Hầu thời vua Hùng". Trại Văn Lang cũng tổ chức các trò chơi truyền thống như đánh đu, cờ tướng, chọi gà, các chương trình văn nghệ và trình diễn võ thuật cũng như những đêm đốt lửa trại [703]. Nhân ngày Giỗ Tổ Hùng Vương năm 1973, Nguyễn Bá Nghị, từ Tổng hội Khổng Học Việt Nam, đã có bài diễn văn tại Trường Quốc gia Nghĩa tử. Sau khi tán thán công ơn Quốc Tổ Hùng Vương và khen ngợi học sinh Quốc gia Nghĩa tử, ông than thở rằng, "thật không may, đất nước chúng ta bị xáo trộn một thời gian dài vì bọn người cuồng tín đón rước và ca tụng thứ tà thuyết ngoại lai, cố tình quên đi cội nguồn văn hóa cao đẹp của Cha Ông, coi đó là lỗi thời." Để chứng minh rằng việc kính nhớ tổ tiên của con người đâu có phải là biểu hiện của lỗi thời, ông đã đưa "quốc gia da vàng ưu tú châu Á", là Nhật Bản, ra làm ví dụ, nơi cứ đến ngày Giỗ, con cháu tụ tập quanh bàn thờ Gia tiên để tưởng nhớ Cha Ông. Nguyễn Bá Nghị đã dựng sừng sững bóng dáng các vị vua Hùng như những tấm gương sáng chói "đủ sức làm lóa mắt phường cao bồi du đãng, và ngăn chặn sự lây lan thói xấu bụi đời lêu lổng" [704].

Tuy vậy chuyện Sử tích Hùng Vương ở VNCH cũng không xong. Nếu ở VNDCCH tích Hùng Vương bị hạ đo ván bởi giáo thuyết giai cấp và xã hội chủ nghĩa, cũng tức là trên cơ sở đó Bắc Việt chẳng hề lấy Dân tộc tính [*] làm gốc cho nước Việt Nam Dân chủ Cộng hòa, mà người cộng sản chỉ nhắm mỗi một mục đích là thâu tóm cả nước. Còn ở miền Nam, chuyện thống nhất có vẻ như chẳng đi đến đâu bao lâu VNCH chẳng có được một hướng đi thông tỏ để làm sao thống nhất được hai miền.

---

702 Về mục tiêu của Ủy ban xin xem trong Sđd. và trong "Văn thơ v/v Tổ-chức ngày Giỗ Tổ Hùng-Vương". (VNAII), 1967
703 "Mô-tả Chương trình ngày lễ giỗ Quốc-Tổ Hùng-Vương năm Tân-Hợi", 1971, DIICH/3593 (VNAII)
704 Nguyễn Bá Nghị, "Nói chuyện với các em học sinh Trường Quốc gia Nghĩa tử nhân dịp Lễ Giỗ Tổ Hùng Vương", *Hùng Vương—Đặc san* (Saigon, 1973)

[*]: nhấn mạnh của người dịch; Việt cộng trước và sau năm 1975 vẫn dịch thuật ngữ này là: bản sắc dân tộc; ("national identity" trong nguyên tác). Đó là cách dịch / cách hiểu thô thiển dốt nát, hạ thấp và làm biến dạng nguyên ngữ & nguyên nghĩa đích thực của chữ này trong Việt ngữ.

QUÊ HƯƠNG BẢN QUÁN VÀ GIA TỘC

Ngoài tích Tiên Rồng-Hùng Vương, đất nước qua hình ảnh "Mẹ" cũng bắt đầu thu được một đà phấn phát. Trong thuật ngữ của người quốc gia, những từ ngữ định danh đất nước thường được lấy theo các thuật ngữ-đại danh từ vốn dùng chỉ thứ bậc trong mối liên hệ gia tộc, thường là "Tổ Quốc" hay "Đất Mẹ" ["Fatherland" or "Motherland".]. Đây là những khái niệm có công dụng giúp một cá nhân bắc liên lạc với dòng Sử lịch miên tục từ thời quá vãng và gắn họ vào một chỗ đứng trong xã hội hiện tại với tư cách là một đơn vị của đại gia đình dân tộc. Ở Việt Nam, danh xưng lưu dụng xưa nay là Tổ Quốc. Dù cách định danh này không mấy biểu tỏ đến giới tính nhưng vẫn ngụ cho phạm vi nam giới. Tuy vậy, trên phương diện ngôn luận từ người lớn đến trẻ nhỏ ở Nam Việt Nam, hình ảnh Mẹ vẫn có khuynh hướng đặc trưng cho Tổ Quốc hơn.

Xuân Sơn, một thi sĩ và cũng là Thầy giáo tỏ vẻ lo lắng trước việc xứ sở bị Tây hóa, ông có tác phẩm đã xuất bản *Tìm lại Quê hương*, và đã viết trong một bài báo đăng trên một trong những Giai phẩm học đường Sài Gòn rằng, vẫn biết trước đây, người Việt không ngớt kiếm tìm một "diện mạo huy hoàng cho xứ sở" với bao trang anh tuấn còn lưu danh trong Sử sách đã vì nước quên thân, nhưng thời nay, người Việt cần phải tập trung nhiều hơn vào "hình ảnh Mẹ Việt Nam, một hình ảnh hơn bốn nghìn năm qua vẫn chưa phai mờ". Xuân Sơn nói rằng chính Người, Mẹ Việt Nam, suốt thời ngàn năm đô hộ giặc Tàu, đã dẫn đường, khuyến tấn và an ủi đàn con lạc lối, đồng thời huân dưỡng tinh hoa dân tộc cho từng nhà và cho cả quê hương bản quán này. Người cũng nâng đỡ chúng ta trong công cuộc chống ách đô hộ của thực dân Pháp [705].

Một nữ sinh lấy bút danh là Chelannguyen (*sic*) cũng nhìn quê hương mình là "Đất nước Mẹ". Cô viết rằng, Đất nước Mẹ ngập chìm trong cơn binh lửa, Mẹ đã tủi nhục khi nhìn đàn con u mê lao vào cuộc chiến tương tàn. Nhưng, như bao bà Mẹ thực sự quặn lòng đau khi nhìn thấy đàn con thống khổ, đau thương, Mẹ vẫn không mất niềm tin [706]. Nữ giới hóa hình ảnh quốc gia vốn xưa nay vẫn xem là thuộc tính Nam giới đem lại ý nghĩ

---

705 Xuân Sơn. *Tìm lại Quê hương* (Saigon: Hiện Hữu, 1973). Bài viết "Ý nghĩa Thời Gian" trong Giai phẩm Bồ Đề (Saigon: Trường trung học Bồ Đề, 1967), các trang 20, 68-67
706 Chelannguyen (*sic*), "Niềm đau Quê Mẹ". trong Giai phẩm Lê Văn Duyệt (Saigon: Trường Lê Văn Duyệt, 1967), trang 55.

về tổ quốc gần gũi hơn trong lòng những người trẻ bằng hình ảnh bà Mẹ với đàn con, từ đó nhấn mạnh tầm hệ trọng của gia đình.

Nếu ở miền Bắc, tình yêu hiến dâng của trẻ trọn dành cho Bác Hồ, người đứng làm ảnh hình đại diện Đảng, thì ở miền Nam người ta khuyến dạy toàn dân, toàn quốc, và toàn thể thanh thiếu nhi phải hết lòng yêu gia đình yêu mái nhà mình đang sống. Điểm chính mà người lớn muốn con cái ghi lòng tạc dạ là Hiếu thảo, và trên tất cả là Hiếu thảo với Mẹ Cha. Cứ đọc biết bao nhiêu sách giáo khoa là sẽ thấy điều này. Sách giáo khoa lớp Một dành gần 60 trang tập trung vào mỗi bổn phận với gia đình. Trong đó khoảng 40 trang dành nói về đạo làm con đối với bậc sinh thành. Thật vậy, Đấng sinh thành được trình bày là đã trải biết bao công khó xứng đáng như công ơn trời bể [707].

Sách giáo khoa gồm nhiều câu thơ như:

Mẹ Cha vất vả nuôi em,
Sớm hôm chẳng kể ngày đêm chẳng màng,
Trải bao mang nặng đẻ đau
Công ơn dưỡng dục kể làm sao nguôi [708]

Sách giáo khoa nhắc lại tình tự Hiếu này gần như đúng từng chữ trong 10 trang sau:

Mẹ Cha vất vả nuôi em
Khi còn thơ dại, xiết bao nhọc nhằn!
Làm con chớ có quên ơn
Thờ Cha kính Mẹ mới tròn đạo con [709].

Sách giáo khoa còn có hơn ba mươi bài tập để dặn dò việc đỡ đần Mẹ Cha. Trong một bài tập, học sinh làm bài bằng cách điền vào chỗ trống với các chữ đã cho gồm Cha, Mẹ, nấu cơm và xưởng làm:

Cha em đi làm ở . . . đến tối mịt mới về nhà.
Mẹ em ở nhà lo . . . và giặt giũ.
Nhờ có . . . và . . . em mới được cắp sách đến trường mỗi ngày [710].

Một bài tập khác được ra cho để tài này để tăng đậm hiệu quả hơn. Học sinh cũng phải làm bài bằng cách điền vào chỗ trống trong câu sau đây với động từ "Yêu": "Em ... Cha Mẹ em hơn bất kỳ ai khác [711]."

Một sách giáo khoa lớp Bốn khuyên răn các em phải nhận rõ một điều rằng Cha Mẹ đã có công sinh thành dưỡng dục em. Một bài thơ so công

---

707 Cao Văn Thái *Quốc văn toàn bộ lớp Năm*, (Saigon, Thanh Đạm xuất bản 1966?) các trang 128–129, 131, 152, 153
708 Sđd. 118
709 Sđd. 129; cũng với ý này xuất hiện lần nữa ở trang 130
710 Sđd. 153
711 Sđd. 129

ơn Cha Mẹ với biển rộng núi cao. "Khi con cái hiếu thuận thì Mẹ Cha vui lòng, khi con cái ngỗ nghịch thì Mẹ Cha đau khổ. Phải một lòng kính Cha thờ Mẹ, em mới chóng nên người!" [712]

Một bài thơ trên một tạp chí thiếu nhi đã tụng ca tình Cha, sánh như núi Thái, một trong Ngũ linh sơn bên Tàu.

Tình Cha cao ngất Thái sơn,
Sáng như ngọn đuốc soi đường con đi

....

Cha là vầng sáng dịu dàng,
Là sao sáng nhất ngự trên bầu trời [713].

Các bài tập với những vần thơ nói trên, đã để lại một vết "hằn sâu" trong tâm não trẻ thơ, trước tiên là công khó của đấng sinh thành thì lớn mà niềm vui hưởng thì chẳng bao nhiêu. Vậy nên đạo làm con phải đem lòng hiếu thảo mới đến đáp được trong muôn một công ơn cúc dục cù lao của song thân. Những bài học luân lý dạy trẻ lòng hiếu để và ý thức mang ơn Cha Mẹ chớ không phải quốc gia cũng không phải lãnh tụ nào hết, cho ta thấy một hình ảnh hoàn toàn khác với những gì cố tình hằn đi nhắn lại trong giáo dục ngoài miền Bắc.

Vì thế chúng ta chẳng ngạc nhiên chút nào khi các vần văn thơ của trẻ và thanh thiếu nhi đã phản ảnh hệ suy tư này. Chẳng hạn, một bài thơ có tựa đề "Tình Mẹ" tụng ca cả đời Mẹ tần tảo nuôi dạy con thơ:

Mẹ tần tảo mấy mươi năm
Thức khuya dậy sớm, tóc đà dần phai,
Nuôi đàn con nhỏ thơ ngây,
Đói no Mẹ chịu, đắng cay chẳng sờn [714].

Ảnh bìa [Hình 5.1 (a) và (b)] của hai tạp chí thiếu nhi đã cho thấy một bức tranh phản chiếu rõ nét những gì người ta đã dạy dỗ khuyên răn hướng thẳng thanh thiếu nhi về với bổn phận gia đình.

Ngoài bìa tạp chí *Thằng Bờm* là hình vẽ một cậu bé đang tập viết chữ đẹp, viết đi viết lại nhiều chữ "Mẹ". Tờ *Thiếu Nhi* vẽ hình tả hai thiếu nhi khác, một anh trai và một chị gái đang bế ẳm em bé sơ sinh, rõ ràng bé em của cả hai, như để hấp dẫn độc giả tuổi nhỏ tham gia cuộc thi viết "Gia đình Mến yêu"

---

712 Linh Vương, "Làm Con Phải Hiếu", trong Hà Mai Anh và cộng sự, *Tập Đọc Lớp Nhì* (Saigon: Sách Tập Đọc bậc Tiểu học, Bộ Văn-hoá Giáo-dục Trung tâm Học liệu, 1968), trang 68

713 Trang Viet, "Tình Cha", tạp chí *Bé Mai* số 6, 1971, trang 32

714 Huynh Nhan Si, "Tình Mẹ", tạp chí Họa Mi số 7-A, ra ngày 18-10-1970, trang 23

Hình 5.1.

Trong khi Cha Mẹ là tâm điểm mà tình yêu của trẻ dồn hết vào, thì thân thiết gần cận quanh các em còn có nhiều người và nhiều ý niệm khác nữa. Một ca khúc còn liệt kê nguyên danh sách mến yêu của trẻ. Mẹ là người trẻ yêu nhất, rồi là Cha, đến Ông Bà, họ hàng, rồi đến Thầy Cô, và đoạn kết của danh sách là quê hương, mái trường, sau hết là yêu hết cả bạn học trong trường[715]. Việc trình ra danh sách ấy chứng tỏ thế giới xung quanh trẻ là những con người và nơi chốn cụ thể, được xác định một cách hợp lý cùng với trật tự thứ bậc trong mối dây liên hệ với trẻ. Trong gia tộc thì bắt đầu với Cha Mẹ ở bề trên "tối thượng" của trẻ trong gia đình, sau đó đến thân bằng quyến thuộc, đến Thầy Cô dạy trẻ học hành, tức là bề trên "tối thượng" của trẻ ở trường, đến môi trường thiên nhiên trẻ đang sống, và, cuối cùng, đến Thầy-Cô Hiệu trưởng, tức bề trên "tối thượng" theo nghĩa rộng, hiển nhiên cũng là một bề trên "tối thượng" khác nữa của trẻ.

LUÂN LÝ KHỔNG NHO

Hệ đức lý Khổng Nho được áp dụng có chọn lọc ở miền Nam cốt sao cho phù hợp với mục tiêu sư phạm. Đặc biệt, các nhà giáo dục đã phát huy tinh thần chú trọng khuyến học và thờ kính Mẹ Cha của Nho gia. Đây không phải là lối cố công truyền bá Nho giáo làm tư tưởng nền tảng cho xã hội mà đúng hơn là dùng có chừng mực các ý niệm Nho giáo riêng biệt nào

---

715 Hùng Lân, "Em Yêu Ai?" trong *Tuyển tập Nhi Đồng Ca* Tuyển tập những bài ca của tuổi thơ - Quảng Hóa xuất bản, Saigon 1970

khả dĩ nâng cao hệ giá trị vốn đã nhận được nhiều ưng thuận nhất trong cộng đồng dân Nam Hà. Sự hệ trọng của việc khuyến học và tuân phục gia pháp là điều không có gì phải bàn cãi với người miền Nam Hà; gần như ai ai cũng đều dễ dàng tán đồng những giá trị này, bất kể đức tin tôn giáo, địa vị xã hội hay khuynh hướng chính trị. Ở đây chúng tôi không có ý đặt vấn đề lớn về khuynh hướng Nho giáo của người Việt mà đúng hơn là quan tâm đến việc áp dụng cụ thể những gì gọi là Lễ giáo Nho phong vào cho mục đích tiếp bước thanh thiếu nhi vào đời.

Nhiều tác giả thường vươn tay về thời xưa để chạm vào các trang anh kiệt, mà trọng điểm vẫn là nhằm đề cao nét Lễ giáo Nho phong của họ. Khá là nhiều người chú ý chuyện Sử tích về Lê Văn Khôi thì cũng phải thôi bởi chuyện đó gắn chặt với Nam Hà và nhận được nhiều ái mộ ở miền này. Nghĩa phụ của Lê Văn Khôi là Lê Văn Duyệt (1763-1832), người Nam Hà, một đại thần trong cuộc chiến chống khởi nghĩa Tây Sơn hồi thế kỷ XVIII lẫn trong công cuộc thống nhất đất nước dưới triều Nguyễn dựng lập bởi Hoàng đế Gia Long đầu thế kỷ XIX. Lê Văn Duyệt làm tới chức Tổng Trấn Gia Định Thành nắm quyền cai quản gần như tự trị trọn dải đất miền Nam [lãnh địa Gia Định Thành trải từ Biên Hòa trở vào Saigon và xuống hết Lục tỉnh theo phân chia hành chánh vào năm 1808 thời Nguyễn Gia Long. Trong nguyên tác, đoạn này tác giả Olga viết: "Le Van Duyet became viceroy of the southern part of the country, which he governed with relative autonomy"]. Là người có thiện cảm ủng hộ ảnh hưởng của người Âu nói chung và Thiên Chúa giáo nói riêng, ông thấy mình ngược với đường lối của con trai và là người kế vị Gia Long, là Vua Minh Mạng (trị vì từ 1820 đến 1841 cũng là năm lìa trần) chủ trương đàn áp các giáo sĩ truyền đạo Thiên Chúa và giảm bớt quyền tự trị của miền Nam.

Sau khi Lê Văn Duyệt từ trần, Minh Mạng đổi chính sách, muốn triều đình trung ương phải kiểm soát toàn thể dải đất miền Nam. Vì thế, Lê Văn Khôi chống lại và khởi cuộc dấy loạn với kết cục là cùng những người theo ông cố thủ Thành Sài Gòn [tức là Thành Gia Định, tên cũ là Phiên An Thành], cuối cùng Thành bị bao vây và thất thủ sau nhiều giao tranh kéo dài. Dù Lê Văn Khôi đã chết rồi nhưng hàng ngàn người theo ông vẫn bị giết. Tấm gương của ông có thể đáp ứng một số thuận lợi chính trị của miền Nam, làm nổi bật mối dị biệt vùng miền, là cuộc phân tranh giữa hai miền đất nước, hoặc nền tự trị có tính lịch sử của miền Nam và thậm chí cả nền độc lập nữa. Tuy nhiên, các tạp chí thiếu nhi đã gác lại cơ hội truyền tải một thông điệp chính trị như vậy.

Thay vào đó, chuyện được chọn kể cho trẻ chú trọng lòng trung hiếu của Lê Văn Khôi và tài sức hơn người của ông. Theo chuyện này, Nghĩa phụ của Lê Văn Khôi, là Lê Văn Duyệt, có nuôi một chuồng hổ. Để bày trò tiêu khiển cho Sứ thần Xiêm la, Lê Văn Duyệt bèn cho một cuộc giao đấu giữa Nghĩa tử của ông với một con hổ bị bỏ đói đã mấy ngày rồi để nó tăng thêm hung dữ. Lê Văn Khôi đã giết hạ được con thú. Sứ thần phấn khích vỗ tay tán thưởng nhưng Lê Văn Duyệt lại phản ứng khá lạ đời, ông nghiêm trách Nghĩa tử sao lại mạnh tay giết chết hổ. Sứ thần bối rối không hiểu được vì sao Khôi buộc phải để con hổ còn sống mà không giết nó. Mặc cho Nghĩa tử đang hối hận và vị khách còn chưa hết ngạc nhiên, Lê Văn Duyệt vẫn thêm giận và hạ lệnh làm một trận đấu khác với con hổ khác, con này to gấp đôi con lúc đầu. Lần này, Lê Văn Khôi chỉ đả bại hổ chớ không giết và đưa nó về chuồng để làm hài lòng tất cả mọi người [716].

Dù tình tiết ly kỳ của chuyện Lê Văn Khôi chứng tỏ cho thấy đởm lược và tài năng dõng mãnh hơn người của Khôi, nhưng không hồ nghi gì nữa nó nhắm chú trọng vào cách ứng xử của Lê Văn Khôi với Nghĩa phụ khi thấy ông không hài lòng, bất chấp đối mặt với nguy cơ sinh tử của chính mình, đưa ra một gương hiếu thuận với Cha Mẹ cho trẻ noi theo. Gương Lê Văn Khôi qua câu chuyện này có phần giống với Vua Thuấn huyền thoại thời Trung Hoa cổ, được coi là một mẫu mực của đức Hiếu thảo trong Nho giáo, dù bị Cha Mẹ ngược đãi, ông vẫn hết mực ân cần yêu thương đền đáp và giữ trọn đạo làm con.

Một câu chuyện khác cũng biểu hiện cùng ý tương tự về thái độ hiếu kính của con cái đối với Cha Mẹ, nhưng mang màu sắc tân thời. Một bé gái 12 tuổi, Mẹ mất đã lâu, ở với Cha, ông lấy vợ sau và lại phải đi làm xa không có ở nhà. Bé gái ở nhà dưới sự chăm sóc của Mẹ kế trẻ là Ngọc, cũng có một con gái riêng, là Loan. Trong khi Loan rất thân tình với con riêng của Cha dượng, thì Ngọc có đủ những tính xấu ác của Dì ghẻ xưa nay vẫn thấy, hành hạ bé gái khổ nhục đủ điều. Thế rồi, tình hình chuyển sang chút kịch tính khi người Cha trở về sau lâu ngày vắng bóng và hỏi con gái xem Mẹ kế đối xử với bé ra sao. Bé gái đã chọn cách giấu Cha sự thật về tình trạng mà mình phải chịu vì hiểu rằng nếu mình phàn nàn, tố giác sẽ làm Cha với vợ ông bất hòa. Thế nên cô bé khen những đối xử của Ngọc. Việc này khiến Mẹ kế của bé phải xấu hổ, hối hận và biết ơn, rồi từ đó, bà bắt đầu thực sự xem bé gái như con đẻ của chính mình [717]. Câu chuyện có tác dụng răn trẻ nếu hết lòng chăm lo và hiếu kính bậc sinh thành thì sẽ gặt hái được quả lành. Trên thực tế, đó là một bài học đạo đức có thể áp dụng cho mối tương quan giữa trẻ với những người khác nữa.

Ngoài lòng hiếu thảo, hai giá trị Lễ giáo khác là khiêm cung và nhún nhường cũng gặp nhiều trong các chuyện kể cho thiếu nhi. Một câu chuyện về người anh hùng dân tộc Phạm Ngũ Lão (1255-1320), nổi tiếng với tài thao lược thời chống quân xâm lăng Mông Cổ, cũng làm nổi rõ đức tính khiêm nhường. Khi trong làng có người thi đỗ, cả làng đều đến chúc mừng

---

716 Trang Hạ Trang, "Võ Tòng Việt Nam Lê Văn Khôi", tuần báo *Thằng Còm số 6*, ra ngày 5-2-1971, trang 21–22
717 Nguyễn Thị Bích Liên, "Người Dì Ghẻ", tuần báo *Bé Mai số 13*, 1971, trang 2–3

người đó. Chỉ riêng Phạm Ngũ Lão không đi. Khi Mẹ ông hỏi lý do, ông kính cẩn trả lời: "Con cũng đã gắng công học hành nhưng đến giờ vẫn chưa đỗ đạt được gì. Con e là sẽ làm người ấy bẽ mặt nếu con đến chúc mừng" [718]. Nét khiêm tốn và cẩn trọng đã được khắc họa cho diện mạo người anh hùng.

Tấm gương Lương Thế Vinh (1440-1510?) cũng trong cùng mạch chuyện này. Ông là một trong những học giả và nhà thơ được nói tới nhiều nhất trong những người cùng thời ông. Khi mới 23 tuổi, ông đã đỗ thủ khoa khoa thi Đình [cao nhất trong 3 khoa thi: thi Hương, thi Hội và thi Đình] tức là danh hiệu Đệ nhất giáp Tiến sĩ [Trạng Nguyên]. Với tài tinh thông lỗi lạc, ông được phái đi Sứ sang Tàu và sứ vụ của ông đã chứng tỏ là một thành công lớn, khiến ai cũng ngưỡng mộ ông qua các câu chuyện kể lại thói học đòi kiêu mạn thấp kém của người Tàu. Nhưng lại một lần nữa trọng tâm của chuyện nói về sự khiêm cung hạ mình và nhân từ với lương dân của Lương Thế Vinh, được minh họa trong chuyện ly kỳ có tựa: "Trạng Nguyên Khiêng Võng". Tại một lữ điếm vùng quê, Lương Thế Vinh gặp phải một viên quan Tri huyện hống hách xấc láo, y ta không nhận ra Lương Thế Vinh là vị đại thần tại Hàn lâm Viện của triều đình, bèn sai ông khiêng võng cho y ta đi. Không chút do dự, Lương Thế Vinh làm y lệnh. Khi nhận ra danh tính của người mà y ta đã sai khiêng võng, quan huyện thất kinh hồn vía và chuyện đó đã dạy cho y ta một bài học nhớ đời về cách ăn ở với mọi người [719].

Từ thế kỷ XX trở về trước, bất cứ ý tưởng gì tương tự về lòng yêu nước mà thời nay vẫn nghĩ, thường quen được diễn đạt trong dân gian Việt Nam như là phận bề tôi phải *trung quân* ái quốc. Đến đầu thế kỷ XX, quan niệm này bắt đầu thay đổi với tinh thần quốc gia tân tiến hơn, chỉ chuyên chú vào vận mệnh quốc gia-dân tộc, lan rộng khắp các thế hệ trẻ và đưa ra một chiều kích mới cho tinh thần ái quốc [720]. Hiện tượng này không phải là duy nhất ở Việt Nam; nó xuất hiện trên khắp thế giới trong thế kỷ XIX và XX. Tuy nhiên, các sách báo ấn loát phẩm miền Nam trong thập niên 1960 và đầu thập niên 1970 vẫn còn tiếp tục phát huy quan niệm *tôi trung* ấy, ví dụ như trong câu chuyện Lê Phụng Hiểu, một Võ tướng thế kỷ XI phò hai vị Vua đầu tiên của triều nhà Lý. Năm 1028, sau khi vị Vua đầu băng hà, Lê Phụng Hiểu đã phò vị Vua thứ nhì trong cuộc tranh dành ngôi kế vị do ba

---

718 Sđd. 48. Có một chuyện cùng đề tài cũng tả Phạm Ngũ Lão, với tựa "Chàng trai Phù Ủng Phạm Ngũ Lão" trong tuần báo *Thằng Còm* số 4, ra ngày 29-12-1970, các trang 3, 33

719 "Trạng Nguyên Khiêng Võng", trong *Thằng Còm* số 3, ra ngày 18-12-1970, các trang 3, 33

720 Nguyen Khac Vien, *Glimpses*, 79

hoàng tử khác dẫn đầu. Lê Phụng Hiểu được tiếng là bề tôi trung không thờ hai Chúa [721].

TÌNH YÊU VÀ SỰ THỜ Ơ CHÍNH TRỊ

Thanh thiếu nhi miền Nam có thế giới cảm xúc cá nhân của riêng mình, cũng như bao lứa thiếu niên trên khắp thế giới, kể cả ở VNDCCH, với những hân hoan và đau khổ, với bao cung bậc yêu ghét biến thiên thăng trầm. Tuy nhiên, không giống như các bạn đồng lứa ngoài Bắc thuần được dạy là phải thủ tiêu những thứ tình yêu lãng mạn lý tưởng, giới trẻ ở miền Nam luôn thấy tự do thoải mái khi nói tới chủ đề tình yêu. Một trong những truyện ngắn đăng trên tờ báo dành cho các trẻ gái mô tả một chút éo le: nàng yêu chàng, nhưng chàng không yêu nàng; tuy vậy lại có một chàng khác yêu nàng, nhưng chàng này không nồng thắm như chàng kia. Thế rồi, sau nhiều sầu khổ tiếc hận của tuổi mới lớn, cô gái hiểu rằng tinh túy của tình yêu không nằm ở kẻ nồng nàn mà ở người có phẩm tính nhân bản vượt trội hơn cả [722].

Trong một Giai phẩm học đường, một cậu làm thơ tỏ tình với một cô, mong nàng mãi vui chớ không biết buồn:

ru em vào giấc thần tiên
cho em hái mộng với tiên trên trời
để khi thức giấc yêu đời
là đời vui trọn anh mời riêng em [723].

Cũng cùng trường ấy, một chàng khác có vẻ không may với tình. Kể lại tình mình dành cho một cô, chàng than tiếc rằng chàng bỗng mất nàng khi nàng đi chơi với một cậu bạn học của chàng và thế là giấc mơ chàng tan vỡ. Vì thế chàng bèn:

Thẫn thờ tìm quên trong khói thuốc
Nghe vị cà phê đen đắng môi [724]

Một cuộc thăm dò ý kiến tại một trường nữ ở Sài Gòn, khi được hỏi về mục đích học hành, trả lời của các nữ sinh phần lớn nhiều trùng lặp chồng chéo khá rõ, tựu trung có thể kể hai lý do chính. 61% khẳng định học là để có tương lai, trong khi 50% nghĩ rằng cần phải học để cầu kiến thức, hiểu biết. Ngoài ra, 15% trả lời học để một mai đem tài năng phụ giúp gia đình và 11% học để làm Cha Mẹ vui lòng, điều đó cho thấy rằng cái nhân gia đình ít nhất cũng đã thấm một phần nơi trẻ. Cũng còn các lý do khác như:

---

721 "Hercule Viet-Nam Lê Phụng Hiểu", trong *Thằng Còm* số 5, ra ngày 5-1-1970, các trang 3, 20

722 "Khuôn mặt tình yêu", trong báo *Phụ nữ Ngày mai*, tháng 8-1968, Saigon, trang 23–31

723 H.X.H., "Anh cho em", Tin. Đặc San, trang 23

724 "Tôi Yêu", Sđd. 62-63

để giữ thể diện với bạn bè, và đi học để kiếm bè đánh bạn cùng trốn học đi chơi [725]. Họ vẫn có thể xác nhận và bày tỏ những phiền trược tăng dần tự nhiên của tuổi dậy thì và vẫn có thể giữ cho mình một cõi riêng tư nào đó, ngay cả khi nó khác với những gì người lớn mong đợi ở họ.

Thực tế thì Cha Mẹ và những bậc trưởng thượng khác quanh họ đã cố ngăn cách cuộc sống họ với chiến tranh và ngăn họ khỏi bận tâm tới cuộc đấu sống mái với cộng sản đang diễn ra. Tôi đã phỏng vấn 60 người lớn lên ở miền Nam thời chiến, và trừ khi họ sống ngay vùng chiến sự, còn tất cả đều nói họ biết có chiến tranh nhưng không ai bàn gì về nó với họ, ở trường đã không mà ở nhà cũng không. Trong số đó cũng không ai nói rằng vào thời đó, họ biết Hồ Chí Minh là ai hoặc cuộc chiến đang diễn ra là gì. Họ vẫn ý thức là có chiến cuộc và thỉnh thoảng cũng chứng kiến một nhà khác hay một người khác mất thân nhân vì đã tử trận hoặc tình cờ nghe lỏm Cha Mẹ đề cập đến bạn bè hay người quen đã vĩnh viễn nằm xuống trên chiến trường, nhưng những suy tư về chiến cuộc không xâm lấn đời sống họ.

COI NGÔ ĐÌNH DIỆM LÀ KẺ THÙ

Môn Giáo dục Công dân được áp dụng ngay từ bậc tiểu học, nhưng chính trị thì đến bậc trung học mới được chú ý đưa vào, bắt đầu từ lớp Chín, đây là lớp được coi là quan trọng, có tính cách như một bậc học bản lề vì nhiều bạn học sinh chỉ học tới đó là dừng. Trong khi ở miền Bắc, tên tuổi mặt mày của kẻ thù được xác định rõ ràng, thì ở miền Nam, tình hình lại nhiều chuyện nhiêu khê chớ không giản dị như vậy. Một nền Dân chủ, cứ cho là chưa hoàn thiện đi nữa, vẫn mở cửa cho các quan điểm chính trị khác nhau góp mặt. Do đó, thiếu nhi dưới những mái gia đình có nhiều gốc gác văn hóa, chính trị khác nhau sẽ dẫn đến các nhận thức và thái độ nhiều sai lệch dị biệt nhau trước hiện tình đất nước. Vì thế, việc diễn đạt thế nào là bạn là thù mờ nhạt hơn nhiều so với ở miền Bắc.

Đơn cử trước nhất về một kẻ thù mà tôi đang khảo sát ở đây là Tổng Thống đầu tiên của VNCH, Ngô Đình Diệm. Không còn nghi ngờ gì nữa chính Hồ Chí Minh, cũng như toàn bộ chế độ VNDCCH đã tập trung hết cho việc đẻ ra bệnh sùng bái Hồ Chí Minh. Ở miền Nam, không có nhà lãnh đạo nào đạt được gần cái mức độ có chút hơi hám gì gọi là tôn sùng mà Hồ Chí Minh đã nhận được trong hàng ngũ cận thần. Người duy nhất được suy tôn trong thời gian cầm quyền là Ngô Đình Diệm, tại vị Tổng Thống VNCH trải từ 1955 đến 1963. Nếu nói rằng nhiệm kỳ Tổng Thống VNCH của ông nằm ngoài phạm vi dự án này, thì thiết nghĩ việc khảo sát

---

[725] "Nữ sinh và Học đường", trong Giai phẩm Lê Văn Duyệt (Saigon: Trường Lê Văn Duyệt, 1967), trang 17

một chút sự hiện diện của nhiệm kỳ đó trong bối cảnh lịch sử đã được đem diễn đạt cho giới trẻ cũng cho ta chút căn cứ để so sánh đối chiếu.

Trong trọn cuốn sách giáo khoa Sử ký lớp Năm đã xuất bản và tái bản nhiều lần trong nhiệm kỳ Tổng Thống Ngô Đình Diệm, tên của Ngô Đình Diệm được viết bằng chữ in hoa. Nhiệm kỳ của ông được tán dương khi so với cả thời Việt Minh lẫn thời Pháp thuộc. Ông được ca tụng vì giải quyết hữu hiệu nhiều chuyện nan giải di lại cho đất nước sau khi chia đôi: thu hút được khoảng một triệu người di cư từ miền Bắc; trụ vững trước các mưu đồ của cộng sản; và đương đầu với các cánh quân đội còn di lại từ thời Pháp, đây là trỏ đến các cánh quân của các giáo phái Cao Đài, Hòa Hảo, và tập đoàn lục lâm thảo khấu xuất thân từ thành phần du đãng: Bình Xuyên [726].

Sách giáo khoa đưa sự tương phản giữa hình ảnh một cựu hoàng Bảo Đại ham chơi hơn là lo việc nước, như cỡi ngựa ở Ba Lê, để so với hình ảnh của một Ngô Tổng Thống "anh minh" [727]. Có vẻ như hệ quả tự nhiên đến ngay từ hai tính cách khác biệt của Bảo Đại với Ngô Đình Diệm mà người Việt đã bỏ phiếu thuận Ngô Đình Diệm và chống Bảo Đại trong cuộc Trưng cầu Dân ý năm 1955.

Trong một sách giáo khoa lớp 5 khác do Tăng Xuân An biên soạn và xuất bản năm 1963, sự tương phản ấy thậm chí còn làm nổi rõ hơn nữa khi tả chân dung Bảo Đại như là nhân vật bù nhìn của Pháp và Ngô Đình Diệm một chí sĩ dân chủ được lòng dân. Sách giáo khoa nhấn mạnh rằng vào ngày 23-10-1955, có tổng cộng 5.721.735 người hay 98% trong số 5.828.907 cử tri đến tuổi đi bầu đã bỏ phiếu truất phế Quốc Trưởng Bảo Đại và tôn Ngô Đình Diệm lên làm Tổng Thống. Tương tự, một sách giáo khoa lớp Chín tung hô Ngô Tổng Thống "anh minh" có công tái lập an ninh trật tự quốc gia khi "đã bại bọn thực dân, phong kiến, và cộng sản. Ngày 4-3-1956 là ngày đầu phiếu Tổng tuyển cử tôn Ngô Đình Diệm làm Tổng Thống. Kế đó, ông thành lập Việt Nam Cộng Hòa và ngày 26-10-1956 là ngày ban hành Hiến Pháp VNCH" [728]

---

726 Bui Quang Ly *Việt Sử Lớp Nhất* (Saigon: Nam Sơn, 1962) trang 119-120
727 Sđd.
728 Bùi Văn Bảo và Bùi Văn Thân, *Việt Sử Lớp Nhất*, trang 177-180 (Saigon: Sống Mới xuất bản, 1963); Tăng Xuân An, *Việt Sử lớp đệ Tứ* (Saigon: Tao Đàn xuất bản, 1963) trang 150-152

[Một số mốc lịch sử cần minh định:

- ngày 04-10-1955 một Ủy ban Trưng Cầu Dân Ý được thành lập (gồm 15 đoàn thể chính trị, tôn giáo, thanh niên) đưa Kiến nghị đòi truất phế Quốc Trưởng Bảo Đại và suy tôn Thủ Tướng Ngô Đình Diệm.

- ngày 06-10-1955 Hội đồng Chánh phủ quyết định tổ chức Trưng Cầu Dân Ý về việc truất phế Quốc Trưởng Bảo Đại. Tổng trưởng Nội vụ ra tuyên bố và lo tổ chức việc này.

- ngày 08-10-1955 Bộ Nội vụ tuyên bố ngày tổ chức Trưng Cầu Dân Ý là 23-10-1955.

- ngày 23-10-1955 là ngày chính thức Trưng Cầu Dân Ý.

- ngày 26-10-1955:

> Bộ Nội vụ công bố kết quả chánh thức cuộc Trưng Cầu Dân Ý: tổng số người đi bầu 58.838.907 | có 5.721.735 phiếu truất phế Bảo Đại và suy tôn Thủ Tướng Ngô Đình Diệm lên chức vị Quốc Trưởng.

> Tuyên bố Hiến Ước tạm thời tại Dinh Độc Lập: Việt Nam là nước theo chính thể Cộng Hòa. Quốc Trưởng lấy danh hiệu là Tổng Thống VNCH.

- ngày 4-3-1956 là ngày đầu phiếu Tổng tuyển cử Quốc Hội Lập Hiến.

- ngày 26-10-1956 là ngày ban hành Hiến Pháp VNCH. Đây cũng là ngày Quốc khánh VNCH (thời đệ nhất Cộng Hòa)]

(xin xem tập Niên ký "Hai Mươi Năm Qua 1945 - 1964 Việc Từng Ngày" của Đoàn Thêm, do Nam Chi Tùng Thư xuất bản, Saigon 1966; và "Những Ngày Chưa Quên 1954 – 1963" Tập Thứ Hai của Đoàn Thêm, Nam Chi Tùng Thư xuất bản, Saigon 1967)

Tuy nhiên, sau vụ đảo chính và Ngô Đình Diệm bị sát hại một cách mờ ám vào ngày 1-11-1963, thì mọi tường thuật về thời ông cầm quyền cũng như những thành tích đạt được bỗng thay đổi quay ngoắt lại. Một sách giáo khoa lớp Chín xuất bản vào mùa Thu năm 1964 đã đưa một bảng kê những năm tháng dưới thời Diệm vẻn vẹn có bốn câu với một danh sách tưởng không còn gì khô khan hơn: tổ chức Tổng tuyển cử, thành lập Quốc hội, ban hành Hiến pháp. Mà cũng không một lời nào về việc Ngô Đình Diệm bị lật đổ gần một năm trước [729]. Điều này cho thấy một tình trạng không rõ ràng của thời chuyển tiếp sau cái chết của Diệm.

Một sách giáo khoa lớp Chín năm 1965 tuy thừa nhận một số thành tích của Diệm mà vẫn tập chú vào việc ông đã bị loại. Không còn ca tụng đức độ của Ngô Đình Diệm vượt trội so với Bảo Đại nữa, sách giáo khoa chỉ thuật tả tình hình thời 1954 là đầy xáo trộn. Diệm không còn được gọi bằng tôn xưng cao quý là "anh minh" mà đã bị hạ xuống thành một đại danh từ "ông" bình thường, đã chấp nhận lời mời của Bảo Đại để về nước chấp chánh vào ngày 7-7-1954. Tuy vậy khi tường thuật, bài này cũng không thủ tiêu hoàn toàn công trạng của ông, mà thuật lại là được dân

---

729 Trần Hữu Quảng. *Lịch sử Việt Nam & Thế giới Lớp đệ Tứ* (Saigon: Nguyen Du, 1964).

chúng và Hoa Kỳ hậu thuẫn: "Với sự ủng hộ của quốc dân và yểm trợ của người Mỹ, ông đã phế truất Bảo Đại, thống nhất quân đội, thành lập nền Cộng hòa và tổ chức bầu cử Quốc hội".

Cắt nghĩa sự sụp đổ của Diệm, sách cũng chỉ trích ông nặng nề, một điều chưa từng có trên sách giáo khoa thời ông tại vị. Theo sách này, Diệm trở thành kẻ độc tài gia đình trị, chủ trương chuyên quyền độc đoán, vinh thân phì gia, đàn áp các chánh đảng, sinh viên học sinh và Phật giáo đồ. Đó là lý do ngày 1-11-1963, được sự nhiệt liệt ủng hộ của toàn dân, các tướng lãnh quân đội đã dấy lên một cuộc Cách mạng lật đổ Ngô Đình Diệm [730].

Một sách giáo khoa lớp 12 xuất bản năm 1965, chỉ tường thuật đến ngày 10-5-1955 thì dừng. Rồi tiếp đó, Diệm chỉ được nhắc đến một cách thật là ngắn gọn kiệm lời. Không chỉ trích Bảo Đại nữa như trường hợp các sách giáo khoa lúc trước, có điều ít nhất cũng có nhắc rằng sở dĩ Diệm không nhận được sự ủng hộ của Bảo Đại là do lỗi của ông; rồi Diệm phế truất Bảo Đại và thành lập nền Cộng hòa [731]. Một sách giáo khoa khác, lớp 12, xuất bản năm 1965 còn dừng lại thậm chí sớm hơn cuốn trước, chỉ đến thời Pháp thuộc. Hai sách giáo khoa của Trần Hữu Quảng xuất bản năm 1967, một lớp 9 và một lớp 12 cũng với tình trạng tương tự [732].

Trong một sách giáo khoa lớp Năm xuất bản năm 1966, mọi chi tiết đề cập đến Tổng thống Diệm được cô đọng vẹn vẹn có một câu: "Sau Hiệp định Genève, Ngô Đình Diệm nắm quyền ở miền Nam và đã lập nên một *chế độ độc tài tàn bạo*". Chỉ có vậy. Xa hơn, sách giáo khoa còn nhấn mạnh sự đồng lòng nhất trí giữa quần chúng và các nhân vật chủ mưu đảo chánh trong Hội đồng Quân nhân Cách mạng, thuật tả rằng đó không phải là chuyện bè phái hay tranh dành quyền hành mà là quân đội giải thoát toàn dân khỏi một kẻ độc tài gian ác. "Ngày 1-11-1963, dưới sự lãnh đạo của Hội đồng Quân nhân Cách mạng, Quân đội đã lật đổ Ngô Đình Diệm. Toàn thể dân chúng vui mừng, tin tưởng vào tương lai sáng lạn của Tổ quốc. Một chế độ độc tài phản dân hại nước, không thể tồn tại được." [733]

Tiếp đó, không còn thấy sách giáo khoa đề cập thời Diệm nữa thậm chí nơi những sách của các lớp lớn. Tăng Xuân An, tác giả một sách giáo khoa lớp Chín xuất bản hồi 1963, lúc ấy viết suy tôn Ngô Đình Diệm, thì

---

[730] Bằng Phong, *Việt sử và Thế giới sử* [tác giả không chú lớp mấy và xuất bản năm nào]
[731] Tăng Xuân An, *Việt sử và Thế giới sử*. Đệ Nhất A-B (Saigon: Tao Đàn, 1965)
[732] Trần Hữu Quảng. *Lịch sử Việt Nam & Thế giới Lớp đệ Tứ* trang 79-88 và *Lịch sử Việt Nam & Thế giới Lớp đệ Nhất* trang 126-135. Tôi tìm thấy trong cuốn lớp đệ Nhất ít nhất cũng có thêm vào một phần, đề cập trong vòng 4 tháng từ mốc 1946 khi Leclerc chiếm hết các tỉnh Nam kỳ (trang 128), và có một lỗi ấn công (xếp chữ) trong cuốn lớp đệ Tứ ấn bản 1964, thay vì 27-5-1948 thì xếp chữ nhầm là 27-5-1940 (trang 131)
[733] Phạm văn Trọng và Phạm thị Ngọc Dung *Quốc Sử Lớp Nhất*, trang 186 – 187; Sách Sử Ký bậc Tiểu học, Bộ Văn hóa Giáo dục xuất bản, Saigon 1965

năm 1967 phần diễn tiến kể từ thời sau Hiệp định Genève bị nén xuống hết còn có dăm câu mà cũng không thèm chú thích niên kỷ ngày tháng, có ghi nhận việc thành lập Sở Hối Đoái, Thương Cảng Sài Gòn, và những chương trình cải tiến Văn hóa và Dân sinh. Không một chữ nào về nhiệm kỳ Tổng Thống, Tổng tuyển cử hoặc Hiến pháp. Mọi thứ dính dáng tới ông Diệm đều bị xóa sạch. Tên ông cũng không được nhắc đến lấy một lần [734]. Một sách giáo khoa Sử lớp 12 xuất bản năm 1967, đề cập trong phần Sử hiện đại đến thời hiện tại bỗng ngưng ngang với sự hình thành VNCH vào năm 1956. Hai sách giáo khoa năm 1974 thì ngưng ở thời Cách mạng Tháng Tám năm 1945 hoặc ngay sau đó, năm 1946 [735].

Ngô Đình Diệm và cái chết còn đầy nghi vấn của ông đã gây khó cho việc dạy Sử Việt hiện đại. Không giống như chuỗi lịch sử liên tục không gián đoạn của VNDCCH, lịch sử VNCH bị ngắt quãng do các biến cố đổi dời của các chế độ cầm quyền. Điều này gây khó thêm khi giải thích cho các em mọi sự nếu không đưa các em vào bối cảnh những cuộc đối đầu gay gắt ở miền Nam, nhất là trong việc dạy ý niệm thống nhất xứ sở vốn là nền tảng của tinh thần quốc gia. Điều này cũng mâu thuẫn với quan niệm *tôi trung* của Nho giáo. Người miền Nam đã phải đối phó với biết bao mệt nhoài rồi và không biết nói sao cho đặng khi truyền đạt những rắc rối ấy cho con em họ.

Trong bối cảnh của biết bao nan giải đó, họ đã phải vật lộn không chỉ với việc trình bày vừa cho đúng, vừa gia giảm hoặc loại bỏ các tình tiết hay nhân vật lịch sử cụ thể vừa mới diễn ra ngay đây mà còn với các thuật ngữ liên quan các biến cố ấy nữa. Ở VNCH việc tường thuật Sử tính về Ngô Đình Diệm đã dẫn đến thuật ngữ "Cách mạng". Chữ *Cách mạng* thường được áp dụng để chỉ sự thay đổi tận gốc một cấu trúc chính trị để thay một thể chế chính trị này bằng một chế độ chính trị khác, trong khi chữ *nổi dậy* hoặc *bạo loạn* để trỏ đến một hành động đối kháng chống lại chính quyền đương nhiệm. Trong sách giáo khoa của VNCH, thuật ngữ cách mạng được áp dụng một cách thật là khác.

Dưới thời Diệm, thuật ngữ "Cách mạng" được áp dụng cho những công cuộc vận động xuất phát từ sự lãnh đạo của Ngô Đình Diệm, và gọi đó là "Cuộc cách mạng toàn dân". Có ba mục tiêu được xác định như sau:

1. Bài phong: bài trừ phong kiến, thói hưởng lạc và tệ ăn bám, bòn rút "máu xương" của đồng bào;
2. Đả Thực: loại trừ thực dân và thói dựa dẫm, ỷ lại vào ngoại bang;

---

734 Tăng Xuân An, *Việt Sử lớp đệ Tứ* (Saigon: Tao Đàn xuất bản, 1967) trang 104-105
735 Trần Hữu Quảng. *Lịch sử Việt Nam & Thế giới Lớp đệ Tứ* trang 87-88 và *Lịch sử Việt Nam & Thế giới Lớp đệ Nhất* trang 135. Nguyễn Hữu Châu Phan và đồng chủ biên, *Sử Địa lớp 12AB* (Gia Định: Nam Giao-Sùng Chính, 1974)

3. Diệt Cộng: Bài trừ cộng sản, là lũ người, theo sách giáo khoa, không những buộc phải đương nhiên bị loại bỏ mà còn bộc lộ cho ta thấy qua những gì tràn lan ở miền Bắc như: Vụ Cải cách Ruộng đất và vụ Nhân Văn Giai Phẩm. [736]

Nhưng sau cái chết của Ngô Đình Diệm, thuật ngữ "cách mạng" chuyển sang biểu thị việc kết liễu quyền cai trị của ông. Vụ lật đổ Diệm đi đôi với tập ngữ "Cuộc cách mạng 1-11-1963". Từ đây ngày này cũng thành Ngày lễ Quốc khánh, tương đương với ngày quốc gia độc lập [737].

Mục bàn về thời Ngô Đình Diệm cho học sinh lớp 5 trong sách giáo khoa xuất bản năm 1966 kết thúc với bản Tuyên cáo của Hội đồng Quân nhân Cách mạng, trong đó nói rõ với học sinh rằng việc hạ bệ Ngô Đình Diệm là một hành động cách mạng, một hành động của đa số, được tiến hành vì lợi ích của cả dân tộc. Nó bắt đầu với câu: "Hỡi Quốc dân Đồng bào, cuộc cách mạng của toàn dân, thành công trong vinh quang, đã chấm dứt một chế độ độc tài, tàn bạo, bất lực". Bản Tuyên cáo cũng lấy mục tiêu thực thi chế độ dân chủ thực sự để biện minh cho cuộc cách mạng; nó liên tục nhấn mạnh sự cần thiết phải phế truất chính quyền Ngô Đình Diệm vì lợi ích quốc gia và biểu thị ý chí không chỉ riêng của quân đội mà thực sự là của toàn dân. Tuyên cáo cũng cam kết rằng ngay sau khi ổn định xong tình hình, Quân đội sẽ chuyển giao lại quyền hành cho toàn dân. Tuyên cáo kết thúc bằng cách cất cao lời hiệu triệu: "Hỡi Quốc dân Đồng bào, xin hãy cùng chúng tôi [quân đội], chúng ta siết chặt hàng ngũ, với tinh thần công chính vô tư quyết tâm diệt Cộng và kiến thiết Quốc gia. Xin đồng bào hãy hậu thuẫn chúng tôi". [738]

Thuật ngữ "cách mạng" để chỉ việc lật đổ Diệm vẫn còn tồn tại trong suốt chặng thời gian VNCH còn hiện diện. Còn với Cách mạng Tháng Tám năm 1945, trong sách giáo khoa của VNCH, sự kiện này hiếm khi được tả là cách mạng và thậm chí hiếm khi được xem là cách mạng. Một sách giáo khoa Sử lớp 12 gọi Cách mạng Tháng Tám là *Cuộc khởi nghĩa Tháng Tám 1945* [739] do đó hạ thấp ý nghĩa của sự kiện từ hàng cao "cách mạng" xuống hàng thấp "khởi nghĩa". Một chuyện vui cười đăng trên một giai phẩm học đường ở Sài Gòn đã phản ánh việc này như sau:

Thầy: Năm 1930, trong Sử Việt có sự kiện đau buồn nào đã xảy ra?
Trò: Dạ thưa thầy là việc Nguyễn Thái Học và mười hai đồng chí của ông phát động một cuộc khởi nghĩa [đề cập đến cuộc khởi nghĩa của Việt Nam Quốc Dân Đảng năm đó].
Thầy: Tốt lắm! Thế còn năm 1945?

---

736 Bui Quang Ly *Việt Sử Lớp Nhất* (Saigon: Nam Sơn, 1962) trang 119-120
737 Sđd. 185
738 Sđd. 188
739 Đỗ Quang Chính, *Toát Yếu* Saigon: Đường Sáng xb 1966, trang 50

> *Trò: Dạ thưa thầy là năm cốt nhục của Nguyễn Thái Học đã hóa thành tro bụi.*
> *Thầy: ???* [740]

"Cách mạng Tháng Tám 1945", đó là trụ cột của môn lịch sử ở VNDCCH nhưng chẳng có ý nghĩa đáng kể nào ở VNCH. Vì vậy, trong một thời gian ngắn, với lớp trẻ, ông Diệm đã hiện diện như là kẻ thù số 1, để rồi về sau ông sẽ bị loại bỏ trong hầu hết diễn từ ngôn luận nơi học đường, bởi ông đã bị đặt vào cùng một bè với cộng sản.

XỬ TRÍ VỚI CHẾ ĐỘ CỘNG SẢN BẮC VIỆT VNDCCH

Không thừa nhận các sự kiện năm 1945 như Cách mạng Tháng Tám chẳng hạn cũng phản ảnh tư thế của chính phủ VNCH và cho chúng ta một cái nhìn đại để đích đáng để hiểu tình hình ở VNCH. Một sách giáo khoa lớp Chín xuất bản năm 1963 không đề cập đến Cách mạng Tháng Tám mà chỉ nói việc thành lập Chính phủ Lâm thời và không đưa thêm chi tiết do đâu mà có nó [741]. Một sách giáo khoa năm 1965 khẳng định rằng Việt Minh đã lợi dụng tinh thần yêu nước của toàn dân để cướp chính quyền và kết án Việt Minh đã ra tay tiểu trừ các đảng phái Quốc gia [742]. Một sách giáo khoa khác, khi thuật tả sự kiện này đã chỉ đích danh đó là một vụ chiếm lấy: "Đến ngày 19-8-1945, Việt Minh đã chiếm trọn Hà Nội." Thêm nữa nó còn quy kết việc Việt Minh rêu rao được quần chúng đông đảo ủng hộ chỉ là "sản phẩm của tuyên truyền phóng đại" [743].

Trong cuốn nói trước thuật việc này là sự song hành của người cộng sản với người quốc gia trong thế đối đầu; Còn thời sau tháng 8-1945 là cuộc so găng giữa cộng sản với các phong trào quốc gia. Khi quân đội Trung Hoa kéo sang Bắc Việt giải giáp quân Nhật buộc Nhật bản phải đầu hàng, sách buộc tội Hồ Chí Minh đã đút lót để mua chuộc các cấp chỉ huy, cụ thể ở đây là Lư Hán, Đại Tướng tư lệnh quân đội Trung Hoa Quốc gia tại Việt Nam. Sách giáo khoa nói rằng Lư Hán đã định lật đổ chính phủ cộng sản và lập nên một chính phủ quốc gia. Nhưng Hồ Chí Minh dùng số vàng bạc châu báu được đồng bào hiến tặng trong vụ huy động Tuần lễ Vàng mà ai cũng biết tiếng, để đúc một bộ bàn đèn thuốc phiện bằng vàng đem tặng cho Lư Hán [744]. Với khoản đút lót này, Lư Hán chịu đồng ý thôi chống Chính phủ cộng sản, nhưng lập một Chính phủ Liên hiệp và đưa ra

---

740 "Chạm trán", Đặc san Hè (Phan Rang: Trường trung học Tư-thục Bồ Đề, 1966): trang 41
741 Tăng Xuân An, *Việt Sử lớp đệ Tứ* (Saigon: Tao Đàn xuất bản, 1963) trang 134
742 Tăng Xuân An, *Việt sử và Thế giới sử.* Đệ Nhất A-B (Saigon: Tao Đàn, 1965) trang 93-95
743 Đỗ Quang Chính, *Toát Yếu* trang 50
744 Xin xem Marr, David G., *Vietnam: State, War, Revolution, 1945–1946* (Berkeley: University of California Press, 2013) trang 348-349

yêu sách là phải chừa 4 Bộ dành phần cho Việt Nam Quốc Dân Đảng [Việt Quốc: Vũ Hồng Khanh, lãnh tụ] và Việt Nam Cách Mệnh Đồng Minh Hội [Việt Cách: Nguyễn Hải Thần, lãnh tụ].

Sách thuật tiếp, khi Hồ Chí Minh ký kết một thỏa ước với Pháp cho phép người Pháp quay lại miền Bắc Việt Nam [Hiệp định Sơ bộ -Accords Préliminaires- 6-3-1946 do Hồ Chí Minh ký với Jean Sainteny, Ủy viên Cộng hòa Pháp], các đảng phái quốc gia nhận thấy Hiệp định Sơ bộ là bản văn tự bán nước nên vạch tội Việt Minh và Hồ Chí Minh cho quốc dân rõ và từ đó cuộc tranh chấp giữa Quốc gia và Cộng sản trở nên quyết liệt. Việt Quốc thầm sửa soạn một cuộc đảo chính, trong khi nhiều vụ bắt cóc, thủ tiêu lẫn nhau giữa cộng sản và quốc gia ngấm ngầm diễn ra rùng rợn ngay tại Hà Nội. Nhưng cộng sản ra tay trước. Trong những ngày 11, 12 và 13-7-1946, Việt Minh cho quân tới chiếm Trụ sở của Việt Quốc [đặt ở số 07 đường Bonifacy] với Tòa báo Việt Nam [ở số 80 đường Quan Thánh] và Trụ sở của Việt Cách [ở đường Carnot]. Rất nhiều đảng viên của hai đảng Quốc gia bị bắt và thủ tiêu. Từ đó, Việt Minh không còn gặp sức phản đối nào đáng kể [745].

Một sách giáo khoa lớp 12 khác có đề cập đến "Tuần lễ Vàng" nhưng không đưa nguồn tin đồn việc Hồ Chí Minh cố đút lót mua chuộc viên Tướng Tàu, mà giải thích rằng để lấy tiếng với quần chúng, Chính phủ Liên hiệp đã ban hành lệnh bãi bỏ các sắc thuế chẳng hạn như thuế thân, thuế ruộng đất vài sắc thuế khác. Việc này làm cạn quốc khố cho nên Chính phủ đã tổ chức "Tuần lễ Vàng" và "Tuần lễ Đồng" để xoay cho đủ ngân khoản bù vào [746].

Học sinh được học rằng, phe Quốc gia và phe cộng sản mang mục tiêu khác nhau trong cuộc đấu tranh giành độc lập cho xứ sở. Một sách giáo khoa khẳng định "phong trào Cộng sản lấy tiếng ái quốc làm bình phong để ngụy trang mục tiêu tuyên truyền ý thức hệ của họ". Mặt khác, theo sách giáo khoa này, Phong trào Quốc gia đã chiến đấu vì độc lập dân tộc và mưu cầu hạnh phúc cho toàn dân Việt. Dù hoàn toàn bỏ qua trận Điện Biên Phủ và quân đội Pháp bị Việt Minh đánh bại, sách giáo khoa vẫn ghi công chống thực dân Pháp cho cả hai phe Quốc-Cộng vào năm 1954 và bày tỏ đáng tiếc khi việc chia đôi đất nước đã đi ngược lại ý chí của miền Nam. Sách giáo khoa đưa lời giải thích để đúc kết việc chia đôi này: ở miền Bắc, do bọn cầm đầu cộng sản lèo lái còn miền Nam do người quốc gia lãnh đạo [747].

Khi để song đôi hai thuật ngữ chỉ việc cầm quyền như "bọn cầm đầu", đi cùng với tư cách hợp pháp "dẫn đường, lãnh đạo" rõ ràng là nhằm cho

---

745 Tăng Xuân An, *Việt sử và Thế giới sử*. 93-95
746 Nguyễn Hữu Châu Phan và nhóm đồng chủ biên, *Sử Địa 12AB* (Gia Định: Nam Giao-Sùng Chính, 1974)
747 Đỗ Quang Chính, *Toát Yếu* trang 50, 52, 61

học sinh thấy nên nhìn những kẻ đầu lãnh ở miền Bắc như thế nào cho đúng. Một sách giáo khoa năm 1966 khẳng định rằng cộng sản đã phản bội đồng bào hai lần: lần đầu khi ký Hiệp định Sơ bộ 6-3-1946 với Pháp hợp thức cho Pháp quay lại miền Bắc, và lần thứ hai khi ký kết Hiệp định Genève ngày 20-7-1954, chia đôi đất nước [748]. Tuy nhiên, ngôn từ không còn gay gắt như đã xuất hiện trong một sách giáo khoa năm 1962 gọi là cộng sản là "Bè lũ Việt Minh" và "bọn tay sai của đế quốc Nga sô" [749]. Hơn nữa, các sách giáo khoa xuất bản về sau đã thôi kết án Việt Minh đã thâm độc tiêu trừ người Quốc gia, hoặc phần lớn tránh né những chuyện lén lút giết người người của Việt Minh. Có một sách giáo khoa, ngay cả khi đề cập đến một vụ thủ tiêu cụ thể do Việt Minh ra tay, vốn đã rộng đường dư luận từ lâu, vậy mà cũng giảm nhẹ như thế. Đơn cử là trường hợp Phạm Quỳnh, một trong những bậc trí giả ưu tú tiền bán thế kỷ XX, chủ trương một nền quân chủ lập hiến, và là một Bộ trưởng trong Chính phủ của vị Vua cuối cùng, Bảo Đại. Việt Minh đã ám sát ông ngày 23-8-1945. Một sách giáo khoa lớp đệ Nhị năm 1967 chỉ nói rằng Phạm Quỳnh *bị bọn quá khích sát hại* [750].

Có điều cần lưu ý là sách giáo khoa của VNCH có đưa ra tiểu sử Lenin và Stalin mà Hồ Chí Minh thì không. Một số sách dành chương riêng về các chế độ cộng sản độc tài, nhưng không bàn chút gì về cái bạo tàn vô nhân đạo của cộng sản. Thậm chí sự độc ác phi nhân của cộng sản Liên Sô cũng im hơi lặng tiếng trong sách giáo khoa trong khi tính ra có tới hàng chục ngàn nạn nhân phải bỏ mạng dưới chế độ Stalin, và cũng không đề cập đến chế độ vô nhân tính Trung cộng hoặc cộng sản Bắc Việt [751].

Theo lối nói của Bộ Giáo dục VNDCCH, thì "hậu duệ của giai cấp bóc lột" ở miền Nam bị nhồi nhét một hệ tư tưởng quá khích nhất là chống Cộng, và diệt cộng [752]. Thế nhưng, ngoài các đơn cử nêu trên, tôi chẳng hề tìm thấy bất cứ chỗ nào đụng tới chế độ cộng sản và càng vô cùng ít những lời lẽ xách động căm thù. Đáng nói hơn nữa như chúng ta đã thấy ở miền Bắc, thì trong Nam không có một ví dụ nào trong các đề Toán pháp nhắm truyền tải bất kỳ một dụng ý chính trị nào về Việt Cộng, hay quân chính quy Bắc Việt, hay Hồ Chí Minh, hay bất cứ ai, bất cứ chuyện gì khác, cả bên phía VNDCCH cũng không mà bên VNCH cũng không. Một ví dụ duy nhất mà tôi tìm thấy là có một đứa trẻ bắn một thứ gì đó được đem ra để giải thích về khái niệm nghiêng, xiên, trong đó có hình một cậu bé bắn

---

748 Phạm văn Trọng và Phạm thị Ngọc Dung *Quốc Sử Lớp Nhất*, trang 188
749 Bui Quang Ly *Việt Sử Lớp Nhất* trang 117
750 Đàm Xuân Thiều & Trần Trọng San, *Việt Văn Độc Bản lớp đệ Nhị* trang 244, Bộ Văn hoá Giáo dục xuất bản, Saigon 1967
751 Tăng Xuân An, *Việt sử và Thế giới sử*. trang 172-182
752 "Tong hop nhung net lon ve tinh hinh giao duc mien Nam tu 1954 den dau nam 1966", Đảng đoàn Bộ Giao duc, BGD 15-16 [Bắc Việt] (VNAIII)

phi tiêu vào một vòng tròn trên tấm bảng làm đích bắn với đường cong của đạn đạo [753].

Nghĩa là chỉ có rất ít bài viết của thanh thiếu nhi miền Nam đụng thẳng vô chủ đề kẻ thù. Huy Khanh, một học sinh trường Chu Văn An Sài Gòn, một trường được thành lập bởi các giáo chức và học sinh từ miền Bắc di cư vào Nam sau Hiệp định Genève 1954, tả tâm trạng là bừng tỉnh sau cơn ác mộng. Huy Khanh khóc cho những chàng trai trẻ phải chịu nỗi sầu chia ly bên bờ sông Bến Hải phân chia hai miền Nam Bắc ở vĩ tuyến 17. Cậu học trò so sánh nó với bức tường ô nhục Bá Linh và tỏ lòng căm hận kẻ thù là Cộng sản Liên Sô và Trung cộng: "tôi ghê tởm bè lũ Cộng sản Nga sô-Trung cộng." Cậu không kê Cộng sản Việt làm kẻ thù của cậu, mà viết tiếp rằng: "lũ quỷ đỏ run rẩy nhập hồn vào huyệt tối" [754]. Nhưng ngay cả những tài liệu tham khảo như vậy cũng rất hiếm.

CHIẾN TRANH VÀ HỦY DIỆT

Không giống như ở VNDCCH, mọi ngôn từ, văn thơ sách truyện ở VNCH dành cho trẻ và thanh thiếu nhi không hề có hận thù và kết tội. Sách giáo khoa không bàn đến lý do của chiến tranh đã đành mà và các ấn loát phẩm khác dành cho thiếu nhi cũng không. Nếu có nhắc tới chiến tranh thì chỉ là để chia xẻ tâm trạng đau lòng đứt ruột của tuổi trẻ trước những hủy diệt và mất mát trong chiến tranh nhưng không dong tay chỉ mặt kẻ thù hay mổ xẻ lý do của chiến cuộc, cũng không đổ lỗi kết án, như đã thấy trong Thư Chủ nhiệm đăng trên báo thiếu nhi Họa Mi năm 1971 [755]. Những gì sách báo, thơ văn ghi nhận đều là những hình ảnh rất rõ ràng của bao tàn phá hủy diệt mà chiến tranh đã giáng xuống quê hương.

Quê nghèo ôi xơ xác
Bị xé nát từng mảnh,
Chằng chịt vết đạn bom,
Đất mẹ đầy đau thương.
Quê hương trùng đau khổ,
Nội chiến ngày lại ngày [756].

Trong một tạp chí thiếu nhi khác, một bài thơ do Thu Hoài sáng tác diễn bày nỗi hoài niệm về cảnh điền dã quê nhà mà xót xa cho quê mình sao mãi điêu linh.

---

753 Lý Chánh Đức, Phạm Văn Thuật, và Nguyễn Văn Nhiêu (với sự cộng tác của Alice H. Palmer, Ralph H. Hall, Elmer C. Ellis). *Em Học Toán Lớp Tư* (Saigon: Sách Toán bậc tiểu học, Bộ Văn hoá Giáo Dục xuất bản, 1965).
754 Huy Khanh, "Suy Tư", trong *Chu Văn An* (Saigon: trường Chu Văn An, 1965), trang 8
755 "Các em thân mến", *Họa Mi số 19*, ra ngày 10-3-1971 trang 1
756 Như Mai, "Quê hương tôi", *Họa Mi số 11*, ra ngày 17-12-1970, trang 7

Tay cày vỡ dưới ruộng sâu,
Tóc tang sầu bóng nhịp cầu gãy thuôn,
Chiến tranh tàn phá quê hương,
Nhìn quê nghèo khó mà thương nhói lòng [757].

Tao Han, người gốc Huế, chuyển vào Sài Gòn sau cuộc tổng tấn công của cộng sản Tết Mậu Thân. Trong một giai phẩm học đường, Tao Han để tang cho Huế đổ nát nhưng không đổ lỗi cho ai hết [758].

Trong hầu hết trường hợp, thanh thiếu nhi miền Nam và những ai viết cho thiếu nhi cũng đều gọi quê hương là "quê nghèo" và xem chiến tranh là tấn thảm kịch tàn phá hủy diệt, trong khi ngoài Bắc người ta dạy thiếu nhi thấy cả quê hương lẫn chiến tranh bằng một giọng hùng hổ cường điệu. Chúng ta thấy chứng tích của khuynh hướng này còn rành rành ngay cả trong những truyện đăng trên các ấn phẩm không dành cho thiếu nhi. Một cô gái trẻ mất hết Cha Mẹ trong một trận Việt Cộng đột kích vào làng và làng của cô bị phá hủy hoàn toàn. Cô rơi vào trạng thái thẫn thờ vô thức, hai hàng nước mắt không ngừng tuôn mà nhìn chết trân trước đống đổ nát của làng quê mình. Một toán lính quốc gia đến và trong số họ có một người tiến lại bên cô, nắm tay cô, hôn cô, lau nước mắt cho cô và đưa cô mẩu bánh mì. Khi cô thôi khóc, anh lính hỏi cô có biết các anh là ai không. Cô gái đáp không biết. Anh cho cô biết các anh là lính quốc gia. Cô hỏi lại quốc gia nghĩa là gì. Anh lính thấy khó mà giải thích cho cô hiểu trọn. Hơn nữa, mình anh cũng không sao cắt nghĩa hết cho cô những gì đã xảy ra với Cha Mẹ cô cũng như tại sao nhà cô bị đốt phá. Nhưng không đành lòng để cô gái lại một mình trong làng, anh bèn đưa cô đi cùng [759].

Tên tuổi rành rành của địch mà còn không biết thì làm sao mà xác định được lý do của cuộc binh đao. Cứ đọc qua những sáng tác của chính thiếu nhi thì sẽ thấy cái bối rối bất minh tất yếu ấy ở trẻ. Một học sinh trường nữ Gia Long, cất tiếng ai oán về tính vô nghĩa lý của chiến tranh:

Có đàn trẻ nhỏ,
Chẳng biết chiến tranh là gì, cộng sản là chi;
Có trẻ mới lên năm lên tám;
Chỏm tóc mềm non tơ, cặp mắt nai ngây dại,
Vẫn chẳng biết chiến tranh là gì
Dẫu mọi thứ ấy vẫn không ngừng vây quanh [760].

---

757 Thu Hoài, "Làng Tôi", *Bé Mai số 7*, 1971, trang 32
758 Tao Han, "Nhớ Huế", trong *Tin. Đặc san* (Phan Rang: Trương Vĩnh Ký, 1968–1969), trang 70
759 Thục Viên, "Tuổi thơ và Chiến tranh", nhật báo *Tia Sáng (Xuân 1969)*: trang 35
760 T.T. Ly, "Trong từ trường chiến tranh", trong *Giai phẩm Xuan 1968* (Saigon: Trường nữ trung học Gia Long, 1968), trang 87–8

Cái mù mờ không kém vẫn là chuyện ai sẽ giải thoát dân lành khỏi gọng kìm của chiến tranh.

Nào ta hãy cùng nguyện cho hòa bình đến sớm,
Cho đất mẹ được bình an phú cường,
Sống vui đời áo ấm cơm no [761].

Một bài thơ trong một tờ báo thiếu nhi khác đã lên lời kêu gọi:

Hãy trả lại tôi
Những máu đã đổ,
Những thịt nát xương tan,
Vì bom nổ đạn bay [762]

Giới trẻ miền Nam đòi được sống yên bình. Không ai dạy họ về những mục tiêu cao vợi nào là cách mạng xã hội, thống nhất đất nước, hay đem loại hình xã hội của mình tràn lấn sang phần bên kia của đất nước. Họ chẳng đòi gì hơn là được sống yên bình. Như Bộ Giáo dục VNDCCH đã buông những lời chê bai giềm pha về họ như sau: đích chính của bọn học trò miền Nam là học hành và dựng xây kinh tế đất nước để có được một đời sống sung túc, đầy đủ tiện nghi và tự do thoải mái [763]. Trong khi sự thờ ơ mù mờ chính trị như vậy ở miền Bắc là điều không thể tưởng tượng nổi và bị liệt ngay vào hàng cặn bã tiểu tư sản, thì đó là thực tế đời sống ở miền Nam.

Một học sinh trường trung học chuyên nghiệp Nông Lâm Súc miền Nam bày tỏ hy vọng rằng:

Ngày mai trời lại sáng,
Xứ sở sẽ thanh bình thịnh vượng,
Đem an vui cho từng nhà,
Cần bao bàn tay xây đắp,
Để nghe lại tiếng hát ru của mẹ Việt Nam,
Để nghe lại tiếng pháo vui thay tiếng súng nổ đạn bay,
Tìm lại nụ cười trên môi mắt,
Người người cùng hân hoan trong mùa xuân yên bình [764].

Nhiều người còn mù mờ nghi nan không biết đâu là đầu mối của chiến tranh và chia đôi đất nước; họ vẫn sáng rực niềm tin thống nhất Việt Nam vào làm một quốc gia, một dải đất quê hương nối liền từ cực bắc đến cực nam. Một em đã nguyện "ta sẽ nối hai miền Nam Bắc, cả hai đều là phần

---

761 Như Mai, "Quê hương tôi", *Họa Mi số 11*, ra ngày 17-12-1970, trang 7
762 Nguyễn Khắc Lộc, "Xin trả lời cho tôi", *Bé Mai số 6*, 1971, trang 32
763 "Tong hop nhung net lớn ve tinh hinh giao duc mien Nam tu 1954 den dau nam 1966", Đảng đoàn Bo Giao duc, BGD trang 8 [Bắc Việt] (VNAIII)
764 Van Thuan, "Ngày mai trời lại sáng", trong Đặc san Khai hoang (Saigon: Trường Trung Học Nông Lâm Súc nhân văn, 1971), trang 9

đất quê hương" ⁷⁶⁵. Chữ "ta" này quả thực càng củng cố thêm cái nhận xét của chúng ta rằng không ai dạy thiếu nhi miền Nam chút thù hận nào với cộng sản cũng như với bất cứ ai. "Ta" ở đây là một cộng đồng dân Việt cả Bắc lẫn Nam. Tác giả bài thơ đã không chỉ ra được làm sao để việc thống nhất ấy có thể diễn ra, điều đó dường như cho thấy đã quá thiếu những hướng dẫn cần thiết về cuộc chiến khởi nguyên ra sao, diễn ra thế nào và làm sao để kết thúc; chiến tranh bỗng hiện tới như một ngẫu nhiên mà không một tường trình thuật tả gì về cái nghĩa lý của nó. Bài thơ được viết cho một số báo đặc biệt Tết Nguyên Đán Mậu Thân 1968, xuất bản tháng 12-1967, ngay trước khi cuộc tổng tấn công Tết do cộng sản phát động trong rắp tâm thống nhất đất nước bằng vũ lực.

Thiếu nhi miền Bắc thì không thế, họ có một con đường rõ ràng: chiến tranh là chống Mỹ, miền Bắc phải đánh đuổi Mỹ và chiếm miền Nam, rồi xây dựng chủ nghĩa xã hội ở đó. Ở miền Nam, thanh thiếu nhi không biết gì nhiều về miền Bắc, hoặc nếu có xảy ra thống nhất Bắc Nam thì xứ sở sẽ ra sao, trong những hoàn cảnh nào. Đối với nhiều người trẻ, nhận thức điều này chỉ xảy tới khi quân cộng sản đã chiếm miền Nam và khi hàng ngàn người này cùng hàng ngàn người khác đã bị tống vô các trại tù cải tạo, và hàng trăm ngàn người trở thành thuyền nhân tìm đường vượt biên trốn chạy khỏi đất nước. Nhưng khi mọi thứ ấy ập đến thì đã muộn.

HÌNH ẢNH NGƯỜI LÍNH CHIẾN

Hình ảnh người lính chiến cũng bày ra cho trẻ những quán sát trái ngược vừa yêu vừa ghét chiến tranh. Với nhiều trẻ, nhất là con trai, coi chiến tranh là cơ hội để thể hiện hùng tính của nam nhi. Có một truyện về hai cậu bạn trai Viet và Hai. Cha của Hai là lính binh chủng nhảy dù. Hai kể Viet nghe chuyện Cha mình xông pha trận mạc. Nghe Hai kể, Viet thấy thèm muốn những từng trải hào hùng của Cha Hai nơi chiến tuyến. Viet thấy lòng dâng lên bao sôi nổi hào hứng qua những chuyện Hai kể. Cậu ước sao chóng lớn để đi lính nhảy dù. Nhưng cậu vẫn không thỏa khi chuyện của bạn đâu phải của chính mình bởi những hình ảnh hào hùng đó đâu phải của Cha mình. Thế là Viet tìm khuây qua chuyện Đinh Bộ Lĩnh, Hoàng đế đầu tiên của Đại Cồ Việt vào thế kỷ X. Ngay từ lúc còn bé, Đinh Bộ Lĩnh đã tỏ ra có tài quân sự và vai trò chỉ huy. Giờ đây đến lượt Viet phỏng theo cảm hứng chuyện Đinh Bộ Lĩnh khi xưa tụ tập trẻ mục đồng chia thành từng tốp, lấy bông lau làm cờ bày trận đánh nhau với quân Tàu xâm lăng hồi thế kỷ X. Giữa chừng, Viet bị thương vì rơi từ trên cây xuống đất. Khi tỉnh lại, Mẹ Viet ngồi cạnh cậu, trong tay cầm lá thư của Cha cậu kể đời quân ngũ và tình chiến hữu trong tiểu đoàn của ông cũng được đặt

---

765 C.V.T., "Quê hương tôi", *Giai phẩm danh dự. Xuân Mậu Thân*. Trường trung học Gò Công (1968), trang 20

theo tên của Đinh Bộ Lĩnh. Rốt cùng Viet mới thấy mãn nguyện. Bây giờ cậu đã có bao chuyện kể của chính Cha mình. Cậu mong sao khi lớn lên sẽ gia nhập tiểu đoàn của Cha. Cậu nóng lòng trông ngóng lúc Cha về để nghe Cha kể thêm chuyện chiến trường.[766]

Ngoài tính tranh cạnh trẻ con trong truyện, truyện còn cho ta một cái nhìn sâu hơn thật là đáng kể về những gì trẻ em đã được dạy: một sự pha trộn noi theo gương Cha mình và các bậc tiền nhân hào hùng. Dòng chảy hùng anh vẫn tiếp nối trao truyền không đứt đoạn và trẻ lớn lên sẽ thành một mắt xích tiếp theo dòng. Một bài thơ trong cùng số báo ấy ca ngợi anh lính chiến:

Các anh yêu trọn quê hương,
Yêu đàn trẻ nhỏ yêu thương đồng bào,
Chí anh sáng cả cao vời,
Làm sao ngăn được bao lời ghi ơn [767]

Dù không chỉ đích danh người lính nào, quốc gia hay cộng sản, đây là điều đáng chú ý bởi ở VNDCCH chuyện này là không thể được khi người thuộc phe nào phải được nói rõ ra bằng những ngôn từ sắc sảo nhất, chúng ta vẫn có thể đoán biết những dòng thơ ấy để cập đến người lính quốc gia. Giọng lời tụng ca người lính cũng không khác gì ngoài Bắc, có khác chăng là ở miền Nam, người lính không được tụng ca vì chiến đấu để đi chiếm phần lãnh thổ còn lại bên kia xứ sở, vì chống Mỹ, hoặc nhất định là phải nói rõ chống kẻ nào. Kẻ địch thì không nêu rõ là ai và mục tiêu chiến đấu của người lính cũng không nốt, chỉ có mỗi đề cao phẩm hạnh của các anh mà thôi.

Đồng thời, có những chuyện vui cười về đề tài lính chiến và tính anh hùng mà nếu như ở miền Bắc thì đừng hòng. Trong cùng số báo tụng ca người lính chiến và những công trạng anh dũng của các anh, chúng tôi tìm thấy một chuyện vui cười có tựa "Chết Thơm Tho": Trong giờ Việt Sử, một Thầy giáo đang giảng về một gương hy sinh anh dũng, bèn dừng lại và hỏi một trò: "Em biết những ai đã nhận cái chết thơm tho không?" Trò trả lời: "dạ thưa là Hai Bà Trưng, Bà Triệu, Lê Lợi, Quang Trung", đây là những bậc anh hùng liệt nữ lừng danh trong Việt Sử. Rồi Thầy hỏi một trò khác "Còn ai nữa?" trò đáp, "dạ con lợn cũng có cái chết thơm ạ". "Vì sao?". "dạ là bởi khi người ta chuẩn bị nướng thịt lợn, họ cho thêm vào nhiều gia vị nên mùi nó rất thơm ạ" [768]

Trong một số báo thiếu nhi khác, ở mục có tên là "Hài hước", chúng tôi đã đọc được một chuyện vui cười có tựa là "Quân tử": Một trẻ này hỏi trẻ

---

766 Anh Loc, "Bóng Cờ Lau", *Họa Mi số 3-A*, ra ngày 23-10-1970, trang 1–6
767 Lê Hồng Quang, "Chiến sĩ và quê hương", *Họa Mi số 17*, ra ngày 22-2-1971, trang 13
768 "Chết thơm tho", *Họa Mi số 8*, ra ngày 25-11-1970, trang 31

kia: "Loại người như thế nào mới được gọi là quân tử?" Thuật ngữ này trỏ đến một chữ Nho Junzi phát âm theo tiếng Tàu, có khi cũng được dịch là "bề trên tối cao". Trẻ kia bèn chơi chữ theo lối chữ Việt đồng âm dị nghĩa bằng một chữ Tàu là 軍 死, hoặc Junsi, rồi đem ghép lại, trả lời: "Quân là người lính, còn tử có nghĩa là chết. Vậy, quân tử là người lính đã chết, phải không?" [769]

Tuy nhiên, vẫn có một số trẻ được dạy phải sẵn sàng vai trò của mình khi đến lượt. Trong tạp chí thiếu nhi tên là *Thằng Còm* có một chuyên mục viết Thay Lời Mẹ đã khuyên con rằng, trong thời chiến, nếu con muốn quê hương ta yên bình thì con phải tham gia quân đội và lên đường chiến đấu. Chỉ sau khi hòa bình lập lại rồi, Mẹ con ta mới có thể đoàn tụ [770]. Ngay cả trong một bài viết như vậy cũng không hề chỉ đích danh quân đội mà cậu bé sẽ gia nhập là gì và vì ai mà chiến đấu, trong khi lẽ ra phải xác quyết thắng thừng với vai trò chủ động thay vì thụ động chịu thân phận nạn nhân như vậy.

Hình ảnh lính Mỹ rất hiếm khi bắt gặp trên những trang văn viết cho hoặc viết về thiếu nhi. Mà với người lính cộng hòa của miền Nam cũng vậy, chúng tôi có tìm thấy nhiều lối trình bày khác nhau. Một, rất tích cực, phản ánh qua chuyện của Lien Chau, nhớ lại đã qua một mùa Giáng sinh năm 1970 cùng với "chú" Brown và các đồng đội của ông nơi Trại 155 đóng ở Cam Ranh. Chuyện đầy ắp niềm vui và biết ơn cho người lính Mỹ đã mang đến cho nhóm thiếu nhi một lễ Giáng sinh tuyệt vời [771]. Nhưng sau khi người Mỹ rút về nước, cũng bắt gặp những giai thoại lấy người Mỹ làm vui. Ví dụ, vào tháng 5, 1974, có một chuyện kể về "thời đã có khá nhiều người Mỹ ở Việt Nam". Một lần, vào giữa trưa, dưới ánh mặt trời thiêu đốt, hai người lính Mỹ đang chạy một chiếc xe jeep trên đường mà lại bật đèn pha lên. Một trong hai cậu học trò trên đường đi học về nói:

Có lẽ họ say rồi – giữa ban ngày sáng trưng mà lại bật đèn pha.
Cậu bạn đáp:
Nhất định là say rồi! Bạn không nhớ Thầy mình nói gì sao? Ban ngày ở Việt Nam là ban đêm bên Mỹ! [772]

Sự tương phản của những đơn cử trên đây - từ lòng biết ơn đến sự cười cợt - cũng là dấu hiệu rõ ràng cho thấy hoàn toàn vắng một chính sách áp đặt trong việc định hình thế giới quan của giới trẻ phải về cùng một phe với chính phủ. Mặc dù sự hiện diện của người Mỹ là một yếu tố quan trọng tác động đời sống của nhiều thanh thiếu nhi Việt Nam, nhất là ở các thành phố lớn Nam Việt Nam, nhưng người Mỹ không được đưa vào các chuyện

---

769 "Người quân tử", *Bé Thơ số 4*, ra ngày 27-4-1971, trang 8
770 Han Mac Le Thi, "Lời Mẹ" *Thằng Còm số 1*, ra ngày 5-12-1970, trang 13
771 Lien Chau, "Noel năm xưa", *Họa Mi số 12-A*, ra ngày 23-12-1970, trang 4
772 "Đêm Ngày", *Thằng Bờm số 5* (tháng 5-1974): trang 11

thuật như là một phần của cuộc chiến, còn người lớn thì tránh bàn chuyện đó với con trẻ.

KHI THIẾU MỘT BÁC HỒ: TÌM KHUÂY, LÌA XA THỰC TẠI VÀ HỌC CHĂM

Không nhận dạng rõ mặt kẻ thù và lý do của chiến tranh, thiếu nhi ở VNCH cũng chẳng có nhân vật nào khả dĩ sánh tầm Hồ Chí Minh để dìu dắt, chở che, và đảm nhiệm phận sự chăm lo, nếu không phải là mặt thể chất đi nữa thì ít ra cũng là về mặt tinh thần làm một chốn trú ẩn cho trẻ nương vào mà lớn lên trong chiến tranh. Trong mọi thứ tường thuật chuyện kể lịch sử ở VNDCCH, Hồ Chí Minh luôn hiện diện sát sao liên tục. Còn miền Nam lại chẳng thèm vào một thứ liên tục như vậy. Tổng thống VNCH đầu tiên đã bị lật đổ và sát hại mờ ám, bị giáng xuống hàng kẻ địch và rồi về sau trong mọi diễn từ ngôn luận của trẻ, ông ta cũng sẽ bị bỏ qua hết luôn. Các chính phủ kế nhiệm ngay sau đó cũng không có chương trình hoạch định nào cho ổn, quá sức ít trong vai một hình tượng bảo vệ, che chở không chỉ cho giới trẻ mà ngay cả cho người lớn. Ngay cả khi trật tự đã lập lại với chính phủ dưới quyền lãnh đạo của Tổng Thống Nguyễn Văn Thiệu tính từ năm 1967, thì ông cũng không có ý định đưa hình ảnh cá nhân mình xuống thấp gần cận thân thiết hơn với dân chúng và giới trẻ trong khi ngoài Bắc, qua bộ máy tuyên truyền hùng hậu của VNDCCH, Hồ Chí Minh đã nhảy tót lên làm Bác với bao tuyên bố phát ngôn để giữ chặt mối thân thiện này.

Vì không có một nhân vật Bác như Hồ Chí Minh ngoài Bắc, thanh thiếu nhi trong Nam có khi lấy một cái khác gọi làm Bác, tỉ dụ, khát vọng hòa bình. Người ta bắt gặp mấy chữ "Bác Hòa Bình" trong dòng văn của Luong Dung, một học trò ở Nha Trang: "Hòa bình, hỡi hòa bình! Bác đang ở nơi nao? Giống da vàng mũi tẹt đang chờ Bác Hòa Bình: Bác Hòa Bình ơi! Bác đang đóng băng nơi nào? Ở vùng đất Thụy Sĩ mộng mơ, lãng mạn và an lành luôn có yên bình ấm êm, hay ở vùng tuyết rơi Nhật Bản, và vì sao mà Bác không quay về đây?" [773] Tuy nhiên cũng chẳng khó gì mà lường trước rằng, Bác Hòa Bình hoàn toàn khác với Bác Hồ. Ông bác này, không giống như Hồ Chí Minh, chả có gá nghĩa gì với trẻ hết; Ông ấy ở tận đâu xa ấy và là cái cứu cánh mà trẻ mơ ước đêm ngày, bạn đồng hành thì cũng chẳng mà người lãnh tụ luôn chực giúp đỡ trẻ cũng không nốt.

Mai Thị Hồng, một học sinh trường Trung học Cần Giuộc, tỉnh Long An, tâm sự với Thần Táo Quân nhân ngày Tết Nguyên đán. Tục truyền rằng vị thần này bảo vệ mỗi nhà khỏi bị bọn tà ma quấy nhiễu, và hằng năm vào đêm 23 tháng Chạp -trước Tết Nguyên Đán, Táo quân bay về Trời

---

773 Luong Dung, "Ước nguyện hoà bình", *Thằng Bờm số 48*, ra ngày 30-1-1971, trang 29

báo cáo với Ngọc Hoàng Thượng Đế về công và tội, nên và hư của mỗi gia đình. Sau khi ca tụng công khó học hành của thầy trò trường Trung học Cần Giuộc, Hồng cầu khẩn Táo quân phù hộ dân Việt Nam tâu lên Ngọc Hoàng Thượng Đế xin cho quê hương Việt thôi hết chiến tranh để hòa bình chóng trở về [774]. Nhiều người, với lòng thiết tha mong mỏi hòa bình, bèn quay sang nương nhờ sức mạnh thánh thiêng, siêu nhiên, nhờ Phật [775] nhờ Chúa [776]. Và còn nhiều người nữa ước gì chính mình là thánh thần để có thể dẹp yên trận đánh nhau này:

Nếu tôi là thánh thần,
Tôi sẽ nói với mọi người,
đừng bắn nữa,
thôi thả bom.
Nhưng tôi chỉ là con người
nên chỉ biết cầu nguyện,
Để đòi chiến tranh kết thúc,
Và hãy dừng tay sát hại đồng bào tôi [777].

Với giới trẻ đang chìm đắm trong chinh chiến tang thương, chọn lấy một thái độ chủ động hay thụ động quả là tình thế tiến thoái lưỡng nan phiền tạp chớ không dễ gì. Trong một Giai phẩm học đường xuất bản dịp Tết Nguyên đán năm 1965, một học sinh lớp 12 là Nguyễn Hà xót than cho tuổi trẻ buồn, vừa kịp khi mùa xuân chợt về thì cũng là lúc quê hương chìm trong máu lửa binh đao với "ngàn nỗi đau thương" và lớp thiếu niên chết điếng trong sầu khổ. Nguyễn Hà kết luận là thấy "tự hổ thẹn và thương thân" khi quê hương tan nát [778]. Một ví dụ trực quan xuất sắc tả nỗi buồn này có thể thấy ngay trên trang bìa của tạp chí *Ngàn Thông* năm 1972, một tạp chí thiếu nhi - xem Hình 5.2.

---

774 Mai Thị Hồng, "Táo Quân", trong *Giai phẩm Vượt dốc* (tỉnh Long An, Trường trung học Cần Giuộc, 1973), các trang 44–45, 48
775 Nguyen Van Sang, "Chúc Xuân", *Họa Mi số 19*, ra ngày 10-3-1971, trang 19
776 Thu Uyên, "Nếu Em Là" *Họa Mi số 6*, ra ngày 13-11-1970, trang 12
777 Sđd.
778 Nguyễn Hà, "niềm đau quê hương" trong *Giai phẩm Võ Trường Toản* (Saigon: Võ Trường Toản, 1965), trang 4.

Hình 5.2

*Bìa trước Tạp chí Ngàn Thông số 38 ra ngày 20-11-1972 by Mai Khôi
"Nhìn Những Mùa Thu Đi"*

Một cô gái trẻ sầu bi và hoang vắng, nhìn những mùa thu đi rồi đến tiếp nối nhau. Đáng lẽ được hưởng niềm hạnh phúc của tuổi mới lớn, cô chỉ thấy có bi quan mà thôi. Chúng ta không biết là sự thể ấy do chiến tranh và nỗi thương hận của tuổi mới lớn hay do cái sầu bi lãng mạn, mà tựa của bức họa làm hình bìa là "Nhìn Những Mùa Thu Đi" lấy theo tên một ca khúc nổi tiếng của Trịnh Công Sơn, một trong những nhạc sĩ và sáng tác ca khúc Việt Nam được yêu thích nhất và một trong những tên tuổi nổi cộm đặt nền móng cho tân nhạc Việt Nam. Ông còn là người hát lên những giai điệu tình yêu và phản chiến. Ca khúc nói trên ghi lại nỗi xót xa của một người đàn bà hoặc một thanh nữ trẻ trung đang nhớ người yêu.

Một hình ảnh như vậy, ngôn từ với thái độ như vậy thì đừng hòng hiện diện ở miền Bắc nơi người ta đòi lớp trẻ phải biết chỗ tốt nhất của mình là ở đâu với một thái độ tích cực, dứt khoát, biết ai đang làm gì mình và mình sẽ làm gì được ai, biết kẻ thù mình là thằng nào, và làm sao để diệt nó. Chính vì những ví dụ đơn cử và trình bày nêu trên, Bộ Giáo dục

VNDCCH mới kết luận rằng hệ giáo dục của VNCH dựa trên những tiền đề sai lạc của phương Tây. "Học đường của chúng là cái vườn ươm bi quan yếm thế trước tình hình thế giới, ý niệm về sự chết, về duy tâm (J. P. Sartre), ngây thơ về chính trị (St. Thomas), thờ ơ ấu trĩ (A. Camus), một thứ tư tưởng thấp kém, chỉ để phò Mỹ, sợ Mỹ, rơi vào lối sống đồi trụy, phóng đãng, tệ bài bạc, lãng mạn giả tạo, thầy với trò cùng nhảy khiêu vũ và có không ít vụ dan díu tình ái với nhau". [779] Vẫn biết nhất định không phải thế, nhưng ở đây việc chính trị và giáo dục cứ đường ai nấy đi ắt hẳn tạo ra và thực tế đã sản sinh ra nhiều lớp người trẻ không có tư tưởng chắc chắn rõ ràng nào về những gì đang diễn ra và sẽ phải làm gì.

Học sinh một trường Nông Lâm Súc miền Nam viết trong Giai phẩm của trường năm 1971 rằng chiến tranh đã làm nhiệt huyết họ tiêu tan và nỗi bi quan chán chường đã tràn lấn vào tâm hồn và trí tuệ họ. Họ sánh mình như con thú bé bỏng lạc lối trong một cánh rừng âm đạm. Họ thú nhận mình không chỉ trở nên chán chường và đánh mất niềm tin nơi chính bản thân mà còn không tin cả người "từng trải", nghĩa là những bậc đàn anh mà giới trẻ luôn mong chờ mong được các anh dẫn dắt. Học sinh quy lỗi những người lớn ấy lo "đuổi theo danh vọng," ruồng bỏ lớp trẻ trong rối bời nghi nan và bỏ mặc trẻ chỉ biết sống cho hiện tại mà không nghĩ tới ngày mai [780].

Một cô gái trẻ mồ côi 14 tuổi nói lên những trầm tư của mình sau khi mất Cha Mẹ:

Tôi chỉ là một đứa trẻ
Mang đầy hờn oán và thương thân,
Mang nặng bi ai và u sầu ... [781]

Những tâm trạng này, cho dù nhất định là tự nhiên hữu lý và chính đáng, nhưng đừng hòng ló mặt ra ở miền Bắc, để tránh gieo tâm trạng suy bại và làm xuống tinh thần, như đã có nói ở trên. Tuy nhiên, trong Nam vẫn được rộng rãi bày tỏ trong giới trẻ.

Việc các nhà giáo có cho phép và nhà xuất bản có thuận đăng những tự sự như vậy hay không cũng còn tùy vào từng người lớn cụ thể. Có người đồng tình ủng hộ lấy báo học đường "để xây đắp nên một thế hệ học sinh vui tươi với học tài để mai đây cống hiến cho việc phụng sự quê hương thay vì trở nên ủy mỵ, cầu tìm lòng trắc ẩn và khóc lóc thương thân." [782]

---

779 "Tong hop nhung net lon ve tinh hinh giao duc mien Nam tu 1954 den dau nam 1966", Đảng đoàn Bo Giao duc, BGD trang 8 [Bắc Việt] (VNAIII)
780 "Thư Ngỏ", trong Đặc san Khai hoang (Saigon: Trường Trung Học Nông Lâm Súc nhân văn, 1971, trang 3-4
781 Nguyễn Thị Kim Giao, "Mồ côi", *Bé Mai số 9*, 1971, 23
782 L.V., "Hoc sinh với vấn đề Văn nghệ", trong *Giai phẩm Bồ Đề* (Saigon: Trường trung học Bồ Đề, 1967), các trang 47–48, 56

Cùng một ý đó cũng được trình bày trong phần giới thiệu của một tuyển tập bài hát xuất bản dịp Tết Trung Thu 1970. Tập nhạc giới thiệu 30 bài hát để đong đầy nét thanh khiết, yêu đời và tin vào tương lai thay vì hờn oán, thương thân [783]. Trong số, có một sáng tác của nhạc sĩ Lê Dinh, người từng tòng sự tại Đài Phát Thanh Saigon, răn các bạn trẻ rằng *Em gắng công xây dựng cho nước em hùng cường, Việt Nam nước em ngày mai vui câu thống nhất huy hoàng hồn thiêng muôn năm Việt Nam* [784]. Chắc chắn là tâm trạng và cách biểu tỏ còn tùy vào mỗi thiếu niên. Có điều có nhiều bạn học sinh vẫn tiếp tục bày tỏ nỗi đau đơn độc đã nói lên rất nhiều về sự tự do mà họ đã được hưởng, ngay cả khi lúc ấy họ không biết điều đó là xiết bao quý báu.

Cũng có nhiều người khác chọn lối vui hơn, bày tỏ họ sẵn sàng đối phó với thực tại mà tinh thần vẫn không bị lung lay. Không như cây bút than thân trách phận đại loại như "Ước Mơ Tuổi Nhỏ" của Suong Nhat Sa mà tôi đã đề cập trong phần Phi Lộ, những bạn khác vẫn thấy mừng khi giã từ tuổi nhỏ, như một độc giả của tạp chí *Ngàn Thông* trong bài thơ "Tuổi Mười Sáu" của cô, bày tỏ nỗi nôn nao và mường tượng ra một cuộc đời tròn đầy và tươi đẹp [785].

Một bài bình luận trong Giai Phẩm học đường tỉnh Long An năm 1973 đã công khai chủ đề này với một xác quyết sẵn sàng vượt qua những khó khăn nan giải của đời sống. Bài viết công nhận rằng tuổi trẻ phải đấu tranh không chỉ với ngoại cảnh mà còn với chính nội tâm mình, chồi lại cái tự ngã của mình. Đây là cả một trường tranh đấu đầy đèo dốc cheo leo mà người trẻ phải trèo lên để đạt đích mong muốn. Bài viết cũng đoan chắc với độc giả rằng học sinh toàn trường rất háo hức và chuẩn bị tư thế sẵn sàng nhập cuộc chinh phục [786].

Một học sinh khác, Kim Thuy, cam đoan với độc giả trong số báo trường cô rằng rằng bất chấp mọi gian khó mà tuổi trẻ phải vượt qua, người thanh niên Việt Nam không hề là kẻ chiến bại. Tuổi trẻ chúng ta luôn tâm niệm rằng: "Ta đã làm gì cho quê hương, cho đất nước? Quê hương ta, đất nước ta - đang cần gì bây giờ? Quê hương ta, đất nước ta cần tình yêu, cần những đôi tay rắn rỏi, cần những tâm hồn đầy thiện chí để dựng lại nhà Việt Nam bị sóng xô gió dạt, bị bão giông tàn phá." Kim Thuy lập luận rằng người trẻ phải bảo tồn tinh hoa Việt tộc cho đời mình và tâm hồn mình. Nguyễn Thị Kim Giao (không rõ là thiếu nhi hay người lớn viết

---

[783] Lê Thương, "Vào tuyển tập", *Nhi Đồng Ca* Quảng Hoá, Saigon: 1970
[784] Lê Dinh, "Tiếng Hát Yêu Đời", *Nhi Đồng Ca*
[785] Ho An, "Tuổi 16", *Ngàn Thông*, ra ngày 20-8-1971, trang 35
[786] "Viết cho Giai phẩm 73", trong *Giai phẩm Vượt dốc* (tỉnh Long An, Trường trung học Cần Giuộc, 1973), trang 5

giúp trong một tạp chí thiếu nhi) cũng bộc trực tình yêu Việt Nam tha thiết của cô và không từ nan nếu phải hy sinh đời mình cho quê hương [787].

Sự đi đôi của bi quan và lạc quan được thể hiện rất sống động trong một tác phẩm của nhà văn nổi tiếng miền Nam, Lê Tất Điều. Đó là tuyển tập truyện ngắn *Những Giọt Mực* xuất bản năm 1971, được nhiều người đồng tình là một trong truyện cho thiếu nhi nổi tiếng, nếu không nói là nổi tiếng nhất, sáng tác ở miền Nam Việt Nam thời bấy giờ. Tập truyện du trẻ em vào thế giới của những vật dụng gia đình quanh các em hằng ngày. Nhân cách hóa những đồ vật vô tri quen thuộc, thông dụng của nếp sống gia đình người Việt mà đưa chúng tương giao với nhau (và với bạn đọc nhỏ tuổi), Lê Tất Điều đã dạy trẻ về lòng tốt, chiều hướng tích cực và tính nhân bản trong mọi đối nhân xử thế [788].

Tinh thần tích cực này cũng thể hiện rõ trong một tác phẩm trước nữa của Lê Tất Điều, *Đêm Dài Một Đời* xuất bản năm 1966. Một cậu bé mù, Thương, theo học tại một trường học chuyên cho trẻ khiếm thị. Nghề duy nhất họ học ở đó là làm ra các loại bàn chải. Mặc dù đời sống trường này không mấy vui và trẻ luôn mong ngóng về Cha Mẹ, nhưng càng lớn lên họ càng ngần ngại không muốn rời trường, e rằng rồi sẽ hòa nhập với thế giới bên ngoài ra sao. Họ có nỗi lo làm sao "để thoát nghèo túng." Liệu với cung cách của mỗi người, họ có vượt qua được cái số phận ảm đạm ấy không? Tôi tìm thấy câu trả lời của Lê Tất Điều trong lối anh đặt song đôi hình ảnh Thương và bạn cậu, Hoan. Hoan đau khổ vì kỳ vọng sẽ "tìm lại ánh sáng." Thương xem hy vọng của Hoan như một nguyên ủy ẩn chứa nỗi bất hạnh của Hoan. Bị mù, Hoan đặt kỳ vọng quá cao. Khác với Hoan, Thương đã cố tận dụng từng chút cơ hội để được vui và cuối cùng tìm thấy niềm hạnh phúc của mình trong âm nhạc [789].

Chỗ đứng của giới trẻ trong một đất nước đắm chìm trong lửa khói binh đao và bị bỏ mặc với bao bối rối nghi nan không biết gì nhiều về chiến cuộc cũng như những gì đang chờ phía trước, gần giống với chỗ của những trẻ khiếm thị trong trường của Thương. Bằng cách này hay cách khác, mỗi người rồi phải lựa chọn hoặc thúc thủ chịu thua hoàn cảnh mịt mờ hoặc cố vượt qua vách núi sừng sững chắn đường.

HIPPIES VÀ NHẠC ROCK AND ROLL

Người Mỹ đến, kéo theo văn hóa phương Tây thâm nhập và lan tràn, kết quả là, lẫn trong nhiều thứ khác nữa, hình thành một lối văn hóa trẻ tân thời, là điều lọt đúng vào định nghĩa hiện tượng văn hóa nổi loạn của

---

787 Nguyễn Thị Kim Giao, "Tình Quê Hương", *Bé Mai số 9*, 1971, 23
788 Lê Tất Điều, *Những Giọt Mực* (Saigon: Huyền Trân xb, 1971)
789 Lê Tất Điều, *Đêm Dài Một Đời* (Saigon: Tin-sách, 1966)

Roszak, một đoạn tuyệt cực đoan khỏi vị thế văn hóa chính thống mà phần nhiều có vẻ như là một thứ chen bừa bán khai vô tội vạ [790]. Thứ Văn hóa nổi loạn này cho thấy giới trẻ cần một cái gì đó vin vào để tìm chỗ đứng. Cùng với đủ thứ tân kỳ mới lạ khác, văn hóa nổi loạn cũng tìm đến Sài Gòn trước nhất. Một ký giả Nam Việt Nam viết, Sài Gòn chỉ đứng sau Âu Mỹ có vài tháng. Hễ "Tứ Quái Beatles" làm một thứ gì đó quái ở Âu, thì "sinh viên học sinh quái" ở Sài Gòn tiếp bước in hệt [791]. Và chẳng ngạc nhiên, Sài Gòn cũng là nơi hippie xuất hiện trước.

Một trong những hình thức chính làm dân hippies vượt trội lên và trở thành một phần của văn hóa nổi loạn ấy là kiểu cách quần áo, ăn mặc. Pham Cong Luan, người lớn lên ở Sài Gòn thời chiến, đã tả quần áo kiểu hippie thịnh hành lúc đó là: áo có cổ có tên là "a la Mao", áo kiểu Procol Harum (đặt theo tên một ban nhạc của Anh quốc) dài gần sát đầu gối, xẻ khá dài hai bên hông, kiểu Napoléon cổ tay tua rua, trước ngực cũng tua rua dài đến đầu gối, quần xì gà (kiểu cigarette) từ trên xuống dưới ống thẳng bằng như nhau, hay quần ống loa (quần patte) với áo pull hoặc thường. Cùng với kiểu ăn mặc đó là quần jean gấu bung tua rua mặc với áo sơ mi mỏng, mắt kính gọng tròn kiểu John Lennon. Giày dép thì kiểu như Torpedo hoặc Bally từ đầu thập niên 1940, giày Cléopatre dây nhợ quấn chẳng quấn chịt, còn một mốt khác nữa là mang dép Nhật màu trắng rất thịnh hành, tóc tai thì dài ít nhất cũng xuống đến vai [792]. Thậm chí có nhiều thiếu niên cũng bắt chước các kiểu này. Kiểu cách quần áo mới nở rộ cùng với hoa "hippie", với chỉ một dạng hoa duy nhất nhụy tròn, bao quanh là những cánh hoa nhiều màu sặc sỡ cũng tròn. Hoa được vẽ khắp nơi, trên áo, trên thân xe gắn máy, xe hơi, dán cả trên mắt kính râm tròng lớn, cả những bích họa nữa. Với hình thù quái lạ màu sắc lòe loẹt, họa hippie trở thành biểu trưng chính cho văn hóa nổi loạn của giới trẻ. Nhưng không phải ai cũng chào đón hay tán thành sự xuất hiện của thứ văn hóa này. Có một nữ ký giả đã nêu rằng, cô mong sẽ có ngày những thứ "hoa lòe loẹt" kia – do chịu ảnh hưởng từ ngoại quốc - sẽ ngừng nở và nhường chỗ cho một lớp trẻ lại trở về áo sơ mi trắng hiền lành với đầu tóc chân phương ngày nào [793].

Âm nhạc cũng có một vai trò đáng kể hình thành văn hóa tân thời trong giới trẻ Việt Nam. Có thể khởi thủy, Rock and Roll đến Việt Nam lần đầu là từ tháng 5-1956, khi 350 quân nhân Hoa Kỳ được gửi đến Việt Nam,

---

790 Roszak, Theodore, *The Making of a Counter Culture. Reflections on the Technocratic Society and Its Youthful Opposition* (Garden City, NY: Doubleday & Company, Inc., 1969, trang 42

791 Mai Trinh, "Nam nữ thanh niên Saigon đang chạy theo phong trào Hippy", báo *Trắng Đen*, 30-4-1969, trang 2

792 Pham Cong Luan. Sai gon. Chuyen Doi cua pho. Saigon 2013

793 Tôn Nữ Hoa Sim, "Hippie!!", báo *Tân Dân*, ra ngày 13-5-1969, trang 4

tăng gấp đôi số viên chức Mỹ trực thuộc Phái bộ Cố vấn Quân sự Hoa Kỳ [U.S. Military Assistance Advisory Group – MAAG]. Ca khúc nhảy lên đầu bảng lúc bấy giờ là "Heartbreak Hotel" của Elvis Presley, nhạc phẩm đầu tiên thu âm với hãng đĩa nhạc Radio Corporation of America (RCA); "Thời chiến tranh Việt Nam, các hợp đồng của RCA với Bộ Quốc phòng đạt giá trị trung bình 300 triệu đô la một năm." [794] Đến giữa thập niên 1960, The Beatles đã bắt đầu làm một cuộc "xâm lăng của Anh quốc" vào Việt Nam. Hệ quả của số đông người ngoại quốc hiện diện tại Nam Việt Nam là việc tràn ngập những làn điệu nhạc nhảy và Rock and Roll như Cha Cha Cha, Twist và Tango, tạo ra một khung cảnh âm nhạc hoàn toàn mới lạ thường được gọi với cái tên "Nhạc Trẻ" [795]. Một số nhân tố có tầm ảnh hưởng nhất trong nền âm nhạc của Nam Việt Nam đã dẫn đầu và tích cực tham gia phong trào nhạc trẻ này.

Một trong số đó là Trường Kỳ, sinh trưởng ở miền Bắc năm 1946, di cư vào Nam năm 1954. Tuổi đời vừa mới đôi mươi khi anh dồn hết nhiệt huyết vào Nhạc Trẻ và đến cuối thập niên 1960, anh đạt danh hiệu Vua Hippies Giao Chỉ, một thuật ngữ mà tôi sẽ bàn tiếp sau đây [796]. Giới trẻ lao vào phát triển loại nhạc của riêng mình và tổ chức các ban nhạc để trình diễn không chỉ nhạc Rock phương Tây mà cả các ca khúc do chính họ sáng tác.

Các buổi Đại nhạc hội Nhạc trẻ bắt đầu được tổ chức tại Sài Gòn từ đầu năm 1964. Thường thì Đại nhạc hội đặt đích nhắm về ngân khoản thu được. Chẳng hạn, hai nhạc hội do Trường trung học La Salle Taberd Sài Gòn tổ chức để gây quỹ trùng tu trường. Năm 1967, tờ báo Sống tổ chức một Đại nhạc hội để gây quỹ hỗ trợ chương trình Phát triển Nông thôn, và năm 1970 một Đại nhạc hội khác để hỗ trợ Việt kiều Cao Miên hồi hương trong thời gặp phải nạn bạo lực chống người Việt bên đó. Nhưng sự kiện lớn nhất là vào năm 1971 khi lần đầu tiên, Đại hội Nhạc Trẻ được tổ chức mang tầm thế giới. Tuần báo Diều Hâu, cơ quan ngôn luận của một nhóm sĩ quan QLVNCH, đứng ra tổ chức Đại nhạc hội. Mục tiêu của nhạc hội được nói rõ là để gây quỹ yểm trợ cô nhi quả phụ của tử sĩ đã hy sinh trong chiến dịch hành quân Lam Sơn - Hạ Lào vào mùa xuân năm 1971. Ngoài làng nhạc Nam Việt Nam, các các tên tuổi trên làng nhạc thế giới cũng được mời như: Hoa Kỳ, Nam Hàn, Thái Lan, Phi Luật Tân và Đài Loan. Bà Nguyễn Thị Mai Anh, Tổng Thống Nguyễn Văn Thiệu phu nhân, là người

---

794 James, David, "The Vietnam War and American Music", Social Text 23 (1989): 122

795 Trường Kỳ. *Một Thời Nhạc Trẻ: Bút Ký* (Montréal, Québec: Trường Kỳ, 2002); Tùng Giang, *Hồi ký Nhạc sĩ Tùng Giang: Âm nhạc, Tình yêu, Tình Bằng hữu* (Westminster, CA, khoảng 2005)

796 Đức Dũng, "Giới trẻ Việt không theo dõi nếp sống nổi loạn của Hippy Mỹ", nhật báo *Trắng Đen*, ra ngày 20-5-1971, trang 1; 8

đỡ đầu Nhạc hội. Trong thành phần Ban Tổ chức có vợ chồng Tổng Cục Trưởng Chiến Tranh Chính Trị [Trung Tướng Trần Văn Trung], Nghị sĩ Phan Thị Nguyệt Minh, "hippie già Phạm Duy", họa sĩ Trịnh Cung, một đại diện một nhật báo, là nữ sinh viên trẻ Phương Dung, theo tờ báo, từng có nhiều kinh nghiệm thời Nhạc hội Woodstock năm 1969 [diễn ra trong 3 ngày tại New York năm 1969]. Nhiều giới chức đại diện QLVNCH cũng ủng hộ nhạc hội [797]. Nhạc hội diễn ra tại Sân Vận động Hoa Lư Sài Gòn vào ngày 29-5-1971. Thành phần khán giả trải dài từ 10 đến 60 tuổi và đã có 5.000 vé vào cửa được bán hết. Nhưng không may, một cơn mưa lớn đã ngăn nhiều người khác đến xem. Có một số quan khách bỏ về sớm sau khi Nhạc hội khai mạc [798].

Những tranh cãi sôi nổi nổ ra quanh Đại nhạc hội cho ta thấy những mong đợi không đồng nhau về thế hệ mai sau, về thứ văn hóa nổi loạn và về chính phong trào hippies. Chủ tịch Tổng đoàn Học sinh Sài Gòn Lê Văn Nuôi được thông tín viên chiến trường Việt Nam của tờ *The New York Times*, Gloria Emerson, dẫn lời bảo rằng Đại nhạc hội này "làm nhơ" đất nước [799]. Tổng hội Sinh viên Sài Gòn cũng phản đối nhạc hội. Có điều họ mạnh miệng bảo họ không chống âm nhạc mà chỉ chống hippies thôi [800]. Tương tự, dân biểu đối lập và là một luật sư Nguyễn Trọng Nho, cho rằng hippies là một thứ hình thù lai căng đe dọa sự sống còn của xã hội Việt Nam. Theo ông, những người trẻ tuổi phải truyền nhau nỗ lực phụng sự xã hội chứ đừng dính dáng vào bất kỳ thứ gì sôi nổi nhất thời do bị văn hóa ngoại lai ru rê thu hút. Nghị sĩ Phan Thị Nguyệt Minh, phu nhân của Bác sĩ Nguyễn Văn Thơ, thời ấy ông là Tổng trưởng Giáo dục vừa được lập lại với tên chính thức là Bộ Văn hóa Giáo dục và Thanh niên vào tháng 6-1971, thì đưa ý kiến ngược lại rằng quần áo chỉ là một biểu hiện bề ngoài còn trong tim những người trẻ này vẫn nồng nàn yêu nước [801].

Lập trường hậu thuẫn tương tự như thế cũng là của cây đại thụ của nền tân nhạc Việt Nam, người nhạc sĩ sáng tác nhiều và khỏe nhất, Phạm Duy, và của Trường Kỳ đã nói ở trên, người đặt vấn đề về sự hiện diện, hoặc ít nhất là bản chất của phong trào Hippie Việt Nam; tâm điểm chính

---

797 "Ngày Nhạc Trẻ Quốc Tế Ngoài Trời", tuần báo Diều hâu, 14-5-1971
798 "Hippi Đá Đít Hippi", Tiếng Vang, 24-5-1971; "Ngày Nhạc Trẻ Quốc Tế Ngoài Trời", tuần báo Diều hâu, trang 8–9; Mặc khác trong bài "Đại hội Nhạc trẻ Quốc tế", nhật báo Đuốc Nhà Nam lại cho rằng Đại Nhạc hội kéo dài đến tận 11 giờ đêm với 6.000 khán giả.
799 Emerson, Gloria "G.I.'s and Vietnamese Youth: Sharing at Rock Festival", *New York Times*, May 30, 1971, 3
800 "S.V.H.S. chống Đại hội Hippy", Tiếng Vang, 19-5-1971
801 Nhật báo *Tin Sống*, 21-5-1971, trang 3; nhật báo *Lập Trường*, 21-5-1971, trang 6; "Bà Nghị đồng ý hippy, nhưng ông Dân biểu chống", nhật báo *Tiếng Vang* (22-5-1971) trang 1, 6

mà anh băn khoăn, rằng có phải Hippie Việt Nam là Hippie thực hay chỉ là giới trẻ khoác một lớp ngụy trang bề ngoài bằng các hình thức của Hippie. Hai người đều nhất mực cho rằng ảnh hưởng của Mỹ đối với thanh niên Việt Nam rất cạn cợt bên ngoài và chỉ chạm tới chỗ hình thức bề ngoài là hết - quần áo và mốt thời trang - điều đó hoàn toàn vô hại và không gây phương hại gì đến luật pháp quốc gia. Thực tế, thanh niên Việt Nam rất thiện lương, không nổi loạn hay phá phách như thanh niên Mỹ. Hai nhạc sĩ biện luận rằng, giới trẻ Việt Nam hiểu rõ quốc gia đang trong tình trạng chiến tranh và chấp nhận thi hành mọi bổn phận công dân. Trường Kỳ đi xa hơn với một câu hỏi sắc sảo: thế đã có bất cứ cuộc biểu tình phản chiến nào ở Sài Gòn hay các thành phố lớn khác do lớp trẻ tổ chức chưa để bảo rằng họ bị tác động bởi ảnh hưởng của người Mỹ? Cả hai nhạc sĩ đều kết luận rằng quần áo tóc tai chưa hội đủ lý do chính đáng để gọi ai đó là hippie và do đó, ở Việt Nam không có hippie. Hai nhạc sĩ cũng khẳng định nếu có một số hippies ở Việt Nam giống với hippies mang màu sắc chính trị của Mỹ, thì đó là ngoại lệ chứ không phải tất cả.[802]

Người lớn cũng như giới trẻ biểu tỏ lập trường vừa chống hippie, vừa chống Đại hội Nhạc Trẻ rồi lại còn nhiều người khác hậu thuẫn văn hóa nổi loạn càng chứng tỏ tính muôn màu đa chiều của xã hội Nam Việt Nam – mà đâu phải hết thảy mọi người trẻ đều muốn đảm đương phụng sự mối dây keo sơn với văn hóa Việt cổ truyền, và cũng đâu phải hết thảy người lớn ai cũng thấy văn hóa nổi loạn như là mối nguy phá hỏng thuần phong mỹ tục.

Có hai thuật ngữ làm nổi rõ tính muôn màu này – là Hippies Văn Lang và Hippies Giao Chỉ. Cả hai thuật ngữ đều gắn dân hippies nổi loạn vào với các quốc hiệu cổ truyền của Việt Nam: Văn Lang, quốc hiệu thời các đời Hùng Vương dựng nước và do đó gắn liền với biểu tượng văn hóa cổ truyền Việt tộc, và Giao Chỉ, tên của Việt Nam khi xưa bị chia ra làm nhiều châu quận và cũng khởi từ tên này về sau sinh ra tên Nam Kỳ Lục Tỉnh. Trên thực tế, Trường Kỳ, vào cuối thập niên 1960, đã đạt danh hiệu Vua Hippies Giao Chỉ.[803] Các thuật ngữ này gắn liền dân hippies với cội nguồn Việt tính từ thời thượng cổ, gợi cho thấy tình thế tiến thoái lưỡng

---

802 Đức Dũng, "Giới trẻ Việt không theo dõi nếp sống nổi loạn của Hippy Mỹ", nhật báo *Trắng Đen*, ra ngày 20 tháng 5, 1971, trang 1; 8 và "Nhạc sĩ Phạm Duy tha thiết xin để giới trẻ ra ngoài . . . chánh trị, nhật báo *Trắng Đen*, 21 tháng 5, 1971, 1; 8
803 Đức Dũng, "Giới trẻ Việt không theo . . . (Sđd)
> Giao Chỉ: tên gọi tương đương như Quốc hiệu của Việt Nam thời Bắc thuộc [từ năm 111 trước Công lịch (BC) đến năm 39 sau Công lịch] tạm vắn tắt như sau:
- Năm 207 BC, Triệu Đà đánh thắng An Dương Vương chinh phục nước Văn Lang sát nhập vào quận Nam Hải (Quảng Đông ngày nay) và quận Quế Nam (Quảng Tây) lập thành nước Nam Việt, xưng là Triệu Vũ Vương, đóng đô ở Phiên Ngung (Quảng Đông). Triệu Vũ Vương chia đất Văn Lang ra làm 2 quận: quận Giao Chỉ gồm Bắc Việt (ngày nay) và quận Giao Châu gồm mấy tỉnh

nan trong nếp nghĩ của trí thức giới, chứng tỏ mối giằng co không dễ bề hòa giải ăn sâu nơi xã hội Nam Việt Nam giữa một bên ủng hộ văn hóa nổi loạn và một bên chống lại nó nhân danh bảo tồn văn hóa cổ truyền. Tuy vậy, lập trường của Trường Kỳ đưa một giải pháp đề nghị rằng giằng co căng thẳng ấy là không cần thiết; Theo ông, ta vẫn có thể kết hợp văn hóa nổi loạn vào với văn hóa cổ truyền.

Có người lập luận rằng, bằng cách nào đó văn hóa nổi loạn thêm thịnh là nhờ được nhiều người chống và cố cấm nó đã chiếu cố tới nó. Năm 1969, Mai Trinh của nhật báo Trắng Đen đã phác họa ra hai hình ảnh song song giữa phong trào tự do tình dục ở phương Tây và văn hóa nổi loạn ở Nam Việt Nam. Ông đơn cử hai cuốn phim Thụy Điển, "I am curious (Yellow)" and "I am curious (Blue)" ["tôi tò mò (vàng)" và "tôi tò mò (xanh)"] của Vilgot Sjöman, sản xuất năm 1967 và 1968, màu vàng và màu xanh là màu của quốc kỳ Thụy Điển. Nếu các cuốn phim nêu ra nhiều chủ đề xã hội khác nhau, kể cả bất tuân dân sự, thì chúng cũng có nhiều pha làm tình và cảnh khỏa thân. Chính vì điều này mà ban đầu, hai phim không được chiếu ở Hoa Kỳ hoặc chiếu nhưng bị kiểm duyệt một số đoạn, còn người ở ngoài nước Mỹ thì xem thoải mái và còn viết bình luận phim nữa. Mai Trinh biện luận rằng chính sự cấm đoán này đã làm tăng hào hứng cho phim và cuối cùng khi nó được chiếu ở Hoa Kỳ vào năm 1969 thì thu hút lượng khán giả khá lớn nhưng rồi lại làm nhiều người vỡ mộng. Từ đó Mai Trinh gợi ý rằng hễ càng cấm đoán ngăn chặn văn hóa nổi loạn thì chỉ tổ gây chú ý cho nó, chi bằng cứ để yên mặc nó thì chưa chắc đã mấy ai ngó ngàng tới [804].

Vậy chứ không phải ai cũng chịu để yên không đụng tới hippies đâu. Với các chủ báo thiếu nhi *Thằng Bờm*, thì hippies là bầy quỷ, con đẻ của việc Mỹ xen vào nội tình Việt Nam. Nguyễn Vỹ, lấy bút danh là Diệu Huyền trên trang báo *Thằng Bờm* đã khởi xướng nhiều bàn luận về hippies trong giới trẻ. Trong mục báo có tên là "Từ điển Thằng Bờm", Nguyễn Vỹ đã chỉ mặt hippies là đám con nhà khá giả với lối sống bám gia đình và miễn cưỡng tham gia đời sống xã hội. Nguyễn Vỹ liên đới chữ "hippie" với nghĩa "hip", hoặc đua đòi theo những kiểu cách tân kỳ, thậm chí ngoại lai, trong mọi lễ lối ứng xử. Ông mô tả đó là những kẻ chạy theo đợt sống mới, ly dị hẳn với hầu hết những gì gọi là truyền thống tốt đẹp của dĩ vãng, không theo luân lý gia đình, sắm vẻ bề ngoài ngố ngáo thậm chí coi thường vệ sinh cá nhân. Thêm nữa, ông bảo trai gái hippies từ 13 tuổi đã phải biết hút thuốc, cả cần

---

Bắc Trung Việt (ngày nay), gần như độc lập với nhà Hán của Trung Hoa. Triệu Đà mất năm 137 BC.
- Năm 111 BC, nhà Tây Hán diệt nhà Triệu, chiếm trọn và đặt nền đô hộ đầu tiên lên Nam Việt. Nam Việt bị cải thành một Bộ của Trung Hoa gọi là Giao Chỉ Bộ chia ra làm 9 châu quận nhưng trong đó chỉ có 3 châu quận là thuộc nước Việt Nam ngày nay.

804 Mai Trinh, "Nam nữ thanh niên Saigon đang chạy theo phong trào Hippy", nhật báo *Trắng Đen*, ra ngày 30-4-1969, trang 2

sa, thuốc phiện, uống rượu và buông thả theo tự do nhục dục. Nguyễn Vỹ ghê tởm khi giới trẻ Việt Nam chạy theo hippies Mỹ, và nhấn mạnh nhiệm vụ thiêng liêng cao quý của tuổi trẻ Thằng Bờm là phải tôn trọng truyền thống dân tộc: Tại sao lại chạy theo [người Mỹ]? Thanh thiếu niên Việt Nam phải chống lại phong trào hippie đầu độc bằng mọi cách! Phải diệt trừ Hippies để cứu lấy thế hệ Thanh thiếu niên Rồng Vàng! [805]

Loạt phản ứng lại cuộc tấn công của Nguyễn Vỹ nhắm vào hippies cho thấy sự chia rẽ trong lòng sinh viên học sinh Nam Việt Nam. Một bức thư nhiều chữ ký và gởi đi do "nhóm hippies từ trường Tây Nha Trang luôn luôn chống loại hippies đi hoang." Bức thư giận dữ đặt vấn đề trước luận cứ của Nguyễn Vỹ có thích đáng không: "chuyện cờ bạc, rượu chè, hút xách, và thói khiêu dâm thô tục, thì chúng đã có mặt lâu rồi chứ đâu phải đợi có hippies mới có." Họ phẫn nộ trước ý kiến của Nguyễn Vỹ cho rằng hippies thiếu giáo dục và không có có tương lai: "Sao ông biết hippies không có tương lai? Và ông dựa vào đâu mà nói rằng đời hippies sẽ tàn trong ngõ hẹp?" Để nhấn mạnh luận điểm này, họ nêu ra sinh viên học sinh Mỹ mà theo họ, chiếm một tỷ lệ lớn là hippies. Tác giả bức thư nhấn mạnh muốn biết phong trào hippie do đâu mà có thì phải gắn liền nó với hiện tình Việt Nam:

Họ tranh đấu cho hòa bình Việt Nam và dứt khoát chống chiến tranh. Đó là lý do tại sao hippies có câu: làm tình chứ đừng gây chiến [Make Love, not War]. Chúng ta nên bằng lòng với cuộc đời này! Sao ông thấy ghê tởm? Có cái gì liền chia xẻ cái đó, thoát mọi ràng buộc của tập tục luân lý đạo đức, như thế có gì là quá ghê tởm? Xã hội thay đổi từng ngày. Ngày hôm nay đâu còn như những ngày xưa. Ông nghĩ rằng một gã tóc dài ăn mặc lố lăng có nghĩa là anh ta từ bỏ hết thảy truyền thống Cha Ông ư? [806]

Ba luận điểm chính, mà luận điểm nào cũng có kẻ bênh người chống mạnh mẽ, là rõ ràng như sau: công khai phản chiến, tranh đấu để hân thưởng đời sống và sự đụng độ giữa văn hóa cổ truyền với văn hóa phương Tây. Cuộc tranh luận xoay quanh việc nhóm viết thư phản ứng kia đã học nơi một trường Tây với hệ giáo dục của người Pháp. Học sinh trung học từ thành phố Ban Mê Thuột ở Cao Nguyên Trung phần Việt Nam, "một thành phố tự hào có rất ít người hippies" theo họ viết trong thư, cáo buộc các bạn học ở Nha Trang đã vong bản:

Các bạn đâu có lớn lên bằng bánh mì bơ sữa mà bằng gạo cơm, nước mắm và do Cha Mẹ người Việt nuôi lớn. Đừng để bị tiêm nhiễm những lề thói ngoại lai; đừng bắt chước lối sống bạt mạng của Mỹ và phương Tây để

---

805 Nguyễn Vỹ [Diệu Huyền], "Từ điển Thằng Bờm: Hippy", *Thằng Bờm số 6*, 12-4-1970, trang 15

806 "Một bức thư cuả nhóm hippy học trường Tây Nha Trang", *Thằng Bờm số 20*, 18-7-1970, trang 9

mà ăn mặc lố lăng, cư xử ngỗ ngáo và làm tổn thương dân tộc Việt Nam! ... Thứ giáo dục mà các bạn nhận được là loại giáo dục thực dân, và lại, nó hoàn toàn ngớ ngẩn lạc điệu ... Tại sao các bạn cứ bám mãi những thứ dư vang của tám chục năm đô hộ mà dân ta đã khước từ? ... Chúng tôi mong rằng các bạn chỉ là thiểu số [807].

Lối chê cười nhắm đến nền giáo dục Pháp nói chung và những người theo học các trường như vậy không phải là lạ. Học sinh trường Tây Lycée Marie Curie Sài Gòn cảm thấy bị xúc phạm vì nền giáo dục họ đang theo học bị gọi là "ngớ ngẩn lạc điệu" và tàn dư của chủ nghĩa thực dân, trong khi họ học chăm và không đồng tình việc đánh đồng thực dân Pháp với nước Pháp:

Chúng tôi nghĩ rằng chiến tranh đã qua rồi, chúng ta nên bỏ hết những hờn căm lúc trước và hướng đến những ngày mai tươi sáng thì hơn ... Thế chúng ta nghĩ gì về ngàn năm đô hộ giặc Tàu? Ai đã phát minh ra *chữ quốc ngữ*? A. de Rhodes là người nước nào? [808] Chẳng lẽ ông ta cũng là một thực dân? Nếu vậy thì giải thích sao khi phải biết ơn 'thực dân'?

Học sinh Lycée Marie Curie phản đối việc gán những chữ như "thực dân" hay "đô hộ" cho những đóng góp của Trung Hoa và Pháp vào tinh hoa văn hóa dân tộc. Họ xác quyết rằng họ không hề ủng hộ thực dân Pháp, và cũng không thiên vị về giá trị của trường Tây: "Vả chăng, chẳng ai có thể đô hộ được tâm hồn chúng tôi bởi chúng tôi đủ thông minh để phân biệt phải trái." Họ nêu thắc mắc tại sao dùng chữ "đô hộ" một cách thiếu cân nhắc bởi vì chính họ thấy mình hãnh diện là con dân của một nước Việt Nam độc lập. Họ tự thấy mình vẫn thủy chung với nòi giống và hãnh diện trong tư cách con dân Việt cũng như trong tư cách cá nhân. Họ dõng dạc giải thích: "Đó là lý do tại sao chúng tôi từng tẩy chay nhiều buổi học, ngồi phơi nắng cháy hàng giờ trong sân trường để phản đối mỗi khi chống lại những sai lầm của các giáo sư người Pháp lỡ lời xâm phạm danh dự quốc gia Việt Nam, mà cũng chính là danh dự của chúng tôi." Hơn nữa, các học sinh Marie Curie cũng phản đối ý kiến cho rằng giáo dục phương Tây là đường dẫn đến hippie: "Ở Việt Nam có hơn 100.000 người hippies và hơn 20.000 học sinh theo học các trường Pháp. Cứ cho là chúng tôi đồng ý hết về con số 20.000 là hippies (theo lý thuyết của các bạn) thì chúng ta nên tự hỏi xem còn 80.000 học sinh kia học ở những trường nào?" [809]

---

807 "Hội trường Thằng Bờm", *Thằng Bờm số 22*, ra ngày 1-8-1970, trang 19; số 23, 8-8-1970, 19; số 24,15-8-1970, 19, 32; số 29, 19-9-1970, 20; số 30, ngày 26-9-1970, 20–1.
808 Alexander de Rhodes (1591–1660) là một tu sĩ Công giáo Dòng Tên, là người biên soạn pho Tự điển Việt-Bồ-La và đem mẫu tự La tinh áp dụng cho Việt ngữ, gọi là chữ Quốc Ngữ, chính là loại chữ đã thế chỗ chữ Nho tượng hình truyền đời cho nước Việt tính đến thế kỷ XVIII.
809 "Hội trường Thằng Bờm", *Thằng Bờm số 30*, ngày 26-9-1970, 20–21

Mà không phải hết thảy học sinh trường Tây đều đồng ý với các bạn viết bức thư ở Nha Trang nói trên. Các tranh luận tiếp đó đã phản ánh sự phân chia giàu nghèo đáng để ý. Có một truyện kể rằng Sơn, một cậu bé bán kem và bé em gái của cậu là Hậu, mới lên 9 "đã biết nấu cơm rồi và chịu nhiều khó khăn chật vật." Cô bé không được đi học vì nhà nghèo. Thế là con nhà một y sĩ và một Trung tá đã nghỉ chơi với cô bé. Mẹ bé, bán hàng rong, dạy con rằng: "Nghèo đâu có phải là một cái tội." Nhưng những lời vỗ về của Mẹ chẳng an ủi được bao nhiêu cho Hậu và cả cho Sơn, cũng chịu cùng số phận như em mình ở trường.

Khi các bạn cùng lớp trêu cảnh nhà mình nghèo, Sơn đã tự vệ trước một bạn trong số đó tên là Long, lại lộ ra một hố ngăn cách giữa hai cậu: "Nhà bạn giàu vì Mẹ bạn có việc làm cho Mỹ." "Thì sao," Long đáp, "Mẹ tớ làm cho Mỹ, còn Mẹ bạn bán xôi. Sáng nào cũng xôi đây xôi đây, xôi đậu xanh đây, ai mua xôi không ... " và cậu còn nhái tiếng rao của Sơn "Kem đây, ai mua kem không ...." [810] Truyện trưng ra hai hình ảnh tương phản đáng chú ý và đau lòng trong xã hội: giàu với nghèo, và nhận thức không đồng về người Mỹ và về việc có cộng tác với họ. Trong tranh luận về hippies, những điểm như vậy nổi rất rõ.

Một nhóm học sinh trường Tây khác, Lycee Yersin Đà Lạt, ủng hộ quyền tự do ngôn luận của học sinh Nha Trang, nhưng không đồng tình với lập trường từ Nha Trang. Họ nhắm vào chỗ các bạn học sinh trường Tây Nha Trang đã chiếu cố quá ít đến tầng lớp nghèo khó trong xã hội trong khi ngược lại có vẻ đề cao thái quá văn hóa Mỹ. Để tự vệ mình trước những lập luận võ đoán của Nguyễn Vỹ bảo rằng hippies hầu như chỉ xuất thân từ những gia đình quyền quý giàu có, học sinh Nha Trang bèn tấn công vào giới trẻ có hoàn cảnh nghèo khó mà theo Nguyễn Vỹ thì đó là thành phần khó thể nhập bọn phong trào hippie. Thứ nhất, họ nói thẳng chẳng có người Việt nào nghèo đến mức không đủ khả năng "ăn chơi hư hỏng". Thứ hai, họ phản đối việc coi hippies từ tầng lớp khá giả rồi biến thành đứa du côn: "Đâu có nhất thiết như vậy. Kẻ biến thành du côn rất có thể là những trẻ nghèo ở tầng lớp thấp đang cố tỏ ra cừ khôi, gò mình cho giống hippie, chứ trẻ từ những mái nhà êm ấm thì không đời nào!"

Đáp lại trường Tây Nha Trang, Lycee Yersin đã phá tan thói hợm mình mà họ gọi là "học đòi". Họ phẫn nộ thốt lên: "Thật khó ngửi thay luận điệu khoe khoang nhà mình giàu, có quyền thế để tỏ thái độ coi khinh người nghèo". Họ phẫn nộ khi thấy trường Tây Nha Trang đua đòi "lối sống Mỹ nghịch thường trụy lạc, bắt chước Beatles và Yankees 'làm tình chớ không gây chiến'". Họ cực lực lên án thái độ đó trong bối cảnh: "Quê hương giữa cơn binh lửa tàn khốc, đất nước đang ngập chìm bao chết chóc điêu linh

---

810 Kim Hương, "Nghèo", *Thằng Bờm số 31*, ngày 3-10-1970, trang 24–26

khắp nơi nơi, vậy mà đám con nhà giàu học trường Tây kêu gọi 'làm tình' và 'yêu tự do' rồi còn khinh miệt người nghèo, gọi người ta là 'sống bám' - có gì đáng để mà khoe mẽ như vậy chứ![811]

Cũng trong phần hồi đáp hippies Nha Trang, tác giả của một bức thư khác, một học sinh Sài Gòn tên là Khương Tùng viết:

Nhóm này đã đi lạc đường, đó là phần lỗi trách nhiệm của xã hội, do xã hội mà ra, giờ đây mọi thứ cứ sục sôi tung tóe cả, đã cho thấy một điều không chối cãi được về những sai lầm của nhóm ấy. Nếu xứ Giao Chỉ không bị ảnh hưởng của thứ văn hóa ngoại lai, thì lấy đâu mà có cái thứ gọi là hippies? ... Nếu xã hội này không đầy những hào nhoáng phỉnh phờ thì lấy đâu mà lòi ra những hiện tượng xã hội đáng sợ như vậy? Nếu không có bọn người tóc vàng tóc hung nơi này, thì làm gì có những hộp đêm chơi bời thâu đêm suốt sáng, mua bán ma túy, các tay trùm du đãng và nạn chợ trời chợ đen? Nếu người người trong xã hội này đừng quá nhẫn tâm đạp lên nhau mà sống, thì lấy đâu mà sinh ra cảnh bi thương và suy đồi hôm nay?[812]

Chẳng phải hư của Khương Tùng đỡ đòn cho hippies trường Tây Nha Trang. Mà là không tha thứ cho các bạn học sinh ấy. Đúng hơn đó còn là một hồi chuông cảnh tỉnh xã hội, theo ý kiến của người viết thư, một xã hội đã tan vỡ, hối mại quyền thế và đánh mất tính chính danh nhân bản của chính mình cũng như của lớp trẻ chỉ để mưu cầu chút thế quyền. Việc nhắc đến quốc hiệu Giao Chỉ xưa, một chữ thường được dùng để trỏ thời đô hộ giặc Tàu khi xưa của Việt Nam, cho thấy tác giả những dòng thư xem sự vụ người Mỹ có mặt ở Việt Nam hiện thời chẳng khác chi thời bị đô hộ xa xưa ấy.

Nếu mục đích của Nguyễn Vỹ là nhằm đoàn kết thanh niên Việt Nam chống lại những gì ông coi là hiện tượng làm băng hoại xã hội Việt Nam do sự can thiệp của Mỹ, thì ông đã không đạt được đích đó. Trái lại, cuộc tranh luận về hippie lại đi xa hơn trong chiều hướng gây chia rẽ giới trẻ. Vì thế, Nguyễn Vỹ quyết định hãm đà tranh luận lại và cố làm một bước hòa giải để giảm thiểu mối hiềm khích mâu thuẫn đã nảy sinh và xác định đích danh cái đối địch: "Tôi chỉ mong được nhắc các bạn rằng chúng tôi nhất mực chống Phong trào Hippie, bởi hippies là một hiện tượng đồi bại từ các thành phần người Mỹ hư hỏng, một hiện tượng hoàn toàn đi ngược lại tinh thần Việt tộc; cố nhiên, chúng tôi cũng đâu có chống các trường Tây hoặc Mỹ trên khía cạnh giáo dục thuần túy".[813]

Tiếp theo các tranh luận trên báo *Thằng Bờm* là các mẩu chuyện cho

---

811 "Hội trường Thằng Bờm", *Thằng Bờm số 22* trang 19
812 "Hội trường Thằng Bờm", *Thằng Bờm số 24* trang 19, 32
813 "Hội trường Thằng Bờm", *Thằng Bờm số 29* trang 20

giới trẻ về hippies ở các báo khác. *Bé Mai*, một tạp chí có tuổi thọ không dài dành cho "phụ nữ ngày mai", đã đăng một truyện có tựa "Hippes" của một cây bút nữ trẻ là Ngọc Mai từ Biên Hòa, tỉnh lân cận Sài Gòn. Cô gái trẻ trong truyện kể lại việc hai người trẻ vị thành niên ghé nhà mình thăm Thanh, anh trai cô. Dù thấy cả hai mặc quần cao bồi và có vết xăm trên da, mà Mai vẫn lúng túng không biết ai là trai ai là gái, cô cứ đinh ninh người tóc dài là *cô* mà cậu ấy là nam, và rồi khi cố sửa sai, cô lại cho vị khách còn lại là *anh* mà người ấy là nữ. Hai người này là thành viên của "băng ba con ma". Rồi khi anh Thanh về nhà, thấy quần áo anh bị rách tua và trông bộ dạng anh giống như những vị khách mà Mai đã gặp trước khi ông anh về. Cô gái sợ rằng có khi anh trai mình là người thứ ba trong "băng ba con ma" ấy chăng, nhưng để trấn an cô, Thanh giải thích là quần áo của mình bị tua là do chuyện không may ở nhà một người bạn, anh bị một con chó cắn xé rách cả quần áo ra như vậy. Cho nên nỗi nghi nan của cô e là anh mình ở trong "băng ba con ma" đã bị khỏa lấp đi.[814]

    Lời lẽ truyện này khi nói về hippies ít cực đoan hơn so với những bức thư hoặc các bài luận đăng trên các báo khác. Đúng hơn là truyện trưng ra hình ảnh dân hippies như một đoàn người tiêu cực làm băng hoại, xói lở nền móng văn hóa xã hội Việt Nam, truyện bày ra cảnh lúng túng bằng nét vui gây cười từ việc lẫn lộn trai với gái qua bộ dạng của mấy người trẻ tuổi, tuy nhiên thuần phong mỹ tục của xứ sở không đời nào chấp nhận chuyện đó. Trên một số báo thiếu nhi tương tự khác có một độc giả hưởng ứng truyện này và góp một câu chuyện có tựa là "Mốt thời thượng Hippie". Cô gái phiền muộn vì nhà mình bị chia rẽ vì hippies. Cha và em trai cô thì bênh hippies còn cô và Mẹ thì không. Cô hay bị Cha và em trách cứ vì cô chỉ mặc áo dài truyền thống Việt Nam chứ không phải một thứ gì tân tiến và thời trang cho đáng hợp thời với kỷ nguyên Apollo con người đã đổ bộ lên nguyệt cầu. Nhưng một ngày nọ, cô như được hả dạ khi thấy cậu em đi học về với bộ đồ hippie và nhảy nhót theo bản nhạc "Tôi là chiến binh của tình yêu". Cô bèn mách Mẹ và thế là cậu em bị ăn đòn. Để kết luận, cô ngâm nga mấy câu thơ cho em trai nghe khi cậu bị đánh đòn, như: "Em tôi, hippie trơ trên ăn đòn: Chạy đâu cho thoát cái đời hippie".[815]

    Câu chuyện cho thấy rõ hơn trong mỗi nhà cũng như cả xã hội nói chung, bị chia rẽ khi bênh hoặc chống nếp sống mới, và phụ nữ có khuynh hướng bảo tồn các giá trị cổ truyền hơn nam giới. Cái thói "Hippiness" trong chuyện này được tả như một cái gì lố lăng nông cạn trêu ngươi thuần phong mỹ tục nhưng cuối cùng cũng bị thua nhục. Việt tính đã thắng cho dù phải bằng những ngọn đòn trừng phạt nặng tay của Mẹ. Tạp chí *Dậy*,

---

814 Ngoc Mai, "Hippies", *Bé Mai số 10*, 1971, các trang 2–3, 7
815 Nguyen Thuy, "Hippie à la mode", *Bé Mai số 14*, 1971, 7

tuyên xưng mình là tờ báo cho "tuổi trẻ đấu tranh" [816], có đường lối bài Mỹ và phản chiến mạnh miệng, đã lấy một lập trường còn mạnh hơn nữa. Một tác giả ẩn danh trỏ thẳng những người trẻ tuổi Sài Gòn và các đô thị khác ở miền Nam, rằng tác giả thương hại cho họ, dưới cái nhìn của tác giả, họ cô đơn và đầy mộng tưởng hão huyền:

> Xin thứ lỗi vì những gì tôi sẽ trình bày sau đây về hippies. Cực chẳng đã phải viết những lời này bởi không sao không phẫn nộ trước những thành phần trẻ hư hỏng sa đọa đã quay lưng, bội bạc xứ sở trong khi đồng bào mình phải chịu bao nỗi thương đau chưa biết bao giờ mới chấm dứt. Chuyện còn đáng trách hơn là họ lại nhận được những khuyến khích và bảo vệ của đám cam tâm làm tay sai cho bọn con buôn trục lợi trên chiến tranh [817].

Bồi tiếp phần hồi đáp hippies Nha Trang của Khương Tùng là một bài đăng trên *Thằng Bờm*, không quy trách nhiệm cho giới trẻ mà là người lớn: "Thực tế, chính những người lớn cam tâm làm tôi tớ cho bọn phù thủy bảo kê da trắng mắt xanh quả là một xấu xa đắc tội." Bài báo coi đó là thói đạo đức giả khủng khiếp, rằng một mặt những kẻ đương quyền cố tiêm từ từ vào đầu óc lớp trẻ về đủ thứ khái niệm Việt tộc, mặt khác lại lừa phỉnh giới trẻ với "những viên thuốc độc bọc đường, như xe gắn máy Honda nhập cảng vô tội vạ từ Nhật Bản, các tạp chí như Playboy, Men, và Bachelor ... các đĩa nhạc toàn các ca khúc dành cho câu lạc bộ lính Mỹ, LSD, nhựa cần sa, và OK Salem [tên một loại thuốc lá điếu]." Tác giả lập luận rằng hệ quả của việc "ăn những món ngọt đầu độc này vào khiến lớp trẻ thành phố bị nhiễm độc và trở thành một thứ nửa người, nửa ngợm, nửa đười ươi." Hippies Saigon, theo tác giả, là một biến dạng từ phong trào hippie thế giới vốn có kim chỉ nam hay đẹp, những bài ca ấm áp, tràn đầy yêu thương và cực lực phản đối chiến tranh. Không những thế, Hippies Saigon đã làm méo mó những nguyên tắc này, biến nó thành đồi bại và chỉ chạy theo những cái vẻ nông cạn bề ngoài. Tác giả bày tỏ hy vọng rằng, rồi ra Hippies Saigon sẽ biến đổi, trở thành "những phần tử biết hòa mình vào chính sự, lấy lại uy thế xã hội của mình và phải cực lực phản chiến" [818].

Còn nữa, một trong những nhà văn nữ có tiếng nhất Việt Nam thời bấy giờ là Nhã Ca đã viết một tiểu thuyết có tựa *Cô Hippy Lạc Loài*. Nhã Ca tỉ tê tâm tình với độc giả trẻ về hoàn cảnh họ bị lạc lối và mắc kẹt bởi những gì còn mù mờ chưa hiểu lúc trước với thực tại trước mặt, từ đó họ

---

816 Tạp chí *Dậy*, do Dinh Dong Phuong sáng lập, có tuổi thọ quá sức ngắn ngủi. Chỉ ra được có 6 số. Tờ báo chịu nhiều áo lực khó khăn tài chính rồi còn đụng độ với chính quyền dẫn đến có mấy số báo bị tịch thu, như cũng được chính tờ báo tường trình trong các trang rải rác. Xin xem, ví dụ, [Thư không đề], *Dậy số 4* (26-5-1971), trang 1.
817 Hm (sic), "Nói với người anh em hippy Saigon", *Dậy số 5*, ra ngày 27-5-1971, trang 16
818 Sđd.

chỉ biết những ảnh hình do ảnh hưởng của đợt sống mới lan tràn ở Việt Nam thời chiến và vì thế họ bị đẩy vào cái thế đứng bên lề xã hội. Có điều, không như nhiều nhà văn đã đề cập ở trên vốn thường chế giễu hippies, Nhã Ca viết bằng những lời lẽ đầy cảm thông và xót thương họ.

Thế đó, hippies không chỉ là sản phẩm của xã hội miền Nam đang thay đổi từng ngày mà còn là một đặc trưng cho tính muôn màu muôn vẻ của miền Nam cùng những mối lo thường xuyên trong tâm khảm người lớn với con em họ.

MA TÚY

Có khi hễ nói tới hippie thì phải đi đôi với những hang ổ của ma túy: phòng trà và bar cà phê nơi có một số trẻ lập nhóm gọi là "câu lạc bộ hippie." Những câu lạc bộ này được ưa chuộng trong giới sinh viên học sinh độ tuổi từ 16 đến 19 chán học và có xu hướng bỏ học đi theo câu lạc bộ. Theo kiểu cách của họ thì chỉ bỏ học để lang thang đi bụi, hay la cà nơi quán cà phê hoặc quán kem hoặc rạp ciné đã quá nhàm chán và hơn nữa, họ còn sợ bất ngờ gặp thầy giáo mình những nơi ấy. Ở vài câu lạc bộ, cần sa và thuốc phiện rất dễ kiếm [819]. Muốn tới các câu lạc bộ như vậy cũng chẳng dễ gì; giá cả ở đó khá mắc mỏ, vượt quá khả năng của giới trẻ. Thế nhưng, việc giới trẻ mò tới với ma túy làm nhiều người lớn đâm lo.

Theo nhà văn Nhật Tiến, Chủ bút tuần báo *Thiếu Nhi*, mặc dù tòa soạn *Thiếu Nhi* cũng nhận thức rõ việc hippies bị cuốn vào vòng xoáy nhạc Tây, nhưng ông nghĩ cái đó cũng không gây hại mấy cho xã hội vì thường là nó không chơi ma túy [820]. Ma túy là mối lo tâm phúc của ban biên tập *Thiếu Nhi*, đến nỗi họ tuyên bố ma túy là kẻ thù số một của thanh niên Việt Nam [821]. Thật vậy, việc chơi ma túy trong thanh niên thành thị đã tăng đột biến vào cuối thập niên 1960 [822].

Thiếu Nhi không có chủ trương chính trị bài Mỹ hay bài ngoại giống Nguyễn Vỹ và *Thằng Bờm*. Như Nhật Tiến đã nói rõ: "Chúng tôi không hề coi Hoa Kỳ là kẻ xâm lăng". [823] Chỉ nhắm đem lại giáo dục và giải trí cho giới trẻ, tờ báo đã cố tránh xa các chủ đề chính trị. Tuy nhiên, những người sáng lập tờ báo coi nghiện ma túy là một thực tế mà họ có bổn phận phải chuyên chú vào đó để giải cứu tuổi trẻ.

---

819 Thiên Thai, "Thử tìm hiểu một sản phẩm của thời đại: Hippy Club của thanh niên V.N", báo *Tân Dân*, ra ngày 8-5-1969, trang 3
820 Trao đổi thư riêng với nhà văn Nhật Tiến
821 "Tuần báo Thiếu Nhi với chiến dịch bài trừ ma túy", *Thiếu Nhi số 111*, ra ngày 12-10-1973, trang 2.
822 "Selection Hebdomadaire", báo Le Monde, tháng 5-1970, trang 14–20, trích trong bài của Jamieson, *Understanding Vietnam*, trang 331
823 Trao đổi thư riêng với nhà văn Nhật Tiến

Năm 1973, *Thiếu Nhi* đã phát động chiến dịch bài trừ ma túy. Đó là chiến dịch đầu tiên và có lẽ cũng là cuối cùng trên các tờ báo cho giới trẻ. Ông Nguyễn Hùng Trương trong một thư gửi độc giả đã bàn tới tác hại của ma túy với sức khỏe tinh thần và thể chất. Ông cũng làm một cuộc khảo sát sự lan tràn của ma túy thăm dò ngược về lịch sử cận đại. Trong đó, ông đề cập đến vai trò của người Pháp trong việc lan truyền ma túy ở Việt Nam sau khi họ đã lập được nền đô hộ, "để làm yếu dân ta hòng dễ cai trị" [824] Tuy nhiên, Nguyễn Hùng Trương không nhắm liên đới tình hình lây lan ma túy ở Việt Nam đương thời cho người Pháp cũng không cho người Mỹ. Tờ báo đi vào tác hại của ma túy trên ba bình diện: thứ nhất, bình diện cá nhân, bệnh hoạn tinh thần cũng như thể chất và chết sớm; thứ hai, bình diện gia đình, trở thành kẻ vô dụng do vô trách nhiệm và làm tán gia bại sản; và, thứ ba, bình diện quốc gia và xã hội, bị mất chỗ đứng trong xã hội và di lụy tai hại cho người khác, biến thành một phần tử xã hội vô dụng và nguy hiểm trượt dần vào thế giới tội lỗi [825].

Thiếu Nhi mở rộng chiến dịch bài trừ ma túy tuần tự hàng tuần bằng cách đăng nhiều bài vở để tỏ rõ tác hại của ma túy và quảng bá một cuộc thi viết có tên là Bài trừ Ma túy. Tờ báo mời độc giả đóng góp thơ "lục bát," một thể thơ độc đáo như ca dao Việt Nam. Độc giả hưởng ứng rất nồng nhiệt và tích cực, cho thấy mối bận tâm và lo lắng trước vấn nạn ma túy. Có độc giả viết thư cảm ơn tờ báo đã tổ chức chiến dịch này và đề cập ý tưởng sáng tác thơ như thế rất hữu ích vì thơ dễ đi vào tâm hồn bạn đọc trẻ [826]. Trong vài bài thơ do độc giả sáng tác về vấn nạn ma túy có 3 bài trình bày những cách hiểu khác nhau về tác hại do ma túy gây ra.

Một bài thơ đặt song đôi giá trị của gia đình và bậc ân sư thuở đầu đời. Tác giả chí thành với truyền thống hiếu đạo, coi cả hai là nền tảng đời mình, là nguồn hỗ trợ và chỗ dựa vững chắc giúp mình tránh xa ma túy và tiếp bước hữu ích vào đời học sinh. Anh khuyên các bạn học sinh cũng nên như vậy:

Công Cha nghĩa Mẹ ơn Thầy
Khuyên ta chớ dại kéo bầy cần sa
Liệu hồn ta hãy lánh xa
Những loài thuốc độc giết ta có ngày [827].

---

824 Nguyễn Hùng Trương. "Thư Chủ nhiệm gửi các em thiếu nhi", *Thiếu Nhi số 111*, 12-10-1973, trang 1
825 Bach Khoa, "Tìm hiểu sự độc hại của ma túy", *Thiếu Nhi số 116*, 19-10-1973, trang 2, 16
826 T.C., "Gia đình Thiếu Nhi với chiến dịch bài trừ ma túy", *Thiếu Nhi số 112*, 19-10-1973, trang 17
827 Thien Tanh, "Lời khuyên học trò", *Thiếu Nhi số 112*, trang 2

Một bài thơ khác tha thiết với những gì mà tác giả xem là thành tố "không rời" với những đức tính Việt như thông minh, quả cảm và chí lớn:

Người khôn chọn bạn mà chơi,
Chọn trò chơi đẹp, chọn nơi vui vầy
Thấy người xấu thì đừng bắt chước:
Rượu, bài, hút chích xin đừng
Là con dân Việt tuyên xưng tự hào,
Khôn ngoan sáng suốt thêm vào
Làm nên sức mạnh cho mình không ai,
Học sinh nguồn sáng tương lai,
Đồng bào, tổ quốc hai vai đang chờ [828].

Bài thơ thứ ba lấy cái đẹp để thuyết phục bằng cách tả cô gái trẻ bị dung nhan tàn tạ. Bài thơ đem những nụ bông bưởi thắm xinh so với hình hài người thiếu nữ nghiện ma túy. Nụ hoa bưởi nở rộ biết bao lôi cuốn khoe cái đẹp tươi non, còn cô gái trẻ lẽ ra cũng vào thời nở hoa có kém gì, lại không còn chút hấp dẫn nào chỉ vì chơi ma túy:

Mặt gầy, má hóp trơ ra,
Sắc hương tàn úa, sao ra phận này?
Phải chăng ma túy là đây,
Mùa xuân đang đẹp ai gây nỗi này [829]

Cả ba bài thơ đều ngợi ca vốn quý và phẩm hạnh thiên phú luôn sẵn có nơi mọi người Việt Nam và khẳng định những ai vứt bỏ hết những vốn quý ấy để đi theo tiếng gọi của ma túy chẳng khác nào đem phung phá đời mình.

Tuy nhiên, một công trình đáng giá mới khởi lên hứa hẹn nhiều hữu ích và lôi cuốn bị dừng lại đột ngột ngay sau khi xuất bản số báo bài trừ ma túy thứ nhì. Khi tôi hỏi Nhật Tiến về lý do việc này, ông giải thích rằng, ngay cả trước khi bắt đầu chiến dịch, ông và các bạn đồng sự đã nghe những xì xào nhỏ to rằng: "Thiếu Nhi can đảm nhỉ dám mở đầu chiến dịch bài trừ ma túy!" Các nhà văn dẫn đầu tờ *Thiếu Nhi*, lần đầu tiên, bị triệu lên Bộ Thông Tin vì một chuyện chẳng liên quan gì cả, và cũng lần đầu tiên, một số báo *Thiếu Nhi* bị kiểm duyệt. Theo Nhật Tiến, Bộ bảo họ thấy chướng mắt vì một hình xăm. Mặc dù tòa soạn không có bằng chứng cụ thể nhưng tin chắc rằng chuyện xảy ra chỉ vì chiến dịch chống ma túy bởi đụng đến nhiều kẻ có thế lực cấu kết với đường dây buôn ma túy. Việc đó khiến tòa soạn đành phải từ bỏ chiến dịch [830].

Thanh thiếu nhi ở VNCH thấy mình trong một vị thế khá bấp bênh.

---

828 Ngàn Thuyên, "Sống mạnh sống hùng", *Thiếu Nhi số 112*, trang 2
829 Sơn Khê, "Gửi ai", *Thiếu Nhi số 112*, trang 2
830 Trao đổi thư riêng với nhà văn Nhật Tiến

Họ lớn lên giữa lòng cuộc chiến khi quốc gia đang căng mình chiến đấu tự vệ trước cả một guồng máy cộng sản từ miền Bắc và cả bọn du kích quân địa phương. Thêm nữa, binh đội ngoại quốc đang trú đóng và cùng lâm chiến trên lãnh thổ quốc gia. Thế nhưng, người lớn vẫn cố tránh càng nhiều càng tốt bất kỳ cuộc bàn bạc nào với trẻ về nguồn gốc của cuộc tương xung, của diễn tiến chiến cuộc từng ngày, hoặc cách giải quyết nó. Tôi nghĩ, một chuyện tếu do một học sinh lớp 6 viết trong một số báo học đường ở Sài Gòn phản ảnh tốt hơn cả chuyện này: Có hai trẻ nói chuyện với nhau. Một cậu bảo: "tớ đã 12 tuổi, đang học trung học nhưng ông Nội tớ không cho tớ bàn tới chính trị. Ông bảo tớ vẫn còn là một nhóc con." Cậu kia bèn khuyên bạn: "Đừng lo! Chừng vài chục năm nữa, bạn và ông Nội bạn sẽ bằng tuổi nhau và lúc ấy tha hồ bàn về chính trị với ông với cả những gì chất chứa trong lòng." [831]

Điểm chính của chuyện tếu cho thấy dường như chỉ sau khi người ta trưởng thành thì người lớn mới nói chuyện chính trị với mình, và bằng bất cứ giá nào, người lớn muốn tránh bàn thảo chuyện chính trị với con trẻ. Việc này do nhiều yếu tố gộp lại: ngoài lý do đa dạng muôn màu của nhiều thành phần dân cư miền Nam và những khuynh hướng cùng các tín niệm chính trị dị biệt nhau của dân chúng, có lẽ còn do một quan niệm thiếu chín chắn chỉ cốt che chắn con trẻ cách biệt với khói lửa chiến tranh, vờ như đó không phải là chuyện chính đáng của dòng đời đang chảy. Trên nguyên tắc nền tảng đã minh nhiên của giáo dục gồm Dân tộc, Nhân bản và Khai phóng, ngay cả khi không được thực thi trọn vẹn, sẽ khiến trẻ có được nhiều không gian riêng tư hơn, để mặc trẻ tự mày mò khai mở suy tư của riêng mình, phải chăng chỉ với hy vọng rằng rồi trẻ sẽ chọn tự do mà ưu thắng trước trẻ miền Bắc cuồng tín trong đường lối chính trị hóa một chiều. Đành rằng như thế sẽ làm nên một nền văn hóa đa phương hơn trong lòng giới trẻ nhưng đồng thời cũng dễ dẫn đến nhiều cái bẫy sập khó lường.

Chính cái không gian riêng tư này đã mở đường cho một số thanh niên sinh ra một thứ văn hóa nổi loạn, dễ sa đà vào ma túy, mại dâm, cờ bạc và đủ thứ tệ nạn khác. Người lớn thì nại ra đủ lý lẽ lý giải khi thấy thế hệ trẻ ăn chơi phóng đãng, hay nói cho đúng là thả nổi cho người trẻ chạy theo những nguy cơ ấy. Trước hết, phụ huynh chính là gia đình và khả năng tài chính của trẻ.

Như một bài báo trên tờ *Tân Dân* lập luận, các bậc làm Cha Mẹ có một vị trí thiết cận với trẻ hơn cả và có lẽ đã vô hình chung tạo ra đủ thứ cơ hội cho lối sống trụy lạc. Nếu bạc tiền không phải không có, mà cho con dè sẻn thì dư luận sẽ xem những bậc Cha Mẹ ấy là người bo siết, là điều chẳng bậc

---

831 Tuyết Mai, "Bằng tuổi", *Giai phẩm Xuân 1968* (Saigon: Trường nữ trung học Gia Long, 1968), trang 21. [Thư không đề], tạp chí *Dậy* số 4, 26-5-1971, trang 1

làm Cha làm Mẹ nào muốn cả. Thêm nữa, các cậu con trai rồi sẽ phải bị tuyển mộ nhập ngũ, vậy nên nhiều bậc Cha Mẹ muốn cho con mình được hưởng chút dễ thở thoải mái được bao nhiêu hay bấy nhiêu trước khi đi lính. Dè chừng khoảng tiền cho con cái có khi khiến con trẻ phải dùng bài bạc đỏ đen hoặc thò vào những thứ bất hợp pháp để kiếm rượu hay cần sa. Vì biết nhiều bậc Cha Mẹ quá bận rộn việc kiếm tiền như thế nào, cho nên bài báo lên lời khuyến tấn các bậc phụ huynh nên dành bớt thì giờ để kiểm soát con cái, đừng để chúng tự xoay xở muốn làm gì thì làm [832].

Tiêu điểm thứ nhì bài báo quy trách nhiệm là hệ thống giáo dục chuyên chú quá đáng vào việc học hỏi các nền văn hóa bên ngoài thành ra gây phương hại cho hồn Việt. Thiếu đi hồn Việt, người trẻ sẽ sinh buồn bã và thối chí nản lòng và dễ sa chân vào những chốn khác để tìm vui, chẳng hạn như đua đòi theo hippies [833].

Thứ ba là thiếu chính sách và cơ cấu đoàn ngũ hóa người trẻ tuổi đưa họ nhập vào guồng máy xã hội. Theo tác giả bài báo, chính quyền ở các quốc gia có chủ trương và cơ chế như vậy đã chứng tỏ họ không việc gì phải lo lắng đến phong trào hippy. Ví dụ, ở Nhật Bản chẳng hạn, người ta có thể thấy rất nhiều người trẻ tuổi, thân cộng có, biểu tình chống Mỹ có hoặc cả tấn công các căn cứ của Mỹ nữa. Nhưng khi những người trẻ này gia nhập vào đoàn ngũ lao tác vụ cùng làm việc với xã hội, họ sẽ nhắm mục tiêu dành thành đạt cho đời mình và tự khắc dẹp bỏ cái ý hệ kia đi. Tác giả bổ trợ cho ý tưởng này bằng một đơn cử rằng trong đợt tổng tấn công Tết Mậu Thân của cộng sản, nhiều giới trẻ trước đây còn là cao bồi, du đãng hay hippies đã nhanh chóng rũ bỏ bộ mặt chống đối và trở nên rất tích cực trong việc lăn mình phụng sự xã hội [834].

Yếu tố thứ tư là mối khác biệt giữa những gì thanh niên học, nghe, thấy ở trường với những gì họ thấy bên ngoài mái trường, là những tránh né của người lớn khi nói chuyện với họ về chủ đề chiến tranh. Họ nhận ra những gì học ở trường sao quá lý tưởng, trừu tượng và xa biệt với những dấu tích nơi thế giới thực của đời sống: "bên ngoài khung trời học đường, ai cũng đều cố gắng tìm cho ra những điều mà Cha Mẹ và Thầy Cô lầm tưởng rằng họ còn non quá không nên biết. Học sinh bèn nghĩ rằng Cha Mẹ không quan tâm đến mình; họ không tương tác nhiều với Cha Mẹ nữa mà nếu có thì cũng bằng đôi tai thờ ơ lãnh đạm." [835] Điều đó càng làm trầm trọng thêm hố ngăn cách giữa hai thế hệ.

---

832 Thiên Thai, "Thử tìm hiểu một sản phẩm của thời đại: Hippy Club của thanh niên V.N". báo *Tân Dân*, ra ngày 8-5-1969
833 Phạm Kim Vinh, "Viết và nghĩ về hippy tại Việt Nam" nhật báo *Diều Hâu*, ra ngày 14-5-1971, trang 4; và số ra ngày 21-5-1971, trang 4
834 Sđd.
835 Thiên Thai, "Thử tìm hiểu ..." đã dẫn

Cũng còn hiện diện một yếu tố nữa, đó là hãy-làm-những-gì-làm-được-khi-còn-cơ-hội. Các chàng trai trẻ biết rằng rồi họ sẽ phải đi lính cầm súng chiến đấu bảo vệ miền Nam tự do, và trong số họ có nhiều người rất sẵn lòng, dù biết lắm khi có đi mà không có về. Đó là lý do tại sao nhiều người muốn "chơi cho đã và chơi ngay bây giờ." [836]

Tất cả những yếu tố nêu trên đều do một kẻ tội đồ chánh phạm mà ra: khói lửa chiến tranh đã tàn phá đất nước và người trẻ tuổi tìm lại chính mình ngay nơi chính giữa lòng cuộc chiến. Tuy nhiên, cũng cần lưu ý là chỉ một thiểu số thanh niên lăn vào các trò văn hóa nổi loạn và lối sống phóng túng. Những bạn trẻ này thường ngụ cư ở thành phố và xuất thân từ những gia đình tương đối khá giả. Còn đa số giới trẻ đều đứng ngoài cái văn hóa nổi loạn kia. Ở nông thôn, chưa nói tới chuyện tham gia, thì rất ít người biết đến thứ văn hóa nổi loạn ấy. Tất cả mọi người cung cấp thông tin cho tôi, sống ở những vùng không phải Saigon, đều nói rằng họ chẳng hề tham gia phong trào hippie và chỉ biết về nó nhờ có đôi lần nhìn thấy hình ảnh của những người trẻ tuổi ăn mặc thứ quần áo lạ lùng dị hợm. Các cuộc bàn luận về hiện tượng hippie cho thấy ai ai cũng lo lắng việc đánh mất văn hóa truyền thống và theo sau là hủy hoại cấu trúc xã hội vốn xưa nay lấy gia đình làm gốc. Cho dù việc có hay không mối lo âu khả dĩ lấy làm so sánh đối chiếu [với miền Nam] giữa lòng đồng bào Bắc Việt khi phản ứng lại việc hạ gia đình xuống hàng thứ yếu so với Bác Hồ và Đảng, thì chúng ta cũng không sao lượng giá được bởi vì ngoài ấy làm gì có tự do để mà bày tỏ điều đó.

---

836 Emerson, Gloria, "Saigon's 'Cowboys' Race the Draft", *New York Times*, số ra ngày 25-3-1971, trang 6

LỜI KẾT

Vẫn biết thật khó lòng mà đánh giá quá cao tầm vóc ý nghĩa của thanh thiếu nhi trong đời sống xã hội mọi lúc mọi thời. Nhưng, vì họ là tương lai của xã hội, nên vai trò của họ vô cùng đáng để ý vào thời đầy khó khăn khủng hoảng. Như Roderick McGills, một nhà chuyên môn về văn học thiếu nhi, nhận xét: "thiếu nhi đích thực là những em tuổi đời còn non chưa nếm mùi những xung động xã hội, không sao tránh thoát nổi cái chính trị già dặn mà chỉ người lớn mới có" [837]. Người lớn tạo ra cái định tính "Ấu thơ" phần nhiều dựa trên cái lăng kính quan niệm của chính cái sở tri kiến của họ. [838] Một khi đã nói đến thiếu nhi và vai trò của các em trong xã hội thì thế nào cũng liên đới đến các mối bận tâm khác rộng lớn hơn về xã hội, cộng đồng, luân lý đạo đức, luật pháp và chính trị. Do mối tương liên giữa "Khôn lớn" với "Ấu thơ" như thế cho nên không thể không đem thanh thiếu nhi vào cùng những gắng gỗ của chúng ta nhằm nghiên cứu chi tiết xã hội theo bối cảnh lịch sử.

Tình thế của hai miền Nam - Bắc Việt Nam quả là không còn gì tốt hơn cho ta đặt song đôi hai miền vừa cùng da vàng máu đỏ thiết thân nhau hết sức mà cũng vừa khác biệt nhau tận cùng qua cách mỗi bên tiếp cận ứng xử với tuổi ấu thơ và vị thế của thiếu nhi trong thời hai bên đánh nhau khốc liệt. Trước Cách mạng Tháng Tám 1945, nói cho đúng là bằng vào tinh thần trung quân ái quốc, người Việt tự thị tình tự dân tộc nồng nàn với mối dây liên hệ từng con người trong gia tộc cũng như liên đới địa phương, vùng miền sẽ vượt qua mọi "cảm thức kỳ thị người từ các địa phương khác miễn là trong cùng đại gia đình Việt Nam." [839] Sau 1954, Bắc Nam rẽ chia hai hướng đi. Sự khác biệt hoàn toàn về văn hóa chính trị và xã hội trên hai miền đã tạo ra một lần ranh ngăn cách người Nam kẻ Bắc cũng như lằn ranh giới tuyến phi quân sự DMZ đã cách chia luôn miền Bắc với miền Nam về địa lý.

Ở Bắc Việt, cái khoảng biên địa giai tầng xã hội (văn hóa, ngôn ngữ, tôn giáo, tư tưởng v.v…) bị dẹp qua một bên và thay vào đó là lập trường giai cấp và ý thức hệ. Quan điểm chính thống ở miền Bắc coi tất cả con dân Việt hai miền đều cùng trong một nước chiến đấu chống Mỹ xâm lược. Kỳ thực, cái lối của kẻ nắm quyền cai trị định nghĩa đặc tính của nhân dân sống trong cùng một nước mà không đếm xỉa gì đến đặc tính giai tầng của

---

837 McGills, Roderick, *The Nimble Reader: Literary Theory and Children's Literature* (New York: Simon and Schuster Macmillan, 1996) trang 106

838 Rose and Lesnik-Oberstein thảo luận về những chủ đề này lấy các xã hội phương Tây làm đơn cử

839 Carver, George A., Jr., "Culture and Politics in Vietnam", bản đánh máy lại bài thuyết trình tại National War College, (Washington D.C., February 29, 1968), trang 3

nhân dân, là dựa trên quan điểm giai cấp sặc mùi chính trị của kẻ cai trị. Nhà chính trị học Vũ Tường đã từng luận giải rằng, cộng sản là đoàn người thiên về quốc tế đại đồng chứ không phải quốc gia dân tộc - họ không chỉ rắp tâm làm cách mạng ở ngay nơi nước họ, mà còn lấn sang hoặc góp phần lấn nó sang những chốn khác và những nước khác. [840]

Để đạt được kết quả đó, ở miền Bắc, chủ đề dân tộc tính hoặc đặc tính giai tầng xã hội bị hạ xuống hàng thứ yếu, bị xếp hàng sau giai cấp và ý thức hệ. Cứ nhìn xem đâu có phần lãnh thổ nào ở Bắc Việt bị Mỹ xâm chiếm đâu, lại thêm bàn tay sắt cai trị của Đảng và nhà nước nữa thì mối đe dọa Mỹ nào đổ lên đầu người Việt được, mà nếu có chăng thì cũng như gãi ngứa chả thấm tháp gì, chứ đâu có như ở miền Nam các bậc thức giả tin chắc rằng dân tộc tính sẽ bị uy thế của trào lưu Tây hóa đe dọa. Theo nhà sử học LienHang Nguyen, các đầu lãnh Bắc Việt "đã dựng lên một bộ máy nhà nước an toàn vững chắc dồn hết mọi nguồn lực cho chiến tranh mà bất cứ mọi ai chống lại đường lối đó đều bị liệt vào tội phản động." [841] Vậy thôi thì bảo sao chuyện bảo tồn dân tộc tính không bị dẹp bỏ; phải nói cho đúng là, chỉ chăm chăm mỗi một mục tiêu vét hết mọi thứ cho chiến tranh để dành cho được chiến thắng quân sự mới chính là cái dẫn đầu trong việc nuôi trồng các lứa thế hệ trẻ Việt ở miền Bắc.

Trong khi đường lối *thực tế nhưng không thừa nhận chính thức* của miền Bắc không mang chút gì dân tộc tính, thì họ lại cố dấy cuộc can qua vượt biên vào miền Nam, người cộng sản dùng tùy thích vô tội vạ các mỹ từ xảo ngôn mang hơi hướng dân tộc với những chữ nào là nhiệt liệt, thành tựu. Càng quá rõ khi họ vẽ ra hình ảnh kẻ thù. Sự hiện diện của Mỹ ở Nam Việt Nam, việc Mỹ dội bom, những tang thương tiêu điều thời chiến cùng với việc nhà cầm quyền Hà Nội một mặt không thèm đếm xỉa đến lập trường chính trị của quần chúng, một mặt lớn tiếng tố cáo chiến tranh, tất cả như đã mở đường cho họ tùy tiện tuyên truyền hình ảnh một kẻ thù từ bên ngoài đến đe dọa chính đời sống dân Việt, nhằm che lấp đi cái mâu thuẫn vừa hô hào dân tộc tính vừa áp dụng đường lối chính trị ý thức hệ độc tài đảng trị, cái mâu thuẫn vừa lớn tiếng hô đoàn kết dân tộc chống kẻ thù ngoại bang vừa xách động một cuộc nội chiến toàn diện chống lại phe đồng bào ruột thịt không chấp nhận đường lối ấy. Đảng đã nắm được quyền cai trị trên toàn cõi Bắc Việt trong thập niên 1950 bằng cách thực thi đường lối tư tưởng ý thức hệ lấy giai cấp làm nòng cốt, đẩy người Việt vào cảnh chống báng chém giết nhau suốt tiến trình chuyển đổi xã hội bằng bạo lực. Trong suốt quá trình chiến tranh, Đảng luôn hô hào yêu nước, kêu

---

840 Vũ Tường. *Vietnam's Communist Revolution: The Power and Limits of Ideology* (Cambridge, UK: Cambridge University Press, 2017)
841 Nguyen, Lien-Hang Thi, *Hanoi's War: An International History of the War for Peace in Vietnam* (Chapel Hill: University of North Carolina Press, 2012)

gọi đoàn kết dân tộc chống lại những gì được miêu tả là kẻ xâm lược ngoại bang, kỳ thực cũng chỉ nhắm gây cuộc nội chiến để mở rộng cái chuyển đổi xã hội đem xâm tràn vào miền Nam. Người Việt miền Bắc phải sống với một nhà nước chiến tranh, thậm chí là một guồng máy dốc toàn diện cho chiến tranh và họ đâu có được quyền bàng quan lãnh đạm với vai trò của Hoa Kỳ trong tình thế đó, và nữa, họ không được quyền thấy bất cứ gì khác ngoài lòng căm thù sục sôi kẻ thù ngoại bang này.

Ở miền Bắc, người cộng sản đã đưa đường dẫn lối rồi dựng lên một thứ ý thức tổ chức, phục tùng bắt buộc kềm chặt, cùng với cái cấu trúc mà theo lời một quan sát viên "đã chặt đứt sợi dây liên lạc mật thiết của gia đình, gia tộc theo cái cách mà không một tổ chức phi Cộng sản nào có thể làm được dù cho phương tiện mà nó dùng để thọc sâu vào phòng tuyến cuối cùng ấy bất chấp mọi thủ đoạn khủng bố tàn bạo có tính toán một cách triệt để, toàn diện mà tất cả những ai ... thuộc phe không cộng sản bên kia bức màn sắt không bao giờ dung thứ." [842] Đây là một cách ly khai toàn diện với lễ giáo cổ truyền mà xã hội Việt Nam đã định hình hằng bao thế kỷ. Phe chống cộng thì cố tránh cái lối dành đoạn như vậy khi đắp xây miền Nam thành một xã hội tân tiến nhưng vẫn bảo tồn các nền nếp gia phong và giữ nguyên các căn tính địa phương.

Từ những lý do đó, miền Bắc và miền Nam áp dụng hai đường lối hoàn toàn đối lập nhau nhắm đến trẻ thơ và thanh thiếu nhi. Ở cả hai miền, thì cũng như trong bất kỳ xã hội nào khác, người ta đều nhìn nhận trẻ em là người tổ quốc mong cho mai sau. Nhưng nếu ở miền Nam giới trẻ được ưu tiên dành khoảng trời bao la tha hồ tùy chọn triển vọng ứng hợp với tương lai của mình, thì ở miền Bắc cộng sản xem lớp trẻ là những kẻ mai này khi đủ lớn sẽ phải cầm súng đi vào một cuộc chiến dài hơi và chẳng hề tiếc công sức chuẩn bị sao cho thiếu niên nhi đồng khả dĩ nhận lãnh nhiệm vụ ấy khi đến lượt. Người cộng sản Việt đã sớm nhận ra tầm giá trị của đội ngũ trẻ ngay từ khi mới dấy lên cuộc vận động cách mạng của họ. Đoàn thanh niên cộng sản được lập ra làm lực lượng tiên phong cho phong trào cộng sản. Người ta dạy lớp trẻ tôn thờ Hồ Chí Minh và huấn luyện họ phục vụ cho mục tiêu của Đảng, nghe lời Đảng, chiến đấu và chết cho Đảng, hết lòng vì sự nghiệp của Đảng. Chính trên cơ sở này, mọi đường lối chính sách của VNDCCH đối với thiếu niên nhi đồng đã được hoạch định. Biết bao nhiêu lứa thanh thiếu niên ở Bắc Việt đã đánh đồng làm một với cái hệ tư tưởng mà người ta đã đem lớp trẻ nhúng trọn vào ngay từ thời thơ ấu, tương tự như thanh niên Liên Sô, nhất là thời kỳ Chiến tranh Vệ quốc vĩ đại 1941 đến 1945, và thanh niên Đức cùng thời.[843]

---

842 Carver, George A., Jr., "Culture and Politics in Vietnam", bản đánh máy lại bài thuyết trình tại National War College, (Washington D.C., February 29, 1968), trang 5

843 Kucherenko, Olga, *Little Soldiers: How Soviet Children Went to War, 1941–1945*

Ở miền Nam, ngược lại, không hề có chính sách dồn ép một chiều như vậy với giới trẻ. Thay vì lớp trẻ ở VNDCCH phải dâng hiến đời mình cho hệ tư tưởng cách mạng của Đảng và quyền lực nhà nước, thì ở VNCH, lòng tận tụy với dòng tộc, với nền nếp gia phong cổ kính và luân lý đạo đức cá nhân được hùng hậu quảng bá, không chỉ vì sự hiện diện của người Mỹ ở miền Nam vốn là điều gây thêm nỗi lo bị văn hóa phương Tây xâm thực. Với nhiều người miền Nam, nhất là trí thức giới, sự tấn công ồ ạt của văn hóa phương Tây và đi kèm với nó là các kiểu mốt thời trang quả là mối nguy ngặt nghèo hiển hiện cho xã hội. Với họ, nguy cơ giới trẻ đánh mất Việt tính còn nghiêm trọng hơn hiểm họa cộng sản.

Cuộc tranh đấu giằng co giữa lớp trẻ trong Nam muốn bắt chước giới trẻ Hoa Kỳ với những bậc trưởng thượng muốn nhắc nhở con em đừng mất gốc đã bị cắt cụt bởi cơn binh lửa mà cộng sản dồn hết lên miền Nam vào đầu năm 1975, vì vậy ta không thể tưởng tượng được cuộc giằng co ấy sẽ còn tiến triển ra sao nếu không bị gián đoạn. Nhưng, nếu lộ trình thể nghiệm của những người không cộng sản ở miền Nam còn kéo dài thì hẳn là cuộc dằng dai sẽ tiếp tục, vì hầu như tuổi trẻ hễ có cơ hội thì liền chống lại những kỳ vọng của người lớn, và ở miền Nam trước năm 1975, lớp trẻ có được cái quyền tự do chống đối ấy trong khi quyền tự do như vậy không bao giờ có mặt ở miền Bắc. Lớp trẻ miền Nam bị cuốn hút nhất với cái lối làm dáng bất đồng, bất mãn để gây chú ý bởi vì diện mạo của văn hóa phương Tây còn quá mới mẻ lạ lẫm đang dang tay mời mọc khiến họ tưởng mình là một phần của một thế giới rộng lớn, không chiến tranh, và cái đó mở đường cho họ phô bày cá tính mình để đối đầu lại những câu thúc ràng buộc của xã hội "cũ".

Tính đa nguyên muôn màu của xã hội miền Nam đã gây hạn định những gì mà VNCH chọn thi hành trên bình diện tuyên truyền và huy động toàn dân. Các nỗ lực điều đình tìm sự đồng thuận hoặc ép phải dùng các hình thức hợp tác tương đối và chắp vá cũng chỉ để đạt được mục tiêu sống còn. Việc đó quả là thích đương thích đáng khi đưa ra quyết định không cố tạo cho bằng được sự đồng tâm nhất trí bằng cưỡng thúc tuân phục, là điều mà nhiên hậu, chính là chuyện giữ thể diện thiết thân với người miền Nam thời chiến. Đây là lý do vì sao không đem ý kiến của Althusser về chủ đề dùng guồng máy nhà nước đúc khuôn xã hội áp dụng cho trường hợp VNCH. Chỉ khi nào bộ máy nhà nước nắm được hết quyền kiểm soát toàn xã hội, như với nhà nước VNDCCH miền Bắc, thì chúng ta mới có thể hình dung ra có một thứ đúc khuôn xã hội như ý kiến của Althusser.

Ở VNDCCH, giáo dục và guồng máy hóa thiếu niên nhi đồng đã trở

(Oxford and New York: Oxford University Press, 2011)

thành thứ võ khí lợi hại để tạo sự nhất trí cả nước và dấy cuộc can qua xuống miền Nam. Người miền Bắc được chỉ rõ cách đi theo con đường một chiều này với một cái nhìn rõ ràng về mục tiêu cuối cùng. Mục tiêu đó đâu có dễ đạt được vì thế Đảng và nhà nước lại càng cố hết sức bám đuổi nó đến kỳ cùng. Ở VNCH, chẳng hề có đường lối nào có thể sánh được như thế; người ta đâu có huy động giới trẻ thống nhất đất nước bằng cách chinh phục miền Bắc. Nguyễn Mạnh Côn, một bậc thức giả miền Nam bị cộng sản bắt giam năm 1975 và chịu chết trong trại tù cải tạo vào ngày 1-6-1979, đã viết vào năm 1968 rằng *theo đúng nghĩa nguyên thủy của nó, giáo dục là giao truyền kinh nghiệm, hiểu biết về thiên nhiên và đời sống, từ người này sang người khác, từ đời trước đến đời sau*, và bằng cách nào đó, đây là đường lối mà miền Nam luôn tâm nguyện khả hành. Tuy nhiên, đó là một con đường đầy nhiêu khê trắc trở. Ở VNCH, như Nguyễn Mạnh Côn đã vạch rõ trong tác phẩm của ông xuất bản năm 1969, *Tâm hồn những người trẻ bị dày vò bởi sự "cảm" mà không "biết" đó. Và thêm vào những băn khoăn đầu tiên về giá trị tri thức, còn có những băn khoăn về giá trị của tình yêu, của xác thân, của tiền bạc, của sự nghiệp*.[844] Trong cảnh huống đa mang đó, nhiều người trẻ đã phải vật lộn tự tìm đường cho mình mà không có ai chỉ vẽ cho tín niệm, thậm chí cưỡng thúc cũng được, như đầy dẫy ở miền Bắc.

Ở miền Bắc, chỉ có duy một giọng rao giảng chính, trong khi ở miền Nam có đủ mọi loại giọng khác nhau. Ở miền Bắc, việc guồng máy hóa thiếu niên nhi đồng đã được người ta lên kế hoạch để tạo ra một xã hội trại lính răm rắp tuân phục Đảng và nhà nước và để gom hết thiếu niên vào một lộ trình định sẵn ngày càng phình to ra để guồng máy đó tự tái sản xuất[845]. Ở miền Nam, đa số các tùy chọn như thế là một dạng khác của sự cố thủ, mà trường hợp này là giữa lòng một xã hội phân hóa, thậm chí mâu thuẫn. Những người lớn lên ở miền Nam đâu có bị nhồi nhét chính trị vô đầu cũng không bị dạy cách căm thù địch như những người lớn lên ở miền Bắc, mà lại được dạy tự hào về di sản Cha Ông đã gầy dựng cơ đồ Việt Nam, trong khi ở miền Bắc thiếu niên nhi đồng được dạy để tự hào về Đảng và cuộc đấu tranh cách mạng do Đảng dẫn dắt. Benedict Anderson luận rằng nét đặc trưng của tinh thần quốc gia là bày tỏ tình yêu quê hương đất nước mà chẳng có chút gì "sợ sệt và bị gò ép bất đắc dĩ"[846]. Điều đó hoàn toàn đúng hết ở miền Nam trong bối cảnh nuôi dạy thiếu nhi, nhưng không đúng với miền Bắc nơi giới trẻ được dạy căm thù địch, căm thù cả

---

844 Nguyễn Mạnh Côn, *Hòa Bình, Nghĩ Gì, Làm Gì*, Đồng Nai xuất bản, 1969 các trang 174, 179

845 Chuyện này giống y trường hợp Sô Viết nhất là thời Đệ Nhị Thế Chiến. Về đề tài này xin xem thêm Peacock, Margaret, *Innocent Weapons. The Soviet and American Politics of Childhood in the Cold War* (Chapel Hill: University of North Carolina Press, 2014) trang 17-70

846 Anderson, Benedict, *Imagined Communities* (London: Verso, 1998) trang 141-142

đồng bào Việt ruột thịt lẫn người ngoại quốc, ở miền Bắc, yêu Bác mới là cái nền gốc của yêu Đảng và yêu nước.

Năm 1971, *Bé Thơ*, một tờ tuần báo chuyên về giáo dục thiếu nhi ở miền Nam, có tuổi thọ khá ngắn ngủi, đăng một truyện khôi hài về một họa sĩ nổi tiếng được nhờ vẽ cảnh tả cuộc thiên di của đoàn lưu dân Do Thái bỏ Ai Cập mà đi. Khi vẽ xong, họa sĩ bày tác phẩm của mình ra cho khách xem, khách chẳng thấy gì trên tấm vải ngoài cảnh vẽ mặt biển bao la. Sửng sốt, ông hỏi chàng họa sĩ, "thế người Do Thái với người Ai Cập đâu mất hết? Sao chẳng thấy họ đâu cả?" Họa sĩ trả lời: Tôi vẽ đủ hết đấy chứ, nhưng vì người Ai Cập thì bị biển nhấn chìm chẳng một ai sống sót cả, vậy làm sao mà thấy họ dưới nước? Còn người Do Thái thì họ đã vượt biển và trốn thoát hết cả rồi". [847]

Truyện khôi hài này dường như làm sáng tỏ được thái độ của người lớn với giới trẻ ở VNCH. Nếu tiến trình chuyển dịch vẫn còn chìm "dưới nước", hay còn ẩn sau "hậu cảnh" trong truyện vẽ tranh kia, thì cuộc chiến và hệ lụy của nó thường bị vùi lấp đi hoặc còn ngổn ngang trăm mối nằm trong các sách truyện thiếu nhi miền Nam. Người ta để lớp trẻ mặc tự mình hình dung các sự kiện và chọn lối đi, tìm "cuộc chuyển dịch" cho riêng mình. Cùng với hiện trạng đó, truyện khôi hài kia có thể được đọc như một phép ẩn dụ cho việc giới trẻ ở miền Nam, mặc dù sống trong một quốc gia có chiến tranh, vẫn được dành không gian để mà dưỡng nuôi ấp ủ những mộng mơ và hoài bão không dính dáng gì đến trận binh lửa đang diễn ra. Khung cảnh là một vùng biển an bình sóng yên gió lặng, không chút dấu hiệu gì của hàng đoàn di dân tản cư đang hãi hùng tìm phương trốn chạy một đội quân sôi sục căm thù. Giới trẻ miền Nam được quyền tưởng tượng đời sống mình với những triển vọng vượt ra ngoài thực tại chém giết bạo tàn của chiến tranh, được quyền theo đuổi những bận tâm và hoài bão cá nhân chẳng liên quan gì đến một đường lối chính trị nào. Hẳn nhiên thì họ cũng chẳng thể nào tránh khỏi những hiểu biết và thể nghiệm về chiến tranh, và những chàng trai trẻ thế nào rồi cũng sẽ bị cưỡng thúc tuyển mộ nhập ngũ khi đến tuổi quân dịch, nhưng so với giới trẻ miền Bắc, lớp trẻ miền Nam đâu có bị nhà cầm quyền nhân danh quốc gia nắm cổ lôi hết vào các nghị trình, đường lối chung của đại chúng, cũng chẳng phải nghe ai ra rả vào tai là phải căm thù địch; họ được khuyến tấn nên chăm lo học hành, yêu nước thương nòi, và họ được tha hồ triển nở những sở thích cá nhân. Cố nhiên, điều này không đúng với hết tất cả thiếu nhi ở miền Nam, bởi rốt cuộc khói lửa chiến trường vẫn còn sờ sờ ra đó; nhưng nó đúng với hầu hết trẻ ở phố xá và đô thị, nếu đừng kể cú bị tấn công vào năm 1968 và 1972, thì hầu hết trẻ thành phố đều được bảo vệ tương đối an toàn khỏi lửa khói chiến tranh cho đến năm 1975. Lớp trẻ

---

847 "Thợ Vẽ", *Bé Thơ số 3*, ra ngày 27-3-1971, trang 1

miền Nam đã được trao tặng món quà xa xỉ là mặt đại dương yên bình mà mọi nỗi hãi hùng đã chìm sâu dưới con sóng dữ và cũng xa xỉ không kém là những hy vọng tương lai trên đường nhập cuộc vào một miền đất hứa ở một nơi nào khác chốn này, phải chăng điều này phản ảnh cái xa rời thực tế của lớp trí thức trưởng thượng, phản ảnh cái bất lực của họ hay phản ảnh lề lối họ nhất quyết không áp đặt một con đường tiền định nào cho bất cứ người trẻ nào hết.

Ngay cả Bộ Giáo dục VNDCCH, vốn lớn tiếng rằng ở miền Nam, lớp trẻ nhà giàu được tuyên truyền chống cộng, cũng thừa nhận rằng đủ thứ giai cấp xã hội ở miền Nam cũng rất là khác. Thiếu nhi thuộc hàng con nhà trung lưu bị "nhồi nhét" tư tưởng mưu cầu một đời sống tiện nghi, an tĩnh và tận hưởng tự do cá nhân. Theo quan điểm của Bộ này, đây là lối chống cộng ngụy trang dưới hình thức dạy học, rằng qua cách hiểu như thế, các nhà mô phạm của VNCH đang gieo từ từ vào đầu óc trẻ mối "nghi ngờ chủ nghĩa cộng sản, xuyên tạc tinh vi cộng sản là một thế giới khô cằn, không hạnh phúc, không cảm xúc." Với trẻ thuộc hàng nhà nghèo, theo Bộ Giáo dục VNDCCH, các nhà giáo dục miền Nam lại không phỉ báng chủ nghĩa cộng sản tí nào, nhưng "đầu độc trẻ bằng tư tưởng tự mãn, một đầu óc thực dụng," bảo họ rằng họ có thể đem sở học ra để mưu sinh, dạy họ rằng nơi bất kỳ chế độ nào người nghèo cũng đều bị ra rìa, còn bất kỳ chế độ nào cũng trọng vọng những người có học thức, hay những ai có tài làm ăn kinh doanh [848].

Thật không khỏi bồi hồi phấn khích khi tưởng tượng những gì được bàn thảo trong tập sách này đưa ra được lời lý giải tại sao miền Nam là kẻ thua cuộc. Đó quả là một thử thách đích thực với VNCH, một xã hội đa dạng muôn màu muôn vẻ biết bao, mở cửa cho mọi bàn bạc tranh luận và chấp nhận hết mọi ý kiến dị đồng, để mà đối trọng với một chế độ độc tài toàn trị cộng sản Bắc Việt; điều đó cũng từng xảy ra nơi nhiều trường hợp khác hoặc nơi nào khác mắc phải họa gươm đao binh lửa, chẳng nơi nào thoát, kể cả thời Đệ Nhị Thế Chiến khi nhiều chế độ dân chủ ở châu Âu phải chịu thua trước chế độ độc tài toàn trị Đức Quốc Xã và chỉ có độc tài toàn trị ngang ngửa với Đức như Liên Sô mới đương cự nổi với làn sóng xâm lăng của Đức quốc. Liên Sô đã đẩy lùi đội quân Đức ra khỏi biên giới phía tây trước khi Mặt trận thứ nhì của quân Đồng minh mở ra vào tháng 6-1944. Khả năng huy động và kiểm soát toàn thể dân chúng ắt phải là một yếu tố chính khiến Liên Sô thành công. Vậy thì trong chiến tranh ở Việt Nam, những khả năng huy động và kiểm soát ấy thậm chí còn quan trọng hơn biết bao khi chiến cuộc kéo dài đằng đẵng hàng chục năm trời chứ đâu

---

848 "Tong hop nhung net lon ve tinh hinh giao duc mien Nam tu 1954 den dau nam 1966", Đảng đoàn Bo Giao duc, BGD trang 15-16 [Bắc Việt] (VNAIII)

chỉ bốn năm như ở Liên Sô và đã có hơn một thế hệ người Việt đã lớn lên trong thời chiến tranh đó.

Cứ cho rằng cách lý giải vì sao miền Nam thua cuộc, bằng cách lấy việc miền Nam không huy động nổi giới trẻ đến mức độ như miền Bắc đã huy động được, là đã làm ngơ một thực tế rằng bại trận và lý do bại trận nhất định có liên đới đến tình hình thế giới, rằng cả hai miền Nam Bắc đều nhờ vào viện trợ từ bên ngoài mới cầm cự được, rằng ngoại viện chỉ đổ vô miền Bắc có hai năm cuối của cuộc chiến. Tôi không bận tâm đến những gì mà nhiều người từng hình dung ra về triển vọng tồn tại của Nam Việt Nam trong tư thế một quốc gia có chủ quyền, vì đã nhiều người viết về chuyện đó rồi, từ khả năng VNCH có thể duy trì sự tồn tại của mình nếu không bị đồng minh bỏ rơi, cho tới các ý kiến cho rằng VNCH tất phải bại ngay từ đầu, và những ức đoán đại loại như vậy dựa vào cái "Giá như …" thế này thế kia, tức là lĩnh vực giả định giả thiết đều không phải là chánh đề của cuốn sách này.

Tôi tập trung vào lời lẽ ngôn từ ngôn luận về giới trẻ ở hai bên lâm chiến là Cộng sản Bắc Việt và VNCH, đặc biệt cụ thể nơi mối tương quan giữa người lớn với giới trẻ. Cả một đường lối, nghị trình dài hơi ở miền Bắc đã đóng khung hết vào yêu cầu phải thủ thắng liền liền trên chiến trường với mức triệt để đến nỗi họ chẳng có chút gì tính đến một kế hoạch hậu chiến. Còn miền Nam chỉ nhắm xây đắp một xã hội vừa khả dĩ chịu được áp lực do miền Bắc gây ra vừa trao một hạn độ tự do cá nhân đáng kể cho giới trẻ, là những rường cột tương lai của xã hội đó. Không như ở miền Bắc, miền Nam chẳng hề tính chuyện đúc đẽo giới trẻ thành một bàn tay sắt để đập tan tan kẻ thù; VNCH không hề chủ trương dạy thanh thiếu nhi căm thù địch và hăm hở trình diễn tài xông pha trận mạc. Thực trạng miền Nam nói chung, kể cả giới trẻ nữa, không chỉ nhiêu khê phức tạp bởi tính đa nguyên và đặc điểm thiểu số phục tùng đa của xã hội mà còn bởi miền Bắc dấy cuộc can qua tràn vào Nam dưới hình thức lập ra một hệ giáo dục cộng sản, lập các tổ chức đoàn hội và đem du nhập vào Nam các ấn loát phẩm cộng sản.

Phần mở đầu cuốn sách này tôi có nhắc tới ý kiến của Louis Althusser rằng để giữ được quyền hành, một nhà nước phải lo tái xuất nguồn nhân lực cho nó. Cả VNDCCH và VNCH đều làm công việc tái sinh nguồn lực xã hội của mỗi bên. VNDCCH thì tuân theo thuyết lý của Althusser bằng cách nghiêm ngặt hơn để tái xuất các lứa thế hệ kế tiếp tuân phục hệ tư tưởng của kẻ cai trị. Còn VNCH, vừa tái tạo xã hội cho riêng mình, vừa vẫn bảo tồn tính đa nguyên và cởi mở tương đối về tự do ngôn luận, dẫu không trọn vẹn, cho phép bất đồng chính kiến, biểu tình chống chính phủ, và hình thành nhiều phe phái chính trị, mà thường là đối nghịch cực đoan, ngay trong lòng VNCH, và theo đó, trong giới trẻ sẽ có người kế tục trách vụ dẫn dắt xã hội đi tiếp hành trình vào tương lai. Có vẻ như việc phi chính trị hóa thanh thiếu niên trên những khung cảnh như vậy mới là cái lý công đạo chính đáng cho VNCH hiện diện. Ngoài tư cách hiện diện với lý do chính đáng ấy, VNCH còn có trách vụ một guồng máy nhà nước vừa chống cộng sản độc tài vừa đang trên đường xây dựng xứ sở nữa. Nếu đem đối chiếu với VNDCCH, thì chính khi được hưởng quyền tự do như thế đã khiến nhiều người trẻ trong Nam bối rối nghi nan về chiến tranh, về nguyên ủy của cuộc chiến, về chỗ đứng của họ trong xã hội cũng như cảm thức của họ về chiến cuộc, mà cũng cho phép nhiều người tìm kiếm, hình thành và bày tỏ lập trường và phát triển thế giới quan của riêng mình, có chút gì giống với các xã hội phi toàn trị khác, nơi lớp trẻ có toàn quyền khẳng định mình, có thể thuận hoặc chống đường lối, chính sách của chính phủ, ví dụ như trường hợp Hoa Kỳ ở vào cùng thời VNCH đang kiến thiết quốc gia.

Cuộc chiến rồi ra đâu có thắng hay bại là nhờ ở dòng ý hệ tư tưởng chiếm ưu thế trong lòng giới trẻ miền Nam hoặc miền Bắc. Như đã đề cập, chính những ông chủ không phải là người Việt đang tay bảo trợ cho hai miền rốt cuộc mới chính là kẻ quyết định cái ngã ngũ của chiến tranh Việt Nam. Nhưng hai thái độ ứng xử với giới trẻ hai miền nhất định phải là hai khía cạnh quan trọng cho thấy những gì mà hai bên đã đặt cược hết vào trong thời chiến. Cả hai đặc trưng cho hai triển vọng định hình hai thể chế quốc gia khác hẳn cho đồng bào Việt Nam, mà trong đó, chế độ dân chủ đã bị chế độ độc tài toàn trị thôn tính.

Năm 1975, VNDCCH là kẻ thắng và VNCH là kẻ bại. Năm 1976, VNDCCH thấy quả nhiên nay mục tiêu của mình, chính vì nó mà họ đã phải đã chiến đấu biết bao gian khổ và tổn thất biết bao nhân mạng – là Bắc Nam nhập vào thành một nước, Cộng hòa Xã hội Chủ nghĩa Việt Nam (CHXHCNVN) đã thành sự thật. Từ nay thanh thiếu nhi miền Nam thôi chẳng còn được ai chở che bảo bọc tránh thoát cái cuồng cơn cưỡng bách cách mạng nữa. Mọi thứ gì lớp trẻ từng suy tưởng về bản thân và đất nước thời trước năm 1975 nay thừa thãi vô dụng chẳng ăn nhập gì đến những lời hô hào kêu gọi họ nếm mùi cho biết cái chế độ cách mạng cưỡng bức do đoàn người từ miền Bắc mới đem tràn vào. Nhiều thanh thiếu nhi bị liệt vào hàng con nhà tà ngụy, bị trường ốc cấm cửa, không còn cơ hội học hành, bị bêu rếu làm nhục nơi công cộng hoặc bị ép chuyển đến sống nơi các Khu Kinh Tế Mới trên rừng thiêng nước độc không bóng người. Nhiều người đã phải tìm đường vượt biển trốn chạy và trong số đó hẳn là có người phải chịu số phận của người Ai Cập trong câu chuyện đoàn lưu dân Do Thái thiên di kể trên. Còn những ai đi thoát được bằng hành trình vượt biển khi đến được miền đất hứa cũng mất dạng khỏi hậu cảnh Việt Nam luôn từ đó.

Nhiều trẻ nhỏ và thanh thiếu niên bị bỏ mặc không nhà cửa bơ vơ vất vưởng trên đường phố khi Cha Mẹ đã bị tống vào các trại tù, phải tìm phương tự tồn bằng đủ mánh lới xoay xở hoặc nhờ vào lòng hảo tâm của người khác. Một số trẻ bèn tự đổi màu cho vừa lòng những gì chế độ mới muốn nơi họ. Chẳng hề có một chút gì từng được tiến hành để trù liệu cho cú đổi đời thảm khốc này. Lòng họ giờ đây trĩu nặng mối hờn căm chất ngất như lớp trẻ miền Bắc từng dành cho kẻ địch. Nhiều trẻ cùng gia đình bị đưa đi các Khu Kinh Tế Mới, là một thứ lưu đày xa biệt chốn thị thành, chả có bao nhiêu cơ hội học hành cùng với điều kiện mưu sinh lạ lẫm quá ư nghiệt ngã.

Tôi đã chuyện trò với nhiều người Việt là thanh thiếu niên thời chiến và với những thành phần phản chiến, đối lập và chống Mỹ. Tôi hỏi họ có hình dung cái viễn cảnh xảy ra khi chiến tranh kết thúc không, họ thấy tương lai họ thế nào. Hết thảy đều nói rằng họ chẳng hề nghĩ tới điều đó - họ chỉ muốn bày tỏ cái ngao ngán nản lòng trước chiến tranh, chỉ muốn được quyền bày tỏ chính kiến. Cố nhiên, tất cả họ chẳng ai dè đâu cái ngã rẽ cuộc đời mà họ phải nhận lãnh sau khi Sài Gòn thất thủ và đem nhập VNDCCH với VNCH vào làm một.

Và cũng cố nhiên, ở Nam Việt Nam có rất nhiều người tích cực dự phần làm nên chiến thắng của VNDCCH và họ mừng vui chào đón chế độ cộng sản đổ bộ vào Nam Việt Nam. Còn phe chiến thắng ở cả hai miền Nam Bắc đều mừng rỡ phấn khởi khi cuối cùng cái đích đã đạt được. Tuy nhiên, cái thực tế tái thiết một đất nước mới rợi mau chóng ló dạng. Dù đầy dẫy kinh nghiệm chuyện đánh nhau trên trận địa và cách tuyên truyền rủ rê lôi kéo quần chúng về phe mình, thế nhưng chính quyền cộng sản và nhiều thế hệ nhân lực mà họ đã gầy nên, đã nuôi trồng cho lớn, lại không hề có chút kinh nghiệm nào về cách thức kiến thiết quốc gia thời bình-im tiếng súng và phương thức xây dựng một xã hội dân sự gọi mời tính đa dạng đa nguyên. Sau cuộc người Việt kéo quân sang xâm lăng toàn cõi Campuchia năm 1978 và đợt bị Trung Quốc xâm lăng trả đũa vào năm 1979, Cộng hòa xã hội chủ nghĩa Việt Nam chỉ còn duy một ông chủ bảo trợ, Liên Sô, mà quốc gia này lại không thể dẫn dắt CHXHCNVN bằng những gì họ đã đạt được, cả kinh tế cũng không mà phát triển dân sự cũng không nốt. Thế là bước chân CHXHCNVN bắt đầu vụt chạc té ngã. Cạn kiệt lương thực, lạm phát vượt quá 800%, giờ đây nhiều người Việt Nam mới thấy họ may mắn khi được qua Liên Sô và các nước thuộc khối Sô Viết để lao động trong các hãng xưởng bên đó, sống chen chúc trong các khu tập thể đông đúc, nhận đồng lương chết đói, ráng tần tiện nhịn tiêu dành tiền gửi về hoặc đích thân đem về nước cho gia đình và mua vô số bàn ủi, nồi niêu soong chảo và đủ thứ hầm bà lằng khác miễn là nguồn cung có chừng mực của nền kinh tế Sô Viết đang vật vã cho phép họ mua.

Nhiều người thuộc phe chiến thắng bắt đầu vỡ mộng tỉnh ngộ khi nhìn lại cuộc chiến và hậu quả của nó. Trong số đó có những người trẻ từng cầm súng chiến đấu trong quân chính quy Bắc Việt, ví dụ, Dương Thu Hương và Bảo Ninh, đều là những người lính Bắc Việt trẻ, về sau thành nhà văn và sau đợt mở đầu thời kỳ đổi mới đã xuất bản nhiều tác phẩm trần tình những nỗi thống khổ về cuộc chiến, về Đảng và nhà nước đã lãnh đạo đất nước vươn đến chiến thắng nhưng đó là cuộc chiến của tàn phá hủy diệt cũng như di họa tiếp cái thảm khốc lại cho cả thời hậu chiến [849].

Nhưng có lẽ nhận định bi thảm nhất là từ một nhà văn sáng giá khác của Việt Nam, Nguyễn Huy Thiệp, lớn lên ở miền Bắc. Ông không phải đi bộ đội vì trong nhà đã có anh trai đi, bản thân ông cũng đã đưa một người con ra chiến trường rồi và coi như đã đóng đủ tiêu chuẩn sung quân bắt buộc cho mỗi gia đình. Không phải đi bộ đội, Nguyễn Huy Thiệp vào học trường Sư phạm và được chuyển công tác đến một thôn làng hẻo lánh ở vùng Tây Bắc, mạn ngược phía tây bắc của đất nước, vì ông bị liệt vào thành phần "không rõ ràng" - Cha ông đã hợp tác với Pháp khi xưa [850]. Tôi nghĩ rằng quan điểm của Nguyễn Huy Thiệp, với tư cách nhà giáo và nhà văn, rất thích đáng để dùng kết luận tập sách này trên mặt giáo dục và xuất bản ấn loát phẩm. Trong cuộc phỏng vấn do học giả và cũng là ký giả người Mỹ Thomas Bass thực hiện, Nguyễn Huy Thiệp có đề cập đến một bài phát biểu mà ông đã nói trước Hội Nhà văn, trong đó ông nói:

Mỗi người ở Việt Nam phải đương đầu với ba chữ, vốn là những chữ thuộc hàng độc của bộ máy tuyên truyền: Chính trị, Tình Yêu và Sự Chết. Trẻ mới lên 6, người ta đã dạy yêu Hồ Chí Minh. Những gì chúng ta dạy học trò đều chỉ hướng đến hệ tư tưởng cộng sản. Những cái đầu người Việt bị nhồi sọ ý thức hệ cộng sản. Chúng ta đã bị tẩy não. Phải mất hai mươi năm để làm sạch cái đầu óc mà hai mươi năm trước đã bị tẩy não. Cái hệ thống giáo dục này chỉ sản sinh ra những thế hệ ngu đần mà thôi [851].

Tuyên ngôn của Nguyễn Huy Thiệp thật là động trời - nó nguyền rủa mạt sát ý hệ cộng sản và cả hệ thống giáo dục, chứng tỏ nỗi thất vọng chán chường của ông với các khuyết tật của xã hội Việt Nam, và nhiều thứ khác trong đó nữa. Vẫn còn nguyên gọng kềm ý thức hệ, vẫn suy tôn lãnh tụ nhất là Hồ Chí Minh, vẫn một bầu khí đàn áp ngộp thở các học giả và trí thức trẻ. Tất cả đều đúng hết y như thế. Nhưng chính cái thực tế Nguyễn

---

849 Bảo Ninh, *Nỗi buồn chiến tranh* (Sorrow of War - Riverhead Books, 1996). Dương Thu Hương, *Tiểu thuyết vô đề* (Novel Without a Name, bản dịch sang Anh ngữ của Phan Huy Duong và Nina McPherson, (William Morrow & Co., 1995), *Những thiên đường mù* (Paradise of the Blind, bản dịch của Nina McPherson, (Penguin, 1994), chỉ tạm kể một vài.

850 Borchardt, Katharina. "Phỏng vấn nhà văn Nguyễn Huy Thiệp: *Vui mừng chiến thắng và vết hằn của chiến tranh Việt Nam*", 21-6-2015

851 Bass, Thomas, *Censorship in Vietnam: Brave New World* (Amherst: University of Massachusetts Press, 2017) trang 4-5

Huy Thiệp có thể đứng phát biểu như vậy trước Hội Nhà Văn và rồi khi ngồi trong quán cà phê của người Hà Nội để trả lời phỏng vấn học giả người Mỹ, thì đây quả là điều hoàn toàn không thể tưởng tượng nổi không chỉ ở VNDCCH mà còn cả ở CHXHCNVN cho đến ít nhất là những năm cuối của thập niên 1980, nó cho thấy Việt Nam ngày nay đã đổi thay như thế nào.

Lúc trước thì giam mình vào cái chuồng xã hội chủ nghĩa, còn nay CHXHCNVN lại mở cửa ra với thế giới bên ngoài, tức là sẽ mở cửa luôn cho những trào lưu ngoại lai tràn vào vốn là điều gây bao ưu phiền lo lắng về dân tộc tính y chang như những lo ngại của trí thức giới VNCH trước uy hiếp của văn hóa phương Tây mà chúng ta đã có bàn tới ở những đoạn trước. Cùng với sự phát triển kinh tế và mở ra nhiều vận hội, nay những người trẻ tuổi bắt đầu thấy dễ thở hơn, tự do hơn theo đuổi những gì mình thích và cố làm giàu hoặc ít ra là cũng có chút dư giả chứ đừng để bị túng thiếu nữa, để mà tận hưởng cuộc đời. Họ làm tất cả những thứ này và chấp nhận bán đổ bán tháo luôn cái tuân phục đường lối của đảng và chương trình của nhà nước – tức là họ thờ ơ lãnh đạm với chính trị và lăn theo chủ nghĩa tiêu thụ mà vốn xưa kia người cộng sản luôn giễm pha khinh miệt nơi giới trẻ VNCH.

Thêm nữa, giống y như VNCH trước đây, hiện CHXHCNVN đang vật lộn để duy trì Việt tính cho toàn dân trước uy thế văn hóa ngoại quốc ngày càng phình to ra. Thế là dần hồi người ta khai quật lại các ngày lễ cổ truyền kể cả Ngày Giỗ Tổ Hùng Vương, ngày càng lan rộng khắp nơi. Đầu thời kỳ đổi mới, những ngày Giỗ Tổ Hùng Vương chuyển từ cấp địa phương sang cấp tỉnh rồi tiến đến cấp nhà nước. Năm 2000 là năm đánh dấu nhiều lễ giỗ, tưởng niệm đáng kể, vì vào cuối năm 1999, chính quyền đã ban hành chỉ thị về việc Giỗ Tổ và coi đó là sự kiện trọng đại. Ngày Giỗ Tổ Hùng Vương được tổ chức cùng với ngày đánh dấu 70 năm thành lập Đảng Cộng sản, 110 năm ngày sinh Hồ Chí Minh, 25 năm ngày chiến thắng trong chiến dịch chống Mỹ cứu nước, 55 năm Cách mạng Tháng Tám, và khởi đầu thế kỷ hai mươi [852]. Kể từ năm 2007, Ngày Giỗ Tổ Hùng Vương trở thành một ngày lễ, công sở nghỉ việc, giống y như thời hậu Ngô Đình Diệm ở VNCH. Hiện nay còn bốn ngày lễ khác có cùng cấp độ hệ trọng: Tết Nguyên Đán, Ngày Chiến thắng 30-4, Lễ Lao động 1-5 và quốc khánh 2-9 [853]. Năm 2016, lễ hội đền Hùng ở Phú Thọ thu hút khoảng bảy triệu người, có cả Nguyễn Phú Trọng, Tổng Bí thư Đảng Cộng sản, tới dự [854]. Giờ đây

---

852 "Quyet dinh cua ban To chuc nha nuoc ky niem cac ngay le lon nam 2000".
853 Bộ Lao động Thương binh và Xã hội đề nghị chuyển thành ngày nghỉ lễ, Bộ Văn hóa và Thông tin đã đồng ý vào năm 2006, và được Quốc hội chấp nhận năm 2007
854 Bảy triệu du khách dự kiến sẽ tham dự lễ hội Hùng Vương ở Bắc Việt, báo *Tuoi tre*, 16-4-2016

quy mô còn vượt xa quy mô Ngày Giỗ Tổ Hùng Vương ở VNCH. Sử tích Hùng Vương lại được vực dậy và khai thác triệt để để giữ vững tinh thần con Rồng cháu Tiên như đã từng thực thi ở VNCH.

Sách giáo khoa sử của Trần Trọng Kim và sách Khổng Nho vốn là lượng sách vở chủ lực ở Việt Nam thời tiền cách mạng cộng sản, về sau lan rộng ở VNCH và bị cấm ở VNDCCH, nay bắt đầu sống lại vào cuối thập niên 1990, với lượng in ấn tăng lên con số chóng mặt bắt đầu từ giữa những năm 2000. Dù gặp nhiều trở ngại bó buộc, giới trẻ thời Việt Nam cộng hòa xã nghĩa vẫn cố hết lúc này đến lúc khác bày tỏ chính kiến, khám phá thế giới bên ngoài và cố hòa mình thế giới đó, giống y giới trẻ như họ từng làm thời VNCH.

Vâng, cuộc binh đao vừa qua, VNDCCH là kẻ thủ thắng. Thế nhưng, giờ đây, có vẻ như CHXHCNVN lại bắt đầu mon men đi theo cho kịp nhiều bình diện của mô hình mà chế độ kẻ thù bị họ đánh bại, VNCH, đã từng nỗ lực tạo ra cho lớp trẻ VNCH.

Lê Tùng Châu
Dịch xong vào giờ đầu mồng Một Tết Canh Tý – 2020

TÀI LIỆU THAM KHẢO

TÀI LIỆU LƯU TRỮ

Tên và ký hiệu viết tắt

BCC va GT – Bo giao thong cong chan (sic)
BGD – Bo Giao duc
DIICH – De Nhi Cong hoa
HDVHGD – Hoi dong Van hoa giao duc
PTTDICH – Phu Tong Thong De Nhat Cong hoa
PTTg – Phu Thu tuong
TBVHXH – Tong Bo Van hoa xa hoi
QVKDTVH – Quoc Vu Khanh Dac Trach Van hoa

- **VNAII- Trung Tam Luu Tru Quoc Gia II - Ho Chi Minh City**

1. "Bai Thuyet trinh ve thanh thieu nien pham phap," TBVHXH, 1553.
2. "Bao cao hoat dong 3 nam cua Bo quoc gia giao duc tu 1955 den 1957," PTTDICH, 16342.
3. "Ban nhan dinh cua Hoi Dong Dan Quan ve 'Van de thanh thieu-nien pham phap,'" Nguyen Van Loc, February 25, 1967, TBVHXH 1553, also in PTTg/21736.
4. "Ban tuyen bo cua cac van nghe si, ky gia, giam doc cac nha xuat ban ve tinh trang khung hoang tram trong cua van de sach bao hien nay," November 21, 1973, HDVHGD/257.
5. "Bang doi chieu giua duong lich va am lich ve cac ngay khanh tiet va ky niem tu thang 12 nam 1965 den het nam 1966" no. 80-UBHP/HCTQ/2, December 2, 1965, BCC va GT/1953.
6. "Chuong trinh bai tru du-dang," July 1965, TBVHXH 1553.
7. "Chuong trinh Le gio to Hung vuong tai Van dong truong Cong hoa, 11.4. 1965," BCC va GT/1959.
8. *Hoi-dong van-hoa giao-duc du-an chanh sach van hoa giao duc* (June 16, 1972), QVKDTVH/864.
9. "Cong Van so 430 – BTLC/BC. 28.1.1966 cua Bo Tam ly chien, " Bo Giao duc, March 11, 1966, TBVHXH 1553.

10. "Du-thao chuong trinh to chuc ngay gio to Hung vuong mong 10-3 Mau Than 7-04-1968," Nha Tong Giam Doc Thong tin va bao chi truc thuoc Phu Thu Tuong March 20, 1968, PTTg/29898.
11. "Ho so to chuc Le gio to Hung Vuong tai Sai gon, ngay 21.4.1975," Phu Thu Tuong, no. 125, March 22, 1975; no 839, April 17, 1975; no. 018, April 19, 1975. PTTg/31102.
12. "Loi keu goi dong bao tham gia ngay gio to," April 1967, PTTg/29716.
13. "Luat so 019/69 ngay 30 thang 12 nam 1969 an dinh Quy-che Bao-chi. Chieu Hien-phap Viet –Nam Cong-hoa ngay 1 thang 4 nam 1967," QVKDTVH/773.
14. Mai Tho Truyen, "Van tho kinh goi ong Tong-truong Thong-tin," so 285, December 31, 1969, QVKDTVH (PTTg)/433.
15. "Mo-ta chuong trinh ngay le gio Quoc-to Hung-vuong Nam Tan-hoi" 1971, DIICH/3593.
16. Nguyen Vy, "Van tho kinh goi ong Mai Tho Truyen," January 26, 1970, QVKDTVH (PTTg)/433.
17. "Phieu-trinh gui Ong Chu-tich Uy-Ban Hanh-Phap Trung-uong v/v thanh toan van-de mai-dam," July 1965, TBVHXH 1553.
18. "Phieu trinh gui Thu-Tuong Chinh Phu - v/v Doan ngu sot Thieu nien tu 13 den 18 tuoi," April 12, 1968 Phu Thu Tuong, "Du an to chuc 'Luc luong thieu nien chong cong," May 8, 1968; PTTg/6643.
19. "Phieu trinh Pho Tong thong Viet Nam Cong hoa, Chu tich Hoi Dong Van hoa giao duc v/v Tho cua Trung tam Van But Viet Nam de ngay 20-12-73. 448/HDVHGD/TTK, December 27, 1973.
20. "Phieu trinh Tong thong v/v Le gio To Hung vuong vao ngay 21-4-1975," DIICH/4063.
21. "Phuc Trinh Thanh-tich hoat-dong cua van-phong quoc-vu-khanh Dac-trach van-hoa trong cac nam 1968, 1969, 1970 (Tham-chieu Cong-van so 1418-P.ThT/2/M ngay 18.9.1970 cua ong Bo-Truong Phu Thu-Tuong), 1970," QVKDTVH/19.
22. "Sac-lenh v/v cu Quoc-Vu-Khanh Mai Tho Truyen dac-trach ve Van-hoa," 541/TT/SL, November 19, 1968, QVKDTVH (PTTg)/64.
23. "Van tho v/v thi hanh ke hoach bai tru du-dang, tham chieu: 196/UBHP/KH ngay 18-8-65 cua Phu Chu tich Uy ban Hanh-Phap Trung-uong, TBVHXH 1553.
24. "Sac Luat" 3/64, February 22, 1964, DIICH/3352. NA2.
25. "Thu tuong Chanh phu kinh goi quy ong Pho Thu Tuong, Quoc Vu

Khanh, Tong Truong, Bo Truong: Trich yeu: Gio To Hung vuog", no. 22-TIP/VP, Saigon April 7, 1965, BCC va GT/1959.

26. "Van tho v/v To-chuc ngay Gio To Hung-vuong" April 10, 1967; TBVHXH/471.

- **VNAIII - Trung Tam Luu Tru Quoc Gia III – Hanoi**

1. "Bao Cao - Ket qua tim hieu va nghien cuu tinh hinh giao duc mien Nam cua 2 doan cong tac o B1 va B2 trong thang 5 va 6, 1975," August 15, 1975, BGD, 920.
2. "Bao cao tinh hinh cong tac giao duc nam 1966 va phuong huong cong tac nam 1967," January 1967, BGD 720.
3. "Bao cao Tong ket nam hoc 1967-1968," Giam doc cua Khu Giao duc hoc sinh mien Nam tai Que Lam toi Bo Giao duc, Khu Giao duc H.S.M.N (Hoc sinh mien Nam), BGD 754.
4. "Bao cao tong ket cong tac phat hanh va thu vien phuc vu nam hoc 1970-1971," May 25, 1971, BGD 815.
5. "Bao cao ve ke hoach 3 nam 1971-1973," October 29, 1971, BGD 833.
6. "Bao cao ve phuong huong cong tac giao duc truoc tinh hinh va nhiem vu moi," August 1965, BGD 683.
7. "Bao cao ve vu giao duc mien nui" July 14, 1971, BGD 855.
8. "Chi thi ve viec chuyen huong cong tac giao duc truoc tinh hinh va nhiem vu moi," Phu Thu tuong so 88/TT, August 2, 1965, BGD 683.
9. "Chinh phu giao cho Bo Cong an phu trach loai truong giao duc nhung em hu tu 13-17 tuoi," February 1967, Bo Cong An, Cuc 57, Phu Thu tuong 14774.
10. "De an xuat ban Nghien cuu giao duc," March 24, 1969, BGD 789.
11. "Nhi dong Viet Nam," Bo Van hoa 14740.
12. "Noi quy cua lop hoc 45 ngay," December 3, 1967, BGD 763.
13. "Phuong huong buoc dau de chap hanh chi thi cua Bac Ho qua buc thu Bac gui cho nganh ta ngay 15 thang 10 nam 1968," February 4, 1969, BGD 774.
14. "Quan triet duong loi giao duc cua Dang, kien quyet dua su nghiep giao duc tien theo phuong huong cai cach giao duc." Bao cao doc tai Hoi nghi Uy ban hanh chinh cac Khu, Thanh, Tinh," 1967, BGD 763.
15. "To trinh xin duyet ke hoach xuat ban 1975," July 19, 1974, BGD 917.

16. "Tong hop nhung net lon ve tinh hinh giao duc mien Nam tu 1954 den dau nam 1966," Dang doan Bo Giao duc, BGD 738.
17. "Vu Tau giao," 1967, BGD 763.
18. "Trai chuong trinh va sach giao khoa B" (Tu ngay thanh lap 7-1972 den nay (1974)," BGD 897.
19. "Vai nhan xet buoc dau," in "Bao Cao - Ket qua tim hieu," BGD 920.

- **Trung Tâm Lưu trữ Việt Nam [The Vietnam Center and Archive], Đại học Texas Tech**

1. "An armed citizenry's commitment The People's Self-Defense Forces Vietnam Feature Service (TCB-049): 1969, www.vietnam.ttu.edu/virtualarchive/items.php?item=2131309012, Accessed June 25, 2017.
2. Captured Documents (CDEC) - Civilian Proselyting, VC Quang Da Prov Party Hq, VC Region 5, 30 April 1971, pp. 3, 8, 21. Folder 05, Box 17, Douglas Pike Collection: Unit 02 - Military Operations, Accessed 27 Apr. 2016. http://www.vietnam.ttu.edu/virtualarchive/items.php?item=2131705010.
3. Donnell, John. "Vietnam's Youth Associations--Social Commitment and Political Promise," 1969, Folder 05, Box 10, John Donnell Collection. Accessed 28 Apr. 2016. http://www.vietnam.ttu.edu/virtualarchive/items.php?item=0721005002.
4. Livengood, Gary. "The Scouts are Coming"Publication of II Field Force Vietnam - The Hurricane, Number Fourteen, December 1968, Folder 02, Box 01, pp. 14-1 (the entire article pp. 12-15). Don Duffy Collection. Accessed 29 Apr. 2016. http://www.vietnam.ttu.edu/virtualarchive/items.php?item=23280102003.
5. "Memorandum, Democratic Republic of South Vietnam - re: The Status of North Vietnamese Infiltration into South Vietnam - CIA Research Reports (Supplement)," February 24,1967, www.vietnam.ttu.edu/virtualarchive/items.php?item=F029200040263, accessed February 28, 2016.
6. Nguyen Tan Dat, "Chanh sach doi voi cac Doi Thanh nien xung phong giai phong mien Nam thoat ly thuong truc," December 20, 1966, Douglas Pike Collection: Unit 05 - National Liberation Front, www.vietnam.ttu.edu/virtualarchive/items.php?item=23123053001.
7. South Vietnam: The Formative Years (United States Embassy, the United States Operation Mission (AID), the Military Assistance Advisory Group, and the United States Information Service), p. 6. Folder 06, Box 01, John P. Fanning Collection, Accessed 27 Apr. 2016. http://www.vietnam.ttu.edu/virtualarchive/items.php?item=20890106008

8. Study, Research and Analysis Studies - Assault Youth/To chuc thanh nien xung phong - Record of MACV Part 2, July 1, 1967, www.vietnam.ttu.edu/virtualarchive/items.php?item=F015900240978 Accessed February 27, 2016.
9. USIS-USOM News Release 190/59, December 1959, Folder 06, Box 19, Douglas Pike Collection: Unit 06 - Democratic Republic of Vietnam, Accessed 27 Apr. 2016. http://www.vietnam.ttu.edu/virtualarchive/items.php?item=2321906016

TÀI LIỆU VIỆT VÀ HOA NGỮ

Tên và ký hiệu viết tắt

TNTP – Thieu nien tien phong

GD – Giao duc publishing house or ministy

KD – Kim Dong Publishing House

1. "10 nam thuc hien chi thi 197 cua Trung uong ve cong tac thieu nien nhi dong. Trich bao cao cua Uy ban thieu nien nhi dong Trung uong" *Cong tac van hoa giao duc trong thanh thieu nhi* (Hanoi: Bo Van hoa, 1974), 32-33.
2. *20 nam sach Kim Dong (1957-1977). Muc luc* (Hanoi: KD, 1977).
3. *50 nam nha xuab ban Kim Dong xay dung va phat trien* (Hanoi: KD, 2007).
4. "Ai quan," Dang Thai Mai, *Van tho cach mang Viet Nam dau the ky XX (1900-1925)* (Hanoi, 1961): 319.
5. *An sinh nhi dong* (Saigon: Viet-Nam Cong-hoa, Bo Xa-hoi va Khan-hoang lap ap; Uy ban Bao tro nhi-dong, 1974).
6. An-dec-xen, *Chu Linh chi dung cam*. Vu Tu Nam, trans. (Hanoi: KD, 1967).
7. Anh Loc. "Bong Co Lau," *Hoa mi* 3-A (October 23, 1970): 1-6.
8. "Anh Nguyen Vy da mat," *Thang Bom*, 86 (Jan. 26, 1972): 10.
9. Anh Vui, "Ke toi Gion-xon" *TNTP*, Augsut 16, 1966.
10. Ba Dung, "Gui em, nhan ngay sinh nhat Dang," *Tien phong*, January 22, 1965.
11. Bac Ho (Ho Chi Minh), "Thu gui thieu nien, nhi dong toan quoc nhan

dip ky niem 20 nam ngay thanh lap Doi thieu nien tien phong," *Nhan Dan*, May 14, 1961.

"Thu khen thanh nien xung phong chong My, cuu nuoc" *Nhan dan*, September 26, 1966.

12. Bach Khoa, "Tim hieu su doc mai cua ma tuy," *Thieu nhi* 116 (Oct. 19, 1973): 2, 16.
13. *Bai hat nhi dong chong My cuu nuoc* (Hanoi: KD, 1966).
14. *Bai giang van hoc. Lop muoi – can bo. Tap I* (Hanoi: GD, 1974).
15. Ban Chap hanh trung uong Doan Thanh nien Lao dong Ho Chi Minh, *Dieu le, nghi thuc Doi thieu nien tien phong Ho Chi Minh va Doi nhi dong Ho Chi Minh* (Hanoi: KD, 1971).
16. Ban chap hanh trung uong cua Dang lao dong Viet Nam, To Huu, "Chi thi ve cong tac van hoa, van nghe trong tinh hinh moi. So 104 – CT/TU," Hanoi, July 28, 1965, *Chi thi nghi quyet ve cong tac van hoa van nghe* (Hanoi: So van hoa, 1968): 14-19.
17. Bang Phong, *Viet su & the gioi su. Dia ly Viet Nam* (Saigon: Hoc duong, 1965).
18. Be-la-ep, Alexander. *Nguoi ca* Le Phuong, trans. (Hanoi: KD, 1972).
19. Boi Duan, Son Long, "Sac luat 007 va 15 thang bao chi," *Tia Sang* (Spring 1974): 9.
20. Bogomolop, Voladimia. *Ivan*, Nguyen Vinh, trans. (Hanoi: KD, 1962).
21. Beliaev, Alecxander. *Nguoi ca*, Le Phuong, trans. (Hanoi: KD, 1972).
22. *Bong hong do* (Hanoi: KD, 1970).
23. Borchardt, Katharina. "Phong van nha van Nguyen Huy Thiep: Vui mung chien thang va vet han cua chien tranh Viet Nam," June 21, 2015. http://www.diendantheky.net/2015/06/katharina-borchardt-phong-van-nha-van.html
24. Bui Quang Ly. *Viet su. Lop nhat* (Saigon: Nam Son, 1962).

    Viet su. Lop nhi (Saigon: Nam Son, 196?).
25. Bui Van Bao & Bui Van Than. *Viet su. Lop nhat* (Saigon: Song moi, 1963).

    Viet-Su. Lop nhi (Saigon: Song Moi, 1963?).
26. Bui Huu Sung, "Vai nhan xet ve muoi nam giao-duc," *Bach khoa* 241-242, Jan. 1967: 27-32.
27. "Cac em than men," *Hoa mi* 19 (March 10, 1971), 1.
28. C.B. (Ho Chi Minh), "Doi thanh nien xung phong," *Nhan*

dan, November 15, 1953 (the entire article was published from November 11 to November 15, 1953).

29. C.V.T., "Que huong toi," *Giai pham danh du. Xuan mau than. Truong Trung hoc Go Cong,* 1968, 20.

30. Cao Huy Dinh, Nguyen Duc Long, *Chu Be Lang Giong* (Hanoi: KD, 1971, 1973).

31. Cao Huy Khanh, "So thao 15 nam van xuoi mien Nam (1955-1969)," *Khoi Hanh,* 74, Oct. 8, 1970, 8-9.

32. Cao Van Thai, *Viet su. Lop nhi* (Saigon: Thanh Dam, 1961).

Quoc van toan bo. Lop nam (Saigon: Thanh Dam, 1966?).

33. Cat-xco-ro, Raun De. *Nhung nguoi tren bai bien Gi-Rong.* Ho Dzech dich (Hanoi: KD, 1965).

34. *Cau be lang Giong* (Hanoi: KD, 1960).

35. "Cham tran," *Dac san he* (Phanrang: Truong trung hoc Tu-thuc Bo De, 1966): 41.

36. "Chang trai Phu Ung Pham Ngu Lao," *Thang Com* 4 (Dec. 29, 1970):3, 33.

37. Chelannguyen (sic), "Niem dau que me," *Giai pham Le Van Duyet,* 55.

38. "Chet thom tho," *Hoa mi* 8 (November 25, 1970): 31.

39. "Chi thi cua Hoi Dong Chinh Phu ve cong tac van hoa van nghe phuc vu thieu nien nhi dong," So 181-CP, Hanoi, January 30, 1968, *Chi thi nghi quyet ve cong tac van hoa van nghe,* 31-36.

40. *Chi thi nghi quyet ve cong tac van hoa van nghe* (Hanoi: So van hoa, 1968).

41. Chi thi ve tang cuon cong tac xuat ban cua Ban Bi thu Trung uong Dang so 54 CT/TW ngay 1-10-1962, *Cong tac van hoa giao duc trong thanh thieu nhi* (Hanoi: Bo Van hoa, 1974): 10-11.

42. "Chi thi cua Hoi Dong Chinh Phu ve cong tac van hoa van nghe phuc vu thieu nien nhi dong," So 181-CP, Hanoi, January 30, 1968, *Chi thi nghi quyet ve cong tac van hoa van nghe*: 31-36.

43. *Chinh tri pho thong. Giao duc cong dan cac lop de nhat va de nhi A,B,C,D. Nien-khoa 65-66* (Saigon: Sang, 1966).

44. Chu Minh Thuy, "Tim hieu phrô-ma," *Thang Bom* 22, March 1, 1973: 12-15.

45. "Chu tich Ho Chi Minh, Chu tich Mao-trach-Dong,Thong che Xit-ta-lin. Ba vi cuu tinh the he nhi dong hien tai," *Cuu quoc* May, 28, 1951.

46. Chu Tu, *Ghen* (Saigon: Dông Bắc, 1964). Yeu (Saigon: Duong Sang, 1963).

    Loan (Saigon: Dong Bac, 1964).

    Tien (Saigon: Dong Bac, 1965).

    Yeu (Saigon: Duong Sang, 1963).

47. *Chuvanan* (sic). *Giai pham mua xuan* (Saigon: Chu Van An School, 1965).

48. Chuong Thâu, Xuân Ha, Mai Giang, eds., *Van tho Phan Boi Chau chon loc* (Hanoi, 1967).

49. *Chuong trinh chinh tri. Truong pho thong cap II, III* (Hanoi: GD,1964).

50. *Chuong trinh tieu hoc. Nghi-dinh so 1005-GD/ND ngay 16 thang 7 nam 1959 cua ong Bo truong quoc gia GD* (Saigon: Bo quoc gia GD, 1960, 1969).

51. *Chuong trinh trung hoc pho thong, cap nhat hoa* (Saigon: Bo GD, 1970, 1971).

52. May co don, "Con Ngoan," *Giai pham Vuot doc*, 1973, 79

53. *Cong tac van hoa giao duc trong thanh thieu nhi* (Hanoi: Bo Van hoa, 1974, 1975).

54. *Cong tac quan su va huan luyen quanh su trong truong hoc* (Hanoi: Bo GD, 1974).

55. Cosmodemienscaia, *Doia va Sura*, Phi Ha, trans. (Hanoi: Thanh nien, 1955).

    Vu Tho, trans. Kim Dong, 1957.

56. Da Hoa (penname of Tran Kim Bang), "Nguoi ta giet tre em nhu the nao?" *Hon tre*, December 15, 1964: 4-5, 9.

57. *Dac san he* (Phanrang: Truong trung hoc Tu-thuc Bo De, 1966).

58. *Dac san Khai hoang. Xuan Tan Hoi* (Saigon: TTH Nong Lam Suc nhan van, 1971).

59. "Dai hoi nhac tre quoc te," *Duoc Nha Nam*, 731, May 31, 1971:1.

60. *Dai hoi thi dua cac doi thanh nien xung phong chong Mi cuu nuoc tap trung toan mien Bac lan thu nhat* (Hanoi: Thanh nien, 1967).

61. *Dai hoi van nghe Thanh nien cong hoa nam phan mung le quoc khanh 1960* ((Saigon): Thanh niên cộng hòa Việt Nam, 1960).

62. *Dai hoi quyet chien quyet thang giac My. Dai hoi anh hung, chien si thi dua, dung si cac luc luong vo trang nhan dan giai phong mien Nam lan thu hai – nam 1967* (Hanoi: Quan doi nhan dan, 1967).

63. Dam Xuan Thieu, Tran Trong Sanh, *Viet-van doc-ban: Lop de-nhi* (Saigon: Bo GD, 1967).
64. Dang Vuong Hung, "Hoang Cat va 'Cay tao ong Lanh'"; http://nguyenhung.vnweblogs.com/a22524/hoang-cat-va-cay-tao-ong-lanh.html
65. Dang Hong Lan, *Vich-to Huy-to* (Hanoi: KD, 1975).
66. Dao Ngoc Dung, ed., *Lich su Doi thieu nien tien phong Ho Chi Minh va phong trao thieu nhi Viet Nam* (1925-2006) (Hanoi: Thanh nien, 2006).

    Lich su Doi Thieu nien tien phong Ho Chi Minh va phong trao thieu nhi Viet Nam (1925-2001) (Hanoi: Thanh nien, 2002).
67. Dao Vien "Nuoc Viet," Ha Mai Anh, et al. *Tap doc Lop nhi, 1968*: 43.
68. Dau Khac Binh, "Tranh do," *TNTP*, May 17, 1974.
69. "Diet ruoi la diet My," *TNTP*, April 29, 1966.
70. "Diet ruoi nhu diet My," *TNTP*, June 8, 1966.
71. "Diet sau nhu diet My," *TNTP* Sept. 22, 1967.
72. Do Than, "Une version annamite du conte de Cendrillon," *BEFEO*, VII (1-2), 1907, 101-107.
73. *Du-an Chanh sach van hoa giao duc* (Saigon: Viet-nam Cong-hoa. Hoi-dong van-hoa giao-duc, 1972).
74. Duc Dung, "Gioi tre Viet khong theo Doi nep song noi loan cua Hippy My," *Trang Den,* May 20, 1971: 1; 8.

    "Nhac si Pham Duy tha thiet xin de gioi tre ra ngoai ...chanh tri, *Trang Den,* May 21, 1971: 1; 8.
75. Duc Lan, *Doi dung cam cua Kim Dong* (Hanoi: KD, 1958, 1960).
76. *Dung cam, dam dang* (Hanoi: Phu nu, 1968-1975).
77. *Dung muu giet giac* (Hanoi: KD, 1966).
78. Duong Hien, "Doi em," *Tho Tam long,* 8.
79. Duong Quang Ham, *Viet Nam van hoc* (Hanoi: 1939).
80. *Em ke chuyen nay* (Hanoi: KD, 1971).
81. *Em hoc van. Lop nam* (Saigon: Bo Van hoa Giao duc, 1969).
82. *Em hoc Viet ngu. Lop tu* (Saigon: Bo Van hoa Giao duc, 1969).
83. Etlinhghe, *Catlo. Co be o Ho Den* Bach Bich, trans. (Hanoi: KD, 1961).
84. Ho An, "Tuoi 16," *Ngan thong,* Aug. 20, 1971, 35.
85. Hoang Hieu Nhan, "Thang Nich-xon," *Noi day cho dieu* (Hanoi: KD, 1971).

86. Hong Chau, "Trai min cua nguoi du kich. Bai tu mien Nam gui ra," *Nhan dan*, May 21-28, 1967.
87. *Giai pham danh du. Xuan mau than* (Go Cong: Truong Trung hoc Go Cong, 1968).
88. *Giai pham Le Van Duyet* (Saigon: Truong Le Van Duyet, 1967).
89. *Giai pham Bo De. Mua xuan Dinh Mui (1967)* (Saigon: Truong trung hoc Bo De, 1967).
90. *Giai pham Vo Truong Toan xuan At Ty* (Saigon: Vo Truong Toan, 1965)
91. *Giai pham xuan 1968* (Saigon: Truong nu trung hoc Gia Long, 1968).
92. *Giai pham xuan At Ty* (Saigon: Chu Van An, 1965).
93. *Giao duc cong dong* (Saigon: Trung tam hoc lieu, BGD, 1966, 1971).
94. *Giao duc thoi ky chong My khu tay Nam Bo* (Ban Bien tap truyen thong Tay Nam Bo, 1989).
95. Giang Ha-Nguyen Thai Anh, et al., eds. *Lich su Thanh nien xung phong Viet Nam. Hinh anh va nhung trang vang. 60 nam ngay thanh lap (1950-2010)* (Hanoi: Thanh nien, 2010).
96. *Giao duc Viet Nam: 55 nam xay dung truong thanh va phat trien (1957-2012)* (Hanoi: GD, 2013).
97. Gibbs, Jason. "Nhac Beatles Den Viet Nam nhu the nao?" http://thethaovanhoa.vn/bong-da/nhac-beatles-den-viet-nam-nhu-the-nao-bai-2-n20101206154516052.htm.
98. Gioi, D. *Tieu su cu Ho Chi Minh* (My Tho, 1948).
99. "Gioi thieu Thanh nien," http://nxbthanhnien.vn/index.php/vi/gioi-thieu/gioi-thieu-ve-nha-xuat-ban-thanh-nien/2-gioi-thieu-doi-net-ve-nha-xuat-ban-thanh-nien, accessed March 3, 2016
100. "Gioi thieu Kim Dong," http://www.nxbkimdong.com.vn/gioi-thieu.html, accessed June 1, 2016.
101. "Goi dan" *Hon tre*, 1, December 15, 1964: 2,6.
102. "Goi hon quoc dan," Chuong Thâu, Xuân Hà, Mai Giang, eds. *Van tho Phan Boi Chau chon loc* (Hanoi, 1967): 109.
103. Gorim, Giacop, Wilhelm. *Con ngong vang*, Huu Ngoc trans. (Hanoi: KD, 1973).
104. Goscha, Christopher. *Vietnam. A New Hisotry*. Basic Books, 2016.
105. "GS Phan Huy Le: Tra lai su that hinh tuong Le Van Tam," http://www.baomoi.com/gs-phan-huy-le-tra-lai-su-that-hinh-tuong-le-van-tam/c/3350811.epi

106. Ha Mai Anh, et al. *Tap doc Lop nhi* (Saigon: Sach tap doc bac tieu hoc, Bo van-hoa giao-duc, Trung-tam hoc-lieu, 1968).
107. Hai Ly, "Sach Kim Dong," *Cuu quoc*, April 19, 1952.
108. Han Mac Le Thi, "Loi Me," *Thang Com*, 1 (Dec. 5, 1970): 13.
109. Han Xiaorong, "A Community between Two Nations: The Overseas Chinese Normal School in Hà Nội," *Journal of Vietnamese Studies*, 12, 4 (2017): 23-63.
110. *Hau phuong thi dua voi tien phuong* (Hanoi: Pho thong, 1968-1970).
111. "Hercule Viet-Nam Le Phung Hieu," *Thang Com* 5 (Jan. 5, 1971):3, 20.
112. "Hippi Da Dit Hippi," *Tieng Vang*, May 24, 1971.
113. Hm (sic), "Noi voi nguoi anh em hippy Saigon," *Day* 5, May 27, 1971: 16.
114. Ho Chi Minh. "Bai noi chuyen tai buoi le khai mac truong Dai hoc nhan dan Viet Nam (Ngay 19-1-1955)." *Cong tac van hoa giao duc trong thanh thieu nhi* (Hanoi: Bo Van hoa, 1974), 42.

    "Bai noi voi Hoi nghi can bo doan toan mien Bac," Ho Chi Minh, *Con duong dua thanh nien*, 3-5; Ho Chi Minh, *Ve vai tro va nhiem vu*, 80-84.

    "Bai noi chuyen tai dai hoi thi dua 'Quyet tam danh thang giac My xam luoc' cua cac luc luong vu trang nhan dan," *Nhan dan*, August 10, 1965.

    Ban ve cong tac giao duc (Hanoi: Su that, 1972).

    Con duong dua thanh nien toi am no va hanh phuc (Hanoi: Thanh nien, 1962).

    "Gui bac si Vu Dinh Tung," January 1947, in Ho Chi Minh, *Ve vai tro va nhiem vu cua thanh nien* (Hanoi: Su That, 1978): 6.

    "Gui nhi dong toan quoc nhan dip ngay 1—1950," *Tuyen tap tho van cho thieu nhi, 1945-1960* (Hanoi: Van hoc, 1961): 16.

    "Gui Truong Luc quan Tran Quoc Tuan," *Tuyen Tap Van Hoc* vol. 2 (Hanoi: Van Hoc, 1995).

    "Hoc tap tot, lao dong tot de tro thanh nguoi lao dong xa hoi chu nghia," Luoc ghi loi tu TNLDXHCN, Hoa Binh, 17-8-1962." *Nghien cuu giao duc*, 37, 5 (1975): 3-4, 31.

    "Khong co gi quy hon doc lap, tu do" *Nhan dan*, July 17, 1966.

    "Loi keu goi thi dua yeu nuoc," May 1, 1948. Ho Chi Minh, *Toan tap*, 5: 513.

    "Loi keu goi nhan ngay 20-7" *Nhan dan*, July 20, 1965.

"Loi keu goi thi dua ai quoc," June 11, 1968. *Cuu quoc*, June 24, 1968.

"Loi noi chuyen tai Dai hoi thi dua doi thanh nien xung phong chong My, cuu nuoc toan mien Bac," Ho Chi Minh, *Thi dua yeu nuoc,* 84; also *Nhan dan*, January 18, 1967.

"Loi keu goi thi dua san xuat va chien dau chong My, cuu nuoc." Ho Chi Minh, *Thi dua yeu nuoc*, 72-74.

"Nang cao trach nhiem cham soc va GD thieu nien, nhi dong" (June 1, 1969). Ho Chi Minh, *Ban ve cong tac giao duc,* 106-7.

"Noi chuyen tai Dai hoi dai bieu toan quoc hoi lien hiep thanh nien Viet Nam," October 15, 1956. Ho Chi Minh, *Toan tap*, 10: 446.

"Noi chuyen tai buoi le ky niem lan thu 35 ngay thanh lap Doan thanh nien lao dong Viet Nam" (March 26, 1966). Ho Chi Minh, *Ban ve cong tac giao duc* (Hanoi: Su that, 1972: 97-100.

Thi dua yeu nuoc (Hanoi: Su that, 1984).

Tho -- Toan Tap (Ho Chi Minh City: Van hoc, 2003).

"Tho tang cac chau nhi dong," in *Tho Ho Chu tich*, 48.

Tho Ho Chu tich (Hanoi: Van hoc, 1967).

Tho Bac Ho gui cac chau thieu nhi (Hanoi: KD, 1970).

"Thu gui thieu nien, nhi dong toan quoc nhan dip ky niem 20 nam ngay thanh lap Doi thieu nien tien phong" (May 14, 1961). Ho Chi Minh, *Toan tap*, 13: 131.

"Thu gui cac can bo, co giao, thay giao, cong nhan, nhan vien, hoc sinh, sinh vien nhan dip bat dau nam hoc moi." *Nhan dan*, October 16, 1968.

"Thu gui thieu nhi toan quoc nhan ngay 1-6-1950." Ho Chi Minh, *Toan tap*, 6: 388.

"Thu gui Hoi nghi can bo phu trach nhi dong." *Cuu quoc,* December 22, 1949.

"Thu Trung Thu nam 1952" in *Tho Bac Ho gui cac chau,* 10; also *Nhan Dan*, September 25, 1952.

Toan tap (Hanoi: Chinh tri quoc gia, 2011).

Ve vai tro va nhiem vu cua thanh nien (Hanoi: Su That, 1978).

& Huy Can, Vu Cao, *Tuyen tap tho van cho thieu nhi, 1945-1960* (Hanoi: Van hoc, 1961).

115. Ho Chu tich (Ho Chi Minh), *Tho Bac Ho gui thieu nhi* (Hanoi: KD, 1970).

116. Ho Huu Nhut, *Lich su Giao duc Sai gon thanh pho Ho Chi Minh* (1698-1998) (Hochiminh City: Tre, 1999).
117. Ho Quoc, "'Thanh nien cong hoa', mot luc luong vu trang tra hinh cua My-Diem," *Nhan dan*, March 25, 1961.
118. Ho Truc, *Hay xung dang la nguoi ke tuc su nghiep cach mang ve vang cua Dang, cua Doan* (Hanoi: KD, 1966).
119. Ly Hoan Phong, "Hoa binh," *Thang Bom* 88 (no date) (1972): 21.
120. Hoang Cat, "Cay tao ong Lanh," *Van nghe*, May 31, 1974.
121. Hoàng Hải Thủy, *Vu nu Saigon* (Saigon: Thu Lâm Ấn Thu Quan, 1958).
    Kieu giang (Cholon: Khải minh, 1963).
    Dinh gio hu (Saigon: Chieu Duong, year?).
    Truyen Tinh nhan tre (Saigon: Tap chi Thu tu, 1969?).
    Nguoi thieu nu mot dem: tap truyen kinh di (Saigon: Chieu-Duong, 1970).
    Truyen kinh-di Hitchcock (Saigon: Chieu Duong, 1970).
122. Hoang Truc Ly, *Truyen co Viet Nam* (Saigon: Khai tri, 1970).
123. Hoang Trung Thong, ed., *Van hoc Viet Nam chong My cuu nuoc* (Hanoi: Khoa hoc xa hoi, 1979).
124. "Hoi truong Thang Bom," *Thang Bom*, 22 (Aug. 1, 1970): 19; 23 (Aug. 8, 1970): 19; 24 (Aug. 15, 1970): 19, 32; 29 (Sept. 19, 1970): 20; 30 (Sept. 26, 1970): 20–21.
125. Hung Lan, "Em yeu ai?" *Nhi dong ca*. Pages unnumbered.
126. *Hung vuong dung nuoc* (Hanoi: Khoa hoc xa hoi, vol. 1, 1970; vol. 2, 1972 vol. 3, 1973; vol. 4, 1974.
127. *Hung vuong su tich ngoc pha co truyen*, Ha Ngoc Xuyen, trans. (Saigon: BGD, 1968).
128. *Huong dan giang day lich su. Lop bon pho thong* (Hanoi: GD, 1966).
129. *Huong dan giang day lich su. Lop bon pho thong* (Hanoi: GD, 1966).
130. *Huong dan giang day lich su. Cap II* (Hanoi: GD, 1967).
131. *Huong dan giang day lich su. Cap III* (Hanoi: GD, 1968).
132. *Huong Dao sinh quan doi* (Saigon: Tong cuc chien tranh chinh tri, Cuc Xa hoi, 1970).
133. Huy Can, *Hop mat thieu nien anh hung* (Hanoi: KD, 1973).
    Phu Dong Thien Vuong (Hanoi: KD, 1968, 1970, 1971).
134. Huy Khanh. "Suy tu" *Chuvanan* (sic), 1965: 8.

135. Huynh Nhan Si, "Tinh Me," *Hoa mi* 7-A (November 18, 1970): 23.
136. Huynh Ly, "Loi noi dau," Malot, *Khong gia dinh* (Hanoi: Van hoc, 1951).
137. "Ke hoach phat trien giao duc bon nam (1971-1975)," *Giao duc* 59-60 (June-July 1972), 6-58.
138. "Ket an 'Dai hoi hippy' la lai cang, phi dan toc," *Tieng Vang*, May 20, 1971: 1, 6.
139. "Khai mac Dai hoi Dai bieu Chau ngoan Bac Ho toan quoc lan thu nhat," https://www.vietnamtk20.vn/index.php/devent/959/Khai-mac-Dai-hoi-Dai-bieu-Chau-ngoan-Bac-Ho-toan-quoc-lan-thu-nhat-(*)-..html
140. Khi chang trai trong tho tinh cua Xuan Dieu len tieng https://baomoi.com/khi-chang-trai-trong-tho-tinh-cua-xuan-dieu-len-tieng/c/16293593.epi accessed January 22, 2018
141. *Kho tang truyen co tich* (Hanoi: Khoa hoc xa hoi, 1975).
142. Khoi Nguyen, "Giao su Phan Huy Le: Nhan vat lich su 'anh hung Le Van Tam' hoan toan khong co that." *Nguoi Viet*, March 20, 2005.
143. "Khuon mat tinh yeu." *Phu nu ngay mai* (August 1968), Saigon, 23-31.
144. Kim Dung, *Co gai Do Long*, Tu Khanh Phung, trans. 6 volumes (Saigon: Tan The-Ky, 1964).
145. Kim Huong, "Ngheo," *Thang Bom* 31 (October 3, 1970): 24-26.
146. "Ky hop lich su cua Quoc hoi khoa III da vang len tieng ken chong My cuu nuoc," *TNTP*, April 16, 1965.
147. *Ky niem 40 nam thanh lap cac truong van hoa khang chien dong bang Cuu Long: Giao duc thoi ky chong Phap* (Ban Bien tap truyen thong Tay Nam Bo, 1989).
148. *Ky niem ngay sinh* (Hanoi: KD, 1972).
149. Ilin, M., Xegan E., *Bat song lam viec* (Hanoi: KD, 1962).
150. L.V., "Hoc sinh voi van de van nghe," *Giai pham Bo De* (Truong Trung hoc Bo De, 1967): 47-48, 56.
151. Lam Phuong, *Ho Van Men* (a play) (Hanoi: KD, 1969; 1972).
152. *Lam theo loi Bac Ho day* (Hanoi: KD, 1966).
153. Lam Van Tran, "Gop vai y kien ve van de cai to chuong trinh Trung va Tieu hoc hien hanh" *Giao duc* 41 (September 1970): 10-14.
154. Larry, Yan. *Cuoc phieu luu ky la cua Ca-rich va Va-li-a* (Hanoi: KD, 1958, 1963, 1969).
155. Le Dinh, "Tieng hat yeu doi," *Nhi dong ca*. Pages unnumbered.
156. Le Duan, "Cang yeu nguoi bao nhieu thi cang yeu nghe bay nhieu,"

June 20, 1962. Le Duan, Truong Chinh, Pham Van Dong, To Huu, *Thau suot duong loi cua Dang, dua su nghiep giao duc tien len manh me vung chac* (Hanoi: Su That, 1972), 24-33.

157. "Nhiem vu cua cac thay giao la dao luyen hoc sinh thanh nhung con nguoi moi cua che do xa hoi chu nghia." Ho Chi Minh, Le Duan, Pham Van Dong, To Huu, Ha Huy Giap, *Giao duc thieu nhi vi chu nghia cong san* (Hanoi: KD, 1970), 29-43.

158. Le Hong Mai, *Dich-ken* (Hanoi: KD, 1974).

159. Le Hong Quang, "Chien si va que huong" *Hoa mi* 17 (February 22, 1971): 13.

160. Le Phong Thai, *To chuc va hoat dong cua Doi Thanh nien xung phong chong My cuu nuoc* (Hanoi: Thanh nien, 1967).

161. Le Phuong Lien, "50 nam cong tac bien tap sach van hoc cua Kim Dong," *Nhung thang nam*: 317-325.

162. Le Tat Dieu. *Dem dai mot doi*. Saigon: Tin-sách, 1966.

    Nhung giot muc. Saigon: Huyen Tran, 1971.

163. Le Thuong, "Vao tuyen tap," *Nhi dong ca*. Pages unnumbered.

164. Le Van, "Ngon duoc song Le Van Tam," *Tuoi nho anh hung*, 56-75.

165. *Len tam: Sach tho quoc ngu* (Hanoi: Dong kinh an quan, 1926).

166. Lich su DHSP Ha Noi: Tu nam 1951 den nam 1956 - Thoi ki xay mong dap nen http://hnue.edu.vn/Tintuc/Tintonghop/tabid/260/news/6/LichsuDHSPHaNoiTunam1951dennam1956-Thoikixaymongdapnen.aspx, accessed May 10, 2016.

167. *Lich su. Lop bon pho thong toan tap* (Hanoi: GD,1972).

168. *Lich su. Lop nam pho thong* (Hanoi: GD, 1966).

169. *Lich su. Lop bay pho thong. Toan tap* (Hanoi: GD,1973).

170. Lien Chau, "Noel nam xua," *Hoa mi* 12-A (December 23, 1970): 4.

171. Linh Vuong, "Lam con phai hieu," Ha Mai Anh, *Tap doc. Lop nhi*: 68.

172. *Loi ca chong My* (Ninh Binh: Ty Van hoa Thong tin Ninh Binh, 1965).

173. "Loi tuyen bo ve 'Van de phe binh van nghe,' Sai Gon, ngay 15-1-1967. http://phebinhvanhoc.com.vn/tag/bui-chanh-thoi/

174. Luong Dung, "Uoc nguyen hoa binh," *Thang Bom*, 48 (Jan. 30, 1971), 29.

175. Luu Van, "Ve cac bai bao "Nguoi tot, viec tot," *Nhan dan*, May 19, 2007.

176. Ly Chanh Duc, Pham Van Thuat, Nguyen Van Nhieu (with participation of Alice H. Palmer, Ralph H. Hall, Elmer C. Ellis). *Em hoc toan: Lop tu* (Saigon: Sach Toan bac tieu hoc, Bo Van hoa Giao Duc xuat ban, 1965).

177. Ma-lo, Hec-to. *Khong gia dinh*, Huynh Ly, trans. (Hanoi: KD, 1966).
178. Mai Thi Hong, "Tao quan," *Giai pham Vuot doc*, 44-45, 48.
179. Mai Tho Truyen to Nguyen Vy, *Thang Bom* 2 (March 14, 1970): 5.
180. Mai-a-cop-xki, Vladimir. *Chuyen Pe-to beo i, beo tron va Xim manh de, dang thon thon* (Hanoi: KD, 1974).
181. Mai Trinh, "Nam nu thanh nien Sgon (sic) Dang chay theo phong trao Hippy," *Trang Den*, April 30, 1969: 2.
182. Manh-co, W. *Bao tap o Ham-buoc* (Hanoi: KD, 1961, 1969).
183. "Ket qua thi do vui '4 vi than thi tai," *Be tho*, 5 (Jan. 8, 1971): 7, 11.
184. Malot, Hector. *Khong gia dinh*, Huynh Ly, trans. (Hanoi: Van hoc, 1951).

Kim Dao, trans., (Hanoi: KD, 1958, 1965-1968), Huynh Ly, trans., 1972.

185. Minh Khoa, *Chu be Ca Xen* (Hanoi: KD, 1973).
186. "Mo rong va day manh cuoc thi dua day tot, hoc tot," *Nhan dan*, October 19, 1961.
187. Mong Luc, *Tam bang ky dieu* (Hanoi: KD, 1972).
188. "Mot buc thu cua nhom hippy hoc truong tay Nha Trang," *Thang Bom*, 20 (July 18, 1970): 9.
189. H.X.H., "Anh cho em," *Tin. Dac san*, 23.
190. *Nang moi* (Hanoi: KD, 1971).
191. Ngan Thuyen, "Song manh song hung," *Thieu nhi* 112 (Oct. 19, 1973): 2.
192. "Ngay nhac tre quoc te ngoai troi," *Dieu hau*, May 14, 1971: 8-9.
193. "Nghi dinh thanh lap mot truong pho thong chin nam 'Truong thieu nhi Lu Son.'" *Lu son-Que Lam - Mot thoi de nho* (Hanoi: Ban Lien Lac Truong thieu nhi Viet Nam Lu son-Que lam, 2003), 23–24.
194. "Nghi quyet cua Ban chap hanh trung uong Dang ve chuyen huong cong tac thanh van, xay dung Doan Thanh nien trung kien-phat trien rong rai mat tran thanh nien, ngay 20-7-1950," *Van kien Dang. Toan tap, 1950* (Hanoi: Chinh tri quoc gia, 2001): 409-431.
195. "Nghi quyet cua Ban bi thu trung uong Doan thanh nien lao dong Ho Chi Minh. Ve nhiem vu cong tac thieu nien, nhi dong cac truong pho thong cap trong nam hoc 1970-1971" September 1, 1970, *Van kien Doan, 1968-1976* (Hanoi: Thanh nien, year?)
196. "Nghi quyet cua Ban chap hanh trung uong Dang ve chuyen huong

cong tac thanh van, xay dung Doan Thanh nien trung kien-phat trien rong rai mat tran thanh nien, ngay 20-7-1950," *Van kien Dang. Toan tap*, 1950 (Hanoi: Chinh tri quoc gia, 2001), 11: 409-431.

197. Nghi quyet cua Ban Thuong vu Trung uong Doan thanh nien lao dong Viet Nam "Ve viec day manh cong tac van hoa trong thanh nien," *Van kien Doan* (Hanoi: Thanh nien, 1969): 168-186.

198. Nghi quyet cua Ban Thuong vu thanh uy ve cong tac van hoa, van nghe va thong tin trong tinh hinh moi" so 83 NQ/DBHN, November 8, 1965. *Chi thi nghi quyet ve cong tac van hoa van nghe* (Hanoi: So Van hoa, 1968): 48-68.

199. Nghiem Da Van, "Tiep buoc anh," *Nang moi*, 16.

200. Ngo Hoai Chung, Le Ngoc Dong, eds., *Thanh nien xung phong Thanh hoa. Nhung chang duong lich su* (Hanoi: Lao dong, 1998).

201. Ngo Si Lien, *Dai Viet su ky toan thu* (Hanoi: Khoa hoc xa hoi, 1993).

202. Ngoc Cu, *Tren dao Hoang Sa* no. 76 (Hanoi: Tan dan, 1942).

203. Ngoc Giao, *Mau chay mot dong* (Saigon: Dat moi, 1974).

"Lua rung" Ngoc Giao, *Mau chay*, 47-82.

204. Ngoc Mai, 'Hippies', *Be Mai* 10 (1971): 2–3, 7.

205. "Nguoi quan tu," *Be tho* 4 (April 27, 1971): 8.

206. Nguyen Ai Quoc (Ho Chi Minh), "Gui Uy ban trung uong thieu nhi" (July 22, 1926)" & "Gui dai dien Doan thanh nien cong san Phap tai Quoc te thanh nien cong san (July 22, 1926)." *Ho Chi Minh* Toan *tap*, 2: 240-241 and 242, respectively.

"Gui thanh nien Viet Nam," Ho Chi Minh *Toan tap*, 2: 140-145.

207. Nguyen Anh & Nguyen Thanh, *Kim Dong* (a play) (Hanoi: KD, 1966).

208. Nguyen Bach Dang, "Neu ai hoi," *Tho tam long chung em* (Hanoi: KD, 1965): 19.

209. Nguyễn Chí Thanh, *Những bài chọn lọc về quân sự* (Hanoi: Quân Đội Nhân Dân, 1977).

210. Nguyen Dac Vinh, Phan Van Mai, Nguyen Manh Dung, *Lich su Doan thanh nien cong san Ho Chi Minh va phong trao thanh nien Viet Nam (1925-2012)* (Hanoi: Thanh nien, 2012).

211. Nguyen Dang Thuc, "Giao duc voi xa hoi khai-phong Viet-Nam" *Khai phong* 8 (1971): 4-9.

212. Nguyen Duy, *Truyen co Viet Nam* (Saigon: Bon Phuong, 1957).

213. Nguyen Ha, "niem dau que huong" (sic), *Giai pham Vo Truong Toan 1965*, 4.
214. Nguyen Hien Le, "Sau 18 nam tiep xuc voi nguoi Mi. Vai suy tu ve phong trao ve nguon," *Bach khoa*, 361-362 (January 15, 1972): 53-66.
215. Nguyen Hong, *Duoi chan Cau May* (Hanoi: Van nghe, 1951).
216. Nguyen Hong Kien, Cam Tho & Tran Dang Khoa, *Em ke chuyen nay* (Hanoi: KD, 1971).
217. Nguyen Hong Kien, "Bac van cuoi nhin em" in Nguyen Hong Kien, *Em ke chuyen nay*, 17-18.
218. Nguyen Huy Tuong, *Mot ngay he* (Hanoi: Van nghe, 1951).
219. Nguyen Huy Tuong, *Chien si ca no* (Hanoi: So van nghe Trung uong, 1953).
220. Nguyen Hong Thanh, ed., *Thanh nien xung phong: Nhung trang oanh liet* (Hanoi: Thanh nien, 1996).
221. Nguyen Hung Truong, "Thu Chu nhiem gui cac em thieu nhi," *Thieu Nhi*, 111 (Oct. 12 1973): 1.
222. Nguyen Huu Chau Phan et al. *Su dia 12AB* (Gia dinh: Nam Giao-Sung Chinh, 1974).
223. Nguyen Huy Tuong, *Mot ngay he* (Hanoi: Van nghe, 1951).

    Chien si ca no (Hanoi: So van nghe Trung uong, 1953).

    La co theu sau chu vang (Hanoi: KD, 1960).
224. Nguyen Khac Hieu, *Len sau: Sach van quoc ngu* (Hanoi: Tan Da thu diem, 1922).
225. Nguyen Khac Loc, "Xin tra loi cho toi." *Be Mai* 6 (1971): 32.
226. Nguyen Khanh Toan, "Ve thoi ky bat dau dung nuoc: Hung vuong—An Duong Vuong, Van Lang—Au Lac." *Khao co hoc* 1, 6 (1969): 19-30.
227. Nguyen Manh Con, *Hoa binh... nghi gi? Lam gi?* (Houston, TX: Xuan Thu, 1986 [1969]).
228. Nguyen Que Lam "Doc hoi ky Duong Quang Dong tron doi tan trung voi Dang, tan hieu voi dan." *Xua & Nay*, 154 (December 2003): 9.
229. Nguyen Xuan Sanh, "Em Yeu Dang," "Em Yeu Dat Nuoc," "Em Yeu Co, Chu," *TNTP,* February 14, 1975.
230. Nguyen Thanh Liem, ed., *Giao duc o mien Nam tu do truoc 1975* (Santa Ana, CA: Lê Văn Duyệt Foundation, 2006).
231. Nguyen The Kiem, "No da thanh tat roi," *Loi ca chong My*, 16.
232. Nguyen Thi, *Me vang nha* (Hanoi: KD, 1971).

233. Nguyen Thi Bich Lien, "Nguoi di ghe," *Be Mai* 13 (1971): 2-3.
234. Nguyen Thi Ha Thanh, "La thu Toa soan," *Hoa mi*, 14-A (7 Jan. 1971):1.
235. Nguyen Thi Kim Giao, "Mo coi," *Be Mai* 9 (1971): 23

    "Tinh Que Huong" *Be Mai* 9 (1971): 23.
236. Nguyen Thi Lien, "Tuyen duong nguoi tot, viec tot - mot hinh thuc dac biet cua phong trao thi dua yeu nuoc." http://ditichhochiminhphuchutich.gov.vn/articledetail.aspx?articleid=151&sitepageid=423#sthash.YhVsAh3c.52Gdqwlv.dpbs. Accessed May 31, 2016.
237. Nguyen Thu & Le Cong Thanh, *Kim Dong* (Hanoi: KD, 1960).
238. Nguyen Thuy, "Hippy a la mode," *Be Mai* 14 (1971): 7.
239. Nguyen Trong Tao, "Hoang Cat va truyen ngan cay tao ong Lanh." http://nguyentrongtao.vnweblogs.com/a170237/hoang-cat-va-truyen-ngan-cay-tao-ong-lanh.html Accessed on May 30, 2016.
240. Nguyen Trung Thanh, Phuong Lam, Nguyen Thi, Chan Phuong, *Dung si nui Chu-Pong* (Hanoi: Thanh nien, 1969).
241. "Nguyen Van Be, a Heroic Fighter of South Vietnam L.A.F," *Vietnam Youth*, November 1966.
242. Nguyen Van De, *Lich su truyen thong cua luc luong thanh nien xung phong chong My cuu nuoc* (Hanoi: Giao thong van tai, 2002).

    Thanh nien xung phong phuc vu giao thong van tai thoi chong My (Hanoi: Giao thong van tai, 1996).
243. Nguyen Van Huyen, "Van nghe voi nha truong," *Van nghe voi nha truong. Tham luan cua nganh GD tai Dai hoi van nghe toan quoc lan thu ba* (Hanoi: Van hoa-nghe thuat, 1963): 7-24.
244. Nguyen Van Sang, "Chuc Xuan," *Hoa mi*, 19 (March 10,1971): 19.
245. Nguyen Van Trung, *Nha van nguoi la ai? Voi ai* (Saigon: Nam son, 1965): 5-18.

    "Chinh-tri hoa nen giao duc" *Bach khoa* 174 (April 1, 1964): 51-60.
246. "Nguyen Vy," *Thang Bom*, 1 (Jan. 19, 1972), 11-12.
247. Nguyen Vy (under the pen name Dieu Huyen)," Tu Dien Thang Bom: Hippy," *Thang Bom*, 6 (April 12, 1970): 15.
248. Nha Ca, *Co Hippy lac loai* (Saigon: Vàng Son, 1971).
249. "Nha van Bui Hong" http://vanhocnghethuathatinh.org.vn/vi/news/Chan-dung-Van-nghe-si/Nha-van-Bui-Hong-206/ Accessed on May 7, 2016.
250. "Nha van Le Minh Khue voi Truong Bon." *Tien phong*, October 24, 2012.

251. "Nha van Nguyen Vy duoc truy tang boi tinh tam ly chien de nhat hang," *Thang Bom*, 86 (Jan. 19, 1972): 18-19, also *Tieng Vang*, Dec. 19, 1971.
252. "Nhac tre quoc te," *Dieu hau*, May 31, 1971.
253. "Nhan dan Tu ve VNCH." http://nhabaohuuthu.blogspot.com/2013/03/nhan-dan-tu-ve-vnch.html. Accessed October 31, 2017.
254. Nhat Tien, "Mot tuan le o toa soan," *Thieu nhi* 91 (May 27, 1973): 12-13.
255. *Nhi dong ca. Tuyen tap nhung bai ca tuoi tho* (Quang Hoa, Saigon: 1970).
256. Nhu Mai, "Que huong toi" *Hoa Mi* 11 (Dec. 17, 1970): 7.
257. "Nhung thang loi. Ve chuong trinh giao duc tai Viet Nam." *GD*, 20 (May 1968): 41-46.
258. *Nhung thang nam yeu dau. Kim Dong hoi ki* (Hanoi: KD, 2009).
259. *Noi day cho dieu* (Hanoi: KD, 1971).
260. "Nu sinh va hoc duong," *Giai pham Le Van Duyet,* 17.
261. Ostrovski, Nicolai, *Thep da toi the day*, Huy Van trans. (Hanoi: Thanh nien, 1954, 1956, 1957, 1962, 1967, 1969, 1970, 1974).
    Hanoi: GD 1966; 1970; 1975.
262. Oxeeva, Vera. *Con meo sac hung,* Kim Hai, trans. (Hanoi: KD, 1962).
263. P.X.N.A. "Tai Dai hoi Thanh nien tich cuc lao dong XHCN toan mien Bac," *TNTP* March 23, 1960.
264. Pham Ba-Dai, *Rung, Nui, Bien* (Hanoi: Tan Dan, 1943).
265. Phạm Cao Củng, *Vat tay tren tran* (Saigon: Chi Lang, 1969).
266. Pham Cong Luan, *Sai gon. Chuyen Doi cua pho* (Hochiminh City: Hoi Nha Van, 2013).
267. Pham Duy, *Hat vao doi* (Cholon: An Tiêm, 1969).
268. Pham Ho, *Le-nin ngay be* (Hanoi: KD, 1958, 1970).
269. Pham Huu Tung, *Hoa phu dung nui* (Hanoi: KD, 1966).
270. Pham Kinh Vinh, "Viet va nghi ve hippy tai Viet Nam," *Dieu hau*, May 14, 1971:4; May 21, 1971: 4.
271. Pham Ngoc Toan, Le Nguyen Long, *Cuoc song va su nghiep* (Hanoi: KD, 1971); Multiple authors, *Cuoc song va su nghiep* (Hanoi: KD, 1972, 1974, 1975).

272. Pham Thai Hoa, "Cao boi" *Giai pham xuan At Ty,* 1965 (Saigon: Chu Van An, 1965): 65-67.
273. Pham Thanh Long et al. *50 nam bao Thieu nien tien Phong. Hanh trinh cung tuoi tho dat nuoc* (Hanoi: Thanh Nien, 2004).
274. Pham Thi Phuc, *Doi moi. Khao luan ve phuong phap giao hoa thieu nhi pham phap* (Saigon: Tu sach xa hoi, 1972).
275. Pham Van Dong, "Chung ta phai kien tri va quyet tam tung nam, tung nam xay dung ho duoc mot doi ngu giao vien truong thanh." Ho Chi Minh, Le Duan, Pham Van Dong, To Huu, Ha Huy Giap, *Giao duc thieu nhi vi chu nghia cong san* (Hanoi: KD, 1970), 76-89.
276. Pham Van Kinh, "Ve thoi ky An Duong vuong va thanh Co Loa," *Khao co hoc* 3, 4 (12), 1969: 128-134.
277. Pham Van Trong & Pham Thi Ngoc Dung. *Quoc su. Lop nhat* (Saigon: Bo Van hoa GD, 1966).

    Quoc Su, Lop Nhi (Saigon: Bo Van Hoa GD, 1965).
278. Pham Van Trong, Pham Thi Ngoc Dung, *Quoc su. Lop nhat* (Saigon: Bo Van hoa GD, 1966).
279. Phan Huy Le, "Ve cau chuyen Le Van Tam," *Xua va Nay,* 340 (October 2009).
280. "Phan loai toi pham theo tuoi, Nam & Nu," Pham Thi Phuc. *Doi moi. Khao luan ve phuong phap giao hoa thieu nhi pham phap* (Saigon: Tu sach xa hoi, 1972), appendix, pages unnumbered.
281. Phan Mai, *Mao chu tich thoi nien thieu* (Hanoi: KD, 1963).
282. Phan Tu, *Mang moc trong lua* (Hanoi: KD, 1972).
283. Phi Ha, *Ke chuyen Le-nin* (Hanoi: KD, 1965, 1970).
284. Phong Le, "Ngoc Giao: Nguoi khoi bi lang quen sau gan nua the ky." Ngoc Giao, *Ha Noi cu nam day* (Hanoi: Phu nu, 2010), 7-19.
285. Phong Nha, "Bon pha hoai 'Nhan van, Giai pham' da bi dap tan," *TNTP,* June 16, 1958.
286. *Phu luc trich giang van hoc. Lop muoi pho thong* (Hanoi: GD, 1966).
287. Purdy, Ralph D., *Kiem thao va hoach dinh ven nen giao duc tung hoc tai mien Nam Viet Nam* (San Francisco: USAID and Ohio University, 1971).
288. Quang Hung "Nghi ve hinh tuong Le Van Tam" *The Gioi* 39, 154, September 27, 2004.
289. Quoc hoi, "Luat sua, bo sung Dieu 73 cua Bo Luat Lao Dong." https://

thuvienphapluat.vn/van-ban/Lao-dong-Tien-luong/Bo-luat-lao-dong-2007-84-2007-QH11-sua-doi-35-L-CTN-18011.aspx.

290. *Quoc su. Lop nhi* (Saigon: Sach su ky bac tieu hoc, Bo van hoa giao duc, 1965).

291. "Quyet Dinh cua ban To chuc nha nuoc ky niem cac ngay le lon nam 2000, no. 01/1999/QD-BTCNN, December 7, 1999. https://thuvienphapluat.vn/van-ban/Van-hoa-Xa-hoi/Quyet-dinh-01-1999-QD-BTCNN-Chuong-trinh-to-chuc-ky-niem-ngay-le-lon-2000-46015.aspx.

292. *Rong vong chim bay* (Hanoi: KD, 1972).

293. *So tay Doi vien thieu nien tien phong Viet Nam* (Hanoi: KD, 1964, 1968).

294. Son Khe, "Gui Ai," *Thieu Nhi* 112 (Oct. 19, 1973): 2.

295. "S.V.H.S. chong Dai hoi Hippy," *Tieng Vang*, May 19, 1971.

296. *Su dia 12ab* (Saigon: Truong thi, 1974).

297. "Su that ve liet si Nguyen van Be (Hy sinh nam 1966 - Tu tran nam 2002)," July 26, 2013, http://vietnamsaigon75.blogspot.com/2013/07/liet-si-nguyen-van-be-hy-sinh-nam-1966.html, accessed July 1, 2016.

298. Suong Nhat Sa, "Uoc mo tuoi nho," *Thang Bom*, 88 (undated) 1972: 44.

299. T.C., "Gia dinh thieu nhi voi chien dich bai tru ma tuy," *Thieu nhi* 112 (Oct. 19, 1973): 17.

300. T. L. (Ho Chi Minh) "Mot thanh tich ve vang," *Nhan dan*, September 7, 1961.

301. Chi thi no. 197 CT/TW, Hanoi, March 19, 1960. *Chi thi ve cong tac thieu nien nhi dong* (Thai Binh: Uy ban thieu nen nhi dong tinh Bac ninh, Dang Lao Dong Viet Nam 1962), 3-12.

"Hoc hay, cay gioi." *Nhan dan*, September 27, 1961.

302. T. T. Ly, "Trong tu truong chien tranh." *Giai pham Xuan 68* (Gia Long), 87-88.

303. Ta-na-do, Ni-cu-ta. *Toi da nen nguoi*. Ho Nhat Hong, trans. (Hanoi: KD, 1965).

304. *Tai lieu huong dan giang day van hoc. Cap II* (Hanoi: GD, 1970).

305. *Tai lieu huong dan gaing day tap doc. Lop mot va hai pho thong. Phan su-dia-khoa* (Hanoi: GD, 1971).

306. *Tai lieu huong dan giang day tap doc. Lop ba pho thong. Phan su-dia-khoa* (Hanoi: GD,1971).

307. *Tai lieu huong dan giang day van hoc. Lop nam. Tap I* (Hanoi: GD, 1974).

308. *Tai lieu huong dan giang day van hoc. Lop sau. Tap I* (Hanoi: GD, 1972).

309. *Tai lieu huong dan gaing day van hoc. Lop bay pho thong. Tap I* (Hanoi: GD,1971).

310. *Tai lieu huong dan giang day van hoc. Lop bay pho thong. Tap II* (Hanoi: GD, 1971).

311. *Tai lieu huong dan gaing day van hoc. Lop bay pho thong. Tap III* (Hanoi: GD,1964).

312. *Tai lieu huong dan gaing day van hoc. Lop tam pho thong. Tap I* (Hanoi: GD, 1971).

313. *Tai lieu huong dan gaing day van hoc. Lop tam pho thong. Tap II* (Hanoi: GD,1971).

314. *Tai lieu huong dan giang day van hoc. Lop chin. Tap I* (Hanoi: GD, 1966, 1972, 1973).

315. *Tam Cam* (Hanoi: KD, 1966; and Sweden: Ahlen & Akerlunds Tryckererier, 1973).

316. *Tam long chung em* (Hanoi: KD, 1965).

317. "Tang cuong tinh dang, di sau vao doi song nhan dan, tao mot khi the moi trong van nghe ta." *Hoc tap* 11, 1974: 10-16.

318. Tang Xuan An. *Viet su. Lop de tu* (Saigon: Tao Dan, 1963, 1967).

   Viet su & the gioi su. De nhat A-B (Saigon: Tao dan, 1965).

   Viet su. Lop tam (De ngu cu) (Saigon: Tao Dan, 1970?1971?).

319. Tao Han, "Nho Hue," *Tin. Dac san* (Phan Rang: Truong Vinh Ky, 1968-1969): 70.

320. *Tap doc lop mot. Tap I* (Hanoi: GD, 1957).

321. *Tap doc. Lop mot pho thong* (Hanoi: GD, 1969).

322. *Tap giao an giang van. Cap III – Pho thong* (Hanoi: GD, 1961).

323. *Tet nam Ga. Qua xuan tang cac em nho* (Hanoi: KD, 1969).

324. Tham-Tam, *Linh hon da* (Hanoi: Tan dan, 1945).

325. "Thanh lap Hoi Lien hiep Giao-chuc Viet Nam bao ve Van hoa dan toc," *Hon tre*, 62, September 4, 1966.

326. Thanh Van, "Xay Dung Quan Niem Dung Dan Trong Tinh Yeu va Hon Nhan," *Thanh Nien*, 1970 (4): 27-31.

327. *The he anh hung* (Hanoi: Thanh nien, 1968-1969), 2 vols.

328. The Linh, "Vai tro chinh tri cua giao su trung hoc." *Hon nuoc* (Giai

pham cua truong trung hoc cong lap de nhi cap Duc Thanh, Sa dec, 1971), 37-38.

329. The Vu, *Lu buom dem* (Hanoi: KD, 1963).
330. Them Van Dat, "Tre em xem xi-ne, doc sach bao…," *Giao duc* 32 (October 1969): 81-84.
331. Thep Moi, *Chuyen Anh Ly Tu Trong* (Hanoi: KD, 1960).
332. Thien-Kieu, *Nguoi bo gia* (Hanoi: Tan Dan, 1943).
333. Thien Tanh, "Loi khuyen hoc tro," *Thieu nhi* 112 (Oct. 19, 1973): 2.
334. Thien Thai, "Thu tim hieu mot san pham cua thoi dai: Hippy club cua thanh nien V. N." *Tan Dan*, May 8, 1969: 3.
335. *Tho Ho Chu tich* (Hanoi: Van hoc, 1967).
336. *Tho tam long chung em* (Hanoi: KD, 1965).
337. "Tho ve," *Be tho* 3 (March 27, 1971): 1.
338. Thu Uyen, "Neu em la," *Hoa mi*, 6 (November 13, 1970): 12.
339. "Thu Chu niem gui cac em thieu nhi," *Thieu nhi*, 1 (Aug. 15, 1971), 1.
340. "Thu cua Ban Chap hanh Trung uong Dang Lao dong Viet Nam gui Dai hoi Van nghe toan quoc lan thu III," *Van kien cua Dang va Nha nuoc*: 86-87.
341. "Thu cua Ban chap hanh Trung uong Dang Lao dong Viet nam gui Dai hoi Van nghe toan quoc lan thu tu," *Van kien cua Dang va Nha* nuoc (Hanoi: Su That, 1970): 110-112.
342. Thu Hoai, "Lang Toi," *Be Mai* 7 (1971): 32.
343. "Thu Be Mai," *Be Mai* 1 (1971): 1.
344. "Thu ngo," *Dac san Khai hoang*, 1971: 3-4.
345. Thuc Vien, "Tuoi tho va chien tranh," *Tia Sang* (Spring, 1969): 35.
346. *Thuong thuc chinh tri va khoa hoc. Lop bon* (Hanoi: GD,1975).
347. *Tin. Dac san* (Phan Rang: Truong Vinh Ky, 1968-1969).
348. Tien Phong, "Anh em nha Nui doi va Van Ngan tuong cong," April 11, 2010. http://www.baomoi.com/Anh-em-nha-Nui-doi-va-Van-Ngan-tuong-cong/c/4113952.epi
349. "Tieu Su Thi Si Nguyen Vy," *Thang Bom*, 86 (Jan. 19, 1972): 19–20.
350. TNTP, "Em yeu Bac Ho Chi Minh." *TNTP* March 24, 1960.
351. To Hoai, *De men phieu luu ky* (Hanoi: Thanh nien, 1956).

Vu A Dinh (book) (Hanoi: KD, 1963; 1967; 1970; 1972).

Vu A Dinh (a play) (Hanoi: KD, 1963; reprinted in To Hoai, *Vu A Dinh*, 1970).

Kim Dong (Hanoi: KD, 1974).

Chuyen Ong Giong (Hanoi: KD, 1974).

Me min (Saigon: Dat moi, 1974).

Ba nguoi khac (Da Nang: Da Nang, 2006).

352. "Toi yeu," *Tin. Dac san*, 62-63.
353. Ton Gia Ngan, *Mo-li-e* (Hanoi: KD, 1975).
354. Ton Nu Hoa Sim, "Hippie!!," *Tan Dan*, May 13, 1969, 4.
355. Tran Dang Khoa, *Tu goc san nha em* (Hanoi: KD, 1968): 6.

    Goc san va khoang troi (Hanoi: KD, 1973).

    "Dat troi sang lam hom nay," *Doi doi on Bac*, 31.

356. Tran Dieu Tan, *Bi mat cua dia cau* (Hanoi: KD, 1958).
357. Tran Dinh Son Cuoc, "Ky thuat dien dan phap ly" http://www.diendan.org/nhung-con-nguoi/ky-thuat-dien-dan-phap-lu
358. Tran Huu Duc, "Giao duc tre lac duong." *Giao duc* 25 (December 1968): 17-55.

    "Giao duc tre lac duong." *Giao duc* 26-27 (January-February 1969): 17-55.

359. Tran Huu Quang, *Lich su Viet Nam the gioi. Lop de tu* (Saigon: Nguyen Du, 1964).

    Lich su Viet Nam & the gioi. Lop de nhat (Saigon: Nguyen Du, 1967).

360. Tran Mong Chu, Nguyen Cao Quyen, *Cong dan giao duc. Lop de tu* (Saigon: Nam Son, 1959).
361. Tran Thanh Dich, *Dung si 13 tuoi* (Hanoi: KD, 1971).
362. "Trang Nguyen Khien Vong," *Thang Com* 3 (Dec. 18, 1970): 3, 33.
363. Tran Quang Hung, *Thanh cong dau tien* (Hanoi: KD, 1965).
364. Tran Thuc Linh, "Pham nhan hay nan nhan," *Que huong*, 4, 3 (December 1962): 61-85.
365. Tran Trong Kim, *So hoc An Nam su luoc* (Saigon: F. H. Schneider, 1916).

    Viet Nam su luoc (Hanoi: Trung Bắc Tân Văn, 1920).

366. Tran Van Que, *Su pham thuc hanh* (Saigon: Thanh huong tung tho, 1963); republished in 1969 by Bo Giao duc, Trung tam hoc lieu.
367. Tran Van Thuy, *Nhat ky: Thanh nien xung phong Truong Son 1965-1969* (Ho Chi Minh City: Van hoa van nghe, 2011).

368. Trang Viet, "Tinh cha." *Be Mai* 6 (1971): 32.
369. *Trich giang van hoc. Lop bay pho thong* (Hanoi: GD, 1966, 1975).
370. *Trich giang van hoc. Lop bay pho thong. Tap II* (Hanoi: GD, 1968).
371. *Trich giang van hoc lop tam pho thong. Tap I* (Hanoi: GD, 1966, 1974).
372. *Trich giang van hoc. Lop tam pho thong. Tap II* (Hanoi: GD, 1974).
373. *Trich giang van hoc. Lop chin pho thong. Tap I* (Hanoi: GD, 1972).
374. *Trich giang van hoc. Lop muoi pho thong. Tap I* (Hanoi: GD, 1965, 1974).
375. Trinh Duong, Ha Quang Phuong, "Em Bui Trung," *Vui he thang My* (Hanoi: KD, 1969), 12-13
376. Truong Chinh, *Thi dua ai quoc va chu nghia anh hung moi* (Hanoi: Su that, 1955).
377. Truong Ky, *Mot thoi nhac tre: but ky* (Montréal, Québec: Truong Ky, 2002).
378. *Tu goc san nha em. Tap tho, tranh, truyen cua cac em lua chon trong cuoc thi viet va ve "Tuoi nho chong My cuu nuoc."* (Hanoi: KD, 1968).
379. "Tuan bao Thieu nhi voi chien dich bai tru ma tuy," *Thieu nhi* 111 (Oct. 12, 1973): 2.
380. Tung Giang, *Hoi ky nhac si Tung Giang: am nhac, tinh yeu, tinh bang huu* (Westminster, CA, 2005?).
381. *Tuoi nho anh hung* (Hanoi: KD, 1965).
382. Tuoi nho chong My cuu nuoc (Hanoi: GD, 1967).
383. Tuy Phuong,Thanh Tu, "Ai ngoan se duoc thuong," *Tap doc lop mot pho thong*, 1969: 21-23.
384. *Tuyen tap tho van cho thieu nhi, 1945-1960 (*Hanoi: Van hoc, 1961).
385. Tuyet Mai, "Bang tuoi," *Giai pham xuan 1968* (Gia Long), 21.
386. Van Chung, "Ngoan that la ngoan," *Bai hat nhi dong chong My cuu nuoc* (Hanoi: KD, 1966): 20-22.
387. Van Dinh, "Ky uc cua 'o du kich nho'" *Tuoi tre* April 24, 2014, http://tuoitre.vn/tin/chinh-tri-xa-hoi/phong-su-ky-su/20140423/ky-uc-cua-o-du-kich-nho/604044.html, accessed on July 1, 2016.
388. *Van hoc. Lop muoi. Tap I* (Giao duc Giai phong, 1974).
389. Van Hong, *Hoa trai mua dau* (Hanoi: KD, 1971).
390. *Van kien Dang. Toan tap, 1950* (Hanoi: Chinh tri quoc gia, 2001).

391. *Van kien cua Dang va Nha nuoc ve van hoa, van nghe* (Hanoi: Su that, 1970).
392. *Van kien Doan, Tu nam 1969 den nam 1976* (Hanoi: Thanh nien, 1977).
393. Van Hong (Bui Ban Hong), "Tu muc dong den KD", *Nhung thang nam yeu dau*, 74-99.
394. Van Ninh, "Hang rau chong My," *Loi ca chong My*, 6.
395. Van Thanh (Nguyen Thi), "Truyen viet cho thieu nhi gan day" *Tap chi van hoc*, 5 (December 1963): 52-63.
396. Van Thanh, "Banh dau xuan 'tang' xam luoc My," *TNTP*, February 20, 1968.
397. Van Thuan, "Ngay mai troi lai sang," *Dac san Khai hoang*, 1971: 9.
398. Van Tong, "Chuyen anh Ly Tu Trong," *Tuoi nho anh hung* (Hanoi: KD, 1965), 22-35.
399. *Vi nuoc vi dan* (Hanoi: Quan doi nhan dan, 1968-1971).
400. Viet Nhan, 'Than the va gia canh cua nha van Nguyen Vy', *Thang Bom*, 86 (Jan. 19, 1972): 4-7; also in *Tin Dien*, 1971, 448–9, 451–2.
401. "Viet cho Giai pham 73," *Giai pham Vuot doc*, 5.
402. Viet Linh, *Bi mat nha thoi mien* (Hanoi: Dan toc, 1962).
403. Vo Thuan Nho, *35 nam phat trien su nghiep giao duc pho thong* (Hanoi: GD, 1980).

    Ban them nhung bai hoc cua Bac ly va phong trao thi dua "Hai tot" trong nganh giao duc pho thong (Hanoi: GD, 1963).
404. Trang Ha Trang, "Vo Tong Viet Nam Le Van Khoi," *Thang Com* 6 (February 5, 1971): 21-22.
405. Vu Hung, *Anh-xtanh* (Hanoi: KD, 1975).
406. Vu Huu Loan, "Dao tao boi duong the he thanh nien moi tu tuoi thieu nien, nhi dong," *Thanh nien* 2 (1969): 21-27.
407. Vu Quynh, *Tan dinh Linh Nam Chich Quai* (Hanoi: Khoa hoc xa hoi, 1993).
408. Vu Thanh Nhan, "Cay tao ong Lanh cua Hoang Cat," http://batinh.com/index.php?option=com_content&view=article&id=402:cay-tao-ong-lanh-ca-hoang-cat&catid=1:news&Itemid=13.
409. Vu Trong-Dao. *Cai mu la doi* (Hanoi: Tan dan, 1943).
410. Vu Tu Nam, "Cuoc phieu luu cua Van Ngan tuong cong" *Van nghe* 53: 10 (October 1961), 14-30.

    "Nho lai 'Cuoc phieu luu cua Van Ngan tuong cong' 35 nam ve truoc."

http://lenhatky.blogspot.com/2015/11/nho-lai-cuoc-phieu-luu-cua-van-ngan.html Accessed March 10, 2016.

411. *Giai pham Vuot doc: xuan Quy Suu xuân* (Long An: Truong trung hoc Can Giuoc, 1973).

412. X. M. "De nghi Duoc nghi nhan ngay Gio To Hung Vuong", http://cand.com.vn/Xa-hoi/De-nghi-duoc-nghi-nhan-ngay-Gio-To-Hung-Vuong-20679/. Accessed May 16, 2016.

413. Xuan Son, *Tim lai que huong* (Saigon: Hien Huu, 1973).

414. Xuan Son, "Y nghia Thoi Gian," *Giai pham Bo De*, 20, 68-70.

415. "Xuat xu cua 5 dieu Bac Ho day thieu nien, nhi dong." https://www.quangbinh.gov.vn/3cms/xuat-xu-cua-5-dieu-bac-ho-day-thieu-nien-nhi-dong.htm. Accessed April 23, 2016.

中越友谊的历史见证 ------ 广西桂林育才学校资料选编 (中国档案出版社, 2010).

416. "刘少奇、陈云关于越南送儿童来桂学习的批示," 20–21 May 1951, 3.

417. 中共广西省委关于越南二千名学生来广西学习问题致中央、中南局并罗贵波电, 23, May 1951, 4.

418. 中华人民共和国和越南民主共和国政府关于越南在中国设立学校的议定书 November 4, 1957, 7.

中越友谊的历史见证 ----- 阮文追学校资料选编 (中国档案出版社, 2015).

419. "广西壮族自治区人民委员会外事办公室、广西壮族自治区计划委员会关于同意九二工程（之一）总概念审核意见的函," December 29, 1967, 11-15.

420. "关于成立桂林九.二学校联络委员会的报告," July 13, 1967, 7.

421. "关于越南民主共和国几所学校迁移到中华人民共和国问题的会谈纪要," December 18, 1966, 3-4.

422. "关于在中国桂林的越南学校问题第二次会谈纪要," August 17, 1968, 18-21.

423. "越南阮文贝等三所学校已合并一个学校" December 3, 1967, 7.

TÀI LIỆU BẰNG TIẾNG ANH, PHÁP, NGA, ĐỨC, TIỆP

1. "35th Founding Anniversary of the V.L.Y.U. Celebrated," *Vietnam Youth* (May 1966): 7-8.

2. "275,000 Students Organized," *Viet Nam Bulletin*, VII, 17 (August 31, 1972): 6.
3. Althusser, Louis. "Ideology and Ideological State Apparatuses (Notes Towards an Investigation)," in *Lenin and Philosophy, and Other Essays*, Ben Brewster, trans. (London: New Left Books, 1971), 123-173.
4. Anderson, Benedict. *Imagined Communities* (London: Verso, 1998).
5. *Annuaire statistique de l'Indochine, 1939-1940* (Hanoi: Impremerie d'Extreme-Orient, 1942).
6. *1947-1948* (Hanoi: Statistique Generale de l'Indochine, 1949).
7. Asselin, Pierre. *Hanoi's Road to the Vietnam War, 1954-1965* (Berkeley: University of California Press, 2013).
8. Bao Ninh. *Sorrow of War* (Riverhead Books, 1996).
9. Bass, Thomas. *Censorship in Vietnam: Brave New World* (Amherst: University of Massachussetts Press, 2017).
10. Bezançon, Pascale. *Un enseignement colonial: L'experience française en Indochine* (1860-1945) PhD. diss. Presses universitaires du Septentrion, 1997.
11. Bisztray, George. *Marxist Models of Literary Realism* (New York: Columbia University Press, 1978).
12. Britton, Edward C. "Vietnamese Youth and Social Revolution," *Vietnam Perspectives*, 2, 2 (Nov. 1966): 13-27.
13. Carver, George A., Jr. "Culture and Politics in Vietnam," Transcript of the lecture presented at the National War College, Washington D. C., February 29, 1968.
14. Casella, Alexander. "The Structure of General Education in the Democratic Republic of Vietnam," *Studies and Documents*, 1, 9, 1975 (Geneva: Asian Documentation and Research Center, 1975).
15. Chazal, Jean. *L'enfance delinquante* (Paris: Presses Universitaires de France, 1964).
16. "Charter of the Writers' Union of the USSR," *Informatsionnyi biulettin sekretariata pravlenia SP SSSR*, 1971, 7(55).
17. Crossette, Barbara. "What the Poets Thought: antiwar sentiment in North Vietnam." *World Policy Journal* 20, 1, 2003: 69-76.
18. Cunningham, Hugh. "Histories of Childhood," *The American Historical Review* 103, 4 (1998): 1195-1208.
19. Dao Tri Uc, *Bor'ba s prestupnostiu nesovershennoletnih v Sotsialisticheskoi Respublike Vietnam* (Moscow: Nauka, 1986).

20. "Draft Age Lowered," *Viet Nam Bulletin*, 2, 1 (January 1968), 18.
21. Dror, Olga. "Schools for New Life and Lives of New Schools: Educational Systems in North and South Vietnam during the War, 1965-1975," *Journal of Cold War Studies* 20, 3 (2018): 123-178.
22. "Raising Vietnamese: War and youth in the South in the early 1970s," *Journal of Southeast Asian Studies*, 44, 1 (February 2013): 74-99.

    "Love, Hatred, and Heroism in Socializing Youth in North Vietnam during Wartime, 1965-1975," *Journal of the History of Childhood and Youth* 9, 3 (2016): 424-449.
23. "Traditions and Transformations in the Formation of Ho Chi Minh's Cult," *The Journal of Asian Studies* 75, 2 (May 2016): 433 – 466.
24. Duiker, William J. *Ho Chi Minh. A Life* (New York: Hyperion, 2000).
25. Duncanson, Denis. *Government and Revolution in Vietnam* (New York: Oxford University Press, 1968).
26. Duong Thu Huong, *Novel Without a Name,* Phan Huy Duong and Nina McPherson, trans. (William Morrow & Co., 1995).
27. *Paradise of the Blind,* Nina McPherson, trans. (Penguin, 1994); *Nhung thien duong* mu (Hanoi: Phu nu, 1988).
28. *Eight Years of Ngo Dinh Diem Administration, 1954-1962* (Saigon: 1962?).
29. "Primary Education in Vietnam," *Viet Nam Bulletin* (Info series), 16, Nov. 1969: 1-7.
30. Emerson, Gloria. "Saigon's 'Cowboys' Race the Draft, *New York Times*, March 25, 1971, 6.
31. "G.I.'s and Vietnamese Youth: Sharing at Rock Festival," *New York Times*, May 30, 1971, 3.
32. Ernst, John. *Forging a Fateful Alliance: Michigan State University and the Vietnam War* (East Lansing, MI: Michigan State University Press, 1998).
33. Fall, Bernard. *The Viet Minh Regime* (New York: Institute of Pacific Relations, 1956).
34. Farquhar, Mary Ann. *Children's Literature in China. From Lu Xun to Mao Zedong* (Armonk, NY: M.E. Sharpe, 1999).
35. Fforde, Adam. *Vietnamese State Industry and the Political Economy of Commercial Renaissance: Dragon's Tooth or Curate's Egg* (Oxford: Chandos, 2007).

36. Foucault, Michel. *Discipline and Punish: The Birth of the Prison,* Alan Sheridan, trans. (New York: Vintage Books, 1979).
37. Freud, Sigmund. *The Future of an Illusion,* James Strachey, trans. (New York: W. W. Norton & Company, 1961).
38. Freytag, Mirjam, *Die "Moritzburger" in Vietnam: Lebenswege nach einem Schul- und Ausbildungsaufenthalt in der DDR: Vermitteln in interkulturellen Beziehungen* (Frankfurt: IKO-Verlag für Interkulturelle Kommunikation, 1998).
39. Friedman, Herbert A. "The Strange Case of the Vietnamese 'Late Hero' Nguyen Van Be," http://www.psywarrior.com/BeNguyen.html
40. Gadkar-Wilcox, Wynn. "Existentialism and Intellectual Culture in South Vietnam," *The Journal of Asian Studies,* 73, 2 (2014): 377-395.
41. Gilligan, Chris. "Highly Vulnerable? Political Violence and the Social Construction of Traumatized Children," *Journal of Peace Research* 46, 1 (2009): 119-134.
42. Graham, Judith. 'The same or different: Children's books show us the way', in *Children's literature and national identity,* ed. Margaret Meek (Stoke on Trent: Trentham Books, 2001).
43. Gronsky, Ivan M. *Iz proshlogo...: Vospominania* (Moscow: Izvestia, 1995).
44. Guillemot, François. *Des Vietnamiennes dans la guerre civile: L'autre moitie de la guerre (1945-1975).* Paris: Les Indes savantes, 2014.
45. "Death and Suffering at First Hand: Youth Shock Brigades during the Vietnam War (1950--1975," *Journal of Vietnamese Studies,* 4, 3 (2009): 17-60.
46. Ha, Marie-Paule. "From 'Nos ancestres, les Gaulois' to 'Leur Culture Ancestrale': Symbolic Violence and the Politics of Colonial Schooling in Indochina," *French Colonial History* 3 (2003): 101-117.
47. Ha Van Tan, "Vietnam: Sketches of History, Geography, Nationality, Population." Pham Minh Hac, *Education in Vietnam 1945-1991* (Hanoi: Ministry of Education and Training of the Socialist Republic of Vietnam, 1991): 8-27.
48. Hammer, Ellen. *The Struggle for Indo-China* (Stanford, CA: Stanford University Press, 1954).
49. Hayslip, Le Ly with Jay Wurts, *When Heaven and Earth Changed Places* (New York: Penguin, A Plume Book, 1990).
50. Henry, Eric. "Translator's Introduction," Pham Duy, *The Memoirs of Pham Duy: A Vietnamese Musician in a Turbulent Century,* Eric Henry,

trans., vol. 1: Coming of Age in the North (1921 - 1945), p. i. (chưa xuất bản).

"Tan Nhac: Notes toward a Social History of Vietnamese Music in the Twentieth Century". *Michigan Quarterly Review* 2005, 44, 1, 135-147.

51. Hickey, Gerald C. *The Highland People of South Vietnam: Social and Economic Development* (Santa Monica, CA: RAND Corporation, 1967).

52. Ho Tai, Hue Tam. "Literature for the People: From Soviet Policies to Vietnamese Polemics," Truong Buu Lam, ed., *Borrowings and Adaptations in Vietnamese Culture*, (Manoa: University of Hawaii, 1987), 63-83.

53. Hoang Tu Dong, "L'enseignement complementaire pour adultes," *Etudes vietnamiennes*, 30 (1971): 23-48.

54. Hoang Tuan. "Ideology in Urban South Vietnam, 1950-1975," PhD. Dissertation, University of Notre Dame, 2013.

55. Hoffer, Thomas W. "Nguyen Van Be as Propaganda Hero of the North and South Vietnamese Governments," *The Southern Speech Communication Journal*, 40 (1974): 63-80.

56. Hunter, William A. and Liem Thanh Nguyen, *Educational Systems in South Vietnam and of Southeast Asian in Comparison with Educational Systems in the United States* (Ames, IA: Research Institute for Studies in Education, College of Education, Iowa State University, 1977).

57. Jackson, Larry R. "The Vietnamese Revolution and the Montagnards," *Asian Survey*, 9, 5 (May 1969): 313-330.

58. James, David. "The Vietnam War and American Music," *Social Text*, 23 (1989): 122-143.

59. Jamieson, Neil L. *Understanding Vietnam*. Berkeley, Los Angeles and Oxford: University of California Press, 1993.

60. Jenkins, Henry. "Introduction: Childhood Innocence and Other Modern Myths," Henry Jenkins, ed. *The Children's Culture Reader* (New York: New York University, 1998): 1-40.

61. Jung, Carl G. *The Undiscovered Self*, R. F. C. Hull, trans. (London: Routledge & K. Paul, 1958).

62. Kater, Michael H. *Hitler Youth* (Cambridge, MA: Harvard University Press, 2004).

63. Kelly, Gail P. *Franco-Vietnamese Schools, 1918-1938: Regional Development and Implications for National Integration* (Madison, WI: University of Wisconsin, 1982).

64. *French Colonial Education: Essays on Vietnam and West Africa*, David H. Kelly, ed. (New York, NY: AMS Press, 2000).

65. "Colonialism, Indigenous Society, and School Practices: French West Africa and Indochina," Philip G. Altbach and Gail P. Kelly, eds, *Education and the Colonial Experience* (New Brunswick and London: Transaction Books, 1978): 9-32.

66. Kelley, Liam C. "The Biography of the Hong Bang Clan as a Medieval Vietnamese Invented Tradition," *Journal of Vietnamese Studies*, 7, 2 (2012): 87-130.

67. Kim, Nam C. *The Origins of Ancient Vietnam* (New York: Oxford University Press, 2015).

68. Kirschenbaum, Lisa A. *Small Comrades. Revolutionizing Childhood in Soviet Russia, 1917-1932* (New York: Routledge/Falmer, 2001).

69. "Innocent Victims and Heroic Defenders Children and the Siege of Leningrad," James Marten, ed., *Children and War: A Historical Anthology* (New York: New York University, 2002): 279-290.

70. Kucherenko, Olga. *Little Soldiers: How Soviet Children Went to War, 1941-1945* (Oxford, New York: Oxford University Press, 2011).

71. "Ky Abolishes Press Censorship," *Viet Nam Bulletin*, 1, 9, September 1967: 166, 178,

72. Landes, A. *Contes et legends annamites* (Saigon: Impremerie colonial, 1886).

73. "Le pavilion de l'instruction publique a la Foire-expositionde Saigon," *Bulletin general de l'instruction publique* (Hanoi: Imprimerie Trung Bac Tan Van), 8 (April 1943), 207.

74. Lenin, Vladimir I., "How to Organise Competition?" V. I. Lenin, *Collected Works*, Yuri Sdobnikov and George Hanna trans. (Moscow: Progress Publishers, 1964): 404-15.

75. Lesnik-Oberstein, Karin. *Children's Literature: Criticism and the Fictional Child* (Oxford, Clarendon Press: 1994).

76. Lindholm, Richard W., ed. *Viet-Nam: The First Five Years: An International Symposium Viet-Nam* (East Lansing, MI: Michigan State University Press, 1959).

77. Lunacharsky, Anatoliy V. "Osnovy pozitivnoi estetiki," 1903 (St. Petersburg: Publishing House of S. Dorovatskogo and A. Charushnikova, 1904). http://lunacharsky.newgod.su/lib/ss-tom-7/osnovy-pozitivnoj-estetiki. Accessed on May 30, 2016.

78. Marr, David G. "Political Attitudes and Activities of Young Urban

Intellectuals in South Viet-Nam," *Asian Survey* 6, 5 (May 1966): 249-263.

79. *Vietnam: State, War, Revolution, 1945-1946* (Berkeley: University of California Press, 2013).
80. *Vietnamese Tradition on Trial,* 1920-1945 (Berkeley: University of California Press, 1984).
81. Martínková Šimečková, Šárka. "Chrastavské děti." http://www.klubhanoi.cz/view.php?cisloclanku=2006071101, accessed January 25, 2018
82. Masur, Matthew B. *Hearts and Minds: Cultural Nation-Building, 1954-1963.* PhD. Dissertation, Ohio State University, 2004.
83. McGills, Roderick. *The Nimble Reader: Literary Theory and Children's Literature* (New York: Simon and Schuster Macmillan, 1996).
84. McHale, Shawn. "Vietnamese Marxism, Dissent, and the Politics of Postcolonial Memory: Tran Duc Thao, 1946-1993." *Journal of Asian Studies* 61, 1 (2002): 7-31.
85. Miller, Edward. *Misalliance: Ngo Dinh Diem, the United States, and the fate of South Vietnam* (Cambridge, MA: Harvard University Press, 2013).
86. "Mobilization Law Explained," *Viet Nam Bulletin,* 2 (6-7-8), June-July 1968, 137.
87. "Mobilization Speedup," *Viet Nam Bulletin,* 2, 2-3 (February-March 1968): 40.
88. Mok, Mei Feng. "Negotiating Community and Nation in Cho Lon: Nation-building, Community-building and Transnationalism in Everyday Life during the Republic of Viet Nam, 1955-1975." PhD. Diss., University of Washington, 2016.
89. Montgomery, John D. *The politics of foreign aid: American experience in Southeast Asia* (New York: Praeger for the Council on Foreign Relations, c. 1962).
90. Naftali, Orna. "Chinese Childhood in Conflict: Children, Gender, and Violence in China of the "Cultural Revolution" Period (1966–1976)," *Oriens Extremus* 53 (2014): 85-110.
91. "Marketing War and the Military to Children and Youth in China: Little Red Soldiers in the Digital Age," *China Information: A Journal on Cotemporary China Studies* 28, 1 (2014): 3-25.
92. Nguyen Dinh Hoa, *Education in Vietnam. Primary and Secondary* (Saigon: The Vietnam Council on Foreign Relations, 1971?).

93. Nguyen Khac Vien, *Glimpses of Vietnamese Literature* (Hanoi: Foreign Publishing House, 1977).
94. Nguyen Khanh Toan, *20 years' development of education in the Democratic Republic of Vietnam* (Hanoi: Ministry of Education, 1965).
95. Nguyen, Lien-Hang Thi. *Hanoi's War: An International History of the War for Peace in Vietnam* (Chapel Hill: University of North Carolina Press, 2012).
96. Nguyen Manh Tuong, *Sourires et larmes d'une jeunesse* (Hanoi: Editions de la Revue Indochinoise 1937).
97. Nguyen-Marshall, Van. "Student Activism in Time of War: Youth in the Republic of Vietnam, 1960s-1970s," *Journal of Vietnamese Studies* 10, 2 (2015): 43-81.
98. Nguyen Ngoc Tuan, *Socialist Realism in Vietnamese Literature: An Analysis of the Relationship between Literature and Politics*. Ph.D. dissertation, Victoria University, 2004.
99. Nguyen Nguyet Cam, "Z.28 and the Appeal of Spy Fiction in South Vietnam, 1954-1975." M.A. Thesis, University of California, Berkeley, 2001.
100. Nguyen Thuy Phuong, *L'école française au Vietnam de 1945 a 1975: De la mission civilisatrice a la diplomatie culturelle* (Amien: Encrage, 2017).
101. Nguyen Van Hai, *Education in Vietnam. A Study in the light of Objectives of Permanent Education* (Hue: University of Hue, 1970).
102. Nguyen Van Huyen, "L'enseignement général en R.D.V.N." *Etudes vietnamiennes*, 30 (1971): 5-22.
103. *Sixteen Years' Development of National Education in the Democratic Republic of Viet Nam* (Hanoi: Foreign Languages Publishing House, 1961).
104. Nguyen-Vo Thu-Huong, *The Ironies of Freedom. Sex, Culture, a Neoliberal Governance in Vietnam* (Seattle: University of Washington Press, 2008).
105. Ninh, Kim Ngoc Bao. *A World Transformed: The Politics of Culture in Revolutionary Vietnam, 1945-1965* (Ann Arbor, MI: University of Michigan Press, 2002).
106. Olesha, Yuri M. "Chelovecheskiy material, *Izvestia*, November 7, 1929.
107. Pholsena, Vatthana. "War Generation: Youth Mobilization and Socialization in Revolutionary Laos," Vanina Bouté, ed. *Changing lives*

in Laos: Society, politics, and culture in a post-socialist (Singapore: NUS Press, 2017), 109-134.

108. Peacock, Margaret. "Broadcasting Benevolence: Images of the Child in American, Soviet and NLF Propaganda in Vietnam, 1964-1973." *Journal of the History of Childhood and Youth*, 3.1 (2010): 3-25.

109. *Innocent Weapons. The Soviet and American Politics of Childhood in the Cold War* (Chapel Hill: University of North Carolina Press, 2014).

110. Pelley, Patricia M. *Postcolonial Vietnam: New Histories of the National Past* (Durham, NC: Duke University Press, 2002).

111. Pham Cao Duong, "Comments," *The Vietnam Forum* 1 (Winter-Spring 1983), 11-16.

112. Pham Minh Hac, "Educational Reforms," in Pham Minh Hac, *Education in Vietnam*: 28-38.

113. Pham Minh Hac, *Education in Vietnam, 1945-1991* (Hanoi: Ministry of Education and Training, 1991).

114. Pike, Douglas. *PAVN: People's Army of Vietnam* (Novato, CA: Presidio Press, c1986).

115. Post, Ken. *Revolution, Socialism, and Nationalism in Viet Nam* (Hants, England: Darthmouth Publishing Company, 1989).

116. *Precis d'histoire d'Annam a l'usage des écoles primaires* (Saigon: La Mission, 1918).

117. "Press censorship lifted," *Viet Nam Bulletin*, 2, 6-7 (June-July 1968): 144.

118. *Progress of Education in Vietnam during the School-Year 1965-1966* (Republic of Vietnam: Ministry of Education, 1966).

119. Proud, Judith K. *Children and Propaganda* (Oxford, UK: Intellect, 1995).

120. Quinn-Judge, Sophie. "The Ideological Debate in the DRV and the Significance of the Anti-Party Affair, 1967–68," *Cold War History* 5, 4 (2005): 479-500.

121. Race, Jeffrey. *War Comes to Long An: Revolutionary Conflict in a Vietnamese Province* (Berkeley: University of California Press).

122. Raffin, Anne. "Mental Maps of Modernity in Colonial Indochina during World War II: Mobilizing Sport to Combat Threats to French Rule," in Martin Thomas, ed., *The French Colonial Mind, Volume I: Mental Maps of Empire and Colonial Encounters* (Lincoln & London: University of Nebraska Press, 2011): 96-118.

123. *Youth Mobilization in Vichy Indochina and Its Legacies, 1940 to 1970* (Lanham, MD: Lexington Books, 2005).

124. Reynolds, Kimberly. *Radical Children's Literature: Future Visions and Aesthetic Transformations in Juvenile Fiction* (New York: Palgrave Macmillan, 2007).

    and Paul Yates. 'Too soon: Representations of childhood death in literature for children', in *Children in culture: Approaches to childhood*, ed. Karin Lesnik-Oberstein. London: Macmillan, 1998.

125. Robins, Glenn. *The Longest Rescue: The Life and Legacy of Vietnam POW William A. Robinson* (Lexington, KY: University of Kentucky Press, 2015).

126. "Robinson William Andrew," http://www.pownetwork.org/bios/r/r041.htm;

127. Roszak, Theodore. *The Making of a Counter Culture. Reflections on the Technocratic Society and Its Youthful Opposition* (Garden City, NY: Doubleday & Company, Inc., 1969).

128. Schafer, John C. *Vietnamese Perspectives on the War in Vietnam: An Annotated Bibliography of Works in English* (New Haven: Yale University Council on Southeast Asian Studies, 1997).

129. "School and Politics," *Viet Nam Bulletin* I, 7-8 (July-August 1967): 136.

130. Schwenkel, Christina. *The American War in Contemporary Vietnam: Transnational Remembrance and Representation* (Bloomington, IN: Indiana University Press, 2009).

131. "Secondary Education in Viet-Nam," *Viet Nam Bulletin* (Info series), 36 (Oct. 1970): 1-9.

132. "Seven million visitors expected to attend Hung Kings festival in northern Vietnam," *Tuoi tre news*, April 16, 2016.

133. Smith, Anthony. *Myths and Memories of the Nation* (New York, 1999).

134. Smith, Harvey Henry et al., *Area handbook for North Vietnam* (Washington, DC: U.S. Govt. Print. Off., 1967).

135. Spragens, John Jr. *Young People and Education* (A Looking Back Publication, 1971).

136. Stargardt, Nicholas. *Witnesses of War: Children's Lives under the Nazis* (New York: Knopf, 2006).

137. Steedman, Carolyn. *Strange Dislocations: Childhood and the Idea of Human Interiority, 1780-1930* (Cambridge, MA: Harvard University Press, 1995).

138. Stephens, John. *Language and ideology in children's fiction* (London: Longman, 1992).

139. Stephens, Sharon. "Nationalism, Nuclear Policy and Children in Cold War America," *Childhood* 4, 1 (1997): 103-123.

140. Taylor, Keith W. "Surface orientations in Vietnam: Beyond histories of nation and region," *Journal of Asian Studies*, 57, 4 (Nov. 1998): 949–78.

141. *A History of the Vietnamese* (Cambridge, U.K.: Cambridge University Press, 2013).

142. "Textbook Production Aid," *Viet Nam Bulletin*, III, 14-15 (December 1-15, 1968): 9.

143. Teerawichitchainan, Bussarawan. "Trends in Military Service in Northern Vietnam, 1950--1995: A Sociodemographic Approach," *Journal of Vietnamese Studies*, 4, 3 (2009): 61-97.

144. "The Hero," *Time*, March 17, 1967: 40.

145. "The Leaderboard: Father Etienne Chan Tin," *cogitASIA*, December 11, 2012; http://cogitasia.com/the-leaderboard-father-etienne-chan-tin/ accessed March 13, 2016.

146. *The People of South Vietnam: How They Feel about the War. A CBS News Public Opinion Survey* (Princeton, NJ: Research Park, Opinion Research Corporation, March 13, 1967).

147. Tran Nu-Anh. "South Vietnamese Identity, American Intervention, and the Newspaper *Chinh Luan* (Political Discussion), 1965-1969," *Journal of Vietnamese Studies* 1, 1-2 (2006): 169-209.

148. Treglodé, Benoît de. *Heroes and Revolution in Vietnam*. Claire Duiker, trans. (Singapore: National University of Singapore, IRASEC, 2012).

149. Trinh Van Thao. *L'école française en Indochine* (Paris: Editions Karthala, 1995).

150. Truong, P. J. B. Vĩnh Ký. *Cours d'histoire annamite a l'usage des écoles de la Basse-Cochinchine* (Saigon, 1875-1877).

151. Van Dyke, John M. *North Vietnam's strategy for survival*. (Palo Alto, CA: Pacific Books (c. 1972).

152. Vasavakul, *Schools and Politics in South and North Vietnam: A comparative Study of State Apparatus, State Policy, and State Power (1945-1965)*, 2 vols., PhD dissertation, Cornell University, 1994.

153. "Viet Cong Dead Hero is Alive," *Viet Nam Bulletin* 1, 6 (June 1967): 121.

154. "Vietnam's Sober Youth," *Viet Nam Bulletin*, 2, 8 (August 1968): 178-9, 188.
155. "Vietnam's Youth," *Viet Nam Bulletin* (Info series), 19 (Dec. 1969): 1-5.
156. Vo Phien, *Literature in South Vietnam, 1954-1975*, Vo Dinh Mai, trans. (Melbourne: Vietnamese Language & Culture Publications 1992).
157. Weiss, Karin. *Vietnam: Netzwerke zwischen Sozialismus und Kapitalismus*.http://www.bpb.de/apuz/28970/vietnam-netzwerke-zwischen-sozialismus-und-kapitalismus?p=all. Accessed November 15, 2017.
158. Whitmore, John K. "The Vietnamese Sense of the Past," *The Vietnam Forum* 1 (Winter-Spring, 1983), 4-11.
159. Wickert, Frederick. "The Tribesmen," in Richard Lindhold, *Vietnam*, 126-134.
160. *World Population: 1975* (N. Manchester, IN: The Heckman Bindery, Inc. for US Department of Commerce and Bureau of the Census, 1976).
161. Zinoman, Peter. "Nhan Van—Giai Pham and Vietnamese 'Reform Communism' in the 1950s: A Revisionist Interpretation," *Journal of Cold War Studies* 13, 1 (2011): 60-100.

Liên lạc Nhà xuất bản
Nhân Ảnh
han.le3359@gmail.com
(408) 722-5626

www.ingramcontent.com/pod-product-compliance
Lightning Source LLC
Chambersburg PA
CBHW070529010526
44118CB00012B/1082